Tình Hiền

Truyện dài

J. NGỌC

TÌNH HIỀN

HỢP LƯU 2016

Tình Hiền

Truyện dài

Bìa: Doãn Quốc Vinh

ISBN: 978-1-944372-04-0

Tình Hiền

Truyện dài Tình Hiền được cấu trúc qua tư liêu sống của những người lính chiến, những người đã hy sinh cả một thời trai trẻ để phục vụ quê hương bằng tất cả hăng say nhiệt huyết, nhất là Vũ, một sĩ quan binh chủng Thủy Quân Lục Chiến đã mất đi một phần thân thể trong trận chiến Hạ Lào giữa lúc cùng Hiền, một nữ sinh luật khoa đang nồng thắm yêu đương sửa soạn ngày loan phượng hoà minh.

Những gì sẽ xảy ra khi thân thể Vũ không còn toàn vẹn trước những trắc trở chống đối của bố mẹ Hiền, nhất là giữa lúc vận nước chao đảo, rồi ngày di tản... cuộc đời Vũ, Hiền sẽ ra sao?

Đọc Tình Hiền để thấy sự bất khuất và lòng kiên trì của những người Việt Nam xa quê, những người đã biết tìm sự sống qua cơ cực với lòng tự tin, nhất là những người lính chiến đã vươn lên trong hoàn cảnh bi thương với dũng cảm dù môi trường nào.

Song song với những trải nghiệm trước cuộc sống mới, những người Việt Nam đã sống thế nào và ra sao trên đất mới, để bảo tồn và chứng minh cho thế giới biết sự kiên trì hiếu học của dân tộc bằng những khai mở và những thành đạt nhãn tiền trong tất cả hoàn cảnh, dù là hoàn cảnh đau buồn và tệ hại nhất xảy ra.

J. Ngọc viết với tất cả chân thành qua tư liệu sống của những người bạn, những người đã cùng J.Ngọc chiến đấu khắp bốn vùng chiến thuật, nay vì thương trận, nhưng vẫn kiên trì thách thức hoàn cảnh để tiếp tục sống, tiếp tục đến trường và tiếp tục thành đạt dù một phần thân thể đã mất với niềm tự tin và xác tín: "Què quặt thân xác không đáng sợ, mà điều đáng sợ là ta để ta bị què quặt tâm hồn ta"

J.Ngọc

1.

Hiền lơ đãng nhìn ra ngoài trời, bầu trời đang bị bao phủ bởi những mảng mây lớn, gió thổi mạnh từng cơn, những lùm cây trước nhà đưa đẩy vật vờ theo luồng gió. Phải chăng đời con gái cũng theo và tuỳ thuộc như người đời thường nói: *"Thân em như tấm lụa đào, Phất phơ trước gió biết vào tay ai"*. Nhưng hình ảnh Vũ vẫn chiếm trọn trong Hiền. Hiền không ân hận, dù bị ba mẹ ép mắng trước tình yêu ngọt ngào trọn vẹn với Vũ. Hiền chỉ lo vì một xếp đặt khôn khéo khiến Hiền chẳng đừng phải vâng lời để lấy Tân, con một người bạn của gia đình.

Tân về mặt nào cũng trội và ưu thế hơn Vũ. Tân có học, có tiền và lại có địa vị thật xứng cho những cô gái chỉ có một ước mơ. Nhưng với Hiền tất cả không mảy may đáng nhớ. Hiền không cần, ngay cả sự chiều chuộng săn đón mà Tân luôn dành cho Hiền, Hiền chỉ một lòng và Vũ đã như một ngôi sao sáng rọi sáng trong trái tim Hiền.

Cả ngày, Hiền phải lo lắng nghe sự xếp đặt và lựa chọn của cha mẹ. Mẹ đã thẳng thắng nói với Hiền, thà Hiền đi khỏi nhà chứ không chấp nhận tình Hiền với Vũ. Mẹ bảo : " Mày phải xa nó ngay, lính trận sống nay chết mai, đồng tinh không dính túi, hơn nữa học hành không ra đâu, ai bằng thằng Tân có đủ mọi thứ. Xưa tao lấy bố mày có biết yêu, biết đương là cái gì sao vẫn sống tới già, tao nói một là một".

Hiền lặng chịu, phải trả lời sao? Sự cãi vã, luận chứng bây giờ không đúng lúc. Nhưng Hiền cũng tự mình, và không thể để rồi như TTKH dùng thơ than thở:

Đâu biết lần đi một lỡ làng,
Dưới trời gian khổ chết yêu đương,
Người xa xăm quá ! Tôi buồn lắm,
Trong một ngày vui pháo nhuộm đường.

Và rồi mãi ân hận:

Nếu biết rằng tôi đã lấy chồng,
Trời ơi ! Người ấy có buồn không ?
Có thầm nghĩ tới loài hoa vỡ,
Tựa trái tim phai tựa máu hồng.

Mãi chiều Hiền mới lên gác, Hiền lấy từng xấp thơ của Vũ để như một khẩn cầu trong thiếu vắng. Và Hiền nhớ lại chuyện xưa...... ....

Một tình cờ, ngày ấy Hiền cùng Liên đón xe lambretta ba bánh lên Thủ Đức thăm Yến, người bạn cùng lớp đau nặng cả tuần không đi học. Chiếc xe đi qua cầu Bình Lợi, trời chuyển mưa, cơn mưa đến vội, gió tạt mạnh, hai tấm bạt ngang hông không đủ cản những hạt mưa xối xả dồn dập, Hiền lại ngồi ngoài cùng, Hiền cố gắng dùng vạt áo để che đỡ phần nào, nhưng vô hiệu, Hiền đang bối rối bỗng Vũ từ phía trong bảo Hiền:

- Cô vào trong ngồi khỏi bị ướt, để tôi đổi chỗ cho cô, áo tôi là loại áo lính trận nên khó ướt hơn.

Hiền chưng hửng nhìn người lính vận áo rằn ri, rồi như một tự nhiên, Hiền đổi chỗ ngồi cho Vũ với câu nói lí nhí trong miệng:

- Cám ơn anh.

Ngồi bên trong, Hiền thoải mái và không còn phải lo lắng tránh mưa làm ướt áo Hiền, lúc đó Hiền mới để ý nhìn Vũ.

Vũ không chống lại với mưa gió, Vũ âm thầm lơ đãng như một thách thức. Những cơn gió, những giọt nước tạt mạnh, ngấm dần khiến quần áo Vũ ướt sũng, Hiền hơi hối hận, nên định nói điều gì nhưng lại thôi. Trái lại, Vũ vẫn thản nhiên như không, môi Vũ có hơi tái, nhưng điều đó không làm Vũ có một cử chỉ cáu kỉnh hay ca thán.

Khoảng mười phút sau chiếc xe đang ngon trớn, bỗng nhao qua, nhao lại khiến mọi người trong xe lo sợ nhìn nhau, người tài xế lẩm bẩm điều gì rồi quay lại bảo mọi người:

- Xe bị bể bánh, mời cô bác vào trú đỡ trong quán, tôi thay bánh xe, rồi sẽ đi ngay.

Mọi người xuống xe, Hiền và Liên chạy vội vào trong quán, nhưng vì mưa quá nặng hột nên không làm sao tránh khỏi những hạt mưa đổ xối xả khiến cả hai ướt sũng.

Hiền và Liên vào góc quán. Mặt Hiền trông lạnh ngắt. Bờ môi Hiền với mầu son nhạt xoa lên buổi sáng trước khi rời nhà, nhưng vì nước mưa đã làm trôi hết, giờ chỉ còn mầu xám lạnh. Vũ thấy thế, mở balo, lấy hai chiếc áo trận đưa cho Hiền và Liên, bình thản:

- Hai cô khoác đỡ kẻo bị cảm.

Sau đó, Vũ lấy chiếc khăn lông mới để Hiền và Liên thấm tóc.

Hiền không còn giờ để trả lời. Cơn lạnh đã làm nàng vụng về, và quên hết những điều bóng bảy hằng ngày. Hiền và Liên đỡ áo từ tay vũ và khoác vội lên người. Lúc đó, Hiền nhìn Liên trong chiếc áo trận có tên Vũ mỉm cười bảo Vũ:

- Cám ơn anh Vũ.

Vũ hơi ngạc nhiên, nhưng hiểu ngay. Vũ gật đầu đi ra ngoài phụ người tài xế thay bánh xe. Nhưng thật không may vì chiếc bánh mới không đủ hơi. Vũ chạy vào bảo Hiền và Liên :

- Tôi đón xe khác, hai cô có cùng đi không ? Bánh sơ cua thiếu hơi nên tôi e xe chạy không bao xa rồi lại nằm đường.

Hiền e dè giới thiệu, giọng nhỏ nhẹ:

- Tôi là Hiền còn bạn tôi là Liên, thật không công bằng nếu chúng tôi biết tên anh, mà anh lại không biết tên của hai đứa tôi.

Vũ mỉm cười, bình thản:

- Xin lỗi và hân hạnh biết tên hai cô.

Rồi Vũ tiếp trong do dự:

- Thực ra để hỏi tên hai cô cũng không khó, nhưng chỉ sợ hai cô hiểu lầm ý tốt của tôi nên tôi không dám đấy thôi.

Hiền chút ngơ ngác:

- Ý anh thế nào Hiền không hiểu ?

Vũ vẫn bình thản:

- Đôi khi vì thân thiện, hoặc thật lòng chỉ muốn làm quen, nhưng khổ nỗi, nhiều người khi vừa nhìn thấy bộ đồ rằn của những người lính như chúng tôi đã như bị dị ứng, nhiều lúc còn tỏ thái độ khinh khỉnh lắc đầu bỉu môi, chính vì thế, chúng tôi đành phải ý tứ và tùy cơ, tùy lúc đấy thôi.

Rồi Vũ thở dài tiếp:

- Nhưng có lẽ như vậy tốt hơn, vả lại, còn tránh được sự hiểu lầm, chúng tôi là những người lính trắc nết, đi đâu cũng tán tỉnh lăng nhăng, hai cô nghĩ có đúng không?

Hiền nhìn Liên mỉm cười vừa bảo Vũ:

- Anh Vũ kỹ quá Liên hả? Hiền thì lại thấy trái hẳn.

Liên phụ vào:

- Anh Vũ, tụi này không có anh hẳn chết cóng mất, thật uổng cho các cô không biết thật sự lòng hảo tâm và lo cho người của những người lính trận như anh.

Nhưng Vũ nửa đùa nửa thật:

- Với quý bà, quý cô, tôi nghĩ người đàn ông nào cũng cư xử như thế, vì trời sinh ra phái nữ là để được bảo bọc, lo lắng và nuông chiều, chẳng thế một nhà văn hào Tây đã nói: " Không nên đánh người đàn bà, dù với một cành hoa". Các cô thấy không, huống hồ độ lạnh, và gió thổi còn mạnh và bạo hơn sức của bông hoa rất nhiều, thử hỏi nếu tôi đứng nhìn như vậy có đáng trách không ?

Hiền lắc đầu duyên dáng:

- Anh Vũ, Hiền nghĩ anh là một nhà văn đúng hơn là một người cầm súng chuyên nghiệp.

Liên xen vào:

- Nhưng Hiền lại luôn tâm sự là thích người nghệ sĩ trong nguy hiểm đấy anh Vũ ạ.

Hiền đập nhẹ vai Liên.

Vũ mỉm cười:

- Tôi ước gì tôi là người nghệ sĩ đó, nhưng thật khốn, óc tôi lại quá nhỏ và khô khan với văn học nghệ thuật gì đó. Chắc chỉ là một người lính chuyên nghiệp suốt đời.

Vừa lúc đó, Vũ nhìn ra ngoài, mưa đã tạm ngưng, Vũ bảo Hiền:

- Hai cô chờ ở đây, tôi ra đón xe.

Vũ đi ra, Hiền quay lại bảo Liên:

- Mày bạo miệng quá sợ anh Vũ hiểu lầm.

- À há, chưa chi đã cảm rồi sao? Anh Vũ ngọt xớt à.

- Cảm cái gì, chỉ xã giao thôi, mà tao thấy Vũ có nhiều nét khác với những người lính tao gặp.

Liên cười khúc khích:

- Mày có cần tao tiếp tay không? Nhưng phải có điều kiện rõ ràng....

Nhưng vừa lúc đó Vũ chạy vào, nhanh nhẹn khoác balô lên vai rồi bảo Hiền và Liên cùng ra xe.

Nhưng vì chiếc xe chỉ còn băng ghế sau cùng đủ cho ba người, mà Liên thì đã nhanh nhẹn vào trước, nên Hiền đành ngồi cạnh Vủ.

Bên Vũ, Hiền không hiểu vì hơi ấm từ diện tích bé nhỏ của chiếc xe đò đầy người, hay từ hơi của Vũ, Hiền bớt lạnh và xốn xang lạ thường. Vì thế, khoảnh khắc, Hiền tự nhiên đỏ mặt, một tư tưởng lãn mạn chợt nổi trôi trong lòng khiến Hiền mím môi ngồi xích qua phía bên Liên....

Tuy nhiên dù Hiền cố tránh thế nào cũng không sao tránh khỏi những xô đẩy đụng chạm da thịt từ sự tròng trành của chiếc xe khi qua ổ gà hoặc vì người tài xế vô tình thắng gấp khiến Hiền càng bồi hồi và có lúc Hiền như cảm thấy mình bồng bềnh trong trạng thái mơ hồ không tên mời gọi. Vì thế, Hiền đã phải mím môi và tự chế nhiều lần. Cũng may con đường không dài, nên khi xe vừa đến Thủ Đức, Hiền xuống xe và nhanh nhẹn, chút e lệ, lấy hai chiếc áo trận mà Vũ đã cho Liên và Hiền mượn, trả lại Vũ, vừa lí nhí trong miệng:

- Hiền cảm ơn anh Vũ nhiều, không biết khi nào có dịp để tụi này đền ơn anh được đây, hai chiếc áo trận của anh cho mượn vừa che mưa mà lại rất ấm. Cám ơn anh Vũ nhiều lắm.

Vũ bông đùa:

- Cô yên chí, số tôi đòi nợ và cũng nợ dai lắm, vả lại trái đất tròn xoay mà.

Liên ngoái đầu qua lên tiếng:

- Cũng hơi méo một chút anh Vũ ạ. Theo định lý là thế, nhưng chỗ méo là cái đầu mối, vì nếu không sẽ rất khó đứng để tạo khởi điểm phải không anh?

Vũ không trả lời Liên, nhưng bất thần hỏi:

- Cô Liên học ban nào?

Liên nhanh nhẹn:

- Liên học Luật anh ạ. Nhưng chắc không phải vì thế đâu.

- Thế mới nói, có những người ngay khi sinh ra đã được đặt vào khay vàng rồi cô có biết không? Cô khéo nói quá.

- Liên lớn thế này đâu thể ngồi trong chiếc khay vàng mà anh nói đó, chắc phải để cho Hiền anh Vũ ơi.

Hiền hích vào hông Liên:

- Sao có Hiền trong đó.

Rồi nhìn Vũ Hiền nói:

- Anh Vũ thấy đó, Liên đâu có lớn hơn Hiền phải không anh?

Vũ đưa mắt nhìn hai người con gái mới quen, tự dưng Vũ so sánh, Hiền không đẹp như chim sa cá lặn, không đài các như những chuyện thần tiên diễn tả, nhưng có một nét mặt thật dịu, thật hiền. Cặp mắt tròn chớp nhẹ, hai gò má ửng hồng càng tạo sự ngây thơ dễ mến. Trái lại, Liên đẹp, cái đẹp sắc sảo song song với lời lẽ và cử chỉ của nàng, Liên vui và hồn nhiên từ cách ăn mặc đến cách nhìn, một trực tính và như không biết sợ ở nàng.

Vũ đang phân tích, bỗng Liên hỏi Vũ:

- Anh Vũ ở binh-chủng nào? Có phải Thủy Quân Lục Chiến không anh?

Vũ nhìn Liên ngạc nhiên:

- Sao Liên rành quá vậy?

Liên do dự rồi trả lời:

- Thực ra không phải Liên tìm biết mà chỉ tình cờ thôi.

Rồi liên tiếp:

- Có một lần Liên đi chơi với cô bạn gái, quen một anh lính trận cũng mặc đồ và gắn con ó như anh Vũ, chỉ khác dấu hiệu ở vai, thay vì hình có chữ "Sói Biển" như anh, Liên thấy anh ấy mang huy hiệu "Hắc

Long". Sao lạ thế anh Vũ?

Vũ mỉm cười:

- Dấu hiệu cầu vai chỉ đơn vị, Hắc Long là tiểu đoàn 5 còn Sói Biển là tiểu đoàn 3.

Chút ngẫm nghĩ, Vũ hỏi Liên:

- Nhưng anh ấy tên gì ?

Liên như cố nhớ ra, rồi bảo Vũ:

- Giao anh ạ.

Vũ vui mừng:

- Có phải đại-uý Giao, người Bắc không ?

- Liên biết anh Giao là người Bắc, còn cấp bậc Liên không biết, các anh đeo cái gì mà gạch qua, gạch lại Liên đâu để ý được. Liên thấy đeo bông mai dễ nhận hơn.

- Chúng tôi đeo lon theo binh-chủng Hải Quân. Mà cô Liên như vậy là đã quá tinh rồi, có những thằng bạn của tôi còn không biết mình mang dấu hiệu gì.

Liên tròn xoe đôi mắt ngạc nhiên:

- Thật hả anh, hay anh cố tình nói Liên tò mò ?

- Không phải, ý tôi là Liên tỉ mỉ, sau này ai là thân chủ của Liên hẳn là có phúc.

Hiền họa vào:

- Chả thế mà Hiền đi đâu với Liên luôn là kẻ thiệt thòi.

Vũ nhìn Hiền mỉm cười, chàng lắc đầu bảo:

- Tôi nghĩ mỗi người con gái có một sắc thái riêng, mà sắc thái nào cũng đều khiến các đấng nam nhi phải vỡ nợ.

- Anh nói vậy là con gái luôn mang cái xui sao?

Vũ vui miệng:

- Vỡ nợ ý của tôi muốn nói là về tình cảm cô Hiền ạ.

Hiền nhìn Vũ, Vũ thật có duyên, chàng thật khéo léo từng câu chuyện, miệng Vũ lại luôn mỉm cười như diễn tả sự thành thật từ đáy lòng.

Chuyện vãn một lúc, Vũ bảo Hiền và Liên:

- Con đường Sàigòn-Thủ Đức thật ngắn, tôi ước gì nó mãi dài thêm.

Liên thân thiện hơn bảo Vũ:

- Liên biết anh ở tiểu-đoàn 3, liệu có ngày anh phải chạy vì sự xuất hiện bất ngờ của hai đứa này.

Nhưng Vũ thản nhiên:

- Cô yên chí, tôi chạy là chạy nợ chứ chưa chạy bạn bè. Vả lại cô biết những người cô đơn thường tìm và thích gì không?

Liên do dự:

- Ý anh ...

Vũ ngắt lời:

- Cần có bạn bè để tâm sự và hiểu mình, mà tôi lại là kẻ cô đơn của thế kỷ này.

Hiền xen vào:

- Anh Vũ khéo đùa quá, chắc các cô xếp hàng theo anh, đúng không anh?

Vũ cười nụ định nói, nhưng rồi Hiền thong thả, giọng lịch sự:

- À mà hy vọng có ngày gặp lại anh. Hôm nay cũng trễ rồi, Hiền xin phép anh đi thăm người bạn, chiều Hiền và Liên còn phải trở về Sàigòn sớm.

Vũ cúi chào Hiền và Liên vừa lững thững về trình diện hậu cứ tiểu-đoàn và như quên ngay lần vui gặp với hai người con gái, lại cũng chỉ là một sự tình cờ như bao lần tình cờ khác trong đời lính....................

Rời bến xe đò, Hiền và Liên đi bộ qua nhà thờ Thủ Đức để đến giáo xứ Bắc Ninh, khu gần làng đại học thăm Yến.

Yến bị cảm cả tuần, đã bớt chút đỉnh, nhưng mặt mày vẫn còn xanh và sút đi nhiều. Thấy Hiền và Liên, Yến như tỉnh hẳn và cảm thấy cả sự sống. Yến buồn, buồn lắm, những ngày không đến trường như một mất mát to lớn, Liên đưa bài vở và những gì cần thiết để Yến chép. Và chuyện của những người con gái bắt đầu không kết thúc.

Hai người bạn trai gặp nhau, dù vui mừng nhưng cũng chỉ những bắt tay, những câu nói gọn, hoặc những ngụm rượu nồng rồi trong công việc, nhưng ở phái nữ thì liên tục, chuyện đời ông, đời bà, chuyện mình, chuyện người, ôi thì đủ thứ. Hiền bảo Yến:

- Xui quá, trên đường lên bồ trời mưa, lại còn bể bánh xe, may có người lính giúp, anh ta đưa áo trận khoác đỡ chứ không đành trở về.

- Sao có duyên và đúng lúc quá vậy? Yến nói.

Liên xen vào:

- Không chỉ thế, coi bộ trời như chiều người, mày biết không có những chuyện tình chỉ bắt đầu bằng tiếng hắt hơi vô duyên không. Liệu mai rày mày sẽ thấy con Hiền lên Thủ Đức hoài, mà không phải lên để thăm mày đâu, đừng có ham nghe cưng.

Hiền lắc đầu bảo Yến:

- Tao chưa bao giờ thắng nỗi con Liên, thôi đành ghi sổ sau này trả thù vậy. Miệng nó lúc nào cũng lép bép như bà già nhai trầu vậy đó.

Yến nhìm Liên và Hiền mỉm cười, định nói điều gì, nhưng bỗng nét mặt Yến tư lự, mãi sau mới hỏi Hiền:

- Tụi mày đã bao giờ gặp anh tao chưa?

Rồi Yến lại chậm rãi:

- Hồi trước anh ấy đi tu ở dòng Salesian Don Bosco cạnh đây, sau đó anh ấy xuất, rồi động viên vào quân-đội. Từ ngày đó có năm chỉ về nhà một lần, mà lần nào cũng thế, may ra dẫn tao đi ciné được một buổi, còn bao nhiêu là bạn bè. Hình như rượu chè tửu quán luôn đi đôi với nghiệp lính. Tao cũng cố mai mối hoài, nhưng ông ấy vẫn tỉnh bơ. Hôm nay được về đi học khoá bổ túc, mẹ tao cũng đang trông anh ấy, may có chúng mày lên thăm, hy vọng gặp anh tao.

Liên nghe Yến nói, mỉm cười bảo Hiền:

- Ê điệu này coi chừng cơ duyên mình lại là chị con Yến không chừng.

Yến bảo ngay:

- Mày thử đi, ở lại chơi với tao tới chiều rồi "try"

- OK, nhưng mày nhớ phải lễ phép chứ không được mày tao với chị dâu.

- Tao không biết phải chọn chị nào đây? Hay cả hai đi.

Cả ba cười khúc khích.

Bỗng có tiếng gõ cửa, bà Tiên đang dọn cơm nên kêu Yến:

- Yến con ra mở cửa coi ai đó.

Yến chạy ra và kêu vội:

- Mẹ ơi, anh Vũ về.

Bà Tiên mừng rỡ bỏ vội mâm cơm đang dở, chạy ra phòng khách:

- Vũ, con vào thay đồ dùng cơm luôn, sao trễ vậy, mẹ tưởng con về hôm qua?

Vũ mau mắn:

- Con bị trễ máy bay, hôm nay mới về được. Xin lỗi mẹ. Con cũng vừa ghé hậu cứ trình diện xong rồi về ngay.

Nhưng khi nhìn nét mặt Yến, Vũ lo lắng:

- Yến! Sao em xanh vậy?

Bà Tiên xề xoà:

- Nó ốm cả tuần, tao lo quá, tính đánh điện cho mày, may lại nghe mày về, nên lại thôi. Mà kỳ này về lâu không? Con xin về Sàigòn làm đi, đi như vậy mẹ cứ phải đọc kinh ngày đêm.

Vũ cười vui vẻ:

- Mẹ cứ thế, con nói Việt-cộng bắn con không trúng đâu, con có bùa của mẹ mà. Vả lại, ai cũng về Sàigòn rồi lấy ai chiến đấu, đời binh nghiệp phải rõ ràng chứ cứ như mẹ, chắc mấy tỉnh ngoài đó để trống cho tụi nó mất.

Bà Tiên nhẹ giọng, vừa xua tay:

- Tao nói vậy thôi.

Rồi bà xề xoà, giọng thương yêu:

- Tiện có hai cô bạn của con Yến ở Sàigòn cũng đang ngồi ở nhà sau. Thôi vào dùng cơm luôn đi con.

Vũ quay qua Yến:

- Em gầy quá, học liệu thôi, để chiều nay anh dẫn đi ciné, nếu mẹ nói trước, anh đã ghé mua ít táo, hay cam cho em.

Yến rơm rớm nước mắt:

- Em cũng đỡ rồi.

Vũ vẫn thế, Yến thật cảm động vì sự săn sóc và chăm lo của người anh.

Từ ngày ba mất Vũ như một bảo bọc cho gia đình, Vũ trông coi Yến như một thay thế của cha, "quyền huynh thế phụ", chưa một rầy rà hay phiền toái điều gì khiến Yến tủi thân. Vũ rất khéo, và vì thế chàng dồn mọi săn sóc cho cô em gái thiếu tình phụ tử như chàng. Vũ tìm mọi cách để Yến không phải nghỉ học, và phải theo hết những năm còn lại, một sự không dễ, đặc biệt về tài chánh.

Vũ còn đang suy nghĩ, bà Tiên đã kéo Vũ và Yến vào trong. Khi Vũ vừa bước vào, Hiền và Liên nhìn thấy Vũ, cả hai chưng hửng. Yến chút ngạc nhiên trước ánh nhìn của Hiền và Liên khi gặp Vũ, nhưng vẫn giới thiệu với hai người bạn mình:

- Anh Vũ, anh trai của tao, từ hành quân mới về.

Rồi bảo Vũ:

- Hai bạn em, Hiền và Liên, chúng nó vừa từ Sàigòn lên thăm em.

Nhưng Vũ không trả lời Yến, mỉm cười bảo Liên:

- Tôi nói rồi, số tôi nợ dai lắm, phải không cô Liên?

Bây giờ tới Yến ngạc nhiên hỏi Hiền :

- Ê, bộ bồ quen anh Vũ hồi nào vậy?

Liên xen vào:

- Tình cờ, đó mình nói với Yến rồi, nhưng thôi nếu bồ có lễ phép thì lễ phép với Hiền thì đúng hơn. Mình xin chào thua ngay từ hiệp đầu.

Rồi Liên kể cho Yến nghe chuyện mới xảy ra giữa Hiền Liên và Vũ…

Yến nghe xong cười khúc khích bảo Vũ:

- Anh thấy không, anh trốn hoài rồi cũng gặp bạn em.

Vũ mỉm cười vừa nói:

- Có sao đâu, thì bạn em là bạn anh mà, nhưng mà anh chỉ tiếc có một điều, là nếu anh biết trước, anh đã để mặc cô Hiền ướt chứ không "galant" thế đâu.

Rồi Vũ làm bộ bình thản:

- Anh ngây ngô thật, nhưng lỡ rồi chắc bây giờ anh phải đòi công để huề làng.

Hiền đưa mắt nhìn Vũ, nhưng Vũ lại nói tiếp:

- Hiền có nói là sẽ đáp ơn tôi khi có dịp phải không?

Hiền ý tứ trả lời:

- Anh nhớ dai quá, dạ thưa phải.

Vũ làm bộ chép miệng, rồi từ từ nói:

- Thôi được. Như vậy chiều nay ăn xong tôi về hậu cứ lấy chiếc xe Jeep của thằng bạn, rồi tất cả mình đi ciné, nhưng mà cô Hiền nhớ là phải trả tiền đấy nhé, cô Hiền có chịu không?

Yến vừa đập vai Vũ nhõng nhẹo, vừa xen vào:

- Anh tính gọn quá, anh bắt bạn em chi, mới lần đầu anh đã chơi xấu thế này, biểu sao anh chưa có đào là phải, ma mà dám quen anh.

Nhưng Vũ phân bua:

- Đây thật là ý của bạn em mà, em cản thế sợ cô Hiền còn giận hờn hơn, vì mất một dịp may hiếm có đúng không cô Hiền?

Hiền nhìn Vũ chưa kịp nói, nhưng Yến đã lên tiếng:

- Anh nói dịp may gì?

Vũ cười nụ, nháy mắt nhìn Hiền:

- Từ từ cô Hiền sẽ trả lời em.

Hiền nhỏ nhẹ lên tiếng:

- Không sao đâu Yến, mình sẵn sàng, dịp trả ơn này quả hiếm, chỉ sợ anh Vũ từ chối thôi.

Vũ cắt lời Hiền:

- Tôi chưa bao giờ từ chối, đặc biệt được người đẹp chi tiền.

Vũ lại bình thản nhìn Hiền với đôi mắt tinh nghịch của người lính trận phong sương:

- Ngay ngày đầu về Sàigòn tôi đã thấy mình thật là hên rồi, điệu này tôi phải đậu thủ khoa mất.

Liên nãy giờ ngồi yên, cũng thêm vào:

- Đáng lý tôi cũng là người thọ ơn, và phải trả ơn anh Vũ mới phải, nhưng tôi không biết tại làm sao mà tôi cảm thấy, hình như lương tâm tôi rất an lành.

Rồi Liên nhỏ nhẹ như nói với mình, cố ý trêu Hiền:

- Có lẽ nhờ Hiền.

Hiền liếc Liên bảo nhỏ:

- Mày im mồm đi.

Nhưng Liên như không nghe nói tiếp:

- Có một điều, tôi không tin anh Vũ chọn khoa học là đúng với khả năng tiềm ẩn thiên định của anh, anh có tài ăn nói, phải chăng anh làm "linh-mục" chắc Liên tình nguyện đi dự thánh lễ nghe anh giảng hàng ngày, nhưng lại rất tiếc.

Và Liên bỗng duyên dáng:

- Mà biết đâu chả là điều may đúng không anh, vì anh đã cứu được một linh hồn si tình...

Vũ xen vào:

- Chính vì thế tôi mới trốn trước, vả lại số tôi rồi cũng phải cầm súng, nên bởi số, thật khó chạy thoát khỏi số.

Hiền liếc nhìn Vũ và Liên đối đáp mà lòng xôn xang buồn vui lẫn lộn, một cảm giác lạ lùng từ khi Hiền lớn khôn. Từ ý nghĩ đó, Hiền như vừa thấy ẩn hiện một nhiệm mầu mời gọi... Và Hiền cúi xuống trong thương cảm...

Bữa cơm không cao lương mỹ vị, nhưng đồ ăn như gói gọn trong những vị giác tuyệt vời làm Yến thật vui.

Lần đầu tiên trong sự trầm mặc lo âu của Vũ lại có sự nhí nhảnh vui tươi của thuở ba còn sống. Thật tội nghiệp cho Vũ, chuyện quốc gia, chuyện gia đình luôn dầy đặc, và như khó thoát khỏi ý nghĩ, biết thế nhưng Vũ luôn tạo một niềm tin cho nàng.

Cơm nước xong, như dự tính, Vũ chở ba người rong chơi trên đường phố Sàigòn. Vũ quên thật và quên những gì của chiến trận để chỉ nhớ, và nhìn sự ngược xuôi của trời Sàigòn, hòn ngọc viễn đông, rộn tiếng cười và mùi vị bình an nơi những người thanh niên, thiếu nữ đang xuân, một nơi hoàn toàn không chiến tranh khói lửa mà Vũ hàng ngày trải qua.

Và khi từ trong rạp Rex đi ra, Yến ghé sát lại Hiền nói nhỏ:

- Phim hay quá, Marlon Brando thật một cáo già của điện ảnh.

Nhưng Hiền vẫn im lặng như có tâm sự không vui. Yến thấy thế gặn hỏi:

- Bồ mệt?

Hiền chỉ lắc đầu, Yến hỏi lại:

- Bồ buồn anhVũ không để bồ trả tiền?

Hiền chép miệng trả lời:

- Vũ đã hứa, mình mời, thế sao Vũ lại tranh trả, chắc Vũ coi thường mình.

Yến cười tươi:

- Bỏ đi, mình tưởng chuyện gì, anh mình thế đó,

vả lại đàn ông đi với con gái lần đầu ai lỡ để bạn gái trả tiền.

- Nhưng mình không nghĩ thế.

- Nghĩ cái gì, hay thôi bồ mời anh Vũ đi ăn, lần này mình bắt anh Vũ bao rồi bồ trả tiền nhé, ăn miếng trả miếng có sao đâu. Hiền bằng lòng ngay với trò chơi của Yến.

Và cả hai vừa cười khúc khích vừa tiến tới sát Vũ và Liên đang tranh luận về một đoạn phim mới xem. Yến kêu Vũ:

- Anh Vũ, anh vô tình quá, anh dẫn con gái đi chơi mà quên đặc điểm cố hữu nhất của con gái là dễ bị đói và lúc nào cũng "ăn nhép nhép", em đói quá rồi.

Vũ khôi hài:

- Anh tưởng ai đài thọ thì phải đài thọ trót. Thôi vậy kính mời các cô nương.

Mọi người vui vẻ băng qua đại lộ Lê Lợi đến tiệm Thanh-Bạch, như lời đề nghị của Yến.

Nhưng Hiền ít nói hẳn, không hiểu vì mệt hay một tác dụng đặc biệt của lần gặp và quen Vũ. Càng đi bên Vũ sự bồn chồn và e lệ trong Hiền càng trở nên khác lạ, một thứ gì như luôn kiềm chế, luôn giữ và bắt nàng trở nên vụng về. Hiền lén nhìn và như muốn biết rõ ràng từ lần đầu về người đàn ông khác với những săn đón hằng ngày Hiền gặp. Nhưng riêng Vũ, Vũ vẫn vui vẻ, từ những câu chuyện chiến trường, những chuyện tiếu lâm, tất cả thật thu hút và như không một mảy may đặc biệt nào dành cho Hiền, hoặc tối thiểu Hiền đang cảm thấy như vậy......

Khi ly chè của Yến đã hết già nửa, Yến làm bộ kêu và nháy mắt với Hiền:

- Ê, Hiền, làm bộ đoan trang một chút được không, đứng dậy, đi lấy tăm, rồi đưa hai tay lễ độ mời mọi người coi nào.

Vũ nhìn Yến:

- Em muốn dở trò gì đây, sao lại hành tội Hiền thế.

Nhưng Yến vừa cười vừa nhõng nhẽo:

- Anh không biết em đang ốm sao?

Vũ quay qua Hiền:

- Cô Hiền ngồi đó để tôi lấy cho.

Nhưng Hiền lẹ làng đứng dậy:

- Thôi được anh, lệnh Yến giờ còn hơn lệnh bà, anh để Hiền vâng lệnh vậy.

Vũ không nói thêm. Hiền đến quầy hàng trả tiền như dự tính đã bàn cùng Yến. Thanh toán xong, Hiền lấy vội bốn cây tăm, rồi trở lại bàn đưa hai tay cho Vũ:

- Hiền xin mời anh, Hiền làm theo lệnh Yến đó.

Vũ vừa cầm lấy chiếc tăm từ tay Hiền vừa mỉm cười bảo Hiền:

- Ở nhà chắc cô Hiền hay bị mẹ rầy lắm phải không?

Hiền không hiểu nên hỏi:

- Sao anh biết?

Vũ lại bình thản:

- Tôi thấy cô chậm quá, lấy tăm mà cũng mất cả giờ.

Yến không để Vũ nói tiếp:

- Anh Vũ thật hư quá, sao lại chê con gái nặng lời thế, anh không sợ Hiền giận sao?

Vũ lặng thinh, liếc mắt nhìn Hiền.

Không, Hiền chẳng giận, Hiền còn vui như được khen, hai hàng lông mi chớp vội, chiếc má lún đồng tiền còn chứa cả cái bao la của sự đắc thắng nào đó.Và Vũ chợt hiểu khi thoáng nhìn qua. Vũ hơi mỉm cười, nụ cười đơn sơ nhưng chứa cả sự thông cảm vô bờ.

Hiền bỗng nhỏ nhẹ đủ để Yến và Liên nghe:

- Được người anh như anh Vũ, Yến thật có phúc.

Liên nhìn Hiền và Vũ, lẹ bảo:

- Coi bộ hai người hợp ý quá.

Nhưng Vũ đã không trả lời, chàng lặng đứng dậy

như một lẩn tránh và bảo:

- Tôi phải vào hậu cứ trả xe, để dịp khác, lần sau chắc đến lượt cô Liên.

Liên tinh nghịch:

- Liên bằng lòng, nhưng là đãi anh uống nước trà ở nhà Hiền, anh chịu không?

Vũ mỉm cười nháy mắt nhìn Liên đồng loã:

- Như thế còn phải tuỳ bà chủ nhà cô Liên ạ.

Hiền nhìn Vũ e lệ, cặp mắt như nở một niềm vui trìu mến, thương yêu, vì biết Vũ đang cố tình trêu mình. Tuy nhiên, Hiền không trả lời, chỉ hích cùi chỏ vào hông Liên. Liên kêu "ái" mỉm cười nháy mắt toa rập khiến Vũ và Yến cùng cười theo.

Rồi Vũ lặng đứng dậy, đến quầy hàng, nhưng như chàng đã đoán trước, Hiền đã trả xong. Vũ trở lại bàn bình thản bảo Hiền:

- Tôi đã trách lầm Hiền rồi. Cám ơn Hiền nhé. Tôi hy vọng lần sau Hiền cũng làm như thế, tôi sẽ để dành tiền, khi trở lại vùng hành quân, tôi sẽ mua rượu đế và bao mấy thằng bạn, sau đó, chắc chắn tôi bảo với chúng, là tiền của cô em gái hậu phương gửi tặng các anh lính chiến mồ côi "đào" xa nhà.

Yến vừa nghe thế, cười to, bảo Vũ:

- Anh thật không hay chút nào. Sao cứ trêu Hiền thế.

Nhưng Vũ chỉ khoác tay ra hiệu thân thương, kêu Yến và mọi người cùng rời Thanh-bạch.

Khi tới trước nhà Hiền, Vũ xuống xe đến gần Hiền nói nhỏ:

- Cám ơn Hiền nhiều, thật không đành lòng, và hơi khó chịu phải để Hiền trả tiền, nhưng ý Hiền muốn là trời muốn, tôi đâu biết làm sao hơn. Tôi biết Hiền giận tôi ngay ở trong rạp hát, nhưng đừng lo, khi nào tôi "rách" Hiền sẽ thấy tôi cũng tồi lắm, lúc đó Hiền lại sợ tôi đến gần rồi bỏ của chạy lấy người, Hiền ạ.

Hiền nhỏ nhẹ:

- Anh quá lời, Hiền quen anh hôm nay như một xếp đặt, Hiền rất quý, và quý ngay từ cử chỉ đầu.

Rồi Hiền e dè nhìn Vũ:

- Anh còn giờ không? Mời anh vào nhà uống nước.

Nhưng Vũ trả lời ngay:

- Cám ơn Hiền, tôi phải về, xin để dịp khác Hiền nhé.

Hiền bỗng hỏi:

- Bao giờ anh đi?

Vũ nhanh nhẹn:

- Năm ngày nữa tôi phải trình diện.

Hiền chút do dự rồi nói:

- Em còn ít bài, hồi sáng định mang lên cho Yến, nhưng vì bị mưa, nên ướt hết. Em dự định sẽ chép lại, ngày mai rảnh, em sẽ mang lên cho Yến.

Hiền như một tự nhiên, từ ý nghĩ nào xui khiến khiến âm thanh "em" ngọt ngào thoát ra, lần đầu tiên Hiền xưng với Vũ. Vũ cảm nhận ngay, nhưng chàng nói:

- Phiền Hiền quá, hay để mai tôi đến lấy cũng được, có ngại gì không?

Hiền vui mừng:

- Không ạ, vây mai em chờ anh.

Vũ chào Hiền và Liên, chàng lên xe và như quên sự hiện diện của cô em gái bên cạnh, líu lo những bản nhạc tình liên tiếp.

Yến nhìn anh như lây với niềm vui đó.

Từ một hồi hộp khác lạ. Hiền cố dỗ giấc ngủ, nhưng chỉ là chập chờn. Sự trằn trọc mơ hồ đẩy đưa từng giấc mơ đến vội và đứt đoạn, hình ảnh Vũ luôn quyện lẫn một giá ước trong ánh sáng mông lung bên Hiền. Chỉ một lần gặp, cái gì là quyến rũ, mê hoặc, mà Hiền đã nghe, đã đọc, giờ như dậy rõ trong Hiền.

Sáng hôm sau....Trời còn tờ mờ sáng Hiền đã háo hức và cảm thấy thời gian hôm nay thật dài.

Mãi tới 10 giờ, từ trong cửa sổ trên lầu nhìn ra, Hiền thấy Vũ đi vào. Rồi tiếng gõ cửa nhè nhẹ dưới nhà khiến Hiền khó tránh khỏi sự bồn chồn. Hiền vội vàng xuống mở cửa. Rồi một so sánh, Vũ thật gọn và thật nhã nhặn trong bộ đồ dân sự, nhưng tự nhiên Hiền lại thấy ở Vũ như mất đi, hoặc thiếu một sự gì. Phải chăng trong giấc mơ và lần gặp đầu, bộ đồ trận rằn ri trên người Vũ đã ép tận trong đáy lòng Hiền...

Vũ thì nhìn Hiền tưởng Hiền quên, không nhận ra mình, nên Vũ nói vội:

- Hiền không nhận ra tôi, hay tại đến sớm quá đã phiền Hiền?

Hiền vội vã:

- Không anh, em xin lỗi, em sơ ý, mời anh vô chơi, tự dưng em so sánh giữa hai lần gặp, hôm qua và hôm nay, nên em chút do dự thôi.

Vũ tần ngần rồi nói:

- Ý của Hiền là bộ đồ "civil" tôi mặc hôm nay và bộ đồ lính rằn ngày hôm qua?

Hiền bẽn lẽn:

- Dạ, nhưng sao anh biết?

Vũ cười:

- Thế dáng nào hợp với tôi hơn?

Hiền mỉm cười, nụ cười thật duyên dáng:

- Anh muốn Hiền nói thế nào?

Vũ không do dự:

- Sự thật đối với tôi lúc nào cũng là điều quý nhất.

Hiền hơi lưỡng lự, nhưng chưa trả lời vội. Hiền mời Vũ vào trong. Vũ theo Hiền. Và khi Vũ đã ngồi xuống ghế, Hiền mới thong thả trả lời:

- Bộ đồ trận trên mình anh như một cao ngạo và mạnh dạn, em cứ cảm thấy thế.

Vũ mỉm cười:

- Cũng có thể vì Hiền không thấy thường.

Nhưng rồi Vũ nhìn quanh hỏi Hiền:

- Hai bác không có nhà?

- Thưa anh không, ba mẹ em đi ăn giỗ.

Vũ an tâm hơn:

- Hiền biết vì sao tôi vận đồ "civil" hôm nay không?

Hiền chút e dè, khẽ nói:

- Em không rõ.

Vũ thở dài, rồi nói:

- Các người già thường không ưa lính, nhất là thứ rằn ri khó coi như chúng tôi, vì thế đi gõ cửa nhà con gái mà không biết ý sợ các cụ lấy chổi chà quét ra mất, nên tôi phải làm thế.

Hiền mỉm cười duyên dáng:

- Anh giữ ý quá, em chưa bao giờ nghĩ vậy.

Vũ tỉnh bơ cười nụ:

- Như vậy tôi yên chí hơn vì hai bác chưa đuổi ai.

Hiền nhìn Vũ chút bông đùa vừa nheo mắt làm duyên:

- Cũng có thể rồi mà em không biết.

Rồi Hiền vào trong bếp lấy nước, còn lại một mình, Vũ đưa mắt nhìn quanh gian phòng.

Tất cả bày biện ngăn nắp, nhà Hiền không chỉ đẹp mà còn rất sang. Một dư thừa hay thú vui trong quyền quý. Tự dưng Vũ lưỡng lự. Vũ thấy rõ sự khác biệt giữa hai gia đình.

Nhưng khi Hiền ra trên tay bưng lon bia lạnh, Hiền thật ngọt ngào từng cử chỉ, Hiền không khách sáo kiêu kỳ. Rồi từng câu chuyện, Vũ dần vào và còn nhận thấy khởi điểm, quả thật không chỉ bắt đầu từ Vũ, mà cả Hiền, Vũ quên và quên hết như chỉ còn biết theo một tiền định sẵn đặt, và tùy theo định mệnh tiến bước.

Và riêng với Hiền, tình yêu Vũ đến không chỉ đơn

giản như tiếng "hắt hơi vô duyên" mà Liên nói, nhưng đã chứa đầy duyên phận. Hiền lạc quan ở Vũ từ cử chỉ tới nhân cách, và bên Vũ còn như một đầy đủ lạ lùng.

Những ngày hẹn hò, những viên gạch xây và cấu tạo để gắn chặt cuộc tình mới càng thêm khắn khít. Hiền và Vũ bên nhau trong tình nồng, ở Hiền một mới lạ thật sự và không thể tách rời.

Nhưng rồi cuộc vui nào cũng phải qua, Vũ trở lại vùng hành quân. Buổi sáng hôm đó, Hiền còn nhớ, trời còn hơi sương. Sàigòn hôm nay, độ lạnh mát rợi, mặt trời vẫn còn ẩn từ một vùng ngoại ô xa xôi nào đó. Hiền và Yến tiễn Vũ ra phi trường. Lần đầu tiên trong đời Hiền đóng vai người tiễn đưa, ở đây không có đèn vàng, không có mùa đông tuyết trắng để tạo cảnh chia ly nhớ mãi như ở sân ga Lyons, nhưng đường Sàigòn với Hiền như một xa lạ. Hiền mặc những người, những vật, những xe cộ đua chen lớp lớp và vụt biến. Rồi từ một ý nghĩ, Hiền như bị bỏ quên, Hiền bị tước đoạt, vì Vũ phải xa Hiền.

Tới phi trường, trông Vũ thật xa xôi, phải chăng Vũ còn vấn vương tâm sự của tối hôm qua, lúc Vũ rỉ tai nói nhỏ trong tiếng nấc của Hiền ở quán dừa bên xa lộ Biên Hoà: " Trong đời lính, đây lần đầu tiên anh thèm những ngày ở Sàigòn". Ngay khi Vũ nói thế, Hiền biết vì Hiền, nhưng lúc này, lúc biệt ly mà Hiền không sao nói được lời gì.

Phải chăng, sự nhớ thương đã lăn dài bằng những giọt nước mắt và che kín lời nàng. Vũ cũng không nói, lặng yên, nhưng đôi mắt chàng như chứa chan cả một não nề nhung nhớ. Yến thấy thế, cố gắng phá tan không khí buồn thảm chia ly của Hiền và Vũ, nên mỉm cười bông đùa nói với Vũ:

- Anh Vũ, em cấm anh đứng ở trường Đồng-Khánh như mọi lần nữa nghe không?

Vũ nhìn Hiền:

- Em yên chí, lần này về học khoá bổ túc, anh ngủ mê nên Đức Chúa Trời đã lấy mất mảnh xương sườn của anh để tạo ra Hiền, từ nay nửa thân thể anh ở Sàigòn còn tâm trí đâu mà mơ các nàng ngoài "nớ".

Hiền vẫn ngồi yên, Yến thấy thế nói thêm:

- Hiền đã sinh ra từ 20 năm về trước chứ đâu phải chờ anh tới giờ phải không chị "hai".

Hiền nhìn Vũ, rồi xoay qua hỏi Yến:

- Bồ tính học nghề con Liên chọc mình hả?

Yến bông đùa duyên dáng:

- "Dạ" em không dám, thưa chị hai.

Vũ ghé sát lại Hiền, và rất lẹ, để vội nụ hôn mỏng trên suối tóc buông dài của Hiền mặc sự hiện diện của cô em gái bên cạnh.

Hiền hơi cúi người xuống và khẽ nói với Vũ:

- Anh đừng uống rượu và hút thuốc lá nhiều, sợ có hại.

Vũ mỉm cười nói:

- Anh hứa nhưng chỉ lúc không nhớ em thôi.

Hiền phụng phịu:

- Anh!

Và Vũ nói trong yêu thương:

- Có nghĩa là anh phải và còn uống và hút nhiều gấp bội vì lúc nào anh cũng nhớ em.

Hiền đập vai Vũ:

- Anh ăn gian quá, vậy thôi đừng nhớ em nữa.

Nhưng Vũ mặn mà trìu mến:

- Nhưng nếu không nhớ thì sao anh sống? Nhớ em còn cần hơn hơi thở nữa mà.

Hiền hứ nhẹ, rồi nói với Vũ:

- Anh chỉ cố ý vì không muốn bỏ rượu và thuốc.

Nhưng Vũ rất nghiêm trang:

- Nói thế chứ anh cố để em vui, có người yêu tự mình phải khác em biết không?

Hiền e lệ, rồi khẽ nói với Vũ, giọng lạc trong yêu

đương:

- Đâu phải chỉ anh, thế anh muốn em làm gì?

Vũ làm bộ suy nghĩ, rồi nhìn Yến nói lớn:

- Yến từ nay phải "escorte" "chị" Hiền nghe, nếu anh biết Hiền có ai là anh đánh Yến trước. Còn nữa, cả hai phải cố để chóng làm luật-sư mai mốt cãi cho anh, nếu lỡ anh bắn lầm nghen.

Yến trả lời Vũ:

- Em nghĩ cũng lạ, lần trước anh ra phi trường người vẫn còn ngả nghiêng và đầy mùi rượu, mà lần này thì không những sạch mà còn thơm nữa, bảo sao mẹ cứ khen anh hoài.

Ngay lúc đó, người tài xế ở hậu cứ chạy lại nói với Vũ:

- Trung-úy, phi cơ sắp cất cánh.

Vũ quay lại bảo Lộc:

- Lát nữa nhờ bạn đưa hai cô về hẳn hoi. Nếu hai cô có cần đi đâu thì nhờ bạn đưa dùm. OK.

Rồi quay sang Hiền:

- Anh đi, anh sẽ viết thư về em ngay.

Vũ vỗ nhẹ vai Hiền và đi vội.

Chỉ có sự dứt khoát lẹ làng mới giảm được sự xúc động mạnh, dù cảnh biệt ly nào.

Hiền chỉ kịp gật đầu. Vũ đã biến vội trong đoàn người.

2.

Từ đấy những lá thư đầy lời ân ái gói trọn đã nuôi Hiền. Hiền say đắm trong tình yêu dù cách biệt. Rồi những lần phép ngắn vội nhưng đủ Hiền và Vũ càng thêm thắm thiết. Vũ quyết định trong lần gần nhất sẽ thưa với mẹ để đến xin cưới Hiền. Hôm đó, Hiền mừng quá, vừa về nhà Hiền đã khoe với mẹ, mặc dầu Hiền biết bà Thân, mẹ nàng vẫn ngầm chống đối và tìm cách ngăn cản nàng. Nhưng Hiền chỉ đơn giản và nghĩ mẹ Hiền sợ Vũ vui đùa trong tình yêu chứ không thật lòng với Hiền. Hiền đâu biết mẹ Hiền không chỉ vì thế, mẹ Hiền muốn con rể của bà phải hơn con rể của bà tổng Đài, người đã chê bai đủ điều về chồng chị Thục, chị họ của Hiền. Bà Thân cũng không ngờ Vũ và Hiền sớm yêu thương nhau như thế, bà không thể để con mình lấy một người lính, không một chứng nhận khả dĩ về ngay gia thế, bà nói sao với bạn bè.

Và từ đó mọi hành động đi đứng của Hiền bị kiềm chế, bà còn cố tự tìm bạn trai cho Hiền, nhưng tất cả đều không cản được Hiền.

Cho đến hôm nay, mẹ Hiền đặt ra chuyện đã rồi, và nàng biết mẹ nhất định không bỏ qua Tân, người mà lúc nào mẹ cũng khen và đắc ý. Hiền phải làm gì, Hiền cố gắng lấy viết định kể lể với Vũ, nhưng lại thôi, nàng sợ sự trực tính của Vũ, một khi khinh rẻ và coi thường của ba mẹ nàng, dù bé nhỏ cũng dễ cho một tự chịu ra đi. Hiền đành tìm cách giải quyết một mình. Hiền thở dài, tắt đèn và lên giường để cố tìm một giấc ngủ.

Sáng hôm sau, Hiền còn đang vật vờ trong giấc mơ không dứt của phân vân lo sợ, Hiền nghe như tiếng gõ cửa dưới nhà, Hiền cố dụi mắt để biết mình tỉnh hay mơ. Hiền lẩm bẩm: "Ba mẹ chắc lại đi đâu".

Nhìn qua cửa sổ, ánh sáng đã xuyên qua bức màn mỏng chiếu sáng cả gian phòng. Hiền ngồi dậy, tiếng gõ cửa rõ hơn và liên tục. Hiền bước vội ra lan can nhìn xuống. Yến đang thấp thỏm trước cửa nhà. Hiền đi nhanh xuống nhà, cửa vừa mở, chưa kịp chào hỏi, Yến đã ôm chầm lấy Hiền và khóc nức nở, tiếng khóc không dứt. Hiền lo sợ:

- Yến sao thế?

Yến càng khóc và như quên đây không phải là nhà minh. Hiền đưa Yến vào ghế ngồi, cố hỏi dồn, mãi sau Yến mếu máo trong tiếng khóc:

- Anh Vũ bị thương nặng.

Bây giờ tới Hiền, cũng may ba mẹ Hiền đi vắng. Hiền khóc oà lên, cơn khóc từ tiềm thức như một nguồn nước. Hiền ngồi xuống ghế, Yến cầm lòng kể lể:

- Anh Vũ bị thương nặng, đưa về bệnh viện Nguyễn Tri Phương ngoài Huế, nhưng ngoài đó không đủ phương tiện cứu cấp, nên anh Vũ sẽ được di chuyển ngay về bệnh viện Cộng Hoà ngày hôm nay. Mẹ bảo mình lên báo cho Hiền biết, rồi đến bệnh viện Cộng Hoà chờ tin.

Hiền không chần chờ, lên phòng thay quần áo và đến thẳng bệnh viện cùng với Yến trong nức nở đau thương cùng tận.

Từ ngày đó, hàng ngày, sau những giờ học ở trường luật, Hiền đến thẳng bệnh viện. Với Hiền, gần

Vũ và săn sóc Vũ là điều cần thiết, và không gì quý hơn lúc này. Hiền bắt đầu sống thực sự cho Vũ với những đêm dài thức trắng chép bài, nhưng lại cảm thấy rất an ủi và dễ chịu trong lòng.

Hơn tuần sau, Vũ mới tỉnh, nhưng thật đau thương, Vũ mím môi và bật khóc khi biết mình vĩnh viễn mất hai cẳng chân. Vũ nhắm mắt để cố tìm một an ủi, nhưng ở đâu? Chiến tranh, chàng âm thầm nhớ lại bài ca của Phạm Duy "Anh trở về trên đôi nạng gỗ". Nhưng chàng đã thật về bằng chiếc xe lăn, đời chàng từ đây sẽ vận dụng trên đôi cánh tay để vận chuyển, còn gì cho mẹ, cho Yến, và ngay cho Hiền.

Vũ nhìn Hiền âm thầm với hai hàng lệ đong đầy. Mặt Hiền xanh và mất tất cả sự hồn nhiên của những lần gặp trước. Hiền áp tay vào ngực Vũ:

- Ngày mai họ chuyển anh về bệnh viện Lê Hữu Sanh, vì tình trạng của anh đã khả quan hơn.

Vũ im lặng, chàng quay vào trong để cố che sự cảm động tận cùng để tránh cho Hiền sự thổn thức. Hiền nói tiếp:

- Mẹ và Yến cũng mới về, tất cả đều có mặt thường xuyên ở đây. Thôi mọi sự do bề trên xếp đặt, em chỉ cầu cho anh qua khỏi.

Hiền cố nói và chỉ được thế. Hiền bỏ ra ngoài, Hiền không muốn khóc. Hiền phải giữ can đảm và chút lạc quan còn tiềm ẩn trong Vũ.

Ngoài hành lang, Hiền chùi nước mắt cố tạo một nụ cười như những lần gặp Vũ trước đây.

Khi Hiền trở vào, Vũ thở dài bảo Hiền:

- Anh cám ơn em, nhưng cũng đừng quá vì anh, từ nay anh có thể nhờ y tá, em nên ở nhà để học hành cho xong năm cuối.

Hiền nằng nặc trong đau thương:

- Mặc dầu chưa cưới hỏi, nhưng em đã tự và chỉ xin anh coi em như người vợ của anh, em sẽ bỏ hết để chỉ được săn sóc cho anh.

Nhưng Vũ vẫn thong thả:

- Lúc nào cũng thế, anh luôn yêu em, nhưng còn gia đình em, em đừng để hai bác buồn và thất vọng.

Rồi Vũ như chợt nhớ ra điều gì, hỏi hiền:

- À mà hai bác có biết anh bị thương không?

Hiền im lặng, thực ra Hiền cố giấu không thể để ba mẹ biết ngay. Vì nếu ba mẹ biết Vũ cụt hai chân chắc chắn Hiền sẽ không còn cách chống đỡ. Hiền muốn dùng thời gian để hạ hồi phân giải, và để tránh sự phong toả của mẹ lúc này. Hiền mím môi bảo Vũ:

- Ba mẹ lên thăm anh hai hôm trước, mẹ buồn lắm.

Hiền dối Vũ để tránh sự tủi nhục trong lúc này, mặc dù Hiền không muốn, và chỉ ao ước mãi được chia sẻ mọi tâm sự buồn vui cùng Vũ.

Vũ di chuyển về bệnh viện Lê Hữu Sanh, một bệnh viện mới xây gần Thủ Đức trong khu Rừng-Cấm, bệnh viện này dành riêng cho binh chủng TQLC. Hằng ngày lúc trái cây, lúc sách báo, Hiền lên thăm Vũ thật đều.

Riêng Vũ, Vũ đã sẵn một ý định nhưng chàng chưa tiện nói, Vũ không thể để đời Hiền với tất cả nhựa sống và tương lai, lại vùi và chấp nhận cuộc sống với mình. Vũ không muốn chết, một hình thức thua cuộc và chạy trốn bản thân. Hơn nữa, Vũ còn mẹ và còn Yến, những người thân vẫn cần chàng, nhưng chàng không muốn nhìn Hiền phải lụy vì yêu chàng, dù chàng chấp nhận và biết Hiền là tình yêu duy nhất.

Và rồi việc gì đã xảy ra... một ngày Chủ nhật, Hiền đến rất sớm. Vũ đang say trong giấc ngủ, nhìn Vũ, Hiền không cầm lòng được, Hiền kéo ghế ngồi sát giường, nàng tức tưởi, cơn khóc vô tình hay sự tủi hờn tràn ngập, nước mắt như không bờ ngăn cản rồi những tiếng nấc réo vội. Dẫu sao sự chịu đựng của Hiền chỉ tới mức nào đó. Hiền vẫn chỉ là một người con gái yếu đuối.

Tiếng động từ âm thanh nấc nhẹ hay vì linh tính của một giác quan tự nó vì tình yêu của đôi trai gái. Vũ mở mắt nhìn Hiền như trong một giấc mơ nối tiếp. Vũ định thần nhìn kỹ. Hiền với hai gò má tím bầm, đầu tóc xơ xác và khuôn mặt mất hẳn vẻ tự tin hằng ngày. Vũ cố gượng hỏi Hiền:

- Hiền! Có gì không em?

Hiền không nói được hơn, nàng ôm chầm và gục đầu vào lòng Vũ. Hiền càng khóc, bờ vai run theo từng tiếng nấc. Vũ xoa nhẹ trên cánh tay trần của Hiền, gặn hỏi:

- Nói đi em. Tiếng nấc càng lớn trong nghẹn ngào. Phải lâu lắm, Hiền không thể chịu đựng trước sự thật phũ phàng này. Vũ phải biết dù trước hay sau. Hiền ngẩng nhìn, đôi mắt Vũ đầy vị tha và khao khát tràn ngập. Hiền mím môi trong ánh mắt dại và nấc nhỏ:

- Em sẽ nói, nhưng Vũ, xin anh đừng bỏ em.

Vũ ôn tồn:

- Em nói đi, anh vẫn còn đây mà.

- Ý em là khi nghe em kể, anh đừng tự ái hay vì em mà đổi ý.

- Em cứ nói đi, sự đau khổ nào cũng khó giấu kín vì thế mới có tình yêu trọn vẹn.

Hiền lặng thinh, ngồi dậy và trong tư thế chịu đựng Hiền kể lể:

- Anh đừng giận em, tất cả chỉ vì em yêu anh. Từ trước mẹ vẫn bắt em không được qua lại với anh, mẹ còn xếp đặt và cách đây hai tuần đã định làm đám hỏi cho em và Tân, em âm thầm dự tính, mẹ tưởng em đã chịu nên công việc tiến hành. Ngờ đâu em tìm gặp Tân và nói rõ hoàn cảnh anh và tình yêu em, em còn sác nhận với Tân trên đời này duy nhất em chỉ yêu anh, và nếu anh có mệnh hệ gì, em sẽ giữ một lòng và ở vậy, em cũng không muốn trong cưỡng ép để lấy Tân mà lòng em vẫn mãi hướng về người khác, vì nếu chỉ lấy nhau vì thân xác thì xin Tân đừng bao giờ nghĩ là em sẽ ưng chịu dù hoàn cảnh nào. Tân im lặng ra về. Buổi tối đó, em từ bên Liên về, em vẫn chưa hề nói, dù cả bạn thân như Liên, về chuyện của Tân để tránh mọi lôi kéo. Vả lại với em, chuyện của Tân chỉ là một đặt giá của ba mẹ em nên em càng không muốn nói.

Hiền xót xa, rồi tiếp:

- Khi em vừa bước vô nhà, mẹ đang ngồi ở salon, thấy em, mẹ bắt đầu mắng ngay là vô phúc, không biết nghe lời và làm xấu mặt bố mẹ. Em đoán và hiểu ngay Tân đã trả lời, từ đó em không yên, ngày nào cũng lời qua tiếng lại của ba mẹ em. Em gắng chịu và vẫn trốn lên anh. Ba thấy em ù lỳ, ít nói, ba cho người theo, khi biết em đã bỏ nhiều giờ học để đi nuôi anh. Ba giận lắm, còn mẹ thì quả quyết: "Mày đi kiếm việc mà làm, nhà này không có dư tiền để nuôi người ăn hai miệng. Mày muốn khôn hồn thì từ nay ở nhà chứ còn đi thăm, đi nuôi, rồi đừng trách tao". Em cố gắng nhẫn nhịn, và trong nước mắt em thưa với mẹ: "Con lấy chồng là sự lựa chọn và tìm sống cho con, xin mẹ để cho con có cơ hội này". Mẹ nghe nói, mẹ càng giận và bảo ba: "Ông coi con gái ông đó, đấy tự do hôn nhân, tự do yêu đương, rồi tự do có bầu, rồi lúc đó ông chống mắt lên mà nhìn". Ba không trả lời mẹ, ba vẫn vậy, lúc nào cũng có những tư tưởng khác lạ nhưng chỉ thở dài để tạm cố tránh cãi vã và chiều mẹ. Rồi sau đó ba đe, ba doạ, nhưng với em tình yêu anh như một thứ gì thiêng liêng và không thể thiếu, em muốn nghe lời ba mẹ, em muốn được cả hai, cả anh và gia đình. Nhưng có lẽ trời sinh ra em chỉ để được chọn một, và em quyết định dù mất gia đình em vẫn yêu, và theo anh. Em không chứng tỏ điều gì sai trái, nhưng chỉ vì lên anh ba đã đánh và còn định trói em lại. Ngày hôm qua mẹ nói rất nhiều, ba như không cầm được xông đến tát em, ba còn nói: " Mày không nghe lời tao thì đi ra khỏi nhà này ngay". Em lên gác khóc và nằm rấp riu chờ sáng lên anh.

Vũ lắng nghe, Vũ bình tĩnh, lại càng bình tĩnh hơn, cha mẹ Hiền có lý, bậc làm cha mẹ dù yêu người ngoài nhưng đôi lúc cũng khó đứng nhìn sự thiệt thòi cho con. Vũ chỉ tiếc, đáng lý ba mẹ Hiền nên tìm một lời khuyên, hay một cách thức nhẹ nhàng nhưng có thể hữu hiệu hơn là đánh đập và nhiếc mắng con mình. Sự cố chấp và dùng quyền làm cha mẹ không thể hợp, và thích ứng với những người suy luận biết rõ phải trái, có chăng cũng chỉ cho một số người tự lừa dối để tự làm mất sự căn bản, hoặc tạo thêm cơ hội không hay để những bậc phụ huynh lại tưởng mình dùng quyền trong đắc thắng, một thiệt hại cho sự giáo dục. Nhưng Vũ không hề, hay đúng hơn là không có trách ông ba mẹ của Hiền, nên Vũ vuốt nhẹ tóc Hiền:

- Em tính sao?

Hiền thẫn thờ nhưng say đắm:

- Em không đau, những cái tát tai hay lằn roi chỉ cản em nhất thời, nhưng em sợ anh không còn yêu em khi anh nghe chuyện này, anh biết em không thể giấu anh. Vũ, hứa và coi em như vợ anh dù chưa cưới, em đến bác và Yến để được săn sóc anh nhiều hơn, anh đừng bỏ em, vì em không thể thiếu anh.

- Em đừng nghĩ thế, anh lúc nào cũng một lòng với em.

Hiền mỉm cười yêu thương:

- Như vậy chiều nay em lên bác!

Vũ suy nghĩ rồi trả lời Hiền:

- Điều đó không có gì trở ngại, nhưng em nghĩ ba mẹ em có để yên không, hơn nữa anh lại không có ở nhà, anh sợ giữa người lớn có sự cãi vã, mà em biết điều đó sẽ khó và rất khó cho sau này.

Vũ ngưng trong giây lát, đưa mắt nhìn Hiền và

tiếp:

- Anh nghĩ tạm thời em nên trở về và làm lành với ba mẹ, điều đó không hẳn em ưng chịu nhưng tối thiểu em có giờ để tính, và tìm đúng đường đi. Anh nghĩ rồi ba mẹ em sẽ nguôi ngoai, khi anh xuất viện, anh lại dễ ăn nói, hơn nữa biết đâu anh chả chinh phục được. Chứ ngay bây giờ nằm đây anh đành bó tay.

- Nhưng ba mẹ cấm lên thăm anh.

- Thì em tránh một thời gian, vả lại cố để cho xong năm nay. Thỉnh thoảng có dịp rảnh lên thăm anh, hoặc anh sẽ cho Yến báo tin cho em.

Hiền lưỡng lự, Vũ thấy cần phải nói thêm:

- Ba mẹ Hiền tưởng Hiền nghe lời, sẽ yêu và còn chiều hơn, ngờ đâu con mình đang tính cách làm cách mạng, điều đó không vui lắm sao

Hiền đánh nhẹ Vũ, nàng tươi ngay, bên Vũ là thế, không phải tình yêu là thứ gì cần mà còn cần hơn những liều thuốc bổ quý giá sao?

Hiền nghe Vũ, hôm đó Hiền về trong hớn hở và như quên Vũ khiến ông bà Thân không hiểu con mình sao chóng thay đổi thế, nào ngờ đâu, Hiền cố thay đổi vì Vũ, để tạo con đường mới.

Hàng ngày ở trường, Yến vẫn đưa tin tức thường xuyên, Vũ khỏe và gần về. Hiền mong và náo nức muốn lên thăm Vũ nhưng Yến lại bảo:

- Anh Vũ dặn bồ yên chí đừng quá nóng ruột kẻo hai bác biết lại càng khó tránh, đợi anh Vũ xuất viện rồi hãy tính.

Hiền thấp thỏm trong mong đợi, ngày giờ như chậm lại lại càng chậm hơn, tiếng kim tí tách của chiếc đồng hồ treo tường thật vô duyên, thật ù lỳ. Hiền muốn dứt bỏ để thay bằng tiếng phản lực nào đó.

Và năm ngày sau Hiền đã không còn chịu nổi. Hiền lên Vũ. Hiền gặp một người lính quân-cảnh mọi lần, lúc nào trên môi cũng một nụ cười và lời hỏi thăm ân cần:

- Cô Hiền mới lên?

- Dạ, chào anh Hà, thưa anh khoẻ ạ?

- Còn đứng ở đây là khoẻ rồi cô, nhưng có điều nhiều lúc buồn tới muốn nổ tung ra.

- Tại sao vậy anh?

Hà tâm sự:

- Đi đánh giặc nguy hiểm nhưng vui hơn nhiều, chỉ khốn vì tôi bị thương phải phân loại nên đành ôm cái cổng này.

- Anh giống anh Vũ quá, lúc nào cũng chỉ mong được trở lại chiến trường, nhưng thật khổ!

Nhưng bỗng Hà bảo Hiền:

- À quên, cô không biết trung-uý đã xuất viện sao?

Hiền ngạc nhiên trố mắt nhìn Hà:

- Anh nói anh Vũ…

- Dạ phải, xuất viện hôm qua và hình như đi dưỡng bệnh trên Đà Lạt. Trung uý còn dặn nếu có ai lên kiếm nhờ tôi nói dùm.

Hiền không nói thêm, Hiền nhìn Hà với đôi mắt như muốn ướt, nàng không hiểu sao Yến không cho nàng biết, phải chăng vì ý Vũ?

Hiền chào Hà, đón xe ra thẳng nhà Yến. Mẹ Vũ không có nhà. Yến ra mở cửa, Yến đang cầm cuốn sách, đặt vội lên ngực như để dằn lòng, lúc sau Yến mới nói:

- Mình tính chiều lên bồ, anh Vũ xuất viện và đòi đi Đà Lạt, anh Vũ nói lên nhà người bạn cùng khoá cũng đang dưỡng thương.

Nhưng Hiền như muốn khóc:

- Sao Vũ và Yến muốn dấu mình?

Yến phân trần, giọng e dè:

- Hiền đừng nghĩ thế, thực ra quyết định của anh Vũ rất lẹ, chuyện mới xảy ra tối hôm qua và anh Vũ đi sáng nay.

- Thế ai đi với anh Vũ?

Yến lưỡng lự rồi vội nói:

- Mẹ đi, chiều nay chắc mẹ về. Nhưng tội một điều là anh Vũ không để lại địa chỉ.

Linh tính như có xếp đặt, tự dưng Hiền không tin, mặc dầu Yến rất bình tĩnh. Hiền quyết định trở lại bệnh viện. Hiền gặp người quân-cảnh khác, nhưng cũng một câu trả lời. Hiền không về Sàigòn, nàng chần chờ ở ngoài chợ Thủ Đức mãi chiều nàng tới Yến lại.

Yến không có nhà, mẹ Vũ ra mở cửa thấy Hiền, bà vội quay vào và nói nhỏ:

- Cháu lên thăm Vũ?

Hiền buồn buồn trong thương cảm:

- Thưa bác vâng. Bác đưa anh Vũ lên Đà Lạt rồi trở về ngay ạ?

Bà Tiên lưỡng lự, không nhìn Hiền, trả lời:

- Ừ, nó cũng khoẻ.

Hiền nhìn bà Tiên một cách khác thường, linh tính lần này đến thật, bà Tiên còn sụt sùi cố che giấu, nhưng có lẽ trời sinh ra các bà mẹ là thế, sự cảm động hầu như là lẽ sống. Bà Tiên bảo Hiền trong nước mắt:

- Hiền, bác cám ơn cháu, nhưng thôi Vũ nó muốn vậy, cháu bằng lòng về và đừng lên nữa.

- Ý bác?

- Không ý bác là Vũ ở Đà Lạt, nhưng bác không thể cho địa chỉ cháu được, nó dặn và muốn cháu quên nó đi để vừa lòng ông bà bên nhà.

Hiền nói như muốn khóc:

- Thưa bác, anh Vũ có phải chưa xuất viện không ạ?

Bà Tiên nói ngay:

- Không, nó xuất viện rồi, sao cháu hỏi vậy?

Hiền không hỏi thêm, Hiền biết chắc chắn bà Tiên sẽ nói thật, nhưng như vậy là mất đi lời hứa với Vũ. Hiền đã đoán và biết Vũ vì nàng, không muốn để nàng phải ưng chịu hay tự chọn một thiếu thốn cho đời sống, nhất là vật chất. Nhưng Vũ quên và Vũ đâu biết Vũ trốn, Hiền cũng trốn để Vũ thấy tình Hiền không chỉ đơn thuần. Hiền sẽ chờ, sẽ đợi, và ngay cả hành động để Vũ biết nàng cần Vũ.

Và Hiền bỏ học, hàng ngày cắp sách lên bệnh viện, ngày nào cũng một câu hỏi: " Tôi muốn thăm anh Vũ" và câu trả lời: "Trung uý đã xuất viện rồi".

Rồi một hôm thay vì thả bộ trên con đường nhựa trở về, Hiền xin người quân-cảnh được vào nhìn giường Vũ nằm, nhưng đúng thật. Vũ không còn đó, chiếc giường đã có một bệnh nhân khác, Hiền lững thững ra về, nhưng vẫn không tin. Ngày hôm sau, Hiền lại tới và vẫn tiếp tục hỏi Vũ....

Từ trong bệnh việc Vũ nhìn theo và theo dõi Hiền hàng ngày, từng cử chỉ, từng dáng đi. Vũ như điên, nhiều lúc chàng muốn hét lớn để Hiền đến. Nhưng rồi Vũ lại nghiến răng và cố tránh. Hiền không đón xe, nàng thả bộ mặc những tiếng còi và mời gọi của những người lính hay các bác tài xế qua đường. Hiền như điên dại trong nỗi nhớ nhung đầy tha thiết và cam chịu cho tình yêu. Rồi một ngày. Hôm đó, Vũ xuất viện, chàng đã cố dấu ngay cả bạn bè. Các bác-sĩ và y-tá đều được chàng khẩn cầu giúp để tránh Hiền. Vũ đang thu dọn thì Hà gõ cửa vào bảo Vũ:

- Trung-uý có thơ.

Vũ trầm ngâm:

- Thơ ai đó?

- Thơ của cô Hiền, tôi đã cố nói nhưng cô Hiền bảo là biết trung-uý chưa xuất viện, linh tính đã nói thế, nên cô ấy để lại lá thơ nhờ tôi trao cho trung-uý.

- Cám ơn, nhưng cô Hiền đã đi chưa?

- Cô đi ngay, tôi chờ cô Hiền đi khỏi rồi mới đưa vào cho trung-uý.

Vũ ngồi xuống chiếc xe lăn, đẩy nhẹ ra cửa sổ nhìn con đường nhựa chạy dài. Hiền đang lững thững trên con đường từ xa ẩn mình trong sương sáng. Vũ xé vội phong bì, mùi nước hoa ướp nhẹ trên mầu giấy quen thuộc càng mang bao rạo rực nhớ thương.

"Vũ yêu mãi,

Bây giờ Hiền mới hiểu và thật quả quyết đã được tạo ra từ mảnh xương sườn của anh. Vắng anh, thiếu anh, tất cả chôn vùi. Em cố dùng cây viết trải lòng mình trên bao trang giấy, nhưng lại vò, lại xé, vì viết mực khó sao mà tả nổi nỗi u uất, sự nhớ mong, và nỗi buồn chồng chất vì anh.

Vũ, anh cố tự nguyện, em đoán và chắc thế, trốn chạy vì nghĩ là cần và thiết thực cho đời sống em. Nhưng Vũ ơi! Em phải làm gì để anh hiểu hơn? Thời gian hả anh? Thôi đành thế. Từ nay em sẽ thật rời gia đình để chọn anh, dù không được cùng anh, em sẽ chờ, sẽ đợi khi nào xác pháo trên thềm nhà anh phủ đỏ để anh quên em và tìm mảnh đất khác trong tình yêu thương trọn vẹn. Em không dám nghĩ, vì không biết mình phải làm gì, và sẽ ra sao. Câu hỏi này vĩ đại quá đối với em nên đành tránh trả lời. Nhưng có lẽ anh em đoán và biết được, buồn lắm phải không anh? Vì "khi yêu dễ một, lúc mất khó mười", mà em đối với anh đã "dễ"quá lòng em thì hẳn "mất" anh thì phải gấp bội lần "khó"... Nhưng ép buộc thật không phải, nên em đành nhắm mắt trông chờ, dẫu sao sự băng giá này cũng chỉ là tự nguyện, tự em. Em chúc và mãi mãi chúc anh của em như ý trong những may mắn toàn vẹn nhất.

Hiền

TB. Em không để địa chỉ, nhưng Liên sẽ là người liên lạc, em luôn đợi tin anh từng giây trong sự thành khẩn nhất của em.

Mặt Vũ đanh lại, hai hàng lệ thực sự trên mắt Vũ, Vũ muốn chạy theo để kêu gào, nhưng hai chân, chiếc xe lăn của binh-chủng, một di vật còn lại sau những ngày chiến đấu cho một thương phế binh đúng nghĩa. Vũ cúi gập người xuống, Vũ hy vọng Hiền sẽ quên và không giữ điều hứa để tìm một người mới thực tế và cần thiết cho đời nàng.

Những giọt nước mắt khô dần theo ý nghĩ kiềm hãm. Điều mà Vũ định phải làm ngay, Vũ loay hoay chờ Yến đến, Vũ sẽ từ giã thành phố này để chỉ tìm một nơi không dấu vết, không mời gọi của kỷ niệm, và chàng sẽ ngậm niềm đau, nỗi nhớ đó như một lời kính trọng trong tình yêu nồng để bắt mình phải lặng chịu và hy sinh.

Khoảng 9 giờ sáng, Yến đến, Vũ đang nhìn ra ngoài trời, và khoảng không gian trong tầm mắt Vũ như thu lại, đôi mắt Vũ lại tức tưởi và buồn thay cho một lần khởi sự mới, lần mà Vũ không còn lạc quan và tự tin. Yến nhìn anh mình:

- Mẹ muốn đưa anh đi nhưng lại thôi, mẹ chiều anh vì đây là ý anh.

Vũ lặng thinh, sau bảo Yến:

- Em nhớ đừng cho Hiền biết anh đi đâu và ở đâu.

- Em nhớ, nhưng mẹ buồn vì anh không ở nhà để chính mẹ và em săn sóc anh hằng ngày lại phải nhờ tới dì Tư, nhất là lúc này. Ở Long Kiên buồn lắm đó anh ạ.

Nhưng Vũ điềm đạm:

- Em an ủi mẹ và cố mọi cách để học cho xong, anh thật vô dụng quá.

Yến rơm rớm nước mắt:

- Anh đừng bi quan, rồi mọi sự sẽ tốt đẹp, em chỉ ngại cho Hiền yêu anh trọn tình như thế không biết Hiền sẽ ra sao?

Vũ lưỡng lự, rồi chìa lá thơ cho Yến, Yến đọc, Yến khóc, những hàng lệ cho Hiền hay cho sự bất hạnh của anh mình tràn đầy xót xa như cho chính Yến. Yến cố tìm lời an ủi, nhưng lại thôi, điều gì và nói gì cũng khó nguôi và dằn được sự đau lòng của Vũ. Yến lau nước mắt và lặng đẩy chiếc xe lăn cho Vũ rời bệnh viện trong những lời từ giã thân thương của những người bạn cùng màu áo.

Vũ về Long Kiên, một xã nhỏ tỉnh Phước Tuy được một tháng thì bà Tiên cũng bán nhà dọn về để nuôi và giúp Vũ. Những ngày đầu đầy gian truân rồi cũng qua. Vũ đã cố gắng và tìm được sự giúp đỡ của cha chánh-xứ, Với sự quyết tâm, chàng lãnh dạy cho trường tiểu học của nhà thờ.

Ngày qua ngày, mọi sự thành thói quen và dễ dàng, riêng tình yêu với Hiền vẫn mãi không nguôi. Vũ biết Hiền không quên, và lời hứa còn như một quyết tâm vì tình yêu vẫn đong đầy. Vũ lại đành và thêm một lần cho sự hy sinh. Vũ không biết điều mình sẽ làm có thích hợp và đúng thực. Nhưng tự nhiên Vũ vì yêu vẫn không muốn Hiền phải mất một tương lai tươi đẹp và vùi chôn cuộc sống trong chờ đợi vì mình.

Và lần Yến về thăm, Vũ xếp đặt nhờ Yến, và năn nỉ Yến phải làm theo sự dàn dựng của mình, nhưng thật khó cho Yến vì tâm trạng của Vũ và Hiền đều là niềm đau cho chính mình....

3.

Riêng Hiền, từ ngày rời xa gia đình, lúc đầu Hiền sống tạm với Liên, ít tuần sau Hiền lên Bình Dương, công việc hằng ngày là phụ với bà Hai mẹ của Hồng, người bạn hồi còn trung-học, trông coi bán hàng ngoài chợ. Hiền cố gắng vui với công việc mới trong âm thầm để cố tìm niềm vui, hoặc có thể tiếp tục hàm thụ năm cuối cùng. Nhưng sách vở như xa lạ, những dòng chữ không còn bén nhạy và dễ hiểu như xưa. Hiền đành tạm ngưng để tiếp tục công việc hằng ngày như kế sinh nhai phải có. Nàng dần dạn dầy và xa lạ trong sự tìm sống. Hiền cũng bỏ quên sự mời gọi và săn đón của các cuộc tình mới. Hiền vẫn chỉ chờ đợi, và Vũ luôn là điều ước cùng tận trong lòng.

Rồi một hôm, từ Bình Dương, Hiền đón xe về Sàigòn, con đường không còn mới mẻ với nàng, những lần qua Thủ Đức, nàng đều chùng trong kỷ niệm, nhưng nhờ đó, lòng Hiền được hun và sưởi ấm, vì kỷ niệm như một lẽ sống thiết thực trong Hiền. Hôm nay ngày cưới Liên, lại một đứa bạn. Hiền không hiểu phải mừng hay buồn cho sự may mắn "bị" vùi trong khuôn giới.

Hiền đón taxi đến Liên. Đường phố Sàigòn vẫn những đua chen, một sự không thể và khó tránh như sự cần thiết của tình nàng với Vũ. Hai năm trời trông ngóng, chờ đợi và cố tìm. Vũ vẫn như một điểm từ chân mây, chàng giấu và cố tránh. Nhưng không vì thế Hiền bỏ cuộc, Hiền vẫn sẽ đợi tới lúc Vũ yên vui cho một đời mới, trong đó có người đàn bà khác chung sống và thực trong yêu thương.

Liên đón Hiền, Hiền từ chối làm phụ dâu, Hiền không muốn và càng không muốn một so sánh, vì chồng Liên lại là Tân, người đã một lần và là khởi điểm cho chuyện tình đứt đoạn của Hiền. Liên không biết, vì Hiền vẫn giữ, vả lại giữa Hiền và Tân cũng chẳng có gì cần thiết để nói, sự rượt bắt của cuộc sống vẫn diễn ra bình thường và rất đều hằng ngày, nhưng mấy ai nghĩ tới.

Đám cưới thật linh đình và đầy đủ. Hiền cố tìm ba mẹ, nhưng không gặp, hình như ba mẹ từ chối vì không muốn nhìn thấy cảnh huy hoàng mà lẽ ra người thủ vai chính là con gái mình. Nhưng Hiền lại dửng dưng. Hiền đang quanh quẩn bỗng có tiếng gọi dồn:

- Hiền, Hiền !

Hiền quay lại thấy Yến, Yến tiếp:

- Bồ đi đâu mà mất tăm mất tích vậy, mình xin địa chỉ Liên, Liên không cho, phải bồ cố tình giấu mình không?

Hiền cũng vồn vã với ánh mắt từ tốn:

- Lâu không gặp, Yến đẹp ra nhiều, đừng trách Liên vì hôm nay mình tự về chứ không phải Liên mời đâu.

- Bồ đi một mình?

- Chứ mấy mình, còn Yến ra trường mà chưa đãi, hay định chờ đãi luôn một lúc.

- Mình đang đi thực tập, khi có tin mình báo Hiền ngay.

Hiền phân vân, và cặp mắt hơi đảo đưa, mãi sau như không cầm được hỏi Yến:

- Anh của Yến không đến sao?

Hiền cố không nhắc tên Vũ mặc dầu trong ấp ủ, nhất là được nghe từ người thân của Vũ. Yến khựng lại rồi như nhớ ra điều gì vội bảo Hiền:

- À mình quên, Hiền đợi đây mình sẽ giới thiệu Hiền với một người.

Hiền tươi nét mặt, trong lòng xúc động, hẳn là Vũ. Nhưng thật bẽ bàng, Yến trở lại không phải với Vũ mà với một người đàn bà. Yến chỉ và giới thiệu:

- Chị mình, chị Vũ, ngày cưới anh Vũ đã không cho mời bạn bè, thật xin lỗi Hiền.

Hiền trố mắt, cặp mắt như nổ tung. Người đàn bà hơi cúi chào Hiền, Hiền nhìn Yến như thầm bảo: "Còn gì nữa Yến ơi".

Mặt Hiền tái lại, Hiền không nói, hai hàng lệ tự trào và lăn dài trên đôi má, nàng vội dấu và chạy trốn. Hiền ra thẳng cổng mặc sự ngỡ ngàng của Yến và người đàn bà bên cạnh. Hiền lang thang từ những con đường và những dãy phố trở thành không tên, nàng đón vội chiếc taxi, Hiền không nói, không rằng. Mãi tới khi người tài xế cố hỏi, Hiền chỉ cộc lốc:

- Đi hết đường này.

Người tài xế lắc đầu.

Nửa tiếng, một tiếng, thời gian như không còn, không gian cũng vụt mất trong lòng chiếc taxi ọp ẹp. Hiền bảo người tài xế ngừng. Hiền xuống giữa một khu phố đông người, Hiền định thần nhìn quanh công-trường Quách Thị Trang, Hiền cảm thấy khô cổ và tìm đến một quán, Hiền không biết tại sao lại là Thanh Bạch, chính nơi đây Hiền đã trả tiền lần đầu để bù tiền ciné cho Vũ, phải chăng tình yêu xui đẩy trên đôi hài ngọc và dẫn bước để Hiền như một đáp ứng trong giác quan tiềm ẩn của tình nàng với Vũ.

Nhưng Vũ ơi, còn đâu? Hiền gục mặt xuống bàn cố tạo cho mình một nét mặt, nàng rời quán trở về Bình Dương trong não nề.

Liên thấy Hiền chạy trốn, Liên nhìn Yến và người đàn bà bên cạnh, Liên biết có việc không hay nhưng đành cố cầm lòng vì ngày vui của nàng mới bắt đầu.

Mãi lúc tan tiệc, Liên đến sát người đàn bà để cám ơn, Liên cố bình tĩnh nói thật nhanh:

- Cám ơn chị đã đến chung vui với tụi này.

Người đàn bà chút e ngại, lên tiếng:

- Dạ, tôi là Ngọc, đám cưới chị lớn quá, chúc chị và anh Tân mãi hạnh phúc.

Liên mỉm cười từ tốn:

- Cám ơn chị, chị có gia đình chưa ạ?

Thật tự nhiên, Ngọc trả lời:

- Chưa chị ạ!

Và như quên điều gì, Ngọc khựng lại, nàng không đính chánh nhưng vội từ giã.

Liên thấy Ngọc đến tìm Yến và ra về như che giấu một chuyện buồn.

Hai tuần lễ đi Đà Lạt hưởng tuần trăng mật, Liên mãi áy náy và lo không hiểu sao Hiền chạy trốn, Liên định khi về sẽ tìm tới Yến ngay, dù sao vì bạn, và vì anh mình, Yến sẽ mủi lòng, và Liên cố thuyết phục để biết sự thật hầu có thể giúp Hiền trong cô đơn buồn chán nào đó.

Vì thế, ngay khi từ Đà lạt trở về, Liên đã vội vã tìm Yến. Lúc đó, Yến đang trong phòng làm việc, Liên tới, sự hàn huyên và bao chuyện mới về người bạn mới bước qua một nếp sống thật của đời người con gái, Liên vui vẻ kể từng chuyện với những tiếng cười khúc khích no tròn, nếu ai từ một phòng khác thật khó đoán, và hoạ may chỉ nghe được những niềm vui từ những trận cười cách quãng. Mãi tới lúc gần về, Liên mới đổi giọng và hỏi Yến:

- Yến, bồ có thể làm hại Hiền được không?

Yến trợn mắt nhìn Liên:

- Sao Liên nói vậy?

Liên trầm tĩnh:

- Hiền đang trọng bệnh, từ hôm đến dự đám cưới mình về, Hiền đã vào nhà thương hai lần nhưng bác-sĩ đều bó tay vì không tìm ra bệnh.

Yến chưng hửng:

- Thật không, sao bồ không cho mình biết, hay chúng mình cùng đi thăm.

Nhưng Liên đã nói:

- Mình mới đi thăm tối qua, Hiền như một tầu lá héo úa không còn chút nhựa sống.

Yến giọng hơi dỗi:

- Hiền ở đâu, chính Liên cũng giấu mình.

Liên thở dài: - Vậy Vũ ở đâu, bồ có cho mình biết không?

Ngừng một chút Liên tiếp:

- Thật tội, Hiền bỏ cả gia đình, Hiền đi làm và lủi thủi nuôi tình yêu trong đợi chờ, mình đã cố và khuyên Hiền nhiều lần, nhưng vẫn một lời hứa, Hiền lại dặn chỉ khi nào Vũ tìm đến, mình mới cho địa chỉ, ngoài ra, ai cũng thế, xin hãy giữ im lặng để Hiền sống.

Yến như mất hẳn tự chủ, Yến khóc, và trong nước mắt, Yến bảo Liên:

- Mình chỉ nghe theo lời yêu cầu của anh Vũ, mình nghĩ Hiền sẽ quên, nhưng không ngờ cả hai đều chịu khổ.

- Anh Vũ yêu cầu gì?

Yến do dự rồi nói:

- Bồ biết hôm đám cưới bồ, mình đã nhắm mắt giới thiệu Ngọc là vợ anh Vũ như anh Vũ xếp đặt để Hiền yên chí là anh Vũ đã lập gia đình mà đi lấy chồng.

Liên hơi hiểu nhưng cũng chần chờ, mãi sau mới nói:

- Bây giờ mình đã quả quyết điều mình đoán không sai.

Yến nhìn Liên:

- Sao bồ đoán được?

- Vì Ngọc nói với mình là chưa có gia đình, khi mình hỏi Ngọc, là Ngọc đã có gia đình chưa. Mình nghĩ vì tự nhiên nên Ngọc đã buột miệng nói sự thật.

Thực ra, hôm nay, Liên phải nói dối với Yến về chuyện Hiền ốm nặng để đánh đúng vào sự quý mến của tình bạn, như trước kia, cũng vì Yến bệnh mà đã khởi sự cho cuộc tình ngang trái của Hiền và Vũ. Thực ra về mối tình sầu lụy của Hiền và Vũ, Yến không phải không thấy, nhưng Vũ nhất quyết quá, Yến tìm đủ cách nhưng đều thất vọng vì sự cố chấp và tự trọng của Vũ. Vũ không phải không còn người thương, một cô giáo cùng dạy cũng đã và đang săn đuổi Vũ, nhưng như Hiền, Vũ không, và không thể yêu ai. Nên lúc này, cả Liên và Yến cùng thông cảm và quyết tâm tìm cách nối lại tình xưa giữa Hiền và Vũ, một việc mà trước kia hai người đã quên, hay cố chờ thử thách của thời gian.

Ngày hôm sau như dự tính, Liên lên thăm Hiền, Hiền đang bán hàng, Hiền thật lơ đãng, và không còn một dấu vết, dù chỉ chút cỏn con của thời sinh viên. Hiền xanh và gầy đi nhiều, cặp mắt vẫn còn xưng, chứng tỏ những đêm dài thức trắng trong nghẹn ngào. Hiền nhìn Liên:

- Sao Liên rảnh lên thăm mình?

Giọng Hiền khàn và mất hẳn sự vồn vã của những ngày hai đứa chạy nhảy vui chơi bên nhau.Tình yêu đã đưa đến Hiền một ủ rủ vô vọng như thế sao? Tự dưng nước mắt Liên chảy vội. Liên không khóc, nhưng Liên thương cho người bạn gái thân nhất của mình. Liên bảo Hiền:

- Sao hôm cưới mình Hiền vội về thế?

Hiền thong thả:

- Tại mình mệt, xin lỗi Liên nhé.

Rồi Hiền cố gắng thân thiện:

- À, mà tuần trăng mật có vui không?

Giọng Liên dỗi hờn:

- Không vui lắm vì luôn nghĩ tới bồ.

- Sao thế?

Hiền hỏi.

- Mình tưởng bồ buồn gì nên áy náy hoài.

- Không có đâu, thôi chúc mừng lại Liên.

Liên lưỡng lự rồi bảo Hiền:

- Mình mới gặp Yến cách đây ba ngày.

Hiền như không nghe thấy, nàng mím môi và nhìn đi nơi khác. Liên nói tiếp:

- Vũ té rất nặng, có thể phải mổ lại.

Liên im lặng chờ xúc động nơi Hiền, nhưng không, Hiền vẫn lặng thinh, ánh mắt thật xa xôi, và không mảy may hoảng hốt, có lẽ sự đau khổ đã khiến Hiền dửng dưng vô tình ngay với sự bất hạnh của người yêu, Liên không còn chịu được nên tiếp:

- Từ trước mình cố đứng ngoài vì tôn trọng tình yêu của bạn, nhưng bây giờ mình phải nói. Cả bồ lẫn anh Vũ đang đi sai đường, và đang tự đày đoạ mình. Vũ cố ý dàn dựng, bắt Yến nói Vũ có gia đình để bồ tự ý quên Vũ, còn bồ thì chỉ chờ đợi, mà tại sao không nghĩ tới đi tìm, vì bồ biết Vũ còn và càng yêu bồ.

Hiền chưng hửng nhìn Liên:

- Vũ chưa có gia đình sao?

Sự ngạc nhiên từ tin đến vội khiến Hiền sững sờ. Liên tiếp:

- Con Yến đã khóc và nói thật với mình, mình nghĩ có thể Yến quá xúc động vì tai nạn của Vũ nên không còn giữ được.

Vừa nghe, Hiền thu vội và giao hàng cho bà Hai rồi kéo Liên rời tiệm. Vừa tới nhà, Hiền mặc Liên, đi thẳng vào phòng gấp vội mấy bộ đồ, một phản ứng gọn gàng như đã xếp đặt, mặc dầu không biết Liên có địa chỉ của Vũ hay không. Liên nhìn Hiền, Hiền thật tội, sự câm lặng giấu kín tràn đầy và dồn dập. Liên hỏi Hiền:

- Bồ biết Vũ ở đâu?

Hiền khựng lại, Hiền nhìn Liên không nói, hai hàng lệ tuôn trào. Hiền ngừng tay nức nở. Liên hối hận đến bên Hiền nói nhỏ:

- Mình xin lỗi, thực ra mình biết rồi. Vũ ở nhà thương Lê Lợi ngoài Vũng Tàu.

Hiền nhìn Liên thầm cảm ơn sự chu đáo và vị tình rồi lặng lẽ thu dọn.....

Còn Yến, sau khi gặp Liên, Yến phải vất vả lắm mới khuyên và đưa Vũ đi nghỉ mát ở Vũng Tàu như dự tính với Liên. Yến đã mượn sẵn căn nhà của người bạn ở gần ty bưu-điện. Còn Vũ, vì chiều em, chứ thật ra hai năm liền ở một nơi, Vũ sống và cố quên, dù chỉ một vui chơi nhỏ, đặc biệt cảnh Vũng Tàu càng dễ gợi hình ảnh mà nơi đó trong những lần đi phép Hiền tung tăng chạy nhảy trong bộ đồ tắm nõn nà.

Khi ra tới Vũng Tầu trời đã ngả bóng. Vũ đẩy xe ra sân thượng, bâng khuâng nhìn trời. Trời buổi chiều phản phất những hơi nước biển mằn mặn đưa Vũ nhớ về những nụ hôn pha mùi nước mắt đong đầy trên bờ môi những lúc hờn dỗi. Vũ nhắm mắt và tận hưởng trong ý nghĩ rồi thiếp đi dưới ánh nắng của buổi hoàng hôn đang dần vào mờ ảo.

Liên đưa Hiền ra Vũng Tàu nhưng không vào bệnh viện Lê Lợi, mặc sự sốt ruột của Hiền. Liên nói muốn đi thay đồ và tắm rửa trước ở nhà một người bạn, rồi đến bệnh viện sau. Khi Liên gõ cửa, tiếng mở cửa vội vàng của chủ nhà như chờ sẵn. Hiền trố mắt vì người mở cửa không ai xa lạ mà lại là Yến. Yến chưa kịp chào. Hiền đã nói vội:

- Anh Vũ có sao không?

Yến vội ngắt lời:

- Hiền vào chơi, mình sẽ đưa đi ngay.

Hiền vừa bước vào cửa, vừa bảo Liên:

- Sao Liên không nói là chúng mình đến Yến?

Yến xen vội:

- Chắc Liên muốn Hiền ngạc nhiên. Căn nhà nghỉ mát này không phải của mình mà chỉ mượn đỡ ít ngày của người bạn.

Liên lặng yên chần chờ, rồi quay qua Yến như muốn hỏi điều gì. Yến hơi gật đầu. Liên hiểu và vội nói với Hiền:

- Hiền chờ mình ở đây một chút, mình nhờ Yến dẫn đi lấy bộ đồ.

Rồi Liên nhí nhảnh:

- Yến thổ công ở đây mà.

Và không chờ Hiền trả lời, Yến và Liên đi ra cửa mặc sự chưng hửng réo gọi của Hiền. Hiền đành ngồi xuống trong nôn nóng.

Cả tiếng sau Liên và Yến vẫn chưa về, Hiền đứng chán rồi lại ngồi, Hiền bực và thực bực với hai người bạn đã làm mất thời giờ của nàng.

Ngồi mãi, Hiền chép miệng và định sửa soạn chuẩn bị đón xe taxi đến bệnh viện một mình, thì ngay lúc đó có tiếng từ trên lầu vọng xuống.

- Yến ơi, Yến ơi.

Hiền hoảng sợ, tại sao lại có tiếng đàn ông trong nhà. Hiền giơ tay ép vội lên ngực để cố trấn an. Từ trên nhà lại tiếp:

- Yến, em đi đâu rồi, lên phụ anh chút.

Vũ, phải Vũ không? Giọng nói ngọt ngào mát rượi của những năm nào sao quên. Nhưng tại sao Vũ ở đây? Hiền chợt hiểu, Hiền không cầm lòng được. Tình yêu réo gọi, sự xa cách bùng nổ, bao nhớ thương trông đợi dồn dập vỗ về và réo Hiền. Hiền không còn và quên luôn cả sự xếp đặt chịu đựng của những ngày qua. Hiền phóng vội lên lầu. Hiền có mơ không, Vũ thật, Vũ đó, Vũ mơ màng chờ đợi trên chiếc xe lăn. Bốn mắt nhìn nhau, Vũ bất động không một tiếng nói. Vũ chưng hửng như mơ, Vũ dụi mắt và cố xoay người để chứng minh một hiện hữu. Hiền đó, Hiền thật đó sao? Hiền không còn giữ được, chạy đến và xà vào lòng Vũ. Hiền ôm Vũ khóc sướt mướt như một đứa trẻ đòi mẹ. Vũ ôm sát, tất cả ý nghĩ lẫn tránh vụt biến và nổ tung, Vũ chỉ còn biết, và Hiền đây, người yêu của muôn đời.

Năm phút, mười phút, Hiền và Vũ sẵn sụt sùi trong nhớ thương chất đầy. Lâu lắm Vũ mới cố đẩy nhẹ Hiền và nhìn thẳng. Vũ nói nhẹ bên tai Hiền:

- Em gầy và xanh, nhưng đôi mắt em vẫn thế, vẫn cả một trời yêu thương.

Hiền trong nức nở:

- Em không tự tử vì còn giữ giáo luật, nhưng xa anh em không còn lẽ sống. Vũ, sao anh trốn em?

Vũ im lặng, Vũ cố trả lời nhưng lại ngập ngừng. Hiền thấy thế nói tiếp:

- Vũ, anh đừng bỏ em. Hơi thở em loãng dần vì thiếu anh.

Vũ như nức nở, giọng đục dần trong yêu đương:

- Anh cố tạo, ngay cả nói dối, nhưng anh đã lầm và lầm với chính anh. Anh cũng thế, em còn hơn lẽ sống và những gì cần thiết nhất. Anh cố lắng chịu vì yêu em. Nhưng anh không ngờ lại làm khổ em. Hiền, em có giận anh không?

Hiền không trả lời, nàng ghì chặt Vũ, còn lời nào có thể diễn tả đủ tình nàng bằng vòng tay siết chặt say đắm với nụ hôn của bao ngày xa cách. Và đêm đó cả Hiền lẫn Vũ đã quên Liên và Yến như căn nhà chỉ có hai người. Có chăng chỉ chợt thoáng vì sự xếp đặt và hàn gắn cho lần trở lại đậm đà này.

Rồi lại thêm một đứa bạn, nhưng lần này lại chính Hiền, Hiền đã chúc và mừng cho chính mình "bị" rơi vào cái "khuôn giới" gia đình. Hiền vui trong hạnh phúc bên Vũ tươi trẻ như lần gặp trên chiếc xe lambretta thuở nào ngày bắt đầu thương yêu. ....
....

4.

Vận nước đổi thay... Người người lũ lượt rời quê hương, nơi chôn nhau cắt rốn, để ra đi tìm tự do... Cuộc đời tưởng đã yên hàn nhưng nào ngờ. Từ đó, từng mảnh đời, từng truân chuyên và từng nhiễu nhương lại tiếp tục khiến Vũ, Hiền, Liên Yến lại trăn trở trong bùi ngùi lặng chịu. Và truyện tình yêu của Hiền, của Vũ lại bắt đầu trang mới...

Thời gian trôi qua, Liên và Tân vẫn thế, trời đã sinh ra Tân để có sẵn số một kẻ được đãi ngộ trong mọi hoàn cảnh, Liên hưởng lây với sự may mắn về mọi mặt của Tân bên xứ này.

Ngày Đại hội kỳ 4 của binh-chủng TQLC được tổ chức tại quán Hồng Kông II ở Houston, nơi Liên và Tân đã định cư từ ngày rời trại Fort Chaffee năm 1975 của một lần bỏ nước vì tạm thua cuộc. Hôm nay, cả hai được mời đến tham dự như một thân hữu của người bạn, lại là bạn của một người lính đã từng phục vụ trong binh-chủng TQLC... Mãi tới 8 giờ Liên và Tân mới tới, mặc dầu giờ khai mạc đã từ 2 giờ chiều. Cả hai theo người bạn vào bàn, chiếc bàn ngồi đã quá số người ấn định, nhưng Liên thật vui trong cảnh chen chúc và thật Việt Nam này. Liên liếc nhìn từng bàn như cố tìm một người, Liên không biết ai, nhưng những bộ lính rằn, những chiếc nón xanh của hầu hết các anh em trong binh-chủng đã mặc hôm nay từ các tiểu bang kéo về, cảm giác thật quen thuộc, khiến Liên quên và quên luôn cả lời mời, lời săn sóc của Tân và bạn Tân. Liên mông lung trong không khí vui nhộn như một lần nào cùng Yến và Hiền tham dự buổi khao quân mừng tiểu-đoàn 3 từ hành quân về. Hôm đó, cũng những màu áo hoa rừng, cũng những tiếng cười, tiếng nói về những trận đánh. Rồi kèn, rồi trống, lại những sự rộn ràng của các người vợ hoan hỉ với những nụ cười bên các đấng phu quân oai hùng... Bỗng mắt Liên như hoa lên, Liên nhìn và đúng lúc từ trong nhà vệ sinh đi ra, Liên thầm kêu trong miệng: "Sao giống Yến?". Và Liên như nở trong lòng. Liên lại thầm kêu: "Yến? Phải Yến không?".

Rồi Liên không dằn lòng được, đứng dậy, và không đắn đo đi thẳng tới bàn Yến. Liên vỗ nhẹ trên vai Yến, và cả hai vừa đối mặt, họ không hỏi, không nói, đã ôm chầm và rồi cùng kêu "Liên Yến" liên tục… Mãi sau Liên mới chậm chạp hỏi:

- Yến qua bao giờ? Và hiện sống ở đâu?

Yến nhanh nhẹn:

- Mình ở Cali, mới qua Mỹ được hai năm.

Liên ngắt lời:

- Sao Yến lại có mặt hôm nay?

Yến không trả lời, quay qua vỗ vai người vận đồ lính bên cạnh mới nói:

- Anh Phúc, chúng mình cưới nhau trước khi vượt biên, cùng binh-chủng, nhưng khác tiểu đoàn với anh mình.

Và Yến chỉ qua Liên:

- Liên, bạn em và của cả anh chị hai nữa.

Phúc đứng dậy thật lễ độ, khẽ gật đầu chào Liên.

Yến kéo Liên ngồi xuống, nhưng Liên chận lại và rủ Yến ra ngoài. Liên không muốn tiếng ồn ào làm mất đi những lời hỏi thăm và săn sóc của hai người bạn từ lâu gặp lại, đặc biệt bên xứ này.

Ngoài trời, ánh nắng đã dịu dần, vài cơn gió heo mây nhẹ thổi, nhưng không khí vẫn còn oi ả, và nhơm nhớp của thành phố miền nam nóng bức. Liên và Yến thả bộ trên vỉa hè của dãy nhà trước tiệm ăn, những câu hỏi gia đình liên tục của hai người, rồi những trả lời thân mật của tình bạn xưa, mãi sau như chợt nhớ, Liên hỏi Yến:

- Còn Vũ và Hiền có qua được không?

- Có, anh chị mình qua từ 75. Yến trả lời.

- Ở đâu sao mình không bao giờ nghe?

- Anh chị mình cũng ở Cali.

Rồi như có điều khác lạ, Yến quay đi, Yến đang giấu một xúc động. Phải chăng vì Vũ và Hiền, Liên nhìn Yến:

- Có sao không Yến, Hiền có khoẻ không và có cháu nào chưa?

- Hiền rất khoẻ và còn khoẻ hơn chúng mình, Hiền chưa có con.

- Như thế cũng mừng.

Nhưng Yến vẫn lơ đãng, nên Liên đoán có gì bí ẩn nên hỏi dồn:

- Yến, có phải gia đình Hiền có gì không được ổn không? Chẳng lẽ lại có gì xảy ra?

Yến quay lại:

- Vũ là anh mình, còn Hiền là bạn mình, mình thật không biết trước kia Liên và mình có sai lầm khi đã giúp hai người trở lại không?

Liên hoảng hốt:

- Bồ nói sao?

Hiền gặp nạn hả?

Yến bần thần trong tắc nghẽn:

- Không, Hiền không gặp nạn. Hiền rất bình thường trong sự bình thường của người đàn bà sinh ra bảo tròn hai chữ "chịu đựng".

Rồi từ từ Yến kể cho Liên nghe về gia đình của Vũ và Hiền:

- Từ ngày qua Mỹ, những năm đầu vẫn trong yêu đương, Hiền vẫn thế, chiều chuộng và tìm đủ cách để Vũ di chuyển dễ dàng và có thể đến trường học lại. Nhưng thực tế không dễ dàng, nhất là tài chánh khó khăn và mặc cảm của người thương phế binh bị hạn chế mọi đàng trong tất cả mọi công việc nên Vũ nản dần. Hiền thì phải lo mọi mặt, từ việc nhà tới việc ngoài, nhưng Hiền luôn bằng lòng và vui trong khó khăn. Không những thế Hiền còn lấy xong chứng chỉ kỹ-sư hoá-học, một cố gắng mình biết không thể dễ dàng.

Yến lại tiếp:

- Vũ ở nhà, sự nặng nề của người đàn ông được nuông chiều bảo bọc và sống nhờ vợ hàng ngày khiến tự ái trong Vũ trở nên cau có bất cần, nhất là còn cộng thêm sự cô lập ở xứ này. Vũ đâm khó tính và luôn có thái độ trái ngược với sự bình thường thân thiện xưa kia khi còn sống bên quê nhà. Những ngọt ngào thương yêu chiều chuộng của tình yêu mất dần nơi Vũ. Còn Hiền vẫn mực "thờ" chồng, và bồ biết Hiền còn tế nhị không chỉ lời ăn tiếng nói mà ngay cách ăn vận. Một lần mình lên thăm anh mình, hôm đó ngày thứ bảy, tụi mình đến thật bất ngờ, khi nghe tiếng chuông reo, Hiền ra mở cửa, thấy Hiền mình đã phải reo lên: "Sao chị càng ngày càng trẻ và đẹp ra". Hiền giơ tay và ra hiệu ngay, rồi nói lớn như cố ý át tiếng của mình:

"Anh Vũ ơi, cô Yến và chú Phúc lên chơi". Liên biết không, tối hôm đó khi ăn xong, Hiền đến rửa bát cùng mình, Hiền mới nói nhỏ: "Yến để ý đừng khen mình đẹp hơn trước kia kẻo sợ Vũ mặc cảm, anh Vũ giờ đã khác ý". Mình tỉnh bơ bảo Hiền: "Có gì đâu, em nghĩ chị đẹp là một điều hãnh diện cho anh chứ". Hiền e dè trả lời mình: "Cám ơn Yến, thực ra anh Vũ vẫn yêu mình, nhưng mình chỉ có ý đề phòng thôi. Yến biết không, vì Yến là em anh Vũ, vả lại Yến còn là bạn, và phải nói người bạn Hiền mãi mang lời cám ơn, vì nếu không có Yến mình sao có Vũ. Nhưng tâm sự mình nói đây cũng chỉ là ý riêng, vấn đề ăn vận và trang điểm không phải dễ, vì thường phải tự hỏi "cho ai", mình đi làm, sự trưng diện và làm đẹp thực ra vì cái gì? Vì công việc, vì xã giao, hay vì con mắt của người đời? Có thể vì tất cả. Nhưng, từ lâu rồi, riêng mình đi làm chỉ cố ăn vận gọn gàng và sạch sẽ, vì không muốn sự trưng diện trở thành sự lo lắng cho Vũ mỗi buổi sáng, nên mình càng săn sóc hơn ở nhà, vì mình vẫn muốn và đã nói chỉ vì Vũ. Sự tế nhị này không biết có cần không? Nhưng tự nhiên mình thấy vững tin, và tránh được những câu nói bông mang ý nghĩa ray rứt và cắt ruột".

Ngừng chút, Yến tiếp:

- Đấy Liên thấy không? Mình đã phục bà chị dâu mình có một tình yêu hơn người. Cách đây ít tháng, mình lên thăm anh mình. Lần này nhìn Hiền mình hoàn toàn cảm thấy một sự không ổn. Anh Vũ mình đã không bao giờ nói về chuyện gia đình của anh mình với mình. Còn Hiền lại càng không. Hiền im chịu trong câm lặng vì tình yêu, và tất cả những đắm đuối ngày nào vẫn trong Hiền. Mình bấm chuông, Hiền mở cửa, nhưng khi thấy nét mặt với áo quần lam lũ của Hiền trái với những lần trước, mình hỏi Hiền: "Chị làm sao thế? Hiền mím môi: "Đâu có sao, cô chú lên chơi, vào nhà đã". Hiền luôn xưng hô rõ rệt, nếu chỉ hai đứa, Hiền thường gọi tên và nói chuyện như những ngày của tuổi thơ, nhưng trước mặt Phúc, hay Vũ, Hiền đều xưng hô và thật đứng đắn như một người chị của mình. Mình và Phúc vào trong nhà mãi không thấy anh Vũ. Mình hỏi Hiền: "Chị hai, anh hai đâu?" Hiền chỉ ậm ừ không trả lời. Mình hơi thấy lạ, nhưng vì Phúc nên không tiện hỏi Hiền. Ăn cơm xong, mình mượn lý do mệt rủ Hiền vào phòng để Phúc ngồi coi TV ở ngoài. Mình gặn hỏi mãi, Hiền chẳng đặng đừng mới nói, Vũ và Hiền mới ly thân. Mình tái mặt, mình không thể tưởng tượng tự ái của con người có thể bất chứng và phi lý đến thế. Nhưng Vũ là anh mình, mình không thể nguyền rủa. Tại sao con người dễ đày đoạ vô lý thế? Lần đầu tiên từ ngày Hiền làm chị mình Hiền khóc trước mình. Như người bạn, mình cố dỗ Hiền, những kỷ niệm, những gì của thuở trước đều nhắc để an ủi phần nào. Khóc thật lâu, Hiền như khô nước mắt, Hiền đứng dậy lấy khăn lau mặt và kể: "Thực ra anh Vũ đã đổi tính từ mấy năm nay, mình biết, nhưng Yến biết mình đối với Vũ thế nào? Vì sự khó khăn của Vũ là của mình, mình đã cố gắng dành dụm để ra tiệm thuê băng nhạc cho Vũ trông nom, nhưng rồi cái khung cảnh đầm ấm cũng lại khởi sự mất dần từ đó, Vũ cần mình ở ngoài tiệm, nhưng cũng không muốn mình xuất hiện, Vũ thật dễ biến đổi. Nhưng mình không nản, mình vẫn cố gắng từ những việc nhỏ nhen, những giải bày để Vũ bỏ hẳn cái mặc cảm thua kém bên xứ này, vì nếu còn ở Việt Nam, vật chất và những gì của giả tạo nó không đến nỗi làm chúng mình phải quay cuồng. Nghĩ cho kỹ tất cả chúng ta đều đang bị cầm tù trong bốn bức tường của vật chất. Vật chất sai bảo, vật chất ép buộc, và vật chất đổi và lột xác mình. Nhưng nói là nói thế, không sống và chưa sống bên một người bị thương như Vũ thì quả khó thông cảm được nỗi khổ của một người đàn ông tàn tật. Xưa kia, Vũ thuộc mẫu người hăng say, nhiệt huyết, và luôn tự tin vào mình một cách tuyệt đối, nên nay với Vũ lúc nào cũng muốn và nhìn vợ mình như một người phải nép và phải nhờ ở sức chồng. Tư tưởng đó tự Vũ đã làm Vũ đổi, và càng tai hại hơn khi Vũ quá tuyệt đối trong sự đối xử mới đây. Sức người có hạn, mà thật mình cũng không biết mình có làm sai điều gì không, đôi lúc sự căng thẳng của hai vợ chồng cũng có những cãi vã từ những chuyện không đâu. Vũ cố tình, mình đã nghĩ thế, nhưng dù thế nào đôi lúc cũng khó tránh những lời khiếm nhã từ sự nóng giận không kiềm chế nổi. Mình xin lỗi, mình ăn năn, nhưng Vũ lại để lòng và lấy làm cái mấu để cột thắt sự mặc cảm là mình khinh Vũ. Khi người ta đã cố tình thật khó đổi thay, và đặc biệt còn một điều nữa mà mình nghĩ đây là mối chính, Vũ và mình đều muốn có con, nhưng như Yến thấy, hơn 10 năm rồi, dù bao cố gắng, Vũ lại biết vì Vũ nên sự thể càng phức tạp. Mình khuyên và xin Vũ, nhận trẻ ở bên trại, hay ngay bên này về nuôi, nhưng Vũ chỉ ừ, chỉ gật mà không bao giờ thực hiện. Mình buồn và càng buồn vì tính tình Vũ, nhưng không dám ca thán. Đời sống vợ chồng quả có khác, sự va chạm hằng ngày không còn chỉ đơn thuần. Mình có thể tránh một ngày, hai ngày, và mãi mãi nếu có Vũ giúp tay và thông cảm tận cùng. Nhưng thật không thể, Vũ cố ý để mất đi niềm kiêu hãnh, mất sự khí phách, và mất luôn cả sự chiều chuộng mình. Nhưng Yến ơi, mình lấy và bằng lòng lấy Vũ sau khi Vũ bị thương, mình vẫn trọn một lòng. Nhưng lần này Vũ quả quyết, Vũ đi vì Vũ không còn thích hợp và bảo bọc toàn vẹn cho mình, hơn nữa, ý Vũ nghĩ còn tiện hơn, vì chưa có ràng buộc về con cái. Mình khóc và xin Vũ đừng dùng những lời lẽ đó để đày đoạ Vũ, đày đoạ mình, vì mình biết Vũ vẫn còn yêu mình tha thiết. Vũ cố chấp và tưởng ra đi, hành hạ mình là làm mình dễ quên Vũ. Vũ ích kỷ quá, dù mình biết sự ích kỷ này cũng chỉ mới đổi đời như tất cả chúng mình. Nhưng hoàn cảnh của cuộc sống gom về vật chất, những bối cảnh đang bị và bị cuộc sống TV quấy rối và tiếp tục chi phối nhiều gia đình, đặc biệt Vũ từ quanh quẩn trong bốn bức tường đã mất đi nhiều hình ảnh chui rúc chạy chọt và tìm sống của tất cả vì những vật chất bất công nhưng phải có này. Vũ quả quyết và muốn thế. Vũ sang ở cùng người bạn độc thân. Mình phải làm gì, mình khóc và đã khóc nhiều, và những đêm dài, những đêm không có Vũ bên cạnh, mình tính dùng thuốc để giết đi đời mình, nhưng cũng may mình còn nhớ và nhớ lại lần đầu Vũ trốn chạy, mình cũng đã dùng vào tình yêu của Thiên Chúa để bắt mình phải sống và cam chịu".

Yến ngưng kể, lấy chiếc khăn từ trong bóp thấm đi những giọt nước mắt thương cảm Hiền rồi tiếp:

- Thấy không, Hiền thế đó, mình cũng khuyên Hiền luật bên đạo Thiên Chúa không cho phép ly dị, hy vọng vào sự thiêng liêng ràng buộc, nhưng Hiền bảo là Vũ liên lạc và đã sẵn cả đơn từ tòa giám-mục. Mình đành hết ý. Chiều hôm đó, Phúc và mình tìm đến anh Vũ. Mắt Vũ đỏ lắm, Vũ thất thểu nhưng đã cố giữ để khỏi lộ ra. Mình bảo thẳng anh mình: "Tại sao anh hành hạ Hiền thế, anh còn yêu Hiền sao lại bỏ Hiền?". Vũ không trả lời mà chỉ nhìn ra cửa sổ như cố cất một tâm sự, một tâm sự không muốn vì mình mà làm tan dự tính. Mình bực dọc ra về, Vũ vẫn lặng câm, anh không rầy, không nói và ngay cả không trả lời.

Yến đang nói bỗng phải dừng lại vì có tiếng của ai gọi Liên:

- Liên đi đâu mà lâu vậy, mọi người lo lắng cho em?

Nhưng vừa thấy Yến, Tân rối rít:

- Yến sao lại ở đây? Bao năm không gặp kể từ ngày cưới chúng tôi đấy?

Yến trả lời:

- Vì nhà em và em bị kẹt lại, nên mới qua Mỹ định cư được hai năm nay thôi anh ạ.

Tân "ồ" nhỏ rồi pha trò hồn nhiên:

- Thật khi hai người bạn gái gặp lại, khó có ngoại cảnh nào cản trở các bà trò chuyện và nhỏ to. Nhưng thôi, tạm ngừng trò chuyện ở ngoài này, hãy vào trong cho mát.

Yến nghe Tân kêu bà mới giật mình, chẳng lẽ đời mình thế sao? Vội bảo Tân:

- Anh Tân trịnh trọng thế này chắc bắt Yến phải xưng ông sao? Nghe tiếng bà làm Yến tưởng mình đã ngũ tuần rồi, hay tối thiểu đã con đàn cháu đống.

Liên bảo Yến:

- Anh Tân thường có thói quen kêu mình là bà kể từ khi các cháu lớn, bạn bè đừng để ý.

Mọi người đều cười ngay trong không khí dịu ngọt của thuở nào, những tình cảm sâu nặng và hồn nhiên mà hình như gần đây ai cũng tưởng đã chìm trong dĩ vãng, nhất là cam cảnh muộn phiền tha hương vì chiến tranh, vì tội đồ và vì những mưu toan chiếm đoạt bắt bớ vô luôn của những bạo quyền quyết đoán vô tri.

Nhưng rồi cuộc vui nào mà không tàn, nên ngay ngày hôm sau, Yến và Phúc đã phải trở về, Liên muốn cùng đi với Yến và Phúc để có dịp thăm Hiền, nhưng vì không lấy phép đươc nên đành đợi và hẹn Yến hai tuần sau sẽ cùng Tân qua Cali để thăm Hiền và yến.

Từ Houston trở về Cali, lòng Yến lâng lâng như thời con gái, nhất là bao kỷ niệm ấu thơ ngày còn cắp sách đến trường như vồn vã lôi kéo Yến, khiến Yến càng nhớ Liên, nhớ Hiền... Tình cảm bạn bè như những bông hoa đúng thời nở rộ. Và yến đã chìm ngập trong thân thương nhớ về...

Sau ngày đại hội TQLC từ Houston trở về nhà được ba ngày, buổi tối, Yến và Phúc vừa dùng cơm chiều xong đang ngồi coi tin tức thì có tiếng chuông, Yến nhìn Phúc chút phân vân rồi nhanh nhẹn ra mở cửa. Nhưng cánh cửa vứa mở, Yến đã vui mừng kêu lớn:

- Anh Phúc có chị hai đến chơi. Và rồi Yến liếc mắt nhìn quanh như muốn tìm ai. Hiền hiểu ý Yến nên vội vàng nói:

- Anh Vũ sợ mệt, mình tiện có việc qua đây ghé thăm cô chú.

Nhìn mắt Hiền, đôi mắt thật u buồn và giấu kín khiến Yến hiểu phần nào, nhưng Yến vẫn lưỡng lự:

- Chị ở chơi lâu được không?

Hiền bước vào nhà nhanh như để cố tránh sự soi mói và những câu hỏi kế tiếp của Yến. Cũng may, Phúc hình như cũng nhận ra điều gì, nhất là sự xuất hiện đột ngột của Hiền khiến Phúc càng đắn đo suy nghĩ nên ngay sau khi chào hỏi Hiền, Phúc đã lấy lý do bỏ vào phòng để cho hai người bạn có cơ hội tâm sự. Vì thế, khi Phúc vừa vào trong, Yến như không cầm được những tư tưởng ngột ngạt trong lòng nên đã hỏi Hiền ngay:

- Hiền có gì giấu Yến phải không?

Yến thân mật trong cách xưng hô như thuở nào nơi trường luật đã gợi và khơi cho Hiền cả một dĩ vãng ngây thơ tha thiết. Nên Hiền nhìn Yến và như mất hết nghị lực, Hiền không còn giữ được, Hiền không khóc nhưng tự tố cáo bằng tiếng thở dài cay đắng. Lúc sau Hiền chậm rãi:

- Vũ và Hiền thật nay đã hết, hôm nay mình lên Yến để xin Yến một việc. Hay có thể nói là một ân huệ đúng hơn.

Yến lo lắng:

- Hiền sao lại nói những lời như thế?

Nhưng Hiền vẫn thong thả:

- Dù hoàn cảnh nào, dù sự xảy ra nặng nhẹ thế nào, Yến mãi mãi là một người bạn của mình như ngày đầu mình mới gặp.

Nhưng khi nói tới tình bạn tự nhiên Yến nhớ tới Liên, nên Yến như quên sự thổ lộ của Hiền mà hỏi Hiền:

- Hiền còn nhớ Liên không?

Hiền thở dài:

- Bao giờ quên, hơn nữa lần bị mưa, bóng Vũ còn là bóng Liên mãi bên mình.

Rồi Hiền bâng quơ:

- Nhưng thật tội Liên không biết có trốn thoát được không? Và bây giờ ra sao?

Yến cầm tay Hiền, giọng hân hoan:

- Nó còn sống và cả hai vợ chồng đều qua Mỹ.

Hiền vui hẳn:

- Thật không, Yến có địa chỉ và số phone của Liên không?

Hiền như quên chuyện mình, câu chuyện hai người lại quanh quẩn trong sự vui mừng của những ngày cũ. Nhưng con người dù thế nào, nội tâm và sự dằn vặt tự nó thật dễ trở về hiện tại, một hiện tại mất mát vĩ đại:

- Yến hứa với mình đi.

Yến thành thật:

- Hứa cái gì?

- Không hại mà chỉ là điều lợi, mình cầu mong Yến.

- Yến hứa và sẽ làm mọi sự có thể.

- Cám ơn Yến trước.

Hiền lấy cặp, lấy ra chiếc phong bì khổ lớn mầu vàng, vừa đưa cho Yến vừa nói:

- Đây là giấy nhà mình đã sang tên và chuyển nhượng hết quyền cho Vũ, mình biết nói cho Vũ, Vũ sẽ không bao giờ chấp nhận, nhưng nếu mình đi rồi chuyện như đã rồi, nên chắc Vũ sẽ không còn cách nào hơn là đành chấp nhận.

Yến hoảng hốt:

- Đi! Hiền nói gì, Hiền đi đâu?

Hiền từ tốn bảo Yến:

- Yến! Mình cố giấu Yến cũng không được, vả lại, trong tất cả sự nhờ vả, dù là ai, sự thành thật là điều phải tôn trọng nhất có phải không?

Hiền ngưng một chút để lấy lại can đảm, thứ can đảm nàng đã bị đẩy trong cố gắng của bao ngày từ hôm cầm tờ giấy ly dị:

- Giấy ly dị cùng trong xấp giấy mình đưa Yến. Đối với người đời, đối với luật pháp, thứ đặt để bảo vệ cái gì gọi là quyền trong hôn nhân mình đã ký kết. Người đời rồi phê phán, mình cam, và chịu, nhưng chắc chắn Yến hiểu mình.

Yến phân trần:

- Hiền! Anh Vũ sao rồi? Không còn cách nào hơn hả? Tại sao đậm đà yêu thương như Hiền và Vũ lại có thể chia tay, mình nghi ngờ quá.

Nhưng Hiền vẫn từ tốn:

- Ý Vũ, mình biết vì tự ái Vũ thay đổi ý sống thôi chứ Vũ còn yêu mình và chắc chắn sẽ mãi. Nhưng chính vì yêu, Vũ muốn bỏ mặc để mình quên và tìm một đời sống khác thích hợp hơn cho tuổi mình, đặc biệt về phần con cái. Mình đã khuyên, đã khóc, nhưng Vũ không dùng sự an ủi, mà tất cả là thù hằn, là ghét, là giận để đánh động tự ái mình. Một lần thua tưởng đã xong, ai ngờ lại có thêm một lần nữa. Vũ đưa sự thù hận để che lấp tình yêu, đưa tự ái để vùi đạp lòng Vũ. Nhưng thôi, nói tới bao giờ, không còn khuyên

Vũ nổi, mình biết, nên ý Vũ mình đành chiều Vũ. Mình tới Yến, ngoài việc giấy tờ, xin nhờ Yến, mình còn ít tiền, mình không cần tới, mình không tự tử đâu, Yên yên trí, Yến giữ và săn sóc Vũ, Yến cố gắng nói Vũ bán căn nhà trên đó và đưa Vũ về với Yến, điều mình mong được làm cả cuộc đời mình đến nay phải phiền và nhờ đến Yến. Ở lại, Vũ sẽ mãi bi quan, Vũ sẽ mãi chán, Vũ sẽ mãi tức giận, e lâu rồi khó chữa, nên mình chia tay để Vũ có lại cuộc sống bình thường, có lẽ tốt cho Vũ hơn. Bên Yến và Phúc, chắc chắn Vũ sẽ tìm được an ủi.

Hiền khóc, Hiền không còn nói được, Yến nhìn Hiền, còn nói gì. Nước mắt Yến cũng nhỏ giọt. Mãi sau như cố an ủi:

- Vũ là anh mình, dẫu sao mình cũng phải lo, huống hồ Hiền lại còn nhờ. Nhưng Hiền đi đâu?

Hiền đưa tay thấm những giọt lệ trên má rồi thở dài nói khẽ:

- Mình đã liên lạc bên Canada, mình sẽ vào nhà dòng bên đó để tìm lại sự an lành dưới mái nhà của Thiên Chúa, nhưng mình cũng xin bồ đừng cho Vũ biết, và chỉ nói mình xin đi tỉnh khác để tránh buồn, và biết đâu Vũ lại chả tưởng mình đã có một gia đình khác ngay sau khi xa Vũ, điều này sẽ đúng ý định và niềm mong đợi của Vũ.

Hiền phải nói dối đi tu để Yến tin vào đời sống tinh thần và việc không cần tới vật chất nên Hiền đưa tiền giúp Vũ là thiết thực.

Lúc đầu, quả Yến đã cố gắng từ chối, nhưng rồi phải nhận, và thật thành thật trong lần giúp mà chính Yến đã không nhiều thì ít có liên quan trong mối tình đầy đau buồn này.

Riêng Hiền, vì để tránh và quên thành phố trong đó có Vũ và bao kỷ niệm, Hiền định dọn tạm về Florida để tạm sống với người bà con rồi hạ hồi phân giải. Và buổi tối hôm đó, một buổi tối của đau thương tràn ngập, Hiền đã tức tưởi trong cùng sâu nặng buồn, đau đớn. Nhất là bên cạnh người bạn thân, người mà đã là cơ duyên để Hiền đến với Vũ, Vì thế Hiền đã khắc khỏai rên xiết trong lòng với một tâm trạng bấn loạn cùng tận. Mà không chỉ Hiền, mà cả Yến, Hiền đã không còn tự chủ trong sự mông lung trước viễn cảnh xa lạ gần kề. Chính vì thế, cho mãi đến khuya, Hiền mới có thể dứt khoát từ giã Yến. Và Hiền đã rời nhà Yến bằng những bước chân run rẩy phiền não mặc những lời năn nỉ của yến cố lứu kéo giữ Hiền ở lại, vì dẫu sao trời cũng đã khuya, nên Yến càng lo cho Hiền. Nhưng nào ngờ, Hiền đã quyết và nhất định ra đi mặc bóng đêm đã dầy đặc.... Và Hiền rời nhà Yến…

5

Như hẹn trước, Liên và Tân cùng sang thăm Yến, và cả hai cùng định làm "surprise" cho Hiền. Nhưng nào thật bất ngờ khi vừa đến gặp Yến, một tin không may đã khiến Liên như người từ cung trăng, nhất là khi nghe Yến bảo Liên:

- Hiền và Vũ đã ly dị.

Liên đã há hốc miệng và đứng sững. Một cảm giác tuyệt vọng không ngờ, hay Liên đã không tin vào lỗ tai của mình. Chính vì thế, mặc Tân đang đứng bên cạnh, Liên đã tưởng như không gian này chỉ có riêng mình. Liên như thất thanh và nói với chính mình:

- Không thể nào! Không thể nào.

Nhưng yến đã cầm tay Liên từ tốn:

- Mày ngạc nhiên cũng phải. Vì chính tao cũng không tin đó là sự thật.

Liên không để Yến dứt câu. Liên lại tiếp trong thẫn thờ:

- Vô lý, làm sao có thể xảy ra...

Yến không trả lời Liên, kéo Liên vào trong. Và khi mọi người đã ngồi xuống ghế, Yến vào bếp lấy nước mời Liên và Tân. Và một lúc sau, Yến mới từ tốn kể cho Liên và tân nghe về câu chuyện của tuần trước, khi Hiền đến nhà và đã mang hết tâm sự cùng việc ra đi.

Liên không cầm được nước mắt, và tự nhiên quên hết ngoại cảnh mà lẽ ra không nên nói trước mặt Yến:

- Vũ được nuôi nấng, được yêu thương quá độ nên đã trở thành vô ơn.

Nhưng Liên như chợt nhớ yến là em ruột của Vũ nên tự bịt miệng mình vừa khẽ nói:

- Xin lỗi Yến mình không cố ý.

Nhưng Yến ân cần:

- Không sao. Vũ đã thay đổi từ một người anh đầy nhiệt huyết và thông cảm tới một người tự đày đọa và mặc cảm, nhất là hành hạ Hiền. Nhưng sự khổ tâm của một người như Vũ ở xã hội vật chất này mình cũng không biết sao mà nói.

Liên im lặng và nguôi dần, nàng nghĩ tới Vũ, người đàn ông trên chiếc xe lăn, và tự nhiên lại thương Vũ có thể vì một khổ tâm gì chất chứa trong lòng khiến cho sự thể phức tạp và bi đát tăng trưởng, mà không phải là người trong cuộc thì khó sao hiểu nổi. Lúc sau Liên đề nghị:

- Mai bồ có rảnh không? Nếu được, tất cả chúng mình tới thăm Vũ, vả lại đằng nào Yến cũng phải gặp Vũ để đưa giấy tờ Hiền nhờ đúng không?

Mọi người cùng đồng ý và mỗi người mang một tâm trạng khác nhau trong những ý nghĩ vẩn vơ khó định. Ai thấu được lòng ai.

Và hôm sau, khi mọi người tới,Vũ đang viết bài gửi đăng báo cho một người bạn. Nghe tiếng chuông, Vũ ra mở cửa, thấy Yến, lại cả Liên nên mừng rỡ:

- Liên, Liên qua bao giờ?

Liên cũng vui mừng nhưng hơi nghiêm:

- Liên sang từ năm 75, Liên và anh Tân định cư ở Houston.

Vũ đang mừng bỗng khựng lại rồi ngó quanh.

Yến hiểu ý, nhưng như dự tính nàng cố tình nói dối và bảo Vũ:

- Em mới ghé bên chị, chị đã đi chợ và làm cơm, chị nói em qua thăm rồi đón anh, luôn tiện mời anh qua bên nhà, hãy nhớ là vì bạn bè đừng từ chối, mười mấy năm mới gặp lại Liên và Tân.

Vũ lưỡng lự trong giây lát rồi gật đầu. Vũ bảo Yến:

- Em mời Liên và Tân vào nhà ngồi đợi anh một chút anh thay đồ rồi ra ngay.

Yến dạ nhỏ rồi bảo Liên:

- Mình vào trong chút được không?

Liên gật đầu theo Yến.

Căn phòng khách thật đơn giản, một chiếc ghế sô pha nhỏ nhắn đủ hai người ngồi và chiếc bàn cà phê mầu gụ.Liên nhìn trong góc phòng, một cái giá nhỏ, trên đó có khung hình của Vũ và Hiền chụp ngày còn trẻ, lúc mà Vũ chưa bị thương. Liên như không chần chờ vội vàng đến cầm khung hình lên ngắm nghía. Liên thấy lòng như lâng lâng một huyền diệu lạ lùng. Khung trời trường Luật như sống lại nhãn tiền, một khung cảnh rộn ràng những bước chân non của những người nữ sinh viên đang tràn nhựa sống, nhất là giữa những tiếng cười mượt mà xuân sắc đã khiến những hàng cây như ngừng thở để đón chào bằng những tiếng reo hò của gió của hoa và của nắng ấm trời thanh... Và trong ý nghĩ thơ mộng đó, bỗng Liên tràn ngập nỗi vui mừng của ngày đầu tiên, ngày mà Hiền cùng Liên rụt rè e lệ bên nhau. Ôi sao huyền diệu. Liên nhớ ngay ngày đầu tiên đó, Hiền, Liên cùng người bạn là Khanh đã không về nhà ngay, mà đã cùng nhau dạo phố, và cũng chính ngày hôm đó, một quen biết tưởng đã làm Liên chạnh lòng khi Liên, Hiền và

Khanh vừa bước vào quán cà phê Givral.

Quả thật, hình như tạo hoá luôn tạo cơ duyên bất ngờ nhưng rồi lại cũng chính từ những bất ngờ đó khiến con người trở nên khúc mắc buồn vui thận phận, để rồi con người luôn lầm tưởng tạo hóa đã đẩy đưa, đã biến thể và đã tạo nên những truân chuyên không định.

Liên còn nhớ, Khanh vì vô tình, hay vì mải mê câu chuyện nên Khanh không để ý phía trước, nên cửa vừa mở, Khanh không ngó trước, ngó sau, vẫn vội bước vào trong như chỗ không người, khiến vô tình Khanh đụng mạnh vào người con trai đang bước từ trong ra làm Khanh ngã chúi về phía trước. May thay, người con trai đã nhanh nhẹn đỡ Khanh, và Khanh đã ngã vào lòng người con trai. Tuy thế, Khanh như vẫn chưa hề nhận ra, mãi khi Liên gọi Khanh, Khanh mới e thẹn ngỡ ngàng đứng vội lên. Và ngay lúc đó, Liên nhìn thấy bốn cặp mắt của Khanh và người con trai mới gặp như thôi miên lẫn nhau, nhất là đôi má Khanh ửng hồng, và người Khanh như run run. Thấy thế Liên vội vàng lên tiếng:

- Mày có sao không Khanh?

Khanh nhìn Liên e lệ rồi khẽ nói:

- Không sao.

Nhưng giọng nói của Khanh như vỡ ra trong không gian tình cờ e lệ nào đó khiến Khanh duyên dáng vô cùng. Chính lúc đó, người con trai lên tiếng, giọng ấm áp:

- Xin lỗi cô.

Nhưng liên đã nhanh nhẹn trả lời thay Khanh:

- Lỗi tụi này vô ý.

Nhưng người con trai bình tĩnh hơn, nhất là khi thấy Khanh vẫn còn đứng khom người như khớp xương chân vẫn còn đau:

- Cô Khanh có đau lắm không? Chân cô Khanh

có sao không?

Khanh trố mắt nhìn người con trai. Người con trai như hiểu ý nên bảo Khanh:

- Tôi là Khâm. Cô đừng ngạc nhiên như thế. Tôi biết tên cô là nhờ bạn cô vừa hỏi "mày có sao không Khanh".

Nói xong, Khâm nhìn Liên vừa khẽ cúi đầu:

- Cám ơn cô.

Liên như bị thôi miên trước câu cám ơn bất ngờ nên chưa kịp nói thì Khâm đã tiếp:

- Thôi để tôi mời ba cô hôm nay được không?

Liên nghe thế nhanh nhẹn trả lời:

- Không sao đâu anh. Chắc Khanh cũng chỉ bị qua loa thôi anh ạ.

Vừa lúc đó Khanh bị nhói đau nên rên khẽ. Có lẽ Khanh định đứng thẳng dậy nhưng không ngờ chiếc guốc chân trái của Khanh vừa rồi bị trượt khiến bàn chân Khanh bị trẹo. Khanh đành bấu lấy Liên, vì Khanh vừa nghĩ, hay Khanh bị trái khớp hoặc bong gân không chừng.

Khâm nhìn Khanh, chút do dự, rồi bỗng vội vàng như thân quen đến dắt Khanh vào chiếc bàn gần cửa trước sự chưng hửng không chỉ Khanh mà cả Liên và Hiền. Chính vì thế, Liên và Hiền đã phân vân tới mấy giây mới nhận thức rõ ràng thực tại. Có lẽ Khâm đã quá nhanh nhẹn khiến cả ba không phản ứng kịp, nên khi vừa ngồi xuống, Khanh đã bấn loạn trong lòng khiến giọng Khanh lạc đi. Vì thật sự, bản tính Khanh rất dễ xúc cảm và hay e lệ, nên trước một sự việc bất ngờ như hôm nay làm sao không khỏi khiến Khanh phân tâm....

Và rồi, nào ai ngờ, ngày hôm đó lại là ngày khai nở một thiên tình sử. Một cuộc tình đầy thơ mộng nhưng cũng không kém những bi ai. Khanh và Khâm đã hẹn hò và đã yêu đương từ hôm đó.

Tiếng sét ái tình ngay lần tình cờ đó đã khiến cả Khanh và Khâm đến với nhau như một xắp đặt, một kết nối hay một mời gọi của tình yêu. Khâm rất chân thành trong tình yêu, mặc dầu gia đình Khâm nghèo, hay nói đúng hơn, Khâm là người côi cút. Nhưng chính điều đó đã khiến Khâm kiên cường và luôn sẵn sàng hy sinh, sẵn sàng chịu đựng và nhất là lúc nào cũng chiều chuộng Khanh.

Tuy nhiên Khâm vẫn e dè, nhất là đối với gia đình Khanh, nên dù đã yêu thương nhau lâu ngày, Khâm vẫn chưa có dịp gặp bố mẹ Khanh thưa chuyện. Khanh biết điều đó, nhưng tôn trọng ý nghĩ của Khâm nên Khanh vẫn chần chờ. Vì tình yêu của Khanh dành cho Khâm cũng không kém, nhưng vì gia đình Khanh tương đối khá giả, nhất là bố mẹ Khanh lại đã sẵn định cho tương lai của Khanh.

Hình như gia đình nào cũng thế, khi người ta có chút của, là thường kênh kiệu. Thường coi mọi người chung quanh không ra gì. Nhất là luôn tưởng con mình qúy phái, tưởng con mình giầu sang, và tưởng con mình là cành vàng lá ngọc, nên ai cũng chê, ai cũng không xứng và ai cũng không vừa ý. Có lẽ vì thế nên Khanh hiểu tâm ý bố mẹ nên đã bằng lòng chần chờ tìm cơ hội. Nhưng nào ngờ, cơ hội chưa đến thì một chuyện không may xảy ra cho Khâm. Khâm bị trúng độc, một thứ hơi độc từ chất hoá học đã làm đôi mắt Khâm không còn nhìn thấy ánh sáng khi Khâm đang làm thử nghiệm trong phòng hoá chất tại viện bào chế thuốc.

Ôi! Hoàn cảnh của Khâm thật tang thương, nhất là Khâm lại cô thân cô thế. Chính vì thế, Khanh đã quyết định rời bỏ gia đình để săn sóc và nuôi Khâm trong suốt thời gian nhập viện. Nhờ đó, nhờ sự săn sóc của Khanh Khâm dần lấy lại được ánh sáng. Tuy nhiên, điều khổ tâm vẫn là làm sao tìm ra tiền để trang trải viện phí cũng như chi tiêu hàng ngày. Nhất là số tiền của Khanh mang theo cộng thêm với nữ trang đã cạn. Tuy nhiên, Khanh vẫn vui vẻ, vẫn yêu đời và vẫn luôn tìm mọi cách an ủi cũng như giấu đi tất cả những ưu phiền trong lòng Khanh, kể cả việc Khanh đã bỏ nhà ra đi, đã theo tiếng gọi tình yêu, và đã nhất đời chung sống với Khâm không chút e dè. Khanh đã phải vật lộn với bao khó khăn, bao ray rứt khi nghĩ tới bố mẹ, tới các anh chị... Nhưng rồi Khanh tự nói với lòng mình là phải săn sóc Khâm, vì Khâm là người đáng thương và cũng là người quan trọng nhất đời Khanh...

Nhưng quả thật, khi còn sống với gia đình. Khi còn được bảo bọc từng miếng ăn, từng manh áo thì làm sao có thể hiểu nỗi được những khó khăn, những nhọc nhằn và những gian khổ của người kiếm ra tiền, hầu cung ứng cho gia đình. Nhưng khi một mình phải lo từ miếng ăn manh áo mới thấy và hiểu thế nào là sự thiếu thốn. Nhất là hoàn cảnh Khâm lại cần rất nhiều tiền lo cho thuốc thang, lo cho viện phí....

Khanh đã đập đầu, rứt tóc cố gắng tìm việc làm... nhưng thật không dễ... Và cuối cùng, vì viện phí, và vì ca mổ cần thiết không thể nào tránh được nếu muốn cho Khâm sáng mắt trở lại... Cuối cùng, sau những dòng nước mắt tuôn đổ hàng đêm. Sau những vật vã khôn cùng đau xót, Khanh đã về nhà để cầu xin bố mẹ giúp đỡ... Nhưng thật đau lòng thay. Bố mẹ Khanh không những không giúp Khanh còn bắt Khanh giam vào phòng rồi khoá lại. Thế là Khanh bị giam, bị bắt giữ như kẻ tù. Cuối cùng Khanh đã liều mình, đã nhảy từ cửa sổ xuống. Cũng may, hay có thể vì sức mạnh của tình yêu, Khanh đã bình an, chỉ bị thương nhẹ như ngày Khanh và Khâm gặp nhau. Và Khanh đã ngước lên trời khẩn cầu và van xin hết Chúa tới Phật...

Nhưng khi đến bệnh viện thì Khâm đã bị đưa sang một trung tâm khác, một trung tâm cho người nghèo khó. Khanh gặp Khâm trong nỗi hoang mang cùng độ. Và đêm đó, Khanh đã gọi điện thoại cho một người bạn, và nhờ bạn Khanh giới thiệu với người đàn bà trong chợ lớn. Người đàn bà buôn bán trinh tiết của những người con gái mạnh khoẻ cho những người giầu có nhưng tin vào vận hên khi ngủ với những cô gái đồng trinh...

Thế là Khanh đã bán trinh, đã bán đi thứ qúy giá nhất của cuộc đời mình không chút do dự. Sau này khi Liên có dịp gặp Khanh. Liên còn nhớ hôm đó Liên đã đến nhà Khanh, một căn nhà, hay đúng hơn là một căn phòng nhỏ nhưng rất ngăn nắp. Cũng xắp xếp gọn gàng, vì lúc đó mắt Khâm vẫn chưa hoàn toàn hồi phục nên vẫn còn bịt bởi lớp khăn trắng. Liên đã lặng nhìn một hồi lâu và phân vân trong lòng khi nghĩ về đời sống con người. Nghĩ tới những truân chuyên, những trôi nổi và những khó khăn mà Khanh đã trải qua. Và nhất là nghĩ tới Khâm, nghĩ tới một ngày nào đó Khâm biết Khanh bán trinh để trả nợ cho mình thì Khâm có thương tâm hay lại hất hủi Khanh như biết bao người đàn ông khác trên đời đã luôn lấy chữ trinh làm đầu để hành hạ, để toa rập và để giầy xéo người đàn bà, dù là vì hoàn cảnh nào...

Và chính hôm đó Liên đã hỏi Khanh, Khanh đã thanh thản trả lời:

- Không có gì giá trị bằng sức sống của Khâm. Khanh không hề nuối tiếc, không hề ngại và cũng không hề ân hận. Vì Khanh nghĩ, trinh tiết của Khanh có bán đi, cũng là vì Khâm thì xá chi Khanh phải đau lòng...

Nhưng mà điều Liên lo nghĩ là cho tới ngày hôm đó, Khanh tâm sự với Liên, Khanh và Khâm vẫn giữ tình yêu trong sáng. Vì Khâm vẫn chưa giao ước, chưa chấp nhận và bằng lòng cưới Khanh lúc này. Lúc mà Khâm vẫn chưa nhìn thấy ánh sáng...

Và hôm nay, đứng trước căn nhà Vũ, trước sự xắp xếp gọn gàng của căn phòng tự nhiên Liên nhớ Khanh... Và tự nhủ không biết bây giờ Khanh ra sao..

Liên còn đang suy nghĩ thì có tiếng động. Liên quay lại, Vũ từ phòng đẩy xe lăn đi ra. Và không đợi mọi người lên tiếng, Vũ đã nói:

- Thôi chúng mình đi luôn.

Yến nghe thế nhanh nhẹn đến đẩy xe cho Vũ... và mọi người cùng ra xe về nhà Vũ và Hiền trước đây.

Tới nhà, Yến nhanh nhẹn lấy chìa khoá mở cửa. Hơi nóng trong nhà, mùi hơi khó chịu của căn nhà không người ở xông ra. Vũ ngạc nhiên, Yến mở đèn và đẩy Vũ vào. Yến không nói, Vũ nhăn mặt và đoán như có gì không ổn nên gắt bảo Yến:

- Sao em bảo Hiền nấu cơm?

Yến vẫn im lặng đến mở quạt máy và nhìn quanh nhà. Bỗng Yến dừng lại chăm chú nhìn trên bàn gần Yến một bao thơ gắn sẵn. Yến nhìn kỹ hơn. Ngoài phong bì đề " Anh Vũ".

Thật ra, mục đích của Yến là đưa Vũ về nhà để giao giấy tờ và xác nhận rõ cho Vũ là Hiền đã ra đi, đồng thời có dịp để Liên an ủi hoặc nói lời nặng nhẹ với Vũ, hy vọng Vũ thay lòng, nhưng quả không ngờ lại càng đúng ý Yến hơn khi nhìn thấy lá thư của Hiền để lại.

Yến không do dự, cúi xuống, cầm lá thư rồi trao tận tay Vũ, Vũ lo lắng. Sắc mặt Vũ hình như thẫn thờ và do dự. Phải chăng Vũ hồi sinh quá khứ, một thúc dục như lần của thuở nào đang ôm kín Vũ khiến Vũ hoang mang trong lòng. Vì thế, bàn tay Vũ run run. Vũ trấn tĩnh và một tiếng thở dài trút bỏ như một cố gắng cùng tận. Vũ mở phong bì, lấy lá thư và nhẩm đọc:

Anh Vũ,

Lần trước cũng vì yêu em anh đành xa em nhưng chưa

vì tự ái, vì vật chất, và vì anh cứ mãi mặc cảm vì không có con. Lần này em nghĩ và chắc nghĩ cũng vì yêu em mà anh lại đòi xa em, tự hành hạ anh, hành hạ em, vì đâu hở anh? Sao anh lại đòi xa em, tự hành hạ em? Có phải vì tự ái anh quá nặng, mặc cảm anh quá nhiều hay vì chúng mình đã sai để chạy qua xứ chạy đua và ít tình cảm này.

Vũ, anh ích kỷ lắm, anh chỉ lo cho anh và quên rằng xa anh em sẽ ra sao? Em đã viết gì trước kia với anh? Giờ thì em giận anh thật nhiều, dù thế nào, thôi xa nhau để mà nhớ anh, hoặc tối thiểu đã đáp được điều anh muốn, hãy vui trong dự tính của anh, và quên em như anh "đã quên".

Hiền

Vũ đọc xong, Vũ buông lá thư trên sàn nhà, Yến cầm lên đưa cho Vũ. Vũ cầm và không nói, Vũ xé và xé thật nát như một dứt khoát dù mọi người đoán Vũ đang đau khổ. Liên nhìn và không cầm lòng thêm được:

- Anh Vũ, anh có biết Hiền đi đâu không?

Vũ vẫn im lặng, Liên trả lời luôn:

- Hiền đã đi tu.

Vũ bấu tay vào thành của bánh xe và đẩy mạnh ra cửa. Yến chạy theo vừa hoảng hốt:

- Anh Vũ, giấy tờ nhà chị Hai đã đưa cho em, anh trở lại, em đưa và nói những gì chị nhờ em.

Nhưng Vũ đã ra giữa đường, lăn chiếc xe thả dài, miệng lẩm bẩm:

- Hiền! Sao anh có thể quên em? Anh yêu và càng yêu em. Tha thứ cho anh, anh cố tạo ra sự đày đọa. Tự ái anh có, nhưng không phải thế, mặc cảm anh đầy, nhưng cũng không phải đâu. Yêu em anh có thể dằn sự khổ đau và chỉ vì em. Nhưng Hiền ơi! Em có thấy sự bất công hoàn toàn trên em? Em lo mọi sự, em làm mọi sự, và em cũng lặng chịu không lời than. Nhiều lúc anh nghĩ giá em vui vầy, giá em say mê vật chất để đua đòi và tìm vui, rồi em bỏ anh, thì thật đẹp, thật hay cho anh biết mấy. Nhưng không, em đã hoàn hảo trên hết mọi mặt, chính vì thế anh phải tự nghĩ và tìm cách tự đày đoạ mình, tự đày đoạ để em chán ghét và hận anh. Vì đâu? Vì anh quá yêu em. Nếu lúc trước anh biết mình không thể cùng em để có những đứa con dễ thương như em thường mơ, thường ước thì chắc chắn sự trở lại của mình đã không hiện hữu. Nhưng dẫu sao những năm chung sống, những năm đẹp nhất của cuộc đời anh cũng đã có, đã đủ, anh cám ơn em và trong một sự thành thật, đau buồn và thương tiếc. Xin em nhận nơi anh lời thú tội. Tội vì đã làm em, đã tạo cho em, và đã ngược xuôi em vì sự không đành. Không chỉ em mà chính anh cũng đã khóc, rất nhiều. Nhìn em lao động, nhìn em nuông chiều anh, rồi lại nghĩ, đời anh còn cả mấy chục năm nữa? Anh trốn chạy nhiều lần, ý nghĩ nếu anh thế này, nếu anh thế kia? Em một thân đơn mã không có con cái lấy ai săn sóc, bảo vệ và giúp đỡ em? Anh chăng? Không! Và như em thấy. Nghe anh đi, còn bao ngàn điều cơ cực, và cả công việc của em khi có anh bên cạnh. Anh nhắm mắt và lẽ ra điều này đã xảy ra từ nhiều năm trước, nhưng anh yếu đuối, có lẽ vì anh yêu em, anh ích kỷ. Thôi Hiền, anh nguyện xin ơn trên cho anh được gánh chịu một mình để em quên anh, để em vì hận, vì thù, mà lập một gia đình mới, còn nửa đời, nhưng gia đình đúng nghĩa, có chồng, có con săn sóc chứ không chỉ đơn thuần....

Và rồi, một tiếng thở dài sâu thẳm... Vũ lắc nhẹ mái tóc và lấy tay chùi những giọt nước mắt đã chảy từ lúc nào. Vũ quay lại và lăn chiếc xe trở về, Vũ đã bình thản để tránh tất cả những nghi ngờ của người thân. Vũ kêu Yến:

- Anh mời mọi người đi dùng cơm tối.

Mọi người chưng hửng nhìnVũ. Lúc này, Vũ thật

bình thản và nét mặt còn như hớn hở vui mừng về việc Hiền ra đi. Liên tính nói điều gì nhưng lại mím môi và cố dằn lòng. Dĩ nhiên Vũ thông cảm và hiểu ý Liên, ý Yến. Nhưng rồi Vũ vẫn thanh thản như không có chuyện gì xảy ra. Vũ nhanh nhẹn bảo Yến:

- Yến lo thủ tục bán nhà dùm anh và gởi hết tiền cho Hiền, nói với Hiền anh không cần tiền này đâu.

Rồi Vũ nói như ra lệnh:

- Nhớ giúp anh việc này.

Và không đợi Yến trả lời, Vũ kêu Phúc giúp chàng lên xe như một tránh né. Nhưng thật ra, Vũ cũng nghĩ chuyện mình làm là của mình, ý mình và vì mình, người đời dù hiểu hay không, dù khen hay chê cũng chẳng có lợi gì, miễn sao Hiền được an lành và đúng ý.

6.

Chập chờn trong khung cửa dại của làn kính mờ nơi phi trường khiến lòng Hiền tràn ngập ưu tư. Nước mắt Hiền không còn giọt đọng. Lòng Hiền đã lặng đắng của bao ngày. Bây giờ, dù trước phũ phàng của một xa rời đơn độc đợi chờ, nhất là ngay nơi đây, phi trường, nơi của chia ly, của mời gặp và của bao vạn triệu, ức... cùng muôn muôn giọt lệ xa cách... Nhưng ngực Hiền, đôi gò ngực của xuân trẻ dịu hiền đã ấp ủ mời gọi của chạnh nhớ chờ thương, mà lâu nay phải chất chứa bao ưu phiền trắc trở tự nguyện, như căng phồng nổ tung nếu Hiền không tự trấn an và tìm ly thoát chính mình bằng tiếng thở dài chịu đựng khi nhìn thấy chiếc phản lực như loài chim ưng ngạo mạn cất cánh trước cảnh trời lộng gió rời phi đạo... Vì hình ảnh Vũ lại dồn dập, như mồn một dịu dàng bên tai Hiền của một lần Vũ và Hiền cùng ngồi chờ phi vụ tại phi trường Tân Sơn Nhất. Ngày đó, Hiền nhớ rõ lắm, khi nhìn chiếc phản lực cất cánh, Vũ đã mơ màng chân thành:

- Đời anh có hai lần mơ ước, nhưng cả hai đều

không thành.

Hiền nhìn Vũ phân vân, nhưng Vũ tiếp:

- Ngày còn bé, khi được nhận vào là một chủng-sinh trong tu-viện, hình ảnh một linh-mục và được trở thành linh-mục, như điều khắc khoải luôn trong anh. Nhưng cuối cùng anh đã xuất. Kế đến, khi rời tu-viện, nhất là khi nhìn những người phi-công với quân phục mầu xám, anh lại thêm một lần ao ước, nhưng rồi bộ đồ xám đó anh cũng không được mặc. Hình như đời anh luôn có sự ràng buộc trái ngược trước ý muốn của mình.

Rồi Vũ lại thong thả kể lể:

- Trở thành linh-mục, với anh là một điều tuyệt diệu, những ngày đó, anh từng đã có lời hứa và những cố gắng tận cùng. Anh còn nhớ, những bài Pháp-văn và những bài Latin, anh học cũng khá. Nên ngay sau hai năm, anh đã được cha giám-thị cho nhảy lớp. Anh được kể là một chủng-sinh ưu tú, một chủng-sinh có rất nhiều triển vọng về cả hai phương diện "trí dục và đức dục". Nhưng quả, chuyện của Thiên Chúa làm khó có ai hiểu nổi. Vì mưu sự tại nhân và thành sự tại Thiên. Chúa đã không chọn anh, để rồi chính anh đã tình nguyện rời nhà dòng khi vừa xong nhà tập.

Vũ trầm ngâm do dự, mãi sau mới thở dài như tiếc nuối và e ngại. Vũ tiếp:

-Thời gian đó, tự nhiên anh luôn cảm thấy trống vắng và dễ bị xao lãng u uất từ những chuyện không đâu. Lòng anh lúc nào cũng trằn trọc khắc khoải và ưu phiền. Anh đã cố tìm hiểu, nhưng vô ích. Sự trống vắng và cô đơn tới với anh hàng đêm chính anh đã không thể nào phân định. Anh thao thức. Anh cố gắng dùng lời cầu nguyện để xóa tan đi những khắc khoải đó. Nhưng rồi lại chính những lúc đó anh thấy anh lạc lõng bên những người bạn đang yên giấc trên những chiếc giường sắt bên cạnh. Từ đó, có lẽ vì tâm hồn anh luôn bất an, khiến tinh thần anh sa sút, nên bài vở anh xao lãng. Anh học kém hẳn đi. Rồi một biến cố xảy đến cho anh. Không biết đây có phải là sự an bài sẵn định của Thiên Chúa không? Kỳ đó nhà dòng anh phải tranh giải bóng tròn với trường Tabert và các nhà dòng khác. Anh lại là thủ môn. Chiều hôm đó, vô tình, anh bạn trên lớp anh, nửa đùa, nửa thật, vờn trái banh qua hai người phòng vệ là Vinh và Hoan. Khi banh đã lọt qua hai người phòng vệ, anh bình sinh với hết tâm trí để cản banh. Nhưng trái banh từ chân bạn anh đã phóng đi như mũi tên, anh đỡ không kịp. Trái banh lọt qua hai bàn tay anh, trúng vào ngực của anh. Ngay lúc bấy giờ, anh không cảm thấy đau. Nhưng những ngày sau đó, anh bị sốt và ho ra máu. Thực ra trái banh không mạnh đến nỗi anh phải nằm bệnh viện, nhưng có lẽ đúng lúc sức khỏe anh đang trải qua những phiền muộn sâu kín trong lòng, nên hai thứ cộng lại đã làm anh bị thổ huyết và phải về điều trị cả hơn một tháng tại quê nhà. Và em có ngờ không? Một tháng điều trị ở nhà, đã là môi giới và quyết định dễ dàng cho anh. Anh đã mượn lý do sức khỏe xin rời khỏi nhà dòng. Mẹ anh khóc và khuyên nhủ anh hết lời, nhưng anh đã ù lì phó mặc và nhất quyết không trở lại nhà dòng để tiếp tục con đường mà bao năm anh hằng ấp ủ. Tư tưởng trong anh từ bao năm ôm ấp, một lời quả quyết mạnh dạn tưởng không bao giờ phai mờ là anh quyết chí làm linh-mục, tư tưởng đó đã hoàn toàn bị đánh đổ và lãng quên ngay, để sửa lại bằng lời chấn an mà anh nghĩ cũng sẽ rất khó thực hành, đó là anh quyết trở nên một tông-đồ gương mẫu tại gia. Nhưng em nghĩ coi, một tông-đồ gương mẫu tại gia còn khó và càng khó hơn vì mình phải lăn xả vào thực tế với bao cạm bẫy của danh vọng chờ đợi.

Và Vũ lại tiếp:

- Thế rồi, ngay những năm sau, thời gian theo học

ở đại-học, anh có vài người bạn đi không-quân, nhìn thấy họ, ý tưởng làm người hùng không-quân sôi sục trong anh. Anh lại mơ mộng bay bổng. Nhưng cuối cùng, vì không đủ ký lô, hay đúng hơn không đủ điều kiện quen biết, nên bị đánh rớt vì thiếu cân. Anh đã hận đời, đã nguyền rủa, vì em thấy, với dáng dấp của anh, nhìn anh, em thấy anh vẫn còn tương đối cao và lớn con hơn so với nhiều sĩ-quan không quân khác, phải không?

Cuối cùng Vũ mỉm cười bảo Hiền:

- Nhưng giờ nghĩ lại, tất cả những mơ ước đó hầu như là nấc thang để cho anh bước cao hơn, vì trên đỉnh kia đang có một cần thiết, đáng quý hơn vẫn ngày đêm đang chờ anh.

Hiền cố đoán ý của câu nói của Vũ, nhưng Hiền đành chịu. Vũ lại mỉm cười, lần này Vũ vừa trề môi, vừa vuốt nhẹ làn tóc bóng mượt của Hiền đang khoe mầu trước mời gọi trọn vẹn bên người thương. Vũ nói:

- Vì anh đã được em.

Hiền không nói, đứng dậy và ngoảnh đi trong vui mừng tràn ngập bằng đôi hàng lệ mỏng tuôn rơi. Vũ thấy thế, tưởng Hiền giận, nên đuổi theo, nhưng khi đến trước Hiền, Vũ mới hiểu, sự sung sướng đã làm nước mắt Hiền bật sáng bằng những vệt thủy tinh ngọt lịm, vì Hiền sợ ngồi bên Vũ, Hiền sẽ không tránh khỏi ngả vào lòng Vũ, e bất tiện và xấu hổ trước đám đông. Nhưng ngờ đâu, chính Vũ đã cố tình quên đám đông. Vũ đã kéo Hiền và không e ngại, đã hôn nhẹ trên làn tóc Hiền cùng với lời thì thầm, xúc động tràn ngập:

- Anh yêu em, vì em là hình ảnh sẵn đợi mà Thượng-đế đã xếp đặt sẵn cho anh và cũng là một trong những nhiệm mầu mà con người khó sao hiểu nổi những gì Thượng-đế đã cho con người.

Nước mắt Hiền không còn cầm giữ. Hiền đã để tự nhiên mặc những soi mói của những người quanh nàng. Mãi tới khi Viết, người bạn cùng khóa sĩ-quan Thủ Đức, hiện cũng phục vụ cùng binh chủng đến gần, Viết vừa vỗ tay, vừa dỡn đùa:

- Tao chụp bức hình này gửi cho báo Tia Sáng, mẹ kiếp, thế nào cũng phải được một chầu nhậu thập tử nhất sinh. Vì ôi! sao trên đời này lại có bức tranh tuyệt trần và tình tứ đến thế? Một người con gái cao sang với chiếc áo dài trắng tinh cùng mái tóc thề buông xoã, trong tay người lính chiến rằn ri, phong trần "hôi hám", lại ngay giữa cảnh thanh thiên bạch nhật với vạn người đang ngồi chung quanh, mà vẫn tỉnh bơ âu yếm, tay trong tay, đầu gối đầu và "môi" sát "môi".

Và Viết đùa thêm:

- À mà quên, không có "môi" sát "môi" và cũng không có "hôi hám" mà chỉ có "vai" kề "vai" và mùi thơm của áo rừng thôi phải không Hiền, Vũ.

Hiền xấu hổ trẻ thơ, cúi mặt sát vào ngực Vũ như trốn sự soi mói của mọi người. Còn Vũ, Vũ tỉnh bơ, vừa dơ tay lên trời, giọng dõng dạc phân trần:

- Xin bà con cô bác tha thứ cho tôi, tại lâu quá rồi không gặp "nhà tôi", nên "nhà tôi" nũng nịu làm cho người bạn "bạc phước độc thân" này nó ghen, nên mếu máo giận đời như thế.

Hiền càng xấu hổ, lấy tay đập vai Vũ và bỏ chạy thẳng vào nhà vệ sinh. Đến cả 15 phút sau, Vũ chờ hoài, Hiền vẫn không ra. Vũ sốt ruột, lại gần tới giờ máy bay cất cánh. Vũ đành phải nhờ Như, em của Tuyết, bạn gái của Viết, thay chị đưa Viết ra phi trường vào kêu Hiền. Nhưng khi Hiền ra, mắt Hiền còn đỏ hoe. Vũ phải đến gần xin lỗi Hiền, Hiền nũng nịu:

- Ai là "nhà tôi" của anh. Anh ham lắm.

Và Hiền bỉu môi lắc đầu:

-Em không làm "nhà tôi" của anh đâu.

Vũ nghe thế, hiểu ý Hiền nên làm bộ:

- Thôi vậy để anh dơ tay lên trời, kêu lớn xin lỗi mọi người "Hiền không phải là nhà tôi của tôi".

Nhưng Hiền đã cầm tay Vũ, vì Hiền hiểu tính Vũ, e Vũ nói là làm ngay. Hiền bảo Vũ:

- Không được nói, anh làm em xấu hổ muốn chết.

Nhưng Vũ mượn cơ hội:

- Nhưng em có chịu là "nhà tôi" của anh không?

Hiền nũng nịu:

- Hứ!

Vừa lúc đó, tiếng loa phóng thanh gọi hành khách tới giờ máy bay cất cánh. Hiền và Vũ đành quên những giây phút kỷ niệm ngọt ngào, để nhường cho những giọt nước mắt biệt ly..

Và dòng tư tưởng Hiền ngay lúc này cũng bị cắt đưt từ tiếng người xướng ngôn viên của hãng Continental Airline:

- Continental flight number 937 from Los Angeles to Tampa Bay is currently boarding...

Hiền đành để lại sau lưng những ngọt ngào kỷ niệm của nuối tiếc khi nhớ về qúa khứ.

Hiền xách valise, tay Hiền nặng trĩu khiến chiếc túi xách tay rớt trên sàn. Hiền định bỏ valise xuống để đeo lại chiếc túi xách tay lên vai, nhưng vừa lúc có một bàn tay nhanh nhẹn đỡ chiếc túi xách tay của Hiền lên, để trên vai giúp Hiền. Hiền ngẩng lên nhìn, định nói lời cảm ơn. Nhưng bỗng cả hai ngờ ngợ nhìn nhau. Sau một phút, bỗng Hiền reo lên như trẻ thơ:

- Viết! Phải anh Viết không? Anh gầy và đen khiến Hiền chút nữa không nhận ra anh.

Người đàn ông như cũng vừa nhận ra Hiền, giọng ân cần mừng rỡ:

- Lâu quá, mười mấy năm không có dịp gặp Hiền. Và Viết hỏi luôn không e dè:

- Vũ đâu?

Nhưng Hiền đã cố bình tĩnh, Hiền dịu dàng:

- Dạ, Vũ hôm nay không đi cùng Hiền được vì anh Vũ bận việc.

Và Hiền đổi sang chuyện khác ngay:

- Nhưng còn anh, từ ngày tụi này qua Mỹ tới giờ không nghe tin tức gì về anh, ngoài một lần nghe anh Tâm nói, anh vẫn còn bị tù ở ngoài Bắc.

Nhưng Viết chỉ khẽ trả lời:

- Dạ.

Hiền hỏi ngay:

- Nhưng anh sang Mỹ bao giờ?

- Cũng được ít năm nay.

Hiền lại hỏi:

- Thưa anh, bây giờ anh ở tiểu-bang nào?

- Tôi vô định. Vẫn còn là con bà phước Hiền à?

Hiền thân mật:

- Anh lúc nào cũng đùa với Hiền được, Hiền hỏi thật mà.

Nhưng Viết lại thành khẩn trả lời:

- Tôi cũng nói thật mà.

Hiền thấy giọng Viết không còn hồn nhiên và diễu cợt như xưa nên tế nhị hơn:

- Anh chắc cũng về Tampa Bay?

Viết lưỡng lự rồi chép miệng:

- Dạ. Có chút việc.

Hiền vui mừng:

- Vậy anh và Hiền chắc đi cùng chuyến máy bay.

Nhưng niềm vui chợt đến rồi lại mất hút để nhường cho nỗi băn khoăn buồn chán khi hình ảnh Vũ lại về qua kỷ niệm. Nhất lúc này, từ kỷ niệm qua kỷ niệm của một nhắc nhở gần nhất mới qua.

Trên máy bay, Viết đã ân cần với Hiền trong từng

lời lẽ của người bạn của Vũ thuở nào. Viết đã bày tỏ chân thật và đáng quý trước mối tình sâu đậm của Hiền, của Vũ, đã làm cho bao bạn bè ngưỡng mộ từ lâu. Viết thành thật:

- Hồi trong cải tạo, tôi cùng nhốt chung với Hòa, Thanh và Sơn.

Rồi Viết thở dài vừa nói:

- Hiền còn nhớ Hòa không?

Hiền cố nhớ, nhưng hình như tên Hòa đã không gợi cho Hiền kỷ niệm nào bên Vũ, Viết chần chờ rồi nói luôn:

- Hòa trước khoá Vũ và tôi, Hòa hào hoa và đa tình, và Hòa lại còn may mắn được sinh ra giữa gia đình giầu có, lại có học hơn tôi.

Nhưng Hiền đã ngắt lời Viết:

- Hiền lại thấy khác, dù chưa biết anh Hòa nhưng Hiền nghĩ khó ai hơn anh mấy thứ này. Hơn nữa chắc gì sinh ra giữa gia đình giầu có đã là điều tốt phải không anh?

Viết nhìn Hiền, chậm rãi trả lời:

- Hiền chỉ khéo khen tôi, hay đúng hơn có lẽ Vũ không nói về bề trái của tôi, nên Hiền chỉ nhìn tôi bằng lớp kính màu của che đậy. Hiền không e dè:

- Anh Vũ mỗi khi nhắc đến anh đều khen anh hết lời. Nhưng thực ra, gặp anh, nói chuyện với anh, Hiền thấy anh Vũ khen anh đâu có gì là sai và quá đáng đâu. Vì chính Hiền cũng thấy ở anh rất nhiều cái hay.

Nhưng Viết mỉm cười:

- Thế mới tội nghiệp đấy Hiền ạ. Vừa tội cho tôi và vừa tội cho Hiền.

Hiền cắt ngang lời Viết:

- Tại sao lại tội cho anh và cả Hiền nữa?

Viết từ từ gật đầu vừa nói:

- Này nhé, tội cho tôi vì phải nghe những điều

khen không thật về mình. Còn tội cho Hiền vì chỉ nhìn thấy điều tốt mà không biết trong tôi chất chứa đầy những rắn độc và thối tha.

Hiền lắc đầu bảo Viết:

- Anh nói gì ghê quá vậy. Viết bình thản:

- Đấy là sự thật. Theo tôi, để định giá trị một con người Hiền không thấy là một sự rất khó sao? Hiền có nhận thấy là chính mình đôi khi không hiểu mình, thì sao có thể hiểu được người khác không phải là mình?

Và Viết đùa:

- Nếu có, may ra chỉ có Hiền và Vũ là hiểu nhau, vì hai người đã thành một. Phải không Hiền?

Nhưng Hiền đã lơ đãng như quên hoàn cảnh hiện tại:

- Cũng thế thôi thưa anh... Vì Hiền nào có còn được...

Nhưng bỗng Hiền dừng lại. Hiền không muốn Viết biết về hoàn cảnh của mình lúc này. Nên Hiền đổi ý:

- Anh khéo nói qúa, bây giờ thì Hiền xin thú nhận, Hiền quả hoàn toàn không hiểu anh. Hơn nữa, hồi ở bên nhà, Hiền cũng chỉ được gặp anh vài lần phải không anh? Thế thì làm sao Hiền có thể hiểu được, nhất là những ông lính như các anh.

Hiền mỉm cười trêu Viết, có lẽ cố tạo cho Hiền một lãng quên trong qúa khứ:

- Người ta bảo "cuội" như lính mà.

Viết từ tốn mỉm cười:

- Hiền thì ít gặp tôi, nhưng Vũ thì rất gần. Nhưng cũng không đến nỗi nào đâu Hiền, vì chúng tôi chỉ "cuội" khi nào phải "cuội" thôi.

Rồi Viết tiếp:

-Thưc ra, không phải nịnh Vũ đâu Hiền ạ, chúng tôi cả bốn đứa, Hòa, Thanh và Sơn, đã từng tôn vinh mối tình của Vũ và Hiền rất nhiều lần. Vì nếu Hiền thấy hoàn cảnh Hòa sau này và hiểu rõ về nó, Hiền sẽ thấy tại sao thế.

Nhưng bỗng Viết bâng khuâng, mãi sau mới lên tiếng:

- Hòa lập gia đình trước khi Hiền và Vũ lấy nhau. Vợ Hòa lúc bấy giờ được kể là thùy mị và đoan chính. Hai người có với nhau 2 mụn con, một trai và một gái. Hai đứa trẻ xinh lắm. Nhưng Hiền biết không, sự đậm đà và tình yêu cao đẹp của vợ Hòa đã biến đổi và thay bằng ruồng rẫy chồng con ngay sau khi Hòa chỉ mới trình diện và vào tù năm 75. Hiền thấy đó, sự mặn nồng và sâu đậm của vợ Hòa đối với Hòa khi Hòa còn tiền còn của, thì khi Hòa trở nên thân tàn ma dại, nhất là biết chắc Hòa sẽ không có ngày trở về, thì vợ Hòa đã không ngần ngại theo người cán bộ có quyền thế. Chính vì thế, khi chúng tôi còn cùng trong trại giam, khi nghe Hòa nguyền rủa đàn bà, lúc đó tôi đã chứng minh cho mọi người bằng mối tình tha thiết sâu đậm của Hiền và Vũ. Hiền biết không, dù đang đau khổ vì vợ bỏ, chính Hòa cũng nhận và phải thành thật nhận Vũ là kẻ có phước nhất đời.

Bây giờ thì Hiền không còn cầm nổi nước mắt. Hiền bị nổ tung. Ngực nàng rung động và sự gợi ý đúng lúc vì vô tình của Viết đã khiến Hiền thức tỉnh. Hiền khóc... Viết thấy Hiền khóc, Viết chưng hửng nhìn Hiền. Viết trở nên bấn loạn. Viết lo lắng thực sự, vì đời Viết, Viết cũng rất sợ những dòng nước mắt bất thường của nữ giới. Nhất là với người vợ của bạn hắn Viết còn càng e sợ, vì không hiểu mình đã nói, hay có cử chỉ gì khiếm nhã khiến Hiền chạnh lòng, đặc biệt trước thời buổi của đa diện và lắm đường trái oan này. Nên Viết ngưng nói và im hẳn trong phập phồng áy náy.

Một lúc sau, Hiền như cùng tận trong cố gắng,

Hiền mấp máy đủ Viết nghe:

- Hiền xin lỗi anh. Thật ra Vũ và Hiền đã không được như các anh ca ngợi đâu.

Và Hiền vừa nức nở vừa tiếp:

- Vũ và Hiền mới ly dị xong.

Viết càng chưng hửng khi nghe Hiền trả lời. Cuộc đời sao lắm oái oăm thế sao? Một Vũ của chịu đựng, của ngọt ngào, của yêu thương. Và nhất là một Hiền của hiền thục, cảm mến sao lại có thể xảy ra? Tin Vũ và Hiền ly dị với Viết như một chấn động làm rung chuyển cả bầu trời khiến Viết tưởng như chiếc Boeing Hiền và Viết đang ngồi như bị lật úp cùng với bao tiếng la hét não nề khiếp sợ. Viết quen Vũ và được biết Vũ ngày hai đứa cùng có dịp hành quân tại đồi thông mà Vũ và Viết thường gọi đùa là "đồi thông hai mộ". Đồi thông này nằm gần thôn Như Lệ ngoài Quảng Trị. Những ngày đó Viết đi tiền sát viên, còn Vũ là trung-đội trưởng của một tiểu-đoàn tác chiến cùng binh-chủng. Hai đứa đã chia sẻ từng điếu thuốc và từng ngụm cà phê đến nỗi lúc đánh bạc hai đứa cũng cùng hùn tiền đánh chung không cần biết nhiều ít. Cả Viết và Vũ đã không ngại ngùng, đắn đo, lấy ra từng nắm bạc, không kể nhiều ít, bỏ vào nón sắt dã chiến, nếu thắng thì chia đều, còn nếu thua thì cười huề...

Thuở đó Vũ kể về Hiền rất nhiều. Cũng từ đó Vũ thay đổi và không còn dan díu, đùa cợt với bất kỳ cô gái nào. Rồi tới ngày Vũ bị thương, bị cụt chân... Vũ trốn Hiền vì mặc cảm què quặt.. . Vũ gặp lại Hiền lại ngoài Vũng Tàu... Viết đều được các bạn bè kể qua với những ca ngợi không ngừng. Một mối tình hơn mọi mối tình, vì cả hai đã vì tình yêu đạp trên tất cả mọi trở ngại để có nhau. Mà nay lại đến nông nỗi này? Phải chăng hoàn cảnh và nếp sống bên Mỹ không còn thích hợp cho những chuyện tình đẹp và chân thật của mặn nồng ấp ủ? Hay vì ở đời không có gì là tồn tại đã khiến sự yêu thương tự nó trở thành thù hận và xa lìa?

Càng nghĩ, Viết càng trầm ngâm khiến miệng Viết mở rộng và há hốc như người mất hồn... Mãi tới khi có sự chấn động thật của thời tiết làm máy bay tròng trành và tiếng người phát ngôn viên nhắc nhở thắt dây an toàn. Viết mới quay qua Hiền, lúc này Hiền cũng đã bình tĩnh phần nào, mặc dầu Hiền vẫn còn đang lau những giọt nước mắt còn đọng trên hai gò má.

Viết nhìn Hiền một lúc để tìm lại chút nào hình ảnh của lần Viết gặp Vũ và Hiền ôm nhau nơi phi-trường Tân Sơn Nhất. Và quả thật, hình ảnh kỷ niệm còn đó nhưng nét mặt và khuôn dung Hiền lúc này đã không còn sự hồn nhiên và yêu đời trẻ thơ dạo đó. Hiền trông gầy và như nặng trĩu âu lo chồng chất trên từng vết nhăn, nhất là có lẽ vì sự trải qua trong những đau thương chịu đựng gần đây đã giết và làm mất dưỡng khí trên da mặt Hiền khiến Hiền tiều tụy, mà lúc nãy vì vui mừng Viết đã quên sự nhận xét này.

Bỗng Viết thở dài rồi lên tiếng qua tiếng gầm gừ đều đều của phi cơ:

- Tôi không biết phải nói gì? Nhưng Hiền có thể cho tôi biết vì ai không?

Hiền lưỡng lự, quay qua Viết:

- Sao lại vì ai hở anh? Nếu có, có lẽ cả hai, nhưng Hiền nghĩ vì duyên phận của Hiền vô phúc...

Nhưng Viết cắt ngang:

- Không thể nói thế được, tôi bằng lòng là ở hai người, nhưng bóng đèn không thể sáng nếu không có ai đốt lửa hoặc bật công tác.

Nhưng Hiền nói trong thuyết phục:

- Nhưng với Hiền lỗi ai cũng thế thôi. Điều mà Hiền đau khổ là đã không được sống đời với

Vũ.

Rồi Hiền kể qua hoàn cảnh và lý do vì sao Vũ, Hiền dã phải tiến tới tình cảnh này........

Từng tiếng não nề chua xót qua bờ môi Hiền như thoát ra những tận cùng của buồn khổ, khiến Viết càng đọc rõ và sáng quyết tình yêu Hiền đã ôm ấp và dành cho Vũ trọn vẹn thế nào. Một mối tình đắm say của đúng nghĩa yêu đương, không so đo chào đón lọc lừa. Hiền đã thổ lộ trong sự mặn mà che đậy, dù nhẹ nhàng, nhưng chính vì thế Viết càng phục và càng thiện cảm tuyệt đối trước sâu sắc, tế nhị nơi Hiền.

Con người bình thường luôn định nghĩa tình yêu bằng sự thiển cận môi giới gần gũi, có đi có lại. Con người đã không chấp nhận sự yêu thương một chiều, là quên mình, để chỉ nghĩ tới người yêu.

Tình yêu tự nó là một bất hủ và cũng tự nó bị chà đạp bôi nhọ nếu không đúng lúc và đúng nơi. Hiền quá tao nhã, quá hiền, hiền như chính tên Hiền. Hiền đã quên mình và chỉ nghĩ tới Vũ để rồi tự mình một lúc cam phận tự xa rời thế giới dịu ngọt của bao năm chờ đợi, xây đắp trước ngàn viễn ảnh ghen tuông rình rập. Một người trẻ đẹp lại tình cảm và nhún nhường chịu đựng như Hiền phải là một người được trời thương công bằng đầy đủ. Nhưng ở đời là thế, hay đúng hơn sự gian truân là rường cột của những cao cả mà người đời phải nhớ, phải rèn.

Càng nghĩ, Viết càng xấu hổ trước thân phận mình. Viết cũng không ngại, Viết coi Hiền như một người tri kỷ, một vội vàng hay một thực tế cần thiết giữa sự cô đọng bao ngày chờ cơ nổ tung. Như chính cuộc đời Viết, Viết cũng đã giam mình, đã cố tạo và đã tưởng tìm con đường phục quốc hy sinh để quên đi nỗi lòng buồn thương trằn trọc trong mình. Một nỗi lòng bi ai ngang trái của cuộc tình không trọn giữa lúc Viết đã có gia đình lại gặp Tuyết, để rồi cuối cùng không chỉ không có Tuyết mà gia đình cũng không còn. Nhưng rồi ngờ đâu? Dù Viết cố tìm quên nhưng rồi vẫn thế. Cuộc đời Viết vẫn chìm ngập trong bão bùng mông lung biển khổ. Sự sầu lụy vẫn đầy ắp và Viết vẫn trôi dạt thân phận cô đơn. Cũng may, đôi khi Viết vẫn còn cầm giữ, vẫn còn chút hy vọng tình người nên đã tự trấn an, tự nhủ lòng, và nhất là tự châm ngôn như là một kinh nghiệm. Và nhất là Viết cố gắng và càng cố gắng tự kỷ ám thị, bằng cách tham gia hoạt động trong môi trường chiến đấu mới hầu hy vọng tìm một giải pháp chính trị, để Viết có thể phục quốc như Viết đã từng trải qua.

Nhưng than ơi! Kinh nghiệm đó đã không lật ngược được tình hình, trái lại thế cờ vẫn thế. Xu hướng lạm quyền và mơ hồ trong giải pháp chính trị của những người tham danh, ham lợi vẫn tự đưa nhau vào từng thế bí. Lại cũng vinh hoa, lại cũng cầu cạnh, lại cũng chìm nặng trong bon chen, để rồi tự "xây" và tự "giải tán". Nên, sau khi rời Houston trong một lần vội vã, Viết đã không về Thái Lan mà qua Los Angeles. Nhưng rồi vì công việc sinh nhai hàng ngày khó khăn. Hơn nữa, tiền nhà bên này quá đắt đỏ, cộng với tiêu xài hoang phí, Viết đã không còn đủ sức, để rồi Viết phải chạy trốn. Từ Denver, Phoenix... cuối cùng thân Viết vẫn rách.

Viết kể cho Hiền nghe về cuộc đời của Viết, ngày Viết vào quân-trường với đứa con mới sinh cùng người vợ đã cưới, tới khi gặp Tuyết, một người con gái xinh xắn dễ thương đã chinh phục Viết ngay lần gặp đầu tiên, khi Viết còn chân ướt chân ráo về trình diện binh-chủng tại Rừng Cấm, Thủ Đức. Và nào ngờ, người con gái đó đã khiến Viết đã chao đảo, đã vấp ngã và đã xa lầy trong tình yêu lúc nào không hay. Cuối cùng Viết tìm đến Tuyết và đã đến với Tuyết cả một đoạn dài trong tình yêu nóng bỏng, mặc dầu Viết vẫn bị lương tâm ray rứt, vẫn bị khắc khoải trong dối gian và vẫn bị từng giây nghiệt ngã trong lòng khi nhớ tới người vợ thương yêu vẫn một lòng với mình.

Và có lẽ vì thế, hay vị một cảnh cáo của Thượng-đế đối với sự bất chính của Viết, tình cờ, Tuyết biết Viết đã có gia đình, nhất là Viết lại còn có con... Tuyết đã khóc, đã giận và đã tưởng chối bỏ Viết... Nhưng rồi lý trí và tình yêu quả là hai con đường song song không gặp nhau, nên lý trí một đường và tình yêu một đường... Lý trí của Viết và Tuyết đều muốn xa nhau, nhưng tình yêu thì lại hoàn toàn trái ngược, đã càng khiến Viết và Tuyết yêu nhau hơn... Nhưng rồi ngờ đâu, hay có thể vì thời cuộc đun đẩy, Viết và Tuyết đã không còn đến với nhau và tưởng như cuộc tình đã hoàn toàn chìm sâu trong dĩ vãng... Thì một bắt đầu mới lại khởi sự ngay khi Viết qua Houston sau những năm tháng tù tội trong lao tù, nhất là lúc đó, người vợ của Viết đã có gia đình mới. Nên dù Viết biết Tuyết đã có gia đình. Viết vẫn vấp ngã, vẫn sa lầy. Để rồi lại một lần nữa Viết ngụp lặn... chạy trốn... ngụp lặn... và bây giờ thì Viết như con chó hoang không còn chút mãnh khí. Chính vì thế Viết rời thành phố Houston, rời thiên đường ái tình mà Viết biết sẽ không bao giờ là của mình....

(Viết, một nhân vật, trong tập truyện ngắn "Rồi Sao Niềm Tin Mới", một truyện tình trái ngang đầy nước mắt của người lính chiến trong hoàn cảnh chiến tranh, được in năm1987)

Hiền lặng nghe, Hiền cũng không tưởng nổi sao ở đời lắm sự trái ngang đến thế. Hiền hiểu và thông cảm với Viết, nhưng với bản chất thẳng thắn và trọn vẹn, Hiền không thể ngờ con người lại có thể có hai tình yêu.

Nghĩ lại mình, Hiền kiểm điểm và quả từ ngày có Vũ, Hiền hầu như đã hoàn toàn chỉ còn biết Vũ, khác hẳn với Viết, phải chăng vì Viết chưa chín chắn với chính mình, nên vẫn còn thích rong chơi mới gây ra sự thể.

Nhưng rồi Hiền lại mâu thuẫn vì Viết chẳng nhận và tự đau khổ với chính Viết sao? Như vậy, điều xảy ra này có thể kết tội Viết, hay vì sự trớ trêu luôn hiện hữu và lôi cuốn ở đời, khiến sự vấp té khó tránh, vì bản tính yếu đuối của con người.

Sau ít giây phút trầm lặng Hiền hỏi Viết:

- Thế chị nhà bây giờ ra sao? Anh còn liên lạc không?

Viết thành thật:

- Bà ấy lập gia đình sau khi sang đây. Nhưng lại mới ly dị thêm một lần nữa mấy tháng nay. Thực ra tôi không còn lưu ý lắm, nhưng tình cờ cách đây một tuần, gặp lại người bạn của nhà tôi hồi xưa, tôi mới biết thế.

Hiền tần ngần giây phút rồi hỏi:

- Thế anh biết vì lý do gì không?

Viết thở dài:

- Theo như chị bạn của tôi kể lại, thì vì làm ăn chung, rồi những chung đụng và đi lại lâu ngày giữa một gia đình khác, nên từ thân đã hóa yêu và tôi cũng không muốn hỏi thêm.

Viết đăm chiêu:

- Hơn nữa hỏi thêm để làm gì chị nhỉ. Nhưng chắc chị cũng hiểu thế nào và vì sao rồi.

Hiền không hỏi thêm, nhưng ngẫm nghĩ một lúc, Hiền lại nói:

- Ở bên này, họ ly dị như thay áo anh ạ! Nhiều lúc Hiền không hiểu ít năm sau con người có còn sống với nhau vì tình yêu nữa không?

Rồi bỗng nhớ ra điều gì Hiền tiếp:

- Thế còn chị Tuyết?

Viết ngẫm nghĩ rồi phân trần:

- Hiền nghĩ coi tôi có còn nên liên lạc không? Dĩ nhiên là không, vì nếu tôi yêu Tuyết thật thì tôi phải quên và xa hẳn thế giới bình thường của Tuyết hiện tại, sự trở lại bất cẩn của tôi vừa rồi đã quá nặng nề, nặng hơn cả tình yêu lúc xưa, vì bây giờ Tuyết không còn chỉ riêng Tuyết, mà Tuyết còn có gia đình Tuyết.

Hiền thong thả:

- Hiền không biết nhiều kinh nghiệm về yêu đương để phê phán, nhưng theo quan niệm riêng của Hiền thì với tình yêu đã chẳng luôn là sự phức tạp với chính mình sao? Hiền chỉ phân trần là dù đã sống với Vũ lâu, thú thiệt Hiền vẫn chưa chịu được hoàn toàn những cay đắng của tình yêu. Hiền yêu Vũ vô cùng, nhưng ngược lại đôi lúc thì Hiền thấy giận và ghét Vũ, vì Vũ luôn hành hạ Vũ và Hiền. Nhưng rồi nghĩ lại, Hiền lại tự an ủi, ghét tức là yêu phải không anh? Rồi Hiền lại tự trả lời:

- Thú thật với anh, Hiền còn yêu Vũ rất nhiều và cũng chính vì thế mà Hiền xa Vũ. Sự đau khổ này quả quá đáng và cay nghiệt đối với Hiền, nhưng đành chịu chứ sao được, vì Vũ đã quyết định tránh Hiền, chẳng lẽ Hiền còn tiếp tục sống thêm để nhuốm thêm nỗi bực tức cho Vũ sao.

Nhưng bỗng Viết cắt ngang:

- Vũ nó điên nặng rồi.

Nhưng Hiền trả lời ngay với giọng bào chữa mạnh dạn:

- Không, Vũ không điên đâu anh, nhưng có thể chính vì sáng suốt quá khiến Vũ nghĩ khác với những điều thường tình. Hoặc cũng có thể vì anh không trong hoàn cảnh Vũ nên không thấu được sự đau khổ của Vũ.

Viết hơi ngạc nhiên:

- Hiền vẫn nghĩ là Vũ làm như vậy là đúng cho người mình thương yêu, nhất là người ấy lại cả đời hy sinh và hứng chịu cho mình.

Hiền lưỡng lự:

- Biết sao hơn, thôi thì miễn Vũ thoải mái với những điều Vũ muốn.

Viết lắc đầu và đành chiều theo ý Hiền. Lúc sau Viết lên tiếng:

- Thế Hiền đi Tampa Bay có việc, chứ không phải Hiền tính đi vào một dòng tu nào chứ?

Hiền hơi cúi mặt:

- Thật ra giờ anh hỏi, Hiền cũng chưa thưa được rõ ý định chính xác của mình. Hiền thú thật mấy ngày nay Hiền đã thay đổi trước ý định vô hướng của mình nhiều lần. Có lẽ vì sự đau khổ dồn dập nên đã xua đuổi tâm trí bình thường nơi Hiền, đã khiến Hiền vô vọng và như kẻ mất hồn, nên những ý định trong Hiền chập chờn và không rõ. Mãi tới sáng hôm nay Hiền mới quyết định và phải cố gắng lắm mới mua được vé đi Tampa Bay, vì Hiền có người bạn Mỹ xưa cùng làm với Hiền, hiện đang cư ngụ tại Tampa. Hơn nữa, lý do chính là người bạn này không biết Vũ, nên Hiền yên tâm hơn.

Và Hiền bỗng quay qua giọng khẩn khoản với Viết:

- Hiền cũng xin anh giúp Hiền một điều. Hiền xin anh hứa với Hiền, dù ai hỏi về Hiền, anh đừng nói đã gặp Hiền, và như chưa từng gặp Hiền, được không anh?

Viết suy nghĩ, định trả lời, thì Hiền giọng như càng khẩn khoản:

- Xin anh giúp Hiền, Hiền cầu xin anh đó. Hiền không muốn cho Vũ biết lúc này, e càng làm khó chịu thêm. Hiền không muốn vì Hiền mà Vũ phải phân tâm thêm vì những dự trù của Vũ.

Nghe Hiền khẩn khoản với chân tình thành thật, Viết đành miễn cưỡng gật đầu. Viết tư lự, một nhung nhớ trở về trong bồi hồi. Viết nhìn ra ô cửa sổ máy bay. Từng đám mây lớn lơ lửng như trong ý nghĩ Viết hiện tại. Lòng Viết tròng trành không biết sau này ra sao. Hợp tan như mây trôi hay rồi một lúc nào Hiền và Vũ cũng lại tìm được bến đỗ. Ôi sự thể ở đời thật khó ngờ. Giữa lúc đó Hiền gọi Viết:

-Anh Viết!

Viết quay nhìn Hiền như chờ đợi. Nhưng không hiểu sao Hiền bỗng im lặng. Mãi lúc sau Hiền mới nói tiếp:

- Anh có dự trù gì cho tương lai không?

Viết lưỡng lự, hỏi Hiền:

-Ý Hiền hỏi tôi về tình cảm hay về công việc?

Hiền trả lời:

-Cả hai.

Viết phân vân rồi thong thả:

-Tình cảm thì qủa tôi như con chim bị tên, hơn nữa tuổi cũng đã muộn rồi chị ạ. Vả lại tôi cũng không còn dám nghĩ tới. Riêng về phần công ăn việc làm thì tôi chỉ xin hàng ngày dùng đủ.

Và Viết mỉm cười:

-Thế mà đôi khi cũng đã làm tôi chóng mặt, Do đó, nhiều lúc tôi đã phải lấy câu của nhà văn Stefan Zweig: "Tiền chỉ như vị khách đến chơi nhà", để nhẩm đi nhẩm lại làm châm ngôn cho sự thiếu hụt và khó khăn của mình, hầu bớt đi sự nặng trĩu của nợ nần vật chất của đời sống ngổn ngang hiện tại.

Hiền nhìn Viết thành thật:

-Anh chỉ nói đùa với Hiền thôi đấy chứ? Hiền hy vọng anh không đến nỗi chán đời đâu.

Viết lại mỉm cười, lần này Viết thong thả, không biết Viết chỉ nói để Hiền an tâm trước hòan cảnh của Hiền hiện tại, hay Viết không muốn chính Hiền bị ám ảnh vì vật chất, và cũng có thể Viết nhắn nhủ chính mình:

- Còn sống là còn chiến đấu. Tôi còn nhớ Lý-Bạch đã viết: "Thiên sinh ngã tài tất hưũ dụng; Thiên kim tán tận hoàn phục lai". Người ta làm nên của, của đâu có làm nên người.

Hiền nhìn Viết thầm cám ơn. Vì Hiền hiểu rằng, thân gái dù hoàn cảnh nào vẫn là phận gái.

Giữa lúc đó, Hiền cảm thấy người Hiền như lao về phía trước. Hiền lo lắng, thắt lại dây an toàn. Hiền lắng nghe, tiếng động cơ như nhỏ dần. Hiền nhắm mắt lại và cố tạo cho mình một bình an trước những ưu tư sẵn đợi........

Hiền chợt an ủi chính mình: "Phải chăng số phận mỗi người đều có những hoàn cảnh, khiến mình như kẻ chết ngộp dưới cơn sóng dồn dập tai ác mà dù có cố gắng vùng vẫy tới đâu vẫn không ngoi lên khỏi mặt nước được."

7.

Cuộc đời luôn có những sự tình cờ không định ngay như chính mình, sinh ra, được nuôi dưỡng, lớn lên trong từng hoàn cảnh sống, yêu, rồi trăn trở trước những bấn loạn và dồn dập... phải chăng cũng chỉ là những tình cờ. Như hôm nay, Viết gặp Hiền, Hiền gặp Viết. Thế giới rộng và dầy đặc những người trước thời gian vô tưởng, nhưng lại trong cùng hoàn cảnh, cùng mẩu đời ôi ẩm đơn độc, lại đúng lúc cùng ngồi bên nhau, đi cùng đoạn đường và đến cùng một thành phố mà cả hai đều xa lạ, vì Viết cũng đến Tampa Bay lần đầu, để dự đám cưới người bà con xa, một người con ông chú, mà tình cờ cách đây không lâu, Viết gặp lại tại Denver, một truyện tình cũng khá lý tưởng, họ yêu nhau say đắm và cả hai đã cùng sống độc thân, họ không bảo nhau, nhưng lại cùng nuôi một mộng ước, là chờ nhau. Không lời hứa, nhưng lại như đã ăn sâu. Lộc, người chồng, dù đã 40 tuổi đầu nhưng vẫn giữ trong mình hình bóng người tình bé nhỏ nay cũng 39 xuân xanh. Cả hai đã từ chối biết bao mối tình trong đời, vì cả hai luôn tâm niệm khó quên lần yêu đầu của thuở thơ dại, lúc mà Lộc còn 18 và Thoa mới 17, tuổi của tràn yêu thương.

Tình yêu cuả Lộc và Thoa được kết tạo với kỷ niệm thơ ngây vỏn vẹn 1 năm trời, rồi xa nhau, nhưng lại cột chặt hơn 20 năm dài và sau đó Lộc nhập ngũ, bị bắt, tù, trả về, qua Mỹ. Cuối cùng trời có mắt và xót thương hai người, lại gặp nhau và lần này họ không còn dám thử thời vận, cả hai đã quyết định đến với nhau để tận hưởng và bù đắp những ngày tháng xa nhau.

Vì thế, ở đời, không phải không có sự chung thủy thật sự, mà vẫn đầy rẫy trên khắp nẻo đường, có khác là vì sự truân chuyên đã làm ta bi quan và tưởng đời dễ quên chăng? Còn Hiền vì muốn ngạc nhiên cho Amy, hay cũng có thể vì chua xót bất cần, nên đã không thông báo cho Amy biết trước, với ý định khi tới Tampa, Hiền sẽ gọi điện thoại để dành hoàn toàn sự ngạc nhiên cho Amy. Nên khi máy bay vừa đáp xuống Tampa, Hiền đã vội vàng tìm điện thoại công cộng để gọi điện thoại ngay cho Amy. Tiếc thay, có lẽ Amy không có ở nhà, nên điện thoại kêu liên tục vẫn không có người nhấc. Hiền cố gắng thêm nhiều lần, sau cùng Hiền đành thuê taxi đến khách sạn gần nhất với ý định chờ hôm sau Hiền sẽ liệu.

Hiền đã từ giã Viết trong bồi hồi, nhưng cả hai, không ai bảo ai, đã không hỏi địa chỉ của nhau, có lẽ vì sự gặp gỡ bất thường trốn tránh của Hiền đã đồng lõa với ý nàng. Ngồi trên xe, nhìn Viết, lúc bóng Viết nhỏ dần và khép kín hẳn trong hành lang phi trường, Hiền mới chợt thấy mình vụng dại đã không đủ lễ phép để tối thiểu mời Viết đến thăm? Nhưng vừa nghĩ thế Hiền đã tự trả lời:

- Nhưng mà Viết đến thăm Hiền ở đâu? Chẳng lẽ mời Viết đến phòng ngủ ở khách sạn sao?

Hiền tự trấn an chính mình và tự nhiên dáng mảnh khảnh pha chút tiều tụy của Viết, làm nàng xúc động và thông cảm Viết vô cùng.

Ở tuổi này, Hiền nghĩ, lẽ ra cả Viết và Hiền đều đã yên bề gia thất, qua mẫu gia đình bình thường, với những tiếng vui chơi, cười nói tíu tít trẻ thơ của bầy con dễ thương. Nhưng giờ này, Hiền cũng như Viết, cả hai vẫn đơn độc.

Hiền bỗng thẫn thờ so sánh trước mối tình của Viết, một người đã có gia đình, với tình yêu đến muộn cùng Tuyết, người con gái chưa hề bị ràng buộc, Hiền chắc hẳn Tuyết cũng đã phải trải qua những u uất phiền muộn và cũng đã lặng người từng giây để cam chịu số phận như chính Hiền cũng đã và đang trải qua, để rồi từ những sâu thẳm đó, mà sự buồn phiền đã không còn ý nghĩa, vì sự đau khổ hầu như đã toàn quyền trên sự nhớ thương, thương tiếc, để rồi Hiền lại thêm một lần trốn chạy. Ôi mầu nhiệm thay trước thay đổi mà Vũ đã dành cho nàng và lúc này, trước cảnh kẻ đi, người ở, nhưng có lẽ đã lại trong cùng nỗi đau xót vô tận.

Một giọt nước mắt lăn tăn rơi trên gò má, không hiểu đây là giọt nước mắt đã xót thương chính Hiền hay cho dáng Viết đang ngả nghiêng, xiêu vẹo, âm thầm cất bước ở đàng sau kia?

Bỗng dưng, Hiền nhẹ run trước làn gió từ ngoài ùa vào. Hiền rùng mình, một cảm giác liêu trai lay nhẹ trong nàng. Hiền cố nghĩ về Viết, về câu chuyện tình cuả hai người mà Hiền tưởng cũng rất thủy chung của Tuyết và của chính Viết. Bỗng một câu hỏi nảy sinh bất chợt: "Tuyết sẽ ra sao?"... khiến Hiền vẩn vơ không đừng. Nhưng Hiền tự lắc đầu và về với hiện tại. Hiền sợ sự đau khổ không đầu mối lúc này. Hiền gạt mình, lắc đầu và thầm kêu: "Vũ, giờ này anh đang làm gì?".

Ôi khổ thay! Cuộc đời quả là những bất hạnh mãi chồng chất, niềm vui thật ngắn ngủi nhưng nỗi ưu tư lo lắng thì dài đằng đẵng. Vũ đã cho Hiền tình yêu, một yêu thương mời gọi rộn ràng, nhưng tại sao chính anh lại hắt hủi và tự hủy diệt nó. "Em đớn đau và cô lạnh quá Vũ ơi" và cứ thế, Hiền như thiếp đi trong bồng bềnh trên còn đường lạ, từ dáng Viết, Hiền liên tưởng sự cô độc nơi Vũ cũng đang ẩn thân nơi căn nhà của êm đềm một thời.

Bỗng Hiền hồi sinh lại những ngày nắng đẹp thiếu thốn vật chất nơi xóm đạo Long Kiên tỉnh Phước-Tuy, nhưng trái lại đời sống vợ chồng quả đã được gói ôm trong một tình yêu say thắm.

Thuở đó, ngày ngày Vũ đi dạy học, Hiền ở nhà thu dọn và trồng rau, những ngọn rau muống như ươn lười trước người chủ dễ mến, nên ngày nào cũng thế, nũng nịu, không muốn vươn lên, như e chóng phải rời xa núm vườn nhỏ. Vũ thường đùa bảo Hiền:

- Anh nghĩ, anh tưởng anh khôn, nhưng thực ra loài thảo mộc còn khôn hơn anh.

Hiền ngây thơ:

- Sao anh nói thế, thảo mộc đâu có biết dạy học.

Nhưng Vũ đã tươi cười:

- Nó không biết dạy học nhưng còn là tổ sư của anh, vì sao em biết không?

- !!!

- Vì nó sợ xa em, sợ bị cắt bỏ vào nồi, sợ bị bán, nên nó đã không lớn mà cứ giữ nguyên hình hài cả bao tháng nay.

Nhưng Hiền nhìn Vũ âu yếm:

- Em làm vì vui và vì tự nguyện, vả lại được ở bên anh thế này em còn cầu mong và đòi hỏi gì nữa. Em giận anh nếu anh còn coi em như một cô gái đài các của thuở nào.

Và đấy, mẩu chuyện yêu thương tưởng vô tận đó

đã bị cắt đứt bởi thời gian và vận nước.

Rồi từ mảnh đời dồn về trong một không gian ngắn hẹp, nơi thời gian ngắn ngủi nhưng lại đầy đủ khôn cùng. Khi con người ta cùng đuối, bão táp không còn làm ta lo sợ, nhưng sự xa vắng nhớ thương từ những kỷ niệm ấp ủ đã chôn sâu tận đáy lòng sẽ là những mất mát ẩn thân, đơn độc tự nội tâm nhấm gặm từng giây.

Hiền đi từng kỷ niệm trong suy nghĩ chập chờn, thì chiếc xe taxi ngừng lại và người tài xế nhanh nhẹn:

- Thưa bà tới rồi, $10.50.

Hiền như chiếc máy, vội vàng mở cửa xe, đứng dậy, ra ngoài, trả tiền vào khách sạn, lấy chìa khóa, lên phòng...

Nhưng vừa mở cửa bước vào phòng, Hiền dừng lại, mảnh vải phủ trên chiếc giường mầu hồng nhạt như nhắc nhở mời gọi, lại một không định, mầu vải phủ và những chiếc bông hoa lớn như đồng mầu và trùng hợp với tấm phủ giường của Hiền ở nhà. Hiền bỗng vất valise xuống và chạy tới úp mặt trên tấm nệm với tiếng nấc cùng đau và Hiền bắt đầu khóc.

Những dòng nước mắt tự do lăn dài như dòng nước ướt đẫm xót xa. Hiền không còn kìm giữ, tất cả nhớ thương đau xót của bao ngày như có dịp đắp đầy và tao ngộ khiến lòng Hiền càng đắng cay quặn đau.

Cơn hồng thủy nào đã trôi dạt và vùi lấp khiến con người bị vùi chôn nơi xa xưa để trở về với rong rêu, và cơn bão táp nào đã xô dạt san bằng công trình vươn lên của muôn vật, thì nay sự sụp đổ của Hiền toàn vẹn bị đẩy đưa bằng tất cả thất vọng vô bờ khiến tiếng khóc của Hiền càng chao đảo. Những tiếng khóc não nề, những lời kêu ray rứ, và những tiếng xụt xùi tắc nghẽn, tất cả như cùng nhịp, cùng cung điệu, để Hiền càng bị đuối dần trong cùng khốn. Ôi, sức người có hạn, mặc dầu sự chịu đựng đôi khi ắp đầy. Nhưng Hiền đã quỳ và phủ phục thật sự trước cuộc chiến nội tâm bùng mạnh từ lâu.. Khi xa Vũ, Hiền nghĩ rồi Hiền sẽ đạt được như xưa Hiền cũng đã một lần. Nhưng Hiền đâu ngờ, bây giờ, thời gian mặn nồng bên Vũ đã ăn sâu và trở nên cần thiết hơn khi xưa lúc Hiền bắt đầu trong cuộc yêu thương. Vả lại, Vũ bây giờ cũng khác, tình yêu Hiền đối với Vũ còn là bổn phận chăm lo. Vũ sao tránh được những lúc thổn thức lo âu vì vắng Hiền, Vũ, người yêu và người chồng của nàng có đủ sức chăm lo hay lại trở mình xoay chiều trụy lạc, bất cần và hủy diệt. Vũ có đủ can đảm xa Hiền, thiếu Hiền và vắng Hiền như Hiền đang từng giây, đang cố vượt thoát. Và càng nghĩ, thất vọng lại dồn dập trong tâm trí, để rồi lại đổ dồn và tạo những giọt nước mắt sầu lụy não nề.

Hiền khóc, khóc thật lâu. Không gian êm lặng hoàn toàn nếu không có Hiền hiện hữu. Rồi một lúc, Hiền bỗng đứng dậy như từ chiếc lò xo vừa tuột mối, Hiền bị bắn tung vào thực tế, Hiền ngơ ngác nhìn quanh, căn phòng đã tràn ngập hơi nước vì nước mắt Hiền phải không? Hiền tưởng tượng và tự nhiên thấy mình cần phải làm điều gì. Hiền không nghĩ ngợi, dứt khoát, Hiền kêu tên Vũ:

- Vũ, em phải đứng dậy, phải vươn lên vì anh, vì nếu em quỵ xuống tức là em đã phủ nhận sự chung thủy của em với anh.

Và vừa nói xong, Hiền lấy tờ giấy lau trong chiếc hộp để sẵn trên kệ ở đầu giường, nhẹ thấm nước mắt và đến bàn nhấc điện thoại gọi Amy.

Chờ mãi mới có người nhấc, nhưng lại không phải Amy, với lời nói ngắn gọn với Hiền: “Amy đi họp ở New York, hai tuần nữa mới về”

Hiền nghe xong, giọng người đàn ông như từng lời trót lọt tận tâm can Hiền, khiến Hiền càng thất vọng. Amy đi New York hai tuần?

Rồi Hiền tự trách sự vô ý và tự tin của mình. Nhưng Hiền lại tặc lưỡi:

- Có lẽ sự đau khổ đã làm mờ ý chí và sự tính toán cần thiết hàng ngày nơi mình, từ nay mình phải rút kinh nghiệm.

Và Hiền để mặc như cố phó thác một lần. Hiền mở cửa ra ban công. Mùi rong từ hơi nước gieo vào Hiền qua làn gió biển làm Hiền hơi chút khoan khoái dìu dịu.

Lúc ngồi trên taxi Hiền đã quên hẳn ngoại cảnh. Đường xá Tampa Bay như không hiện hữu vì Hiền đã chìm trong nỗi buồn và nhung nhớ. Quả "người buồn cảnh có vui đâu bao giờ". Mãi tới lúc này, Hiền mới định mình trong hiện tại và hiện tại cho Hiền một khung cảnh tuyệt mỹ của bầu trời trong sáng mát dịu và rộn mùi ngây ngấy của buổi chiều đang lắng dần và quyện trong mầu vàng thoáng nhẹ.

Thiên nhiên đã luôn cho Hiền tâm hồn đoan chính. Từ thuở thơ ấu, Hiền đã ngồi cả giờ ngắm trăng và ngây ngất khát khao nghĩ về thiên nhiên cao đẹp. Do đó, giờ này, từ âm thanh ngọt lịm của sóng vỗ cùng hòa trong sự ấm êm của gió chiều, quả đã cho Hiền sự ngây ngất thật, dù chỉ trong chốc lát.

Nhưng niềm vui chỉ ngắn ngủi và nỗi ưu tư thì tràn ngập. Hiền vui đó, nhưng Hiền lại buồn ngay khi hình ảnh Vũ và Hiền ngày nào tung tăng nơi biển Vũng Tàu, Hiền lại mồn một, tay trong tay, Vũ nô đùa, đẩy đưa và biến lặn trong từng đợt sóng như cố tình dỡn cợt sự rộn nở đầy ắp của thương yêu bằng những va chạm bất thần khi Hiền còn đang ngơ ngác tìm Vũ chìm sâu dưới lòng nước, rồi Vũ bất chợt xuất hiện ngay trước mặt Hiền, Hiền giật mình nhưng lại khởi sự ngay bằng những nụ cười đượm mầu kim cương óng ánh từ những bọt sóng và Hiền dùng cả hai tay đập và vất tung nước biển vào Vũ, nhưng bàn tay Hiền quá nhỏ và sức Hiền thì trọn vẹn yêu thương hơn giận hờn, nên nước như bỡn cợt và chỉ phủi bay từng giọt nhỏ trên cả Hiền và Vũ, khiến Vũ càng cười lớn, rồi lại thêm một lần ngụp lặn, nhưng lần này Vũ đã không xuất hiện, mà khẽ nhẹ vờn những sợi tóc của mình chảy trôi vật vờ trên đôi chân thon đẹp đang ẩn mình dưới làn nước trong xanh. Và Hiền giật mình chạy tung lên bờ... Và cứ thế, những cuộc rượt bắt liên tục như kéo dài... và mãi mãi, vì cả hai chưa hề mệt và chưa một lần nhàm chán.

Nhưng niềm vui vừa xuất hiện là nỗi buồn quay quắt lại về và tràn ngập, khiến Hiền lại ẩn sâu trong đau buồn. Hiền đành vào trong, Hiền mở valise, lấy quần áo và vào phòng tắm. Và đêm đó, quả là một đêm dài, dài như chưa từng trải qua trong đời, dù Hiền đã tưởng mình sẵn sàng.

Cuộc đời vẫn luôn là cuộc thử thách, cuộc chia tay nào cũng đều là những kinh nghiệm tuyệt đối, vì nào có cuộc chia ly nào giống cuộc chia ly nào?

Hiền ở lại Tampa Bay được một ngày thì Hiền không còn chịu nổi cảnh biển cả mát buồn và vắng lạnh, nhất là giữa tuần. Nên ngay ngày sau đó, Hiền quyết định đi Houston, nơi đó có Liên, để nhờ Liên liên lạc với vợ chồng Phúc may ra biết tin Vũ thế nào, vì từ hôm Hiền ra đi, mặc dầu Hiền đã cố gắng, phó mặc và không ngó ngàng, nhưng bàn tay Hiền vẫn táy máy trên điện thoại nhiều lần cho Vũ, nhưng không lần nào Vũ trả lời và không hiểu Vũ đã nhận được thư nàng để lại, cũng như Yến đã giúp Vũ chưa? Cứ thế, mỗi lần mân mê điện thoại là mỗi lần lòng Hiền bồn chồn khôn xiết.

Sự mâu thuẫn đó hành hạ Hiền liên tục và Hiền tưởng có thể chấn an, nhưng không và đây có lẽ cũng là đầu mối Hiền muốn tìm đến Liên.

Nhưng những dự tính của Hiền hầu như luôn đã sẵn định một trắc trở nào đó, nên đáng lẽ nàng mua vé máy bay cho tiện, không ngờ vì phải chờ hai ngày sau mới có chỗ trống. Nên Hiền đành thuê xe. Hiền tự an ủi, hay luôn thể, trên đường đi, Hiền sẽ ghé New Orleans để thưởng ngoạn thành phố Tây cổ kính, với mùi cà phê Dumond va bánh Beignets, loại bánh bột tẩm đường mà Vũ và Hiền đều đã hơn một lần mơ ước được dừng, qua những lời quảng cáo của Yến và Phúc.

Quả thật, thành phố New Orleans đã có cách kiến trúc riêng biệt khác lạ, với những dẫy lầu, những khu phố "đông người" sau giờ làm việc. Người người ở New Orleans có sắc thái nhộn nhịp và rong chơi cũng như Saigon của Hiền xưa. Họ cũng tay trong tay bát phố len lỏi trên những dẫy phố đường hẹp ngay trên đại lộ chính Catina. Tuy thế Hiền vẫn không thể hòa mình dù đường phố đầy ắp những người, nên Hiền chỉ ghé thăm thành phố vài giờ, Hiền đã rời New Orleans theo quốc lộ I-10 đến thành phố Houston.

Trên quốc lộ dài xa thẳm, một mình trên tay lái, Hiền đã phải dừng lại vài lần để thư dãn và tránh ngủ gật. Hiền cũng cố tạo cho mình một thanh thản và bình yên để con đường ngắn dần và đỡ cô đơn mỗi lần ghé những khu "rest area"

Khi tới Houston, phần vì đói, hơn nưã mấy ngày liên tiếp Hiền đã phải gặm "hamburger" qua bữa, Hiền thèm tô phở với mùi vị quê hương, nên Hiền đã tìm một quán ăn Việt Nam ngay khi vừa tới Houston.

Quả thật, mùi phở đã cho Hiền một cảm giác kỳ thú như đứa con xa nhà lâu năm trở về thăm lại quê hương yêu dấu. Hiền thong thả nuốt từng cọng phở và húp từng muỗm nước phở như một trân qúy. Nhưng khi Hiền ăn xong, Hiền thong thả mở sắc, định trả tiền. Thì ôi! chiếc ví nhỏ để tiền và các thẻ tín dụng,

Hiền để trong sắc lớn đã không cánh mà bay. Hiền cố tìm, nhưng hoàn toàn vô vọng. Hiền moi óc, cố nhớ, mãi sau Hiền lắc đầu thở dài chua xót, Hiền đã nhớ ra, Hiền đã để quên chiếc ví trên bàn rửa mặt ở nhà vệ sinh lúc nghỉ trên đường.

Nước mắt Hiền rưng rưng, Hiền phải làm gì? Hiền lưỡng lự, vì nào thẻ Visa, Master Card và cả số tiền mặt, tất cả đều để trong chiếc ví nhỏ... Phải chăng trời muốn thử thách Hiền hay vì muốn Hiền phải từ một xót xa đặc biệt nào đó để Hiền nhớ, Hiền mang cả đời.

Hiền chần chờ, tô phở đã ăn xong từ lâu nhưng tiền đâu trả? Một vài dự tính thoáng qua nhưng tất cả đều không ổn. Hiền lại quá lạ với thành phố này. Nhưng vừa nghĩ tới đây Hiền chợt mừng trên nét mặt, thật lúc xảy ra và bị bế tắc Hiền mới thấy Hiền vụng tính và chậm chạp, thế là Hiền đến nhờ điện thoại gọi Liên. Tiếng điện thoại nhà Liên reng, một hồi, hai hồi, ba hồi và rồi giọng của Liên trong máy: "Chúng tôi không có ở nhà xin quý vị để lại số điện thoại, chúng tôi sẽ gọi đến sau". Hiền lại rã rời, thất vọng. Trong Hiền tràn ngập tủi buồn. Hiền bỏ điện thoại xuống, cám ơn người "cashier" và lủi thủi với cặp mắt rướm lệ trở lại bàn.

Nhưng khi Hiền vừa ngồi xuống ghế, đôi mắt còn đang u buồn sầu não vì không biết tìm cách nào để trả tiền ăn, dù số tiền chỉ bảy, tám đồng. Và ý nghĩ: "Hay Hiền sẽ nói thật cùng người chủ quán". Thì từ ngoài cửa, giọng quen thuộc, Hiền nhìn ra, quả đúng, Hiền không thể lầm với thính giác của Hiền, đôi tai mà cả đời nàng đã bao lần cảm phục chính mình và dù những năm dài xa cách đằng đẵng từ ngày Hiền rời Bình Dương, về kiếm Vũ ở Vũng Tàu, trong kế hoạch của Liên và Yến, vì người vừa bước vào tiệm, không ai xa lạ, chính là Hồng, Hiền càng không còn lầm với chính thị giác của mình, nhất là giọng nói trên khuôn mặt yêu kiều dễ cảm của Hồng ngày đó. Lúc này, thì Hồng đang vui vẻ sánh bước vào tiệm bên một người đàn ông có nét mặt điềm đạm và chững chạc trong cặp kiếng trắng, nhưng như ẩn hiện một khắc khoải nào đó, hơn là niềm vui với cảnh huống nhất thời. Cả hai người cùng đang theo người bồi bàn về chiếc bàn trống trong cùng, cách bàn Hiền không xa.

Hiền không thể lầm, nhưng Hiền cũng không muốn đứng dậy vội và thật sự Hiền quên luôn hoàn cảnh của Hiền trước vui mừng gặp lại Hồng ở đây, lúc mà Hiền đang cùng thế. Nhưng Hiền cũng chỉ chờ được vài phút, Hiền đứng dậy như chiếc máy, đến thẳng bàn Hồng, đứng trước mặt Hồng với tiếng gọi nhưng xoáy tận và ăn sâu, khiến Hồng như bừng tỉnh trước một cơn mơ và ôm chầm lấy Hiền kêu:

- Hiền!

Và chỉ thế, hai người bạn, nước mắt cùng chảy ròng trong vui mừng chất ngất. Mãi sau, Hiền mới kéo ghế ngồi xuống vừa hỏi Hồng:

- Từ ngày rời Bình Dương tới giờ mới gặp lại Hồng.

Và Hồng cũng vui vẻ, pha chút oán trách:

- Hiền dọn đi không hề viết thư cho mình. Khi Hiền đi rồi, mẹ nhớ Hiền, nên lúc nào cũng hỏi Hiền.

Hiền nghe Hồng nhắc tới bà Hai, vội hỏi dồn:

- Bác đâu? Sao Bác không đi với Hồng?

Hồng hơi xụt xùi, rồi vừa thở dài vừa trả lời:

- Mẹ còn ở lại Việt Nam, chuyện dài lắm, khi nào có dịp mình kể Hiền nghe.

Và như chợt nhớ ra, Hồng chỉ người đàn ông đối diện vừa giới thiệu:

- Đây là anh Thông, ông anh họ mình mới bên

Cali về chơi.

Rồi quay qua Hiền:

- Đây là Hiền, bạn của em hồi bé chúng em học chung tại trường Trưng Vương. Sau đó, Hiền đã lên sống với em trên Bình Dương mấy tháng. Mẹ em thương Hiền như con, nên mẹ em nhắc Hiền hoài.

Thông hơi cúi đầu chào Hiền và lễ phép:

- Hân hạnh biết chị Hiền.

Hiền cũng đáp lại:

- Dạ thưa anh, Hiền cũng hân hạnh được gặp anh hôm nay ạ.

Nhưng Hồng đã nhanh nhẹn phá tan ngay sự thận trọng của hai người mới gặp:

- Hiền! Hiền qua bàn này ngồi luôn với tụi mình, hôm nay có anh Thông bao, chúng mình phải ăn xả dàn. Hiền mà không ăn, uổng lắm.

Rồi Hồng nhìn Thông:

-Được không anh Thông?

Thông hơi tươi nét mặt, thành khẩn:

- Hồng cứ ăn, anh sợ Hồng không ăn nổi.

Và Thông quay qua Hiền:

- Tôi cũng xin mời chị Hiền tự nhiên. Rồi Thông tiếp:

- Chị Hiền thấy Hồng nói thế nhưng phở thì ăn nửa tô, mà nước thì cũng chỉ uống nửa ly, thế mà lạ thật không hiểu sao Hồng lại cứ giữ được thân người đầy đặn thế. Hay có lẽ Hồng chỉ ăn lúc vắng người thôi chị Hiền ạ.

Hồng vừa nghe, không chần chờ:

- Anh hư lắm, nhưng đừng hòng kể xấu em, nhất là với Hiền. Anh chê em mập phải không? Anh đáng tội lắm, anh mà nói em như thế, anh không những ăn cho đã, còn gọi phần mang về tối ăn.

Nhưng rồi Hồng lại vui vẻ:

- Nhưng bán anh đi, cái gì mà gọi bạn em chị, chị, chị... nghe quê quá đi mất. Anh thật không xứng là ông anh của em chút nào. Anh của em thì phải cởi mở một chút, phải "galant" một chút.

Và quay qua Hiền:

- Phải không Hiền?

Hiền nghe Hồng nói, vui lây với không khí tự nhiên mới gặp, trả lời Hồng và cũng để xác nhận với Thông:

- Hồng nói đúng đấy thưa anh. Hiền là bạn của Hồng, còn anh thì lại là anh của Hồng, xin anh coi Hiền như Hồng có lẽ tiện hơn thưa anh.

Thông lưỡng lự, rồi thong thả:

- Vậy thì xin gọi Hiền vậy. Nhưng thế này nhé, Hiền không nên đồng lõa với Hồng, vì Hồng lanh lắm, một mình Hồng tôi đã chưa bao giờ nói lại, bây giờ lại có thêm sự yểm trợ của Hiền có lẽ tôi đến phải rời quán trước khi tôi bị bẽ bàng, như vậy thì thiệt cho tôi quá.

Nhưng Hồng đã nhanh nhẹn:

- Không được, anh quả là người sâu sắc, anh tính cái gì cũng đâu ra đó, anh cố ý để Hồng trả tiền nên tìm cách đổ tội hầu anh "chuồn" trước phải không?

Hiền đang vui, bỗng nghe Hồng nhắc tới trả tiền, tự nhiên Hiền e dè và lo ngại, mặc dầu Hồng là bạn thân nhưng còn Thông? người bạn mới chỉ gặp lần đầu? Nhưng tư tưởng Hiền đã không còn được cơ hội lo lắng vì Hồng đã kêu người bồi bàn tính tiền và dọn bàn Hiền qua chung với bàn Hồng. Tuy nhiên, Hiền vẫn áy náy trong lòng.

Hiền vì đã ăn, nên ngồi tiếp chuyện Hồng và Thông. Nhưng tất cả chỉ chuyện vãn qua về thời cuộc và những thường nhật, đặc biệt, hình như cả Hồng và Hiền đều tránh thăm hỏi ngay, hình như e có điều gì khiếm nhã khiến bữa cơm mất vui, hay cũng có thể vì sự hiện diện của Thông.

Tuy nhiên, khi Hồng hỏi về lý do tại sao Hiền lại có mặt tại Houston, lúc đó, Hiền mới thật thà kể qua về Liên và ý muốn ghé qua thăm Liên, nhưng Hiền vẫn không đả động tới Vũ và sự khổ tâm của mình. Hiền bảo Hồng:

- Nãy giờ, Hiền liên lạc cho Liên mấy lần, đều không gặp. Để mình gọi Liên thêm lần nữa ra sao.

Nói rồi không đợi Hồng trả lời, Hiền đứng dậy, đến quầy hàng nhờ điện thoại. Nhưng khi Hiền trở lại, sắc mặt Hiền buồn thiu, vì Liên vẫn chưa về.

Hồng đã ân cần mời Hiền về nhà Hồng, ít nhất là qua đêm và nếu không liên lạc được với Liên, thì coi nhà Hồng như nhà Hiền, để hai người có dịp ôn kỷ niệm và tâm sự với nhau những khúc mắc trong cả thời gian dài không gặp nhất là trong hoàn cảnh đổi đời này.

Thế là Hiền theo Thông và Hồng về nhà Hồng. Quả là một tình cờ ngoài sự tưởng tượng của Hiền. Hiền đi tìm một người, lại gặp một người, mà cả bao lâu nay Hiền không hề nghĩ tới. Âu đây chẳng là sự xếp đặt sao? Nhưng khi vừa về tới nhà Hồng, Thông đã tế nhị nói với Hồng và Hiền:

- Tôi còn phải nợ một người bạn, vì đã bao lâu nay, tôi đều hứa quậy, đã không đến thăm anh ta được. Lần này thì không thể từ chối được, nên Hồng và Hiền ở nhà, tôi đi thăm người bạn và có lẽ sẽ ở vui tới khuya không về.

Hiền hơi ngại, nhìn Hồng, e vì Hiền nên Thông phải đi, nhưng Hồng đã vui vẻ:

- Anh Thông đừng uống rượu nhiều nhé, đau bao tử lại thì không có ai lo cho anh đâu.

Thông nhìn Hồng:

- Thì anh sẽ ở lại đây ăn bám cô, cô có sợ không?

Hồng làm bộ trẻ thơ:

- Hứ! E các bà tìm tới đây mắng vốn em chết.

Cả hai cùng cười. Thông gật đầu chào Hiền, lên xe và rời nhà.

Hồng và Hiền cùng nhìn theo tới khi chiếc xe Nissan Sentra mầu trắng cũ kĩ của Thông dần khuất dạng như một cố sức cùng tận Hồng mới quay qua sang vừa nói với Hiền giọng pha chút thương cảm dịu dàng:

- Tội nghiệp anh Thông, chị ấy vừa qua đời vì bệnh ung thư cách đây không lâu, vì thế mình đã tránh hỏi về gia cảnh Hiền, e một vô ý nào đó sẽ làm mủi lòng anh Thông khiến bữa cơm chiều kém vui.

Và Hồng không để Hiền trả lời, rối rít ngay:

- Bây giờ thì tới giờ của hai đứa mình, Hiền sống thế nào? Sang Mỹ được bao lâu và hiện giờ định cư ở đâu?

Hiền nghe Hồng hỏi dồn thì lấy làm áy náy. Hồng là thế, thẳng thắn và hồn nhiên, nên sự thật vẫn không thể tránh, nhất là hoàn cảnh này, hoàn cảnh mà chính Hiền cũng chưa một lần trong đời tiên định sẽ xảy đến cho Hiền lần thứ hai.

Thuở xưa, vì Vũ bị thương, mất đôi chân, nên Vũ đã trốn Hiền để Hiền khỏi liên lụy. Hiền đã phải cùng tận trong đau khổ, đành rời bỏ Saigon lên tá túc tại nhà của Hồng cùng dì Hai, Hiền đã buôn bán qua ngày, mong chờ thời và cơ hội, ngộ may Vũ có đổi ý.

Và nhờ vào lòng kiên trì, trời đã thương và không đầy ải người con gái trong trắng, đơn sơ, mang nặng sự chân thật của mối tình đầu thuần thục duy nhất, đã dám bất chấp mọi cản trở, dù phải đơn độc cô đơn riêng mình với bao bất công của bố mẹ, chỉ vì muốn Hiền vâng phục và tùy thuộc trong sự xắp đặt sẵn có của thứ hôn nhân "môn đăng hộ đối", xu hướng qua tiền của, công danh mà quên ở tình yêu chân thật mới là căn bản và lẽ sống của đời người con gái.

Giờ đây, lại thêm một lần, dù trong cảnh không định, có lẽ Hồng lại phải là kẻ lần thứ hai cứu giúp Hiền. Lúc này, Hiền quả như chiếc phao đang tròng trành trước ngọn thủy triều, với từng lớp sóng gầm mạnh, sẵn sàng chần chờ nuốt gọn và cuốn trôi Hiền theo dòng nước, Hồng đã thả sợi giây dài để cột chặt Hiền trên chiếc mạn thuyền hồn nhiên, thân thiện của tình bạn cao qúy và tuổi thơ.

Từ ý nghĩ đó, nước mắt Hiền bỗng chảy dài, Hiền không còn cầm giữ, cử chỉ thật nhanh, thật sầu thảm và vô cùng chân thật khiến chính Hiền như không còn đứng vững và tự Hiền đã xô người ôm chầm lấy Hồng.

Hồng đứng sững, Hồng không hiểu và càng không hiểu, vì Hồng nào có thể ngờ, người bạn thân đang đứng trước mặt mình đã phải trải qua bao khúc mắc chỉ vì yêu.

Cuối cùng, Hồng cũng khóc, Hồng khóc không hiểu vì lý do hội ngộ, hay nỗi sầu từ Hiền lây chuyển qua Hồng trong tình cảm gần gũi thân thương. Từ đó, từ tiếng nấc và nhịp thở dồn dập trên vai và thân thể, nhưng rồi Hồng cũng đã cố gắng, Hồng dìu Hiền và cả hai vào ngồi trên salon và Hiền kể qua những gì đã xảy ra từ khi rời Bình Dương tới chiều hôm nay. Bây giờ thì Hồng hiểu và Hồng biết vì lý do làm sao và vì đâu Hiền khóc.

Hồng đã khóc và những dòng nước mắt của Hồng liên tục vẩn trong những tiếng thở dài không dứt trước những nghiệt ngã mà Hiền đã trải qua.

Riêng Hồng, Hồng cũng đã từng chịu đựng, đã từng một thân gánh vác và trải qua biết bao gian truân khiếp sợ từ những hăm dọa bạo hành của những người Công-an...Và chính Hồng cũng từng bị bắt giữ, làm nhục và phải cắn răng để vươn lên trong sầu khổ với mục đích chờ ngày trốn thoát...

Cuộc đời, quả không sầu đau nào giống nhau, sự đau khổ của mình nhiều lúc vẫn còn nhẹ và cỏn con so với bao người khác.

Như đời Hiền, nếu bình thường nhìn vào thì quả không đến nỗi nào, nếu Hiền chỉ yêu bình thường trong hờn ghen giận ghét... Và rồi Hiền phủi tay chấm dứt... Nhưng khốn thay, Hiền vẫn không thể bỏ qua được mối quan tâm, sự lo lắng và điều kiện được săn sóc Vũ. Hiền ao ước cho Vũ tìm lại sinh lực, lẽ sống và hiểu đâu là ân huệ được sinh ra làm người... Hiền quên chính mình, khiến chính Hồng cũng không thể hiểu. Dù Vũ ruồng rãy nặng nhẹ... Hiền không than, không trách.. Vì thế, khi Hiền đã kể xong mà Hồng vẫn không thể cất tiếng. Mãi lâu sau, Hồng mới nhỏ nhẹ trong xụt xùi:

- Hồng đâu ngờ! Sao cuộc đời của con người truân chuyên quá thế.

Và Hồng tiếp:

- Hồng không dám khuyên nhủ, hay nói lời gì sợ không đúng lúc, Hồng chỉ xin Hiền, nếu Hiền còn nhớ tới những ngày hai đứa mình cùng sống trên Bình Dương, thì hãy ở lại đây, bao lâu cũng được, hay nếu Hiền muốn, Hiền lại giúp mình như xưa, trông hàng của mình trong lúc đi tìm việc.

Hiền lưỡng lự và một tư tưởng thoáng qua khiến Hiền đã quyết định không tìm đến ai, dù Liên, ít nhất ngay lúc này, để mới có thể tìm hiểu rõ sự cần thiết và thay đổi của Hiền, của Vũ, lúc thực sự xa nhau sau những ngày cần thiết nhất của lẽ sống, mà cả hai đang phải trải qua....

Đơn giản là thế và cũng phức tạp là thế... Hồng và Hiền lại sống chung trong cùng một căn nhà và lại cùng chung nhau san sẻ một công việc, có khác xưa là bây giờ Hiền không còn bán vải, đo vải, mà đã khéo léo ngược xuôi mua đồ "on sale" để thêm được đồng lời cho Hồng, nhờ đó Hiền đã học thêm và thầm nhủ với lòng mình: "Thời gian luôn vẫn là liều thuốc linh diệu" để Hiền làm căn bản cho đời sống mới bất đắc dĩ này.

8.

Những ngày đầu sống với Hồng, Hiền đã tập lăn xả tìm quên trong công việc, đến độ Hiền không còn rảnh để nghĩ tới tờ "resumé" đã đánh máy sẵn, để gửi đi kiếm việc theo khả năng chuyên môn, mà Hiền đã bỏ bao năm dài miệt mài dưới ghế nhà trường. Không những thế, đôi khi Hiền còn thay phiên trông hàng phụ Hồng, khi Hồng có việc riêng, nên Hiền rất bận.

Tuy vậy, tất cả giờ rảnh, nếu có thể, Hiền lại bỏ ra đọc báo "on sale" để lục kiếm từng chợ chỗ nào có hàng rẻ và đại hạ giá là Hiền không quản ngại, dù xa xôi, Hiền cũng lái xe tới ngay.

Người Việt Nam sở dĩ buôn bán tạp hóa khá thành công hơn người bản xứ nhờ cần mẫn và chịu khó lấy công làm lời, trong đó công việc mua "on sale" là một việc rất cần thiết, mà đối với người Việt, không một ai có tiệm tạo hóa mà không nghĩ tới. Nhưng cũng chính nhờ thế mà Hiền cũng học hỏi được khá nhiều những mánh khóe trong công việc buôn bán tạp hoá bất đắc dĩ này. Những lúc bôn ba, Hiền chợt nghĩ, giá xưa kia Hiền có cửa hàng thế này thì có lẽ Vũ sẽ yên ổn hơn. Nhưng đấy cũng chỉ là những tư tưởng chỉ thoáng qua và Hiền lại bị thực tế bóp nghẹt.

Từ những công việc hàng ngày quen thuộc dần, Hiền như bị đóng dấu bằng những tên hàng, những gói kẹo, những đồ trang sức rẻ tiền, những hộp quẹt, những bao thuốc và những mặt hàng, để rồi như quên dần những con số từ các bài tính về trọng lượng, sức nặng cũng như những hình vẽ trong các dự án mà Hiền đã từng thiết kế.

Thật ra, cũng không hẳn Hiền thích hợp với công việc này, nhưng tính Hiền là thế, bất kỳ khi đã lãnh nhận việc gì, đều muốn hoàn tất và thực hành với hết khả năng mình. Hơn nữa, với Hồng, Hiền như thấy mình là kẻ thọ ơn, đôi khi Hiền còn lẩn thẩn nghĩ, Hồng quả là người sinh ra để phù trợ và nâng đỡ Hiền lúc Hiền hoạn nạn.

Hiền cũng còn luôn thường nghĩ và trách mình, cả đời Hiền, Hiền chưa một lần công bằng với người bạn đã hoàn toàn thực tâm như Hồng, hồi ở Trung-học, thời gian hai đứa cùng học ở Trưng Vương, Hiền không những không giúp Hồng tận tình, đôi khi còn ơ hờ, nguội lạnh, mặc dầu Hồng quý mến Hiền. Vì thế, ở đời quả những người làm ơn mà không cần đến trả ơn mới thực là những kẻ đáng quý, mà ý nghĩa làm ơn không hẳn chỉ trong những công việc to tát, tên tuổi, mà ngay cả những việc nhỏ mọn nhất.

Tuy thế, dù thế nào, hình ảnh Vũ cũng không nhòa trong cùng tận tâm trí Hiền. Hiền cố quên, nhưng hình như chính vì thế mà Vũ đã càng dễ dàng ẩn hiện và sống thực trong những giấc mơ hàng ngày, hàng đêm, khi Hiền có dịp an thần dưỡng mắt.

Hôm nay, Hiền đã phải ở nhà vì một giấc mơ đã khơi lại mồn một lần vui bên Vũ và cũng từ giấc mơ đó, Hiền bị nhấc bổng và ném vào sự mông lung đen tối của vực sâu vô tận khiến Hiền hét lên trong cơn mê. Và sự rùng rợn đã làm Hiền thức trắng đêm trong hồi hộp bồn chồn và nhớ từng tư tưởng nhỏ giọt còn lại trong kỷ niệm bao đầy nơi Vũ...

Hiền đã mơ, lần về phép năm đó, Vũ từ vùng hành quân về thăm Hiền và cả hai đang nô đùa trong mời gọi tình yêu trong từng nụ cười thương yêu tràn ngập. Hiền đã ngụp lặn trong hơi ấm trìu mến của Vũ tưởng như vô tận, thì tự nhiên có một đám du đãng đến hành hung Vũ. Vũ chống trả, nhưng một chọi năm, Vũ đã bị ngã quỵ và bị chỉ mặt: "Chúng tao giết mày để mày không còn cơ hội theo Hiền". Và đúng lúc, những chiếc mã tấu túi bụi rơi trên đầu, trên trán và toàn thân Vũ khiến Hiền hét lên trong mơ... và Hiền sợ... để rồi, dù là giấc mơ, Hiền cũng dễ dàng tưởng như một điềm báo, và từ đó Hiền không chớp mắt, mãi tới gần sáu giờ sáng Hiền mới thiếp đi, thì lại giật mình, rồi cơn nhức đầu đến nhanh khiến Hiền phải xin nghỉ buổi sáng hôm nay. Cũng may, Hồng bằng lòng ngay, không những thế còn khuyến khích Hiền nên dưỡng sức bằng cách đi giải trí như: ciné, ra biển, hoặc thăm người quen...

Nhưng Hiền đã không đi đâu, Hiền chỉ muốn ở nhà một mình và lại lục từng tấm hình kỷ niệm của Vũ, của nàng.

Giữa lúc Hiền đang xoay tròn trong kỷ niệm, có tiếng điện thoại, tiếng Hồng từ đầu giây bên kia:

-Mình nhờ Hiền ra phi trường Hobby đón anh Thông từ Cali qua được không?

Hiềm mau mắn:

- Hồng để mình đi ngay.

Hiền nhanh nhẹn thay quần áo. Hiền mặc chiếc áo ngắn với chiếc quần jean bạc mầu mà Vũ đã mua cho Hiền ngày qua Mỹ. Hiền nhìn mình, một thoáng do dự, Hiền vừa thấy Hiền trong gương, hình như nét mặt Hiền tiêu điều và buồn thảm hơn xưa nhiều. Hiền không dám nhìn lâu, quay đi, lấy chìa khóa và vội ra cửa như cố tình chạy trốn chính mình.

Tới phi trường, Hiền đã thấy Thông đang đứng đợi . Hiền cho xe ghé sát lại bên Thông vừa gọi:

- Anh Thông.

Lúc này Thông mới nhận ra Hiền. Thông chạy tới mở cửa vừa nói nhỏ:

- Chào Hiền. Hồng đâu? Hồng lại bắt tội Hiền rồi phải không?

Hiền chỉ cười, nhìn Thông ân cần:

- Hồng mắc bận nên nhờ em anh ạ.

Thông cười vui vẻ:

- Cô bé này có bao giờ hết bận đâu. Nhưng cám ơn Hiền nhé.

Hiền mỉm cười thật tươi nhìn Thông.

Từ khi quen Thông, Hiền coi Thông như người anh, giống như Hồng đối với Thông. Mặc dầu thời gian quen Thông rất ngắn, hơn nữa, ngay sau khi gặp nhau, ngày Hiền mới tới Houston, Thông đã trở về lại Cali, mãi tới hôm nay mới quay lại.

Nhưng từ phi trường về nhà Hồng, Thông không trầm lặng như lần trước, Thông nhanh nhẹn và tíu tít hỏi thăm Hồng và Hiền rất nhiều. Cuối cùng, Thông tâm sự:

- Từ ngày nhà tôi qua đời, tôi đã tưởng lý tưởng và lẽ sống của mình bị bỏ rơi. Nhưng không Hiền ạ, khi Thượng-đế tạo dựng con người, Ngài đã sẵn mang đến cho chúng ta sự bất hòa với chính mình để tự mình vươn lên và tìm mò mẫm, hầu đón nhận an bình thật sự. Vì tất cả từ tâm, mà tâm hồn mình để bị xao lãng và quen đi trong tuyệt vọng, mình sẽ tự hủy diệt chính mình.

Rồi Thông im lặng, lúc sau Thông tiếp:

- Tôi có người bạn học xưa, rất xưa, anh ta theo đuổi lý tưởng của mình hơn ba mươi năm nay và mãi tới giờ, gần 50 tuổi, anh mới lãnh nhận ơn mà anh hằng mơ ước từ tấm bé, đó là chức linh-mục.

Thông do dự rồi như tâm sự:

- Tình cờ từ một người bạn liên lạc với tôi, nên chúng tôi, gần hai chục anh em cùng lớp trong khoảng thời gian năm 1960, chúng tôi đã cố tình cùng về hội ngộ để "surprise" tân linh-mục, mà cũng là người bạn thân thời thơ ấu đã cùng chúng tôi trải qua những năm trong nhà dòng. Thật là cuộc hội ngộ lý thú, vì đủ mọi hoàn cảnh Hiền ạ. Những người bạn có cả gần 30 năm mới gặp, như Thức, như Phán, bây giờ đả có cháu ngoại, cháu nội, vì các anh ấy xuất sớm. Còn cũng có những người bằng cấp đầy người nào bác-sĩ, kỹ-sư... Nhưng nói chung ai cũng được may mắn có gia đình an vui hạnh phúc, chỉ riêng vài người thì bị thử thách nhiều hơn. Nhưng khi chúng tôi cùng nắm tay cầu nguyện cùng tân linh-mục, anh đã ngọt ngào chia sẻ cuộc đời mình trong những năm phải lam lũ sống chui vất vả, để có cơ hội tiếp tục con đường mà anh đã hoàn toàn phó thác cho Chúa. Và chính anh đã nhắc nhở tôi trong một câu nói bình thường nhưng khắc sâu nhất, khiến tôi cảm nghiệm mồn một trong ân sủng, để rồi tự mình nhẹ nhàng và nhìn quanh mình, quả sự đau khổ của mỗi người đều là những thánh-giá Chúa gửi đến để thử thách đức tin của mình. Nếu chúng ta tin vào sự cứu chuộc của Chúa, chúng ta phải biết phó thác nơi Ngài và từ sự phó thác đó chúng ta mới có được tâm hồn thảnh thơi lãnh nhận, ngay cả những đau thương nhất.

Rồi Thông tiếp:

- Đặc biệt trong buổi họp mặt này, tôi còn gặp một người bạn thân, thật thân. Tôi nhớ, hồi còn chung học, tôi và anh đã như một cặp bài trùng nếu không có sự kỹ lưỡng tránh liên hệ hai người thân thiết thái quá của nhà dòng đã vì e sợ nẩy sinh "đồng tính luyến ái". Anh rất thông minh, rất đạo đức, nhưng vì con đường anh chọn không đúng theo ý Chúa gửi đến, nên anh đã ra sớm hơn tôi vài năm. Anh có đức tính vì bạn và rất đơn sơ, miệng luôn nở nụ cười rất tươi khiến người đối diện khó từ chối điều gì, nhưng nhất là cặp mắt, cặp mắt anh mềm như nhung khiến chúng tôi đã đặt tên anh là " Vũ mắt nhung".

Vừa nghe tên Vũ, Hiền giật mình, tên Vũ đã làm nàng bấn loạn bất thần khiến tay lái hơi ngả nghiêng làm Thông lo ngại:

- Hiền! Cẩn thận, Hiền có sao không?

Hiền chấn tĩnh:

- Dạ, thưa anh không.

Thông vẫn lo lắng:

-Nếu Hiền mệt để tôi lái cho.

Nhưng Hiền đã quả quyết:

- Thưa anh cũng gần tới rồi, không sao đâu ạ. Hiền hơi lơ đãng một chút thôi, xin lỗi anh.

Và Hiền chấn tĩnh:

- Anh kể tiếp được không anh?

Thông nhìn Hiền và thấy không còn gì đáng lo lắng nên tiếp:

- Nhưng có lẽ sự thử thách và thánh-giá Chúa gửi đến Vũ khác người, nên thân thể và sức Vũ quả đã không còn toàn vẹn. Vũ đến được là nhờ người bạn khác của chúng tôi phải tìm kiếm và đến tận nơi Vũ đang tá túc để năn nỉ mới điệu được Vũ tới. Và Hiền biết không, từ nét mặt, dáng dấp của ngày xưa, nhất là đôi mắt nhung của Vũ đã hầu như đổi mầu bằng sự bạc nhược từ khổ đau lúc nào. Hơn nữa thân thể Vũ đã bị tàn tật vì chiến tranh, Vũ phải đi xe lăn... ...

Bây giờ thì Hiền không còn nghi ngờ Vũ, nhất định là Vũ của Hiền, vì Vũ của Hiền cũng đã từng đi tu, từng xuất, và Vũ của Hiền quả cũng có cặp mắt nhung mà bao lần xưa kia Hiền mê dại và đã ngụp lặn trong những nụ hôn nồng ấm và chan hòa nhất. Cặp mắt đó, Hiền cũng đã từng bảo Vũ:

- Vũ ơi, khung trời của em nhỏ lắm anh biết không?

Vũ đã lưỡng lự không hiểu nhìn Hiền:

- Nhỏ thế nào hả em?

Và Hiền đã mơn trớn bờ môi mình nhẹ nhàng trên những sợi lông mi bóng mướt của Vũ vừa thỏ thẻ đủ chuyển từng hơi gió qua những sợi "anten" bóng mướt đó, thấm sâu trong từng phần thân thể Vũ với yêu thương cảm mến:

- Nhỏ trong lòng mắt anh, vì cặp mắt anh dìu dịu mầu nhung ướt mượt khiến em yêu anh quá.

Và Vũ đã cắn Hiền...

Ôi! Còn gì, Hiền có đủ can đảm để tiếp tục trước xúc động được nghe về Vũ, hay Hiền sẽ bị sa lầy vì cảm xúc đến mạnh, nhưng cuối cùng, Hiền mím môi và cố gắng chấn tĩnh như sự bình thường để nghe Thông:

- Chúng tôi đều thăm hỏi và quý mến Vũ như thuở nào. Nhưng dĩ nhiên cũng khó khăn lắm, vì Vũ vừa lại bị một sự thử thách khác mới xảy ra, khiến chính Vũ cũng chưa hoàn hồn. Từ những câu nói còn chứa đựng những chán chường khiếp nhược. Cuối cùng, dầu sao vị linh-mục cũng dễ dàng bầy tỏ, nên chúng tôi đồng giao cho anh để từ từ khuyên nhủ Vũ với tình bạn thiết tha nhất. Và cuối cùng Vũ bằng lòng thổ lộ là vừa ly dị người vợ mà Vũ vốn vẫn còn yêu tha thiết...

Thông vừa nói tới đó thì xe cũng vừa tới trước nhà. Nhưng lạ thay, Hiền chỉ dừng lại mà nàng không tắt máy, Hiền vẫn chăm chú lắng nghe Thông như chờ đợi từng lời. Thông thấy thế bảo Hiền:

- Hiền tắt máy vào nhà rồi tôi kể tiếp Hiền nghe.

Hiền giật mình. Tắt máy và lấy chìa khóa xe ra. Rồi Hiền xuống mở cửa nhà như người không hồn, từng bước theo Thông.

Nhưng khi vào tới phòng khách, Hiền đã không còn cầm lòng mình được, Hiền để mặc Thông, chạy thẳng vào phòng ngủ của mình và úp mặt lên gối để những giọt nước mắt tuôn rơi trong thương cảm nhung nhớ tận cùng.

Mãi gần nửa tiếng sau, Hiền mới đứng vững, Hiền cố cho mình một thái độ vì nàng đã quyết không thể để Hồng tâm sự chuyện mình cho Thông nghe. Và nhất là Hiền phải bình tĩnh, như thế Thông mới dễ dàng tâm sự. Nghĩ vậy, Hiền ra ngoài rót nước mời Thông, kéo ghế và cùng ngồi xuống chiếc bàn ăn với Thông.

Thông thì lơ đãng, như đang xếp đặt một dự định gì, nên mãi sau mới lên tiếng:

- Nghe chuyện bạn bè tôi buồn quá phải không Hiền?

Nhưng Hiền đã nhanh nhẹn trả lời:

- Thưa anh không, mà trái lại xin anh kể tiếp về ông Vũ đi.

Thông nhìn Hiền không nghi ngờ rồi tiếp:

- Vũ nói với chúng tôi Vũ sẽ và mãi cả đời không quên người vợ đã cùng chăn gối với Vũ, một người vợ mà Vũ mô tả như toàn vẹn mọi mặt. Nhưng Vũ đã phải cắn răng cam chịu xa nhau cũng chính vì sự hoàn hảo ở nàng. Vũ lại cũng xác nhận chính mình không thể sống gần và tiếp tục khiến nàng nhận chìm đời nàng trong khổ đau vì Vũ. Vũ lại càng không chấp nhận để nàng mất sự cao cả thiêng liêng là làm mẹ.

Thông lơ đãng, chút ngậm ngùi rồi tiếp:

- Trời đã bắt tội Vũ, nhưng với Vũ, Vũ bằng lòng cam chịu, nhưng với nàng thật không thể. Vũ tâm sự, hàng đêm khi thời gian hai người còn sống chung, Vũ đã âm thầm nuốt từng nỗi đau khổ, nhất là sau những giây phút ái ân mà với Vũ có lẽ vì mặc cảm, Vũ đã hiểu như vợ Vũ đang nặng nề cam chịu...

Rồi Thông thở dài như thông cảm giữa lúc Hiền đang mím môi để khỏi bật khóc, Thông lại nối tiếp xa vắng:

- Tôi thật cũng không hiểu nổi vì sao Vũ đã quyết định như thế, nhưng dù thế nào, tôi nghĩ, người vợ Vũ có lẽ sẽ đau khổ và càng đau khổ hơn Vũ, vì Vũ cho chúng tôi biết nàng đã để lại tất cả, như một xác nhận sự chung thủy và lo lắng cùng tận. Vũ nói, khi nàng ra đi, Vũ cũng đã sống những ngày trong khắc khoải, Vũ đã sút đi hơn 15 pounds. Bây giờ Vũ ốm tong ốm teo. Và tôi nghĩ, nếu Hiền có dịp nhìn thấy người bạn tôi lúc này thì có lẽ Hiền mới hiểu được thế nào là tình yêu, và thế nào là sự hy sinh.

Thông nhấp ngụm nước, lại từ tốn:

- Hiền biết không, ngay cả cặp mắt "nhung" của Vũ cũng đã pha trộn mầu đen xạm, đục ngầu và nhất là thân hình và giọng nói Vũ đã như đồng lõa trong cùng khổ đau chỉ còn hơi khàn trong vóc dáng sầu lụy gẫy vụn như nhánh tre khô giữa mùa hạn hán.

Hiền không còn nghe thêm được, Hiền đứng bật dậy, Hiền ôm bụng như đang cầu cứu và Hiền chạy vào phòng tắm...

Hiền lại bật khóc, lần này, Hiền đã xụp đổ thật sự, cũng may Hiền đã tạo cho mình một đúng lúc, nếu không có lẽ khó lòng giấu nổi Thông.

Thông chờ mãi ở ngoài, vẫn không thấy Hiền ra, Thông lo lắng, nhưng Thông cảm thấy không tiện gọi vọng vào hỏi thăm Hiền. Thông đành đứng dậy, sách valise vào phòng, bên cạnh phòng của Hiền. Thông thay chiếc áo cánh trắng và chiếc quần đen, sửa lại gọn gàng, rồi lại trở ra phòng khách, thơ thẩn một mình ngồi đợi Hiền.

Riêng Hiền, Hiền vẫn đứng lặng trước gương,

nhìn mình, Hiền càng thấy xót xa. Hiền mở mắt lớn, nhìn đăm đăm qua chiếc gương, cặp mắt như thôi miên trên nét mặt. Hiền so sánh, và Hiền nhận ra, chính Hiền cũng đã mất hẳn sắc thái và sự nhanh nhẹn thuở nào. Nhưng Hiền lại quên mình rồi thầm kêu: Còn Vũ???.

Và Hiền bật khóc kêu thầm:

- Tại sao thế Vũ? Tại sao chúng mình phải đầy đọa nhau?

Thế rồi Hiền phác họa vài chương trình để trở lại với Vũ. Nhưng Hiền lại chợt hiểu, sao có thể được vì Vũ đã chẳng quả quyết và tuyên bố là sẽ không bao giờ trở lại với Hiền, dù hoàn cảnh nào sao???

Rồi sự tò mò thôi thúc, Hiền muốn được nghe và càng nghe nhiều về Vũ. Nên Hiền rửa mặt vội vàng rồi cố gắng mỉm nụ cười. Nhưng khó thay, nụ cười của Hiền đã cay đắng khiến bờ môi Hiền như trề xuống và méo xẹo. Nhưng cuối cùng Hiền cũng tặc lưỡi, Hiền mở cửa, trở lại phòng khách.

Khi Hiền ra, Thông đang cầm ly nước, lúc bấy giờ cặp mắt Thông trông thật xa vắng. Nhưng khi thấy Hiền trở ra, nhất là khi nhìn thấy nét mặt thiểu não của Hiền, Thông bày tỏ trong lo lắng thật sự:

- Hiền có sao không?

Hiền nhìn Thông với ánh mắt mơ hồ:

- Hiền đau bụng quá, có lẽ hồi sáng Hiền quên chưa ăn sáng, nên bao tử giở chứng bất thường anh ạ. Chắc không sao đâu.

Nói tới đây cả hai mới cùng nhìn nhau, thế là đã gần hai giờ trưa, mà cả Thông lẫn Hiền đã mê mẩn trong câu chuyện đến nỗi quên ăn.

Hiền không nói, đứng dậy vào bếp. Hiền sửa soạn thật nhanh và nhờ Thông phụ giúp, nên chỉ trong khoảnh khắc hai người đã sẵn sàng hai tô phở với nước phở dã chiến bằng nước "chicken roth" nhưng mùi vị cũng thơm nồng không kém những tô phở trên đường "Paster" thuở nào.

Hiền thong thả húp từng ngụm nhỏ như nuốt trôi sự cô lạnh, vì dù chưa ăn, nhưng nào Hiền có thấy đói đâu. Giá như mình Hiền, có lẽ nàng đã nhịn luôn, nhưng vì còn có Thông, Thông lại là người khách quý của Hồng, nên Hiền không thể lười để một mình thả hồn trong hoang lạnh theo ý mình.

Nhưng thật ra, khi cùng Thông tíu tít trong bếp, hơn một lần Hiền đã quên hoàn cảnh mình và như con chim non đang tìm mồi cùng bạn. Và bất giác Hiền so sánh, dù chỉ khoảnh khắc, giữa Thông và Vũ.....

Nhưng Hiền đã ân hận ngay, vì sự so sánh giữa hai người, dù hoàn cảnh và địa vị nào cũng quả là một bất công không thể chấp nhận, vì trời đã chẳng sinh ra con người khác nhau sao?

Giữa lúc Hiền đang nuốt sợi mì lưng chừng thì Thông lên tiếng, giọng hơi áy náy:

- Phiền Hiền quá không?

Hiền bỏ dở sợi mì vào trong tô, trả lời:

- Thưa anh phiền gì ạ?

- Phiền vì Hiền đã phải lo cho tôi.

Nhưng Hiền bật cười trong nửa đùa:

- Anh khéo lắm, chứ Hiền không đói sao? Bộ nếu không có anh Hiền nhịn đói mất, vả lại anh cũng đã vào bếp phụ Hiền nữa mà, Hiền và anh đều có công cả thưa anh.

Nhưng Thông không trả lời ngay, Thông cúi xuống dùng đôi đũa quậy nhẹ trong tô phở. Nước phở đục ngầu pha mùi tương vẩn nhẹ. Mùi phở nô đùa xô dạt bay nồng trên mũi, và Thông thầm nghĩ, cuộc đời con người ai cũng nặng trĩu âu lo và chỉ cần khuấy nhẹ, sẽ vẩn lên biết bao trăn trở cùng đầy. Và biết đâu ở Hiền chả thế, biết đâu từ câu chuyện mà mình đã kể chẳng đã vô tình khuấy nhẹ mùi hương của cuộc đời Hiền, khiến nàng phải tránh né và tự an ủi, mà Thông đã đoán và thầm tìm thấy trong cử chỉ của Hiền sau hai lần Hiền phải chạy trốn và cố tránh chính mình.

Từ ý nghĩ đó, bỗng Thông dừng lại nhìn Hiền và vừa lúc, Hiền cũng đang lơ đãng nhìn Thông để chờ đợi sự nối tiếp câu chuyện về Vũ. Và từ một bắt gặp giữa hai ánh mắt, Hiền thấy sợ và Thông như hiểu ý nên đã thẳng thắn:

- Hiền yên tâm, tôi sẽ không sợ phiền Hiền đâu, vì với Hiền, dù chưa hiểu và được Hồng cũng như Hiền cho biết về cảnh huống của Hiền. Tôi luôn nhìn và trông ở Hiền như một Hồng, là cô em họ đã luôn làm tôi cảm thấy sự nhẹ nhàng trong những lúc tưởng mình bị bỏ rơi, nhất là từ ngày nhà tôi qua đời.

Rồi Thông tiếp:

- Thực ra, hoàn cảnh tôi vẫn tốt đẹp và dễ dàng hơn thật nhiều so với Vũ bạn tôi, vì tôi còn hai tay, hai chân. Hơn nữa, tôi lại cũng đã tiếp tục học, để có thể để lo cho chính mình phần nào về phương diện vật chất của mình. Còn ngược lại, Vũ như bị rớt hổng. Và Vũ đã rơi trong cùng tuyệt vọng. Nhưng bây giờ chúng tôi đều hy vọng ở Vũ thật nhiều. Vũ sẽ tự tìm bản chất riêng mình và Vũ sẽ đỡ hơn, vì người bạn linh-mục mới của chúng tôi đã cùng Vũ cầu nguyện và khuyên nhủ Vũ cũng như cố vạch ra cho Vũ một con đường phải theo, là hãy can đảm chấp nhận, tìm cách để biến đổi bản thân mình, vì chúng ta có thể què, có thể hủi về thân xác hay thậm chí, chúng ta có thể mất mắt, mất tai... nhưng chúng ta không thể để chúng ta què tâm hồn và lý trí. Chúng tôi lại còn cố tạo và đưa ra những gương sáng, nhất là tôi đã kể cho Vũ nghe chuyện bà Hellen Keller, một tấm thảm kịch và một cuộc chiến đấu khiếp sợ trong tối tăm mù lòa, mà tôi tưởng có một không hai trong lịch sử loài người, khi tôi có dịp được đọc trong cuốn "Histoire De Ma Vie" và "Ma Libératrice" của chính bà viết.

Ngừng một chút như lấy hơi, Thông tiếp:

- Hellen Keller đã thắng được nghịch cảnh khốc liệt khi bà mắc bệnh "tinh hồng nhiệt" (Scarlatine) ngày bà mới có 19 tháng, mà ai cũng cầm chắc và tưởng bà sẽ vô phương cứu chữa và chắc chắn sẽ chết. Nhất là khi thình lình bà bị cơn nóng đột xuất và biến chứng khiến bà bị "đui", bị "điếc" và từ điếc bà đã hóa "câm". Hiền thử nghĩ coi, nếu chúng ta gặp một đứa trẻ như thế, thật là vô phước, vì gió không còn thì thầm, mặt trời không còn ánh sáng và miệng đã héo úa và khô đọng trong cùng đau. Nhưng ngờ đâu, Hellen Keller đã trong gian khổ, trong xót thương và trong cùng tận, bà đã chiến đấu, vượt thắng, nhờ một phần nơi tinh thần khả ái, siêu việt của người vú em là bà Ann Sullivan, một người đàn bà cũng nặng cay đắng, đã mồ côi mẹ từ năm 10 tuổi.

Thông lại ngừng tư lự rồi tiếp:

- Hiền đọc, Hiền sẽ thấy ở đời, sự kiên nhẫn và lòng quyết tâm của con người là chìa khóa mọi sự thành công. Tôi chỉ nói tới tổng quát, nhưng nếu nói kỹ hơn về cuộc đời của bà, Hiền sẽ thấy bà Keller đã phải chiến đấu khôn cùng với biết bao cảnh đập phá bất thường, từ bao chán nản trước khi tạo cho mình được nghị lực và quyết tâm để trở thành một người sinh-viên có một không hai trong lịch sử nhân loại. Vì bà dù bị câm, dù bị điếc và dù bị mù lòa, bà vẫn vượt thắng bằng những phương tiện eo hẹp, khó khăn và thiếu thốn nhất, để nghe những bài giảng của các giáo-sư trên đại-học Radecliffe, nhất là bà đã cùng học với những sinh-viên bình thường khác. Nhưng một kỳ thú, là mù, điếc, câm sao có thể nhìn, thể nghe và nói giữa một rừng người sáng? Dù óc tôi có giầu tưởng tượng, nếu không đọc sách của bà tôi không thể nào tin? Nhưng đây là sự thực và là một sự thực khiến con người như chúng ta phải cám ơn Thượng-đế, chúng ta đã có điều kiện và phương tiện, nhưng chúng ta đã tự mình từ chối sự thành công sẵn đợi. Và dù khi tôi hiểu rằng, sự thành công ở bà Hellen Keller có được là do bà Ann Sullivan đã phải cùng ngồi với bà trong giảng đường, cùng bà học các môn mà chính bà Ann Sullivan thấy quá cao với mình, để vừa nghe giáo sư giảng, bà vừa lập lại bằng cách dùng ngón tay viết trên lòng bàn tay bà Hellen Keller, dĩ nhiên, Giáo-sư giảng quá nhanh nên làm sao tiếp nhận được, thế mà với sự kiên nhẫn, bà Ann đã về, đọc lại sách vở, giải nghĩa thêm cho bà Hellen Keller và từ đó, bà Hellen Keller đã dùng máy chữ mà bà cũng đã trải bao công để tao luyện, trả lời các câu hỏi, các bài thi và cuối cùng, dù khó khăn, với kiên nhẫn cùng tận bà vượt thoát và đã đậu bằng cử-nhân với những đề thi hoàn toàn giống như các đề thi của các sinh-viên khác. Càng đọc, tôi càng thấm sâu. Dĩ nhiên, điều tôi nói quá vắn gọn, nên chính tôi đã tặng Vũ hai cuốn sách này để Vũ tìm hiểu thêm vì sao một người đàn bà như bà Hellen Keller lại có thể vượt thắng hoàn cảnh như vậy. Và tôi biết, Vũ sẽ đặt câu hỏi, so với Vũ, Vũ còn hoàn hảo hơn nhiều.

Thông lại thong thả:

- Hiền biết không, một người mù, câm, điếc như bà Hellen Keller, bà còn có thể học thành tài và viết không biết bao nhiêu sách, truyện. Nhất là truyện của bà lại diễn tả đầy đủ về cả thị giác, thính giác, như một nhà-văn bình thường. Lại một đặc biệt hơn nữa, bà đã để lại cho thế giới, nhất là những người kém may mắn sinh ra đã phải mù lòa, một kho tàng quý giá, là nhờ bà mà thế giới đã lưu ý, để ý thức được sự quan trọng lập ra cơ quan quốc tế giáo dục cho người mù. Bà quả là hiện thân của lòng quả cảm và sự kiên tâm của bà khiến chúng ta phải xấu hổ, luôn thầm nhắc, để đừng ỷ nại trước những gì chúng ta có, đừng bất bình, đừng kiêu ngạo, mà phải biết nắm lấy cơ hội vượt thoát và tìm đến sự trưởng thành trong ý nghĩ hàng ngày, hầu phát triển khả năng đúng lúc.

Thông lại ân cần nhìn Hiền, vừa thổ lộ:

- Hôm đó, tôi còn nhắc nhở Vũ và càng quả quyết, Vũ phải đứng lên, Vũ còn hai mắt, hai tay và tất cả, chỉ trừ đôi chân, mà thật ra vấn đề di chuyển bên này đã không còn là vấn đề trở ngại. Cuối cùng, chúng tôi cùng nhau hùn tiền để giúp Vũ. Nhưng Vũ đã từ chối, vì Vũ đã chấp nhận, bằng cách sẽ trưng dụng ít tiền của vợ để lại như một báo ơn để vươn lên. Vũ tuyên bố sẽ làm tất cả vì tình yêu, vì sự trong sạch vời vợi của người vợ suốt đời của Vũ, dù hoàn cảnh nào và vì những người bạn thật tâm.

Thế rồi Thông chần chờ húp muỗm nước phở và khi vừa trôi trong họng, Thông tiếp:

- Tôi nghĩ Vũ sẽ làm được, vì theo tôi được biết, lúc đầu, Vũ đã khăng khăng từ chối bán nhà, từ chối tiêu tiền trong chương mục của vợ để sẵn. Nhưng nhờ những lời khuyên bảo Vũ đã đổi. Vũ đã nghĩ lại, chỉ có thể tiếp tục con đường học vấn, tiếp tục ghi tên để thực hiện mộng đã từ xưa, là học xong chương trình tiến-sĩ và có thể đi dậy học lại. Vì thế, hai ngày sau, tất cả chúng tôi cùng quấn quít và đã đặt mua cho Vũ chiếc xe, mà theo Vũ xưa kia người vợ Vũ đã mơ ước, nhưng vì tự ái, hay đúng hơn, vì sự chán nản cùng đau bất thường nơi Vũ trước mặc cảm, đã khiến cho người vợ mình trở nên người nô lệ mình, nên Vũ đã từ chối để khỏi chấp nhận tiếp tục cuộc hôn nhân. Ôi mặc cảm con người, quả đã giết mình và luôn hãm hại mình từng giây mà mình không ngờ. Con người chúng ta đôi khi quá nhẹ dạ, nhưng đôi khi thì quá cố chấp, khiến sự công bình trong ta bị bỏ quên và không vươn lên được.

Nghe Thông nói, Hiền mừng, lòng Hiền quả vui và đây có lẽ là niềm vui mà đã từ lâu nay Hiền đã đánh mất, để thay bằng những tiếng thở dài não ruột, chua chát không ngừng. Vũ đã tẩy gột được phần nào mặc cảm và bằng lòng với số phận để vươn lên. Nhưng vấn đề Hiền trở lại với Vũ? Một câu hỏi chập chờn xô đẩy trong lòng. Nhưng Hiền đã tự trả lời: "Không, ít nhất không thể ngay lúc này". Vì Hiền còn phải chần chờ, phải thực tế và hy sinh hơn, hầu cho Vũ không bị xáo trộn khi có Hiền bên cạnh và biết đâu, nhờ xa Hiền mà Vũ mới tự tin và mạnh dạn hơn, tối thiểu như đã nghe theo những lời khuyên bảo của bạn bè, chứ không còn mặc cảm như trước kia.

Đời vẫn thế, sự té ngã và đau khổ luôn là những bước cần thiết cho sự thành công, vì trước cảnh đau buồn, con người hay nghĩ lại và biết tìm đến ơn trên, nhờ đó, biết suy luận, chịu đựng và vươn mình trong cùng bấn.

Hiền đang mải suy nghĩ, thì tiếng Thông chậm chạp:

- Có lẽ Vũ sẽ theo linh-mục Xuân về nhà dòng tạm ở đó, Vũ vừa có thể tu tâm và có dịp nghe và học thêm thần-học từ linh-mục bạn chúng tôi, để Vũ vững thêm trên con đường mới. Sau đó, Vũ sẽ ghi danh học ngay. Tôi biết đây là điều rất khó khăn, nhưng với lời cầu nguyện và khuyến khích chân thành của bạn bè, hy vọng Vũ sẽ làm được.

Rồi Thông lại như phân trần:

- Hiền biết không, nếu ở bên nhà có lẽ chúng mình bó tay, vì dù có xe, chiếc xe được đặt riêng cho Vũ, là chiếc xe "Van" nhỏ, điều khiển tự động và có bậc thang bắc ngang xuống đường, để Vũ lăn bánh xe lên xuống và ngồi vào tay lái như người bình thường, thì vấn đề khó khăn vẫn là bên nhà chúng ta không có những chỗ đậu xe và những hành lang đặc biệt cho những người "handicap". Do đó, tôi thấy Vũ quả vẫn còn được ơn trên thương, nhưng có điều tôi vẫn chưa hiểu và tôi thầm nghĩ là tôi phải phục vợ Vũ, không biết đã bằng cách nào mà có thể đưa Vũ lên tầu năm 1975 để di tản qua đây. Thật đáng phục vô cùng.

Hiền nghe Thông nhắc, nàng hồi tưởng lại những ngày chạy loạn, lúc đó Vũ, mẹ Vũ và Hiền còn ở Long Kiên, ngày 27 tháng 4 năm 75 đầy xôn xao, mọi người kẻ ở người đi hỗn loạn ngập đường, làm Vũ và Hiền rối loạn không biết thế nào. Hiền nhớ, đêm hôm đó, dưới ngọn đèn dầu nhạt, Vũ vừa ôm Hiền, vừa lạc giọng:

- Hiền, em còn yêu anh không?

Hiền đã tát yêu Vũ:

- Anh lạ lắm, sao anh lại hỏi em thế, bắt đền anh đó.

- Thì em cứ trả lời anh đi.

Hiền nũng nịu, dỗi hờn:

- Yêu, yêu lắm, yêu đến chết, anh bằng lòng chưa.

Nhưng Vũ đã chậm rãi:

- Nếu em yêu anh, em có bằng lòng thay anh đưa mẹ đi về Vũng Tàu không? Vì anh tàn tật, tụi nó có vào cùng lắm là cho anh một phát, lại tiện, còn em và mẹ, thật khó lường, anh lo lắm.

Hiền vừa nghe, Hiền buông tay Vũ, Hiền đứng dậy vừa mếu máo bảo Vũ:

- Anh ác lắm, nếu anh muốn xua đuổi em thì anh cứ nói, em bằng lòng và chấp nhận hết, nhưng xa anh, em sẽ không và nhất định không bao giờ, dù hoàn cảnh nào.

Và vừa nói được đến thế, Hiền không đợi Vũ trả lời, nàng vừa ôm mặt vừa chạy thẳng ra ngoài đi tìm anh Tắc, người bạn rất thân tình với gia đình Hiền, có chiếc xe lambretta 3 bánh và Hiền đã bằng mọi cách, dốc hết tiền để nhờ Tắc đến ngay trong đêm đó và dọn đồ sẵn sàng, mặc Vũ có bằng lòng hay không, để cùng Vũ chạy trốn.

Cuối cùng, mọi người đều quyết định ra đi, nên đúng 6 giờ sáng hôm sau, Vũ đã được ngồi trên chiếc xe Lambretta cùng mẹ và Hiền. Và cũng từ đó, một kỷ niệm gợi về, Hiền vẫn còn nhớ, dù đang khổ cực trốn tránh, Hiền vẫn không quên được Hiền, vẫn mồn một nhớ về, cũng một ngày, cũng trên chiếc xe Lambretta 3 bánh, đã thay đổi đời Hiền lúc gặp Vũ lần đầu tiên vào buổi trời mưa. Và bỗng dưng, Hiền mỉm cười nhìn Vũ, khiến Vũ tưởng Hiền đã bằng lòng vì đã thuyết phục được mình, nhưng vừa lúc, chiếc xe tròng trành và có vài hạt mưa phủi bay. Vũ e sợ Hiền bị ướt nên lên tiếng:

- Em vào trong ngồi không bị ướt bây giờ.

Và nhờ đó, hình ảnh kỷ niệm cũng vừa bắt gặp, bây giờ thì Vũ mỉm cười và cả hai không hẹn cùng âu yếm nhìn nhau sâu đậm như chưa từng có.

Nhưng sự gian truân đã không chấm dứt mà mới chỉ bắt đầu từ đó. Vì ngay khi tới Rạch Dừa, những xáo trộn còn bề bộn và xô dạt hơn, Vũ và Hiền không thể tưởng, thật là một cảnh bấn loạn không ngờ, ai cũng hối hả, ai cũng đua dành trước những khuôn mặt khác lạ từ tứ xứ trôi dạt và đổ về. Rồi những màu áo rằn bạc màu, những chiếc nón nâu xanh, đỏ ngập đường. Vũ nháo nhác tìm kiếm, nhưng không! những bạn bè Vũ có lẽ đang trong quân kỷ. Phải thế chứ. Và cuối cùng Hiền và Vũ cũng tạm tá túc được ở nhà người quen nơi gần rạp hát Vũng Tàu.

Nhưng quả hai ngày đó thật dài, dài lê thê, vì sự quen biết của Hiền quá giới hạn. Nên cuối cùng, ngày 29/4/1975 Hiền đã đánh bạo và đành thế, lại tính thêm một lần thuê xe lambretta 3 bánh, nhưng khốn thay, hình như những dịch vụ quá nhiều nên chờ đợi mỏi mòn mà cũng không sao kiếm được xe lambretta. Thế là Hiền đành liều, nhân lúc chủ nhà đã ra đi, Hiền lấy chiếc Honda chủ nhà để lại chở Vũ và mẹ ngồi sau và bất kể, Hiền cũng đã ra được bãi trước cầu may. Nhưng nếu ai trong cảnh Hiền bấy giờ mới thấy, người mạnh khỏe đã khó khăn thế nào? Huống chi tay đeo, tay xách như Hiền lúc đó. Hiền đã ngược xuôi năn nỉ, cầu cạnh, để Hiền được lên nhờ thuyền. Nhưng khi người lái thuyền thương tâm gật đầu thì ai là người bồng Vũ lội sóng đưa Vũ lên thuyền. Hiền gặp ai cũng bấu, cũng níu cầu may. Nhưng ai cũng hối hả. Cuối cùng, Hiền đã đâm liều chặn hai người lính rằn ri, vừa phủ phục chắp tay cúi lạy, vừa than khóc thảm thương:

- Xin hai ông thương, nhà tôi cũng đã đi lính như các ông nhưng nay bị thương mất hai chân. Tôi lại thân yếu không sao lội và đưa nhà tôi lên được. Xin ông giúp tôi, vác nhà tôi lên nhờ, tôi xin bái lạy hai ông.

Vừa nói Hiền vừa lạy liên tục.... May thay, trời như thương, hai người lính đã bỏ súng, còn kêu thêm hai người bạn khác cùng bồng Vũ lên thuyền, nhờ đó Vũ mới thoát nạn và ra đi. Nhưng, khi ra khơi, rồi lên tàu lớn, lại thêm một lần tang thương và khó nhọc khác không kém. Thế mà Hiền đã tận lụy vì yêu, nên mọi sự đã được an bài. Bây giờ nghĩ lại, chính Hiền cũng không thể ngờ, vì thế, trong cả cuộc đời Hiền, Hiền luôn thầm cám ơn sự bảo trợ của ơn trên, vì Hiền biết, chỉ có thế Vũ mới thoát nạn.

Thông ngồi tần ngần mãi không thấy Hiền lên tiếng, nên lúc sau Thông nói:

- Và chính tôi, tôi thú thật, lần trước gặp Hiền ở quán ăn, tôi vẫn đầy mặc cảm chán nản. Nhưng bây giờ, qua gương Vũ và cũng nhờ những người bạn năm xưa, tôi thấu hiểu, hoàn cảnh của mỗi người đều có những ý riêng qua bàn tay Thượng-đế, nên nếu biết chấp nhận, mọi sự sẽ được an lành và chỉ có thế mới biến đổi hoàn cảnh chúng ta nên hoàn hảo.

Rồi Thông tiếp trong thông cảm

- À mà còn Hiền, Hiền hẳn có cuộc đời êm đềm như tên Hiền phải không?

Hiền nghe Thông hỏi, nàng không biết trả lời sao, chỉ ậm ự "Dạ" nhỏ rồi mới tiếp:

- Biết về Hiền buồn lắm, tốt hơn là anh hiểu Hồng thế nào thì xin cho Hiền được một phần nhỏ cũng đủ rồi.

Nhưng Thông đã cười ngay:

- Hồng thì khỏi nói, Hồng có đời sống rất tự lập. Tôi nhớ, hồi Hồng lấy chồng ở Việt Nam cũng vậy, Hồng tự lo, tự liệu và việc gì cũng không nề quản nên đã có lần Hồng bảo tôi: "Nếu không vì tình thương có lẽ em không cần lấy chồng, vì tính em thích lăn xả và làm tất cả những gì nhà em làm được". Và đến khi chồng Hồng bị bắt, bị giết, rồi mẹ Hồng kẹt lại ở Việt Nam trong chuyến trốn chui. Hồng sang đây một mình và vẫn một mình, không than, không trách. Nên gần 40 tuổi đầu mà đôi lúc Hồng vẫn còn trẻ thơ, đáng khen vô cùng...

Và giữa lúc Thông đang nói, có tiếng điện thoại reng, Hiền nhanh tay với vội và đầu bên kia tiếng Hồng vui tươi:

- Sao Hiền có khỏe không? Đã làm xong công tác giúp mình chưa?

Hiền mỉm cười nhìn Thông vừa nói:

- Vừa nhắc tới Tào Tháo, là Tào Tháo tới. Giá mà nhắc tiền, nhắc bạc mà được thế này thì tốt quá phải không anh Thông?

Đầu giây bên kia tiếng Hồng khúc khích. Hồng vui vẻ vừa cười vừa nói:

- À ra anh Thông đã tới và hai người đang nói xấu tôi. Được rồi, chờ Hồng về Hồng sẽ hạch anh Thông, thế nào anh Thông cũng phải khai.

Nhưng Hiền đã đỡ lời:

- Nói thế chứ anh Thông đang khen Hồng "đáo để" đó.

- À há, như vậy thì không công bằng. Nói chuyện vắng người thứ ba đã là chuyện không hay, huống hồ còn nói xấu sau lưng thì quả bất ổn và đáng trách. Hiền chờ khi Hồng về, sẽ bắt đền cả hai.

Và tiếng Hồng lại cười dòn. Nhờ đó, Hiền quên được sự đau lòng đang nung nấu, dù chỉ khoảnh khắc.

Thật ở đời nếu không có những giây phút thiêng liêng như lúc này, từ những người thân, quả con người có lẽ sẽ bị ngộp thở chết mòn lúc nào không hay.

9.

Trong căn phòng nơi cuối hành lang dãy nhà ngang nằm phía đông khuôn viên nhà dòng, Vũ may mắn được Xuân, người linh-mục bạn cũ, đã xin bề-trên thương tình cho tạm tá túc, trong thời gian Vũ còn đang trải qua sự bâng khuâng trước những bấn loạn thường ngày khiến Vũ chưa thể thăng bằng và ổn định thật sự.

Vũ đang cặm cụi trên những trang giấy mầu vàng, để viết một đoạn truyện ngắn về người con trai xa đọa trở về, để gửi in trên tờ báo công-giáo, mà Xuân nhờ chàng. Bỗng dưng Vũ dừng lại khi nghĩ tới cuộc đời của một người Kitô giáo, đã luôn được mời gọi, nhưng mấy ai biết và thấu hiểu tận tường, để rồi mãi chìm đắm trong đam mê cầu lụy. Và dòng tư tưởng của Vũ bị cắt ngang, Vũ bỏ bút xuống bàn, nhìn ra ngoài trong bâng khuâng khó tả, khoảnh khắc lòng Vũ đã chìm theo sự lôi cuốn đặc nặng từ nỗi sầu chồng chất. Và đấy là tất cả những trăn trở không ngừng, đến rồi đi, để rồi sự vui buồn bất thường không mấu nối.

Ngoài trời, bỗng một cơn gió nhè nhẹ, như nô đùa hất nhẹ nhánh cây tùng, khiến một chiếc lá còn xanh rớt rụng trên thảm cỏ xanh trước phòng. Vũ lại càng xót thương thân phận bồng bềnh của số kiếp.

Đời người, trẻ, già ai biết và có thể đoán được lúc ra đi. Lá còn xanh mướt đầy sắc khí tươi vui, nhưng lá vẫn rụng... Người ta thấm buồn và ca tụng nỗi khắc khoải khi nhìn lá vàng rơi. Nhưng không, lá vàng úa dĩ nhiên phải được đào thải vì đó là luật rõ ràng của Thượng-đế khi tạo dựng. Nhưng những lá xanh, những chiếc lá vừa mọc, hay mới mọc nửa đời? Càng nghĩ, Vũ càng thấm buồn, bất giác Vũ thở dài và vương vấn trong cảnh yêu đương, mối tình đã ăn sâu và bất diệt nơi chàng. Và Vũ gọi thầm trong thương tiếc:

- Hiền ơi! Sao anh có thể quên em?

Nhưng Vũ lại tự trả lời:

- Không và không bao giờ, vì con đường anh đã vạch ra, anh phải thực hiện để chứng tỏ trong anh tình anh yêu em.

Rồi Vũ thinh lặng, với điếu thuốc lá trên bàn, bật lửa, và hút một hơi thật dài.

Khói thuốc từ từ thấm nhập, chui rúc và len lỏi trong từng huyết quản, Vũ như cảm thấy rõ ràng. Vũ nhắm mắt, tận hưởng và cố để tâm hồn lắng đọng. Nhưng giữa lúc đó, có tiếng người khua động trước sân khiến Vũ mở mắt.

Ngoài sân, một cậu đệ tử, tay sách valise, đương thẩn thờ lần bước, Vũ nhận ra Jimmy, một chàng trai tuấn tú mà có lần, Xuân đã nói qua, Jimmy là một đệ-tử rất thông minh và cần mẫn. Đặc biệt Jimmy còn rất chăm chỉ trong đường lối của tu-viện, nhưng chỉ tiếc ở Jimmy lại quá mơ mộng, nhất là cặp mắt xanh lúc nào cũng như ướt lệ, do đó Xuân đã e sợ con đường Jimmy đang chọn khó thích hợp cho Jimmy. Và quả thật, hôm nay lời của Xuân đã được chứng minh và bỗng dưng Vũ hồi tưởng câu chuyện của Vũ hơn 20 năm về trước, cũng ngày nắng ấm và mang nặng sắc thái như hôm nay...

Vũ bâng khuâng hồi tưởng về quá khứ, ngày đó

....

Vũ ngồi trước mặt linh-mục giám-đốc John, lãnh nhận những lời khuyên nhủ trước khi từ giã nhà dòng trở về thế tục, phải để lại sau lưng Vũ biết bao vui, buồn, sướng khổ và cả trăm, ngàn, vạn điều đã được nung nấu và nuôi dưỡng từ những chủng-sinh, những người đã sống và bằng lòng chọn bốn bức tường cổng kín, then cài là nơi nhẫn nhục, cùng với những chia sẻ vô bờ mà chính các linh-mục linh-hướng cùng các thầy hướng dẫn đã sáng sáng, chiều chiều, từng chút, vun xới, uốn nắn, đào tạo với tất cả lòng hy sinh cùng sự cố gắng tận cùng, hầu mong mọi chủng-sinh sau này có thể lãnh hội để trở thành thừa sai, kẻ đi giảng tin mừng của Chúa, với lòng nhiệt huyết của kẻ biết sống đời sống đức tin, lấy đức "vâng lời" làm châm ngôn và đức "nhịn nhục" làm căn bản để từ đó, khởi sự, hướng dẫn và tưới trong vườn nho Ngài những thùng nước tươi mát. Nho nở nhụy, sinh trái, những trái xanh tươi như ý Ngài.

Hôm đó, cặp mắt linh-mục John như ôm ấp một nỗi buồn khôn tả, điều Vũ chưa hề thấy ở linh-mục John..

Linh-mục John đã nhìn Vũ. Linh-mục John không nói vội, thở dài, tiếng thở dài lại càng làm Vũ bâng khuâng khó tả. Vũ đã cúi mặt và thấy bờ mi ươn ướt, thật sự, Vũ đã trốn ánh mắt của linh-mục John, cặp mắt sao hiền dịu, khiêm nhường và thương xót thế. Vũ cũng không dám hồi tưởng lại những gì linh-mục John đã nói cùng Vũ trong suốt thời gian qua, nhất là lúc này, lúc mà Vũ đã mạnh dạn để thưa cùng linh-mục John và nói rõ con đường Vũ đã chọn. Con đường mà với Vũ lúc này thật mơ hồ, nhưng lại hấp dẫn và lôi kéo Vũ lạ lùng, nhất là sau kỳ hè qua, kỳ hè mà Vũ đã phải trải qua bằng những cám dỗ khiến Vũ chùng bước, vì hình ảnh dịu dàng nhưng đưa đẩy của người con gái đó đã như nói rõ và là nhân chứng để Vũ hiểu rằng, Vũ là kẻ chưa phải được chọn theo con đường của những bậc chân tu, vì Vũ đã còn đầy những u uẩn thể xác và những giấc mơ bình thường thế tục. Vũ cũng cố gắng, nhưng thật sự lòng Vũ như lửa đốt khi ý nghĩ Vũ xa rời những điều Vũ đã được huấn dậy.

Cuối cùng tự Vũ tìm đến và đã thổ lộ điều mà lẽ ra chưa nên. Thế là tất cả xoay chiều, tình yêu phải không? Lúc đó Vũ mới nghiệm và hiểu thật câu Chúa đã dậy "Con cái thế gian khôn hơn con cái sự sáng". Vũ buông thả và nhận thấy rằng, thà lúc này, lúc mà Vũ chưa thề hứa, hãy tạm xa rời nhà dòng một thời gian, để Vũ tìm lại Vũ, có thật đây là con đường Vũ chọn không?

Tuy thế, khi trở lại nhà dòng, Vũ cũng đã cố sống tiếp tục thêm hai tháng, hầu tìm hiểu thêm chính mình, hy vọng sự chín chắn sẽ cho Vũ tìm thấy một quyết định đứng đắn. Thời gian này, Vũ cũng đã cầu nguyện liên tục để xin ơn soi sáng, cuối cùng, Vũ đành thua cuộc và đã lên thưa cùng linh-mục John. Vũ ngồi yên thật lâu nhưng Vũ vẫn chưa dám ngẩng đầu lên, có lẽ linh-mục John cũng muốn thế, nên chưa vội bắt đầu. Mãi một thời gian sau, Vũ mới lấy hết can đảm, Vũ mạnh dạn:

- Thưa cha, xin cha cầu nguyện cho con.

Linh-mục John nở nụ cười nhân từ vô cùng khiến Vũ vẫn chưa sao quên được, nụ cười đúng nghĩa của một người chủ chăn, với giọng từ tốn và mãnh lực:

- Con còn nhớ câu Phúc-âm Chúa nói: "Không

phải chúng con chọn Thầy, mà chính Thầy đã chọn các con".

Vũ mấp máy trong miệng, vừa đủ linh-mục John nghe:

- Dạ thưa có.

Lúc bấy giờ linh-mục John mới thật sự bắt đầu. linh-mục John đứng dậy, đến bên Vũ, để bàn tay phải trên vai Vũ, hình ảnh này cả đời Vũ vẫn còn khắc sâu. Linh-mục John đúng là hiện thân của đấng Cứu Thế, đang mang tất cả tình thương đến để sưởi ấm và vỗ về trên đứa con lạc đàn. Vũ cảm thấy thế, lòng Vũ lúc đó như nổ tung, Vũ đã có giây phút muốn hét lên và thưa: "Con ở lại, con xin chọn con đường tu trì". Nhưng Vũ lại nghĩ, linh-mục John đã chẳng vừa lập lại lời của Chúa "Không phải con chọn Thầy mà là Thầy chọn các con sao? Nước mắt Vũ rơi từng giọt thật sự, binh khí này là cả sự chân thật tận đáy lòng Vũ tuôn trào chứ không phải thứ khí giới bình thường như sự dối trá trước lòng thương. Linh-mục John nói tiếp:

- Như vậy con đã biết con phải làm gì? Con cũng không nên buồn khổ về quyết định này. Chúa biết và thấu rõ lòng con. Cha lại chỉ khuyên con thêm rằng và đây có lẽ là những lời nhắn nhủ cuối cùng ta dành cho con, đứa học trò, đệ tử, mà ta cưng mến nhất. Con sẽ ra đời, sẽ bắt đầu một đời sống mới, con sẽ khởi sự bằng những kinh nghiệm mà chính con phải tự mình con đắn đo và lo giữ. Cha nhắn nhủ với con rằng: "Hãy nhớ, dù hoàn cảnh nào cũng hãy nhớ, con là người có ấn dấu đức tin và là con của Thiên Chúa, nhớ nhé con, con chỉ cần nhớ bao nhiêu đó, cha tin chắc địa hạt nào con cũng sẽ thắng và biết mạnh dạn sống. Biết như vậy, tự con sẽ thấy trách nhiệm và bổn phận của mình phải làm gì? Điều mà Chúa muốn con làm".

Linh-mục John im lặng và dơ tay vuốt tóc Vũ rồi bảo Vũ đứng dậy, lấy chiếc hộp nhựa mầu đen trong túi áo, đưa Vũ, rồi lại nói:

- Và đây là di vật ta tặng con, cỗ tràng hạt này ta đã mang từ ngày ta còn bé, nay ta xin dành riêng cho con, nhận lấy con nhé.

Tự nhiên Vũ quỳ xụp xuống với lời cám ơn nghẹn ngào:

- Cám ơn cha, xin cha cầu nguyện cho con.

Linh-mục John đỡ Vũ dậy, hai cánh tay dịu hiền như một giao ước đặt sẵn, dìu Vũ ngồi lên chiếc salon kê hơi chéo ngay cạnh tường bên trái, chiếc salon mầu nâu xậm đã đổi mầu bạc trắng với những mấu chỉ sờn lông và những sợi chỉ như sẵn sàng nổ tung dưới bất kỳ một sự đụng chạm nhỏ. Sát salon, một chiếc bàn cũ kỹ trông thật thê lương với những vết gạch ngang dọc đầy mặt bàn như những vết tao loạn của cuộc đời chồng chất chờ đợi khiến lòng Vũ càng chùng lại, nhất là đứng trước sự đơn giản và bình dị của linh-mục giám-đốc càng khuấy mạnh trong Vũ.

Mối xúc động tràn về vì Vũ nghĩ, với linh-mục giám-đốc quen biết, linh-mục John có thể có đầy đủ những cần thiết để ngài trang trí một căn phòng mỹ thuật bằng những xa xỉ, những danh họa... nhưng đã không, linh-mục John còn sống với đời sống của một đời khổ tu, với chân ý đơn giản, bề ngoài chỉ là những tầm thường, sẽ qua đi. Những hoa hòe vật chất chỉ tạo được những say đắm ngắn hạn, rồi mất hút, để lại vẫn là trống rỗng. Linh-mục John đã tìm tất cả ý đẹp trên đời trong nội tâm và tất cả được biểu hiệu bằng tình tôn kính và ghi nhớ, nên cũng trên chiếc bàn đó, thay vì là một bông hoa, cành hoa muôn sắc khoe mầu và tô thắm không gian đặt sẵn, một bức ảnh tượng Chúa khổ nạn. Linh-mục John bỗng lên tiếng:

- Ta biết con khổ tâm lắm, lúc mà mình phải từ giã, dù là căn nhà thế nào, nhưng đã là nơi mình từng sống, thì khó sao tránh được những bồi hồi. Nhưng con yên tâm, lời cầu nguyện sẽ là phương thuốc mầu nhiệm nhất, hãy nhớ đọc một ngày, tối thiểu một kinh Kính Mừng, môt kinh Sáng Danh và nhất là một kinh Lạy Cha, con sẽ được soi đường. Như chính ta xưa kia, nhờ vào đó mà ta đã có ngày hôm nay.

Rồi linh-mục John tiếp:

- Tuổi trẻ, phải! tuổi trẻ luôn là những sống động bất thường, hơn nữa,tuổi trẻ còn dễ tạo những bất hòa với tâm hồn.

Bỗng linh-mục John im lặng. Linh-mục John từ từ ngồi xuống bên cạnh Vũ. Vũ ngước mắt chờ đợi, nhưng linh-mục John đã không nói. Linh-mục John vẫn ngồi im, hai tay mân mê tà áo, chiếc áo thâm chùng mà Vũ đã hằng mong ước một ngày nào đó được vận nằm phủ phục trước bàn thờ để thề hứa và dấn thân trên đường Chúa gọi. Giờ này, tà áo đó, sát Vũ, gần vũ, rất gần, gần lắm, nhưng lại như ngàn trùng, Vũ dơ tay với, xa thẳm, lời kêu gào của Vũ cũng như đổ vào không gian trống rỗng, không còn vang lại, nó ra đi, và đi vút xa, thật xa... Linh-mục John thì vẫn thế, không còn buồn, chỉ hơi đăm chiêu, miệng bỗng khẽ nở một nụ cười, rồi vụt tắt, trầm ngâm một lúc lâu, lại lên tiếng:

- Mấy giờ con phải đi?

- Dạ thưa cha, còn khoảng một tiếng nữa.

Linh-mục John lại im lặng. Căn phòng thật yên tĩnh, ngoài hơi thở của của hai người. Hai hơi thở cùng đều nhịp, Vũ nghe thật rõ, một già, một trẻ, Vũ và linh-mục John cùng hòa đồng trong không gian nhỏ bé đầy những sự mông lung, của Vũ kẻ ra đi và người ở lại trong nuối tiếc... Vũ im lặng như cố tận hưởng từng âm thanh nhỏ cuối cùng mà linh-mục John dành cho Vũ, âm thanh của sự độ lượng, của những bình dị và của đầy nhiệt tâm... Vũ hít, những hơi thở không thành tiếng, nhẹ và cố giữ trong buồng phổi Vũ... Nhưng rồi điều Vũ cố gắng vẫn chỉ là ảo tưởng, hơi thở linh-mục John cũng ra khỏi lòng Vũ phải không?...

Bỗng linh-mục John đứng dậy, bước chân như một quả quyết vững vàng, từng bước chân, một vòng, hai vòng rồi ba vòng. Linh-mục John lại đến sát Vũ bỏ tay trên đầu Vũ, vuốt nhẹ và âu yếm:

- Để ta kể con nghe về một phần đời ta, con có thích nghe không?

Vũ ngẩng nhìn, Vũ phải rơi thật nhiều lệ mới phải về sự thành thật yêu thương này của linh-mục John đã dành cho Vũ, một bí mật đời linh-mục John mà vẫn chưa ai ở trong nhà dòng thấu rõ, mà Vũ, kẻ sẽ rời xa đây, tại sao? Phải chăng là một gương sáng linh-mục John dùng để dìu dắt Vũ? Nhưng nước mắt Vũ vẫn khô cứng, có thể, khi sự xúc động quá nhanh, sự phản ứng chưa kịp thời, hay vì thứ nước mắt của những người con trai vẫn ít tích trữ nhiều như của con gái nên Vũ đã dùng hết... và linh-mục John bảo Vũ:

- Ta nói ra không phải để con vì đó mà ở lại, nhưng chỉ là câu truyện để con hiểu trên đời này, mỗi người đều có những tâm sự mà khó ai đoán biết, ngoại trừ chính họ thổ lộ. Con có thể nhìn thấy nét mặt để suy về điều họ muốn, nhưng không dễ, vì tâm sự của con người là những kho tàng và chỉ có quyền năng của Chúa mới thấu nổi.

Vũ dạ nhỏ. Quay hẳn thế ngồi. Vũ nhìn ra ngoài, bên ngoài, chiếc cửa sổ thanh sắt trống trơn như càng phô ra sự kém mỹ thuật nơi căn phòng của một linh-mục giám-đốc nhà dòng, chỉ ngoài những lá liễu là tà, phất phơ, như cố bày tỏ sự mềm mại uyển chuyển của mình... Vũ đang cố tìm những lá úa để ví với mình, nhưng vừa lúc linh-mục John lại lên tiếng:

- Ngay khi ta mới sinh ra, papa của ta đã qua đời, vì thế, hình ảnh người cha ruột với những chia sẻ, những săn sóc và những nũng nịu của con đối với ta hoàn toàn xa lạ và không có ở nơi ta. Và nếu có chăng, chỉ là những kể lể của mẹ, những lúc người ứa lệ nhìn mưa rơi trong các buổi tối trời gió bấc nơi căn nhà hẹp sau vườn của một nông trại nọ, nơi mà ta và mẹ ta đã gắn bó cả đời thơ ấu. Ta còn nhớ, lúc ta còn bé mẹ thường ôm ta vào lòng, bàn tay người luôn xoa trên mái tóc khô cứng vì bụi lâu ngày không gội rửa. Mẹ ta đã thì thầm: "papa là người đàn ông đáng yêu nhất đời, papa thông minh, nhưng vì hoàn cảnh, khiến papa phải bỏ dở việc học, papa đến làm ở đồn điền này cũng vì mối nợ mà ông bà nội con đã vì khánh tận đã phải vay mượn. Rồi sức papa, cậu học trò chân yếu tay mềm, đã phải dùng quá độ, papa kiệt sức và mất đi. Mẹ khóc, mẹ khóc nhiều lắm con biết không, mẹ đã tưởng chết theo papa để giải tỏa sự đau buồn. Nhưng may thay, lúc đó, con xuất hiện, bụng mẹ có thai, một niềm an ủi mới, vì thế, mẹ lấy sầu làm vui, lấy tuyệt vọng thành hy vọng, mẹ nhìn bụng mẹ, kêu con và hình như con luôn bảo mẹ, mẹ có con, mẹ đừng lo, mẹ phải sống... Vì thế, mẹ bằng lòng, nai lưng và làm tất cả những gì ở đây. Mẹ cần tiền để có thể sanh con, và nhờ ơn Chúa, mẹ phải nói vậy, vì trước kia mẹ hay đau, hay bệnh, nhưng tự nhiên mẹ thật khỏe mạnh và niềm vui cùng sức chịu đựng trong mẹ càng đến mạnh khi con ra đời.

Giọng khàn khàn, hình như linh-mục John nghẹn lời, lúc sau nói tiếp:

- Và ta chỉ còn nhớ, mẹ tần tảo siêng năng, mồ hôi mẹ của ta lúc nào cũng nhễ nhại, nhưng một điều, không hề, và chưa bao giờ ta thấy mẹ than vãn, hay cũng có thể nhưng ta không thấy. Ông chủ bảo con gà là con vịt, mẹ cũng theo, mẹ làm và chỉ biết làm với hết sức mình để đổi lấy cơm nuôi mẹ, nuôi ta. Khi ta vừa lớn khôn là cũng vừa lúc mẹ bắt đầu đốt đèn dậy ta. Mẹ dậy ta đọc, dậy ta viết, dậy ta luân thường đạo lý.

Mẹ đưa tất cả những gì mẹ đã học hỏi ở trường trước kia. Ban ngày dù mẹ có mệt nhọc như thế nào, nhưng tối đến vẫn không bao giờ bỏ những thường lệ hàng ngày dậy dỗ ta. Mẹ của ta làm với tất cả sự tận tụy, một điều, mong ta có ngày được cắp sách tới trường thật, lúc đó ta sẽ không phải bỡ ngỡ.

Trầm ngâm đôi chút, linh-mục John tiếp:

- Con biết không, ta đã cảm động với lòng bao la của người mẹ nghèo khổ, nhất là lại đơn thân không ai nương tựa. Nên hình như ta cũng cảm thấy mình lớn khôn hơn. Ta cố sức mình để đền đáp người, ngoài ra ta còn muốn được bắt đầu giúp mẹ, nhưng mẹ không cho phép, mẹ bảo, mẹ sẽ để dành tiền, mẹ sẽ lên tỉnh và lúc đó mẹ sẽ bắt đầu đời sống mới cho ta. Nhưng con ạ, mọi sự hình như luôn đã sẵn được xếp đặt, Chúa bảo: "Một sợi tóc trên đầu con rụng cũng là do ý ta". Đường của ta đi với sự tính toán và lòng nhiệt thành của mẹ ta không phải là điều Chúa đã an định cho ta ngay lúc bấy giờ. Vì thế, ngay cuối năm đó, một cơn bạo bệnh đến thình lình, mẹ ta qua đời, mẹ để lại ta bơ vơ với lời khuyên nhủ cuối cùng mà ta hằng nhớ: "Hãy dâng tất cả mọi sự khó con chịu cho trái tim Chúa và mẹ Maria, Ngài sẽ cứu con, đừng bi quan, hãy nhìn và luôn chấp nhận và sẵn sàng tuân theo ý Ngài."

Linh-mục John ngừng hẳn, đến bàn lấy bình nước lạnh, rót ra hai ly, một đưa cho Vũ và một cho mình. Sau đó nhấp một ngụm nhỏ, bỏ ly xuống bàn, rồi tiếp:

- Những ngày sau đó không nói ra con cũng biết ta đã đau khổ thế nào. Một cơn khủng hoảng ngoài sức tưởng tượng của một đứa trẻ mới lớn. Ta buồn chán, khóc than nơi căn nhà gỗ mục nghèo nàn nhưng đã được nuôi dưỡng và ấp ủ bằng bao tình thương của người mẹ mà ta mến, ta yêu, và cũng là sợi dây cuối cùng móc ta lại giữa cuộc bể dâu này. Và sự buồn khổ đó đã làm ta ngất xỉu, thiếp đi nhiều lần để rồi một cơn bệnh đến. May thay ông chủ nhà đã cứu được ta. Nhưng bù lại, sau đó ta đã lãnh phần ở đợ và chăm sóc đàn gà vịt của ông để trả ơn, mà đâu ngờ lại là dịp may như đã được xếp đặt, vì nếu không, ta sẽ đi tìm và xin đâu ra việc để nuôi thân mình. Ta bắt đầu mạnh dạn. Đau khổ hình như là liều thuốc rất linh hiệu để con người khám phá ra khả năng của mình. Ta ôn lại tất cả những gì mẹ dậy, dù không có mẹ, hàng ngày ta cũng giữ thời khoá biểu mà mẹ đã đặt ra cho ta và có một điều, mà ta nghĩ có thể là sự mầu nhiệm nhất của đời thơ ấu của ta, đã giúp ta và săn sóc ta, để ta có đủ nghị lực vượt lên, của một đứa trẻ tuyệt vọng như con thấy, là với ta, không ngày nào ta bỏ đọc kinh mân côi, nhất là sau khi mẹ ta chết, cỗ tràng hạt mà ta vừa đưa con lúc nãy trong túi áo ta, tối nào cũng được đánh bóng bằng những ngón tay của ta ít nhất là mười kinh. Thật là huyền diệu con ạ. Trước kia mẹ của ta thường bảo, mỗi lần mẹ của cha gặp điều buồn phiền, mẹ lần hạt, sau đó mẹ thấy như lòng mình từ đâu, niềm tin trở về, giúp mẹ vượt thoát dễ dàng. Ta nghe, nhưng chỉ biết thế, tới lúc mẹ ta chết rồi, một mình phải chiến đấu, sự buồn phiền mới thật sự phá rối, ta mới nhận và thấy được điều mẹ của ta đã nói với ta xưa kia. Giờ đây, ta đưa lại cho con, như một duyên phận, con hãy lắng nghe, lần hạt, con sẽ tìm thấy bình an.

Linh-mục John lại im lặng, Vũ bâng khuâng lấy cỗ tràng hạt cầm trên tay. Bây giờ Vũ mới có dịp nhìn, cỗ tràng hạt đã mòn và không còn dấu tích của lớp sơn phủ ngoài. Vũ nhắm mắt lại, tự nhiên, Vũ nắm gọn cỗ tràng hạt vào lòng bàn tay rồi áp lên ngực với sự kính cẩn vô cùng.

Thật ra, mấy người công-giáo, không mấy ai là không để ý và hiểu rõ sự mầu nhiệm và lời hứa của

Đức Mẹ khi hiện ra cùng ba trẻ trên ngọn đồi ở Fatima, lời Đức Mẹ luôn được nhắc nhở thường xuyên từ các đấng sinh thành. Nên ngay khi bập bẹ, tiếng nói đầu tiên thoát ra ngay khi Vũ kêu tiếng mẹ, tiếng ba, là sau đó mẹ Vũ đã dậy và đã hãnh diện vô cùng khi Vũ khởi sự bập bẹ "Kính mừng Maria..." Và chính Vũ, trong đời sống tu trì vừa qua, Vũ đã không có ngày nào quên và hầu như không một buổi sáng, một buổi tối lần cho riêng mình một chục kinh. Vũ cũng đã tìm và luôn thấy điều linh-mục John vừa nói với Vũ, một sự bình an. Nhưng lúc này, trước ngài, Vũ càng cảm thấy sự mầu nhiệm vô biên, nên lòng Vũ sao không khỏi bồi hồi, nhất là tay Vũ, bàn tay sắp nhúng chàm, lại được chính Linh-mục John gửi trên Vũ đặc ân này.

Từ cảm động, Vũ đã như quên sự thể trước mặt, quên điều Vũ đang trải trong lòng và nhất là việc chỉ vài phút nữa Vũ sẽ rời đây, rời Linh-mục John, rời dáng thân yêu với mái tóc điểm sương và đôi mắt sáng như hừng đông mới mọc, rời một người Linh-mục hằng bao kinh nghiêm của cuộc sống, người Linh-mục đã tạo cho mình bằng tất cả sự hất hủi của cuộc đời, ngoài lòng tin, người linh-mục mà ở ngài Vũ đã như con cừu non trước chủ chăn nhân lành. Khiến Vũ bồi hồi lên tiếng, tiếng đứt quãng, nhưng với lòng cảm động vô bờ:

- Con xin cám ơn cha, con sẽ giữ và nhớ lời cha, những lời quý báu của cha, nhất là trong hoàn cảnh này, cỗ tràng hạt sẽ là của đi đường vô giá của con.

Nhưng linh-mục John không để Vũ nói hết, có thể vì biết và hiểu rõ lòng Vũ, nên bảo Vũ:

- Ta hiểu, con uống nước đi, rồi ta kể tiếp cho con nghe, cuộc đời của ta chưa chấm dứt sự khổ lụy ở đó đâu.

Rồi trầm ngầm, đưa mắt nhìn vũ, tiếp:

- Nhờ phải dọn quần áo và trải khăn giường cho

con ông chủ nhà, nên một may mắn đến với ta. Ta cũng không hiểu có phải ta thông minh, hay vì siêng học, ta đã nhớ thật nhiều những công thức toán cũng như tất cả dụ ngôn... mà mẹ ta đã để lại cho ta. Vì thế, tình cờ một hôm vào dọn phòng, người chủ nhỏ của ta mới từ xa về nghỉ hè, năm đó cậu ta học hết lớp đệ tứ, sách vở của cậu ta đã làm ta chóng mặt, nhiều lắm con ạ. Ta nhìn và nói thật với con, nếu ta không sợ tội, ta đã dám cả gan lấy trộm rồi, nhưng vì vẫn nhớ lời mẹ ta dậy: "Con người phải lấy sự chân thật làm chuẩn thì bước đường mình đi mới nhẹ nhàng". Nên ta chỉ nhìn trong sự thèm thuồng. Và một hôm, ta nhớ, hôm đó trời ở ngoài mưa tầm tã, cậu chủ không đi chơi, cậu ở nhà học bài, ta thấy cậu cặm cụi coi vẻ tức bực điều gì, cậu ngậm bút, cau mày, rồi có lúc còn đập bàn thật to. Ta sợ và càng lo hay vì ta trải khăn giường không đúng, nên đến lễ phép hỏi cậu, nhưng cậu ta chỉ bảo ta là, vì cậu tức không nghĩ ra bài toán cậu đang làm. Ta hơi an tâm, bạo dạn, ta liếc và đọc vội trang sách đang mở trên bàn, ta không biết vì đâu, hình như có ai giúp ta, sau này ta vẫn nghiệm, bài toán đó lại là bài mà xưa mẹ đã có lần chỉ ta, nên ta mỉm cười thưa nhỏ với người chủ của ta: "Cậu cho tôi giúp cậu được không". Cậu chủ không hiểu ý ta nên bảo: "Thôi trải như vậy cũng được rồi, mày ra ngoài đi". Ta lại mạnh dạn: " Không, ý tôi là giúp bài toán này". Cậu ta trố mắt. Ta nhớ rõ lắm, đôi mắt của cậu ta thì nhỏ, cả nhà vẫn chê thế, thế mà hôm đó ta tưởng như không có con mắt nào lớn hơn mắt cậu ta, cậu ta ngạc nhiên quá độ, mồm lại há hốc, trông đến buồn cười. Mà cũng đúng, tại sao lại không đáng buồn cười? Một người con trai như ta lúc bấy giờ, chưa hề cắp sách đến trường, chỉ biết đàn gà, đàn vịt và thay màn, giặt áo, thể biết được những điều ở thế giới bên ngoài, huống hồ còn là những bài toán khó. Nhưng không hiểu sao cậu tần ngần rồi bảo ta, có thể Đức Mẹ đã ban phước cho ta, cậu nói nhỏ nhẹ lắm, không hỏi phiền phức và còn không hề tự ái chút nào, điều đó hiếm có lắm con, vì phàm là con người, lại là chủ thì không khi nào chịu thua kẻ dưới, phải không con? Bình thường họ chỉ biết một điều: "Tớ không bao giờ hơn chủ trong bất kỳ phương diện nào". Ta hiểu điều đó, nhưng thật ta cũng không biết sao hôm đó ta đã mạnh dạn thế. Cậu bảo ta: "Mày thử đi". Ta không chờ đợi, ngồi vào và năm phút sau bài toán xong. Lúc bấy giờ cậu ta mới vặn hỏi, ta trả lời tất cả sự thật từ đầu, cậu không nghi ngờ và từ đó, cậu giúp đỡ ta, cho ta mượn sách, ta học và ta đã cố hết mình, tất cả các giờ rảnh, ta đều đổ dồn vào việc học, nhờ đó chính cậu đã giúp ta lên tỉnh, cậu ta là ân nhân trong đời của ta, cậu ta tìm việc cho ta, ta rửa chén ban đêm, ngày đi học và cuối cùng vì lòng kiên nhẫn, trí phấn đấu, ta đã đậu hết các kỳ thi. Ta lấy được bằng cử nhân, nhưng nói thì thế, chứ cũng đầy gian truân vì ta đã phải ăn cơm hẩm, cháo ôi. Ta đã phải mặc quần rách, áo dơ bao năm trời, vì tiền, tất cả, ta đã để dành lo cho việc học. Ta đã bị nghỉ việc, đã bị chủ đuổi vì ngủ gật, đã bị ở ngoài đường vì không đủ trả tiền điện, đã bị cảnh sát còng vì một lần đói quá, hết tiền, cha đã lấy một gói "potato chips", nhưng cũng may, người chủ đó đã thương xót và tha cho ta. Ngoài ra, bên xứ ta, mùa đông, tuyết phủ trắng ngời, đẹp, tuyết đẹp nhưng lại là sự đau khổ cho những kẻ bơ vơ. Ta đều trải qua, đi học, giầy tuyết không có, ta phải lội với đôi dép mộc, chân ta lạnh cứng, thật khó sao diễn tả nổi sự buồn chán của ta khi nhìn sự đầy đủ của các bạn bè ăn no, ngủ ấm. Nhưng thật ta đã trải qua và chịu đựng được những khổ sở này, đấy là nhờ mẹ của ta đã vì ta xin Đức Mẹ ban ơn...

Linh-mục John ngừng lại một chút như để lấy hơi

và phủ đi những u buồn vừa trở về, rồi tiếp:

- Tới khi ta đi làm, đời sống vật chất được đền bù, ta đã không còn phải chịu những cực hình đói kém nghiền nát, thì lại chuyện khác xảy ra trong đời ta, đó là chuyện tình cảm của ta và con gái ông chủ hãng mà ta làm việc. Thật ra chuyện cũng không có gì đáng để nói, nhưng ta chỉ muốn nhấn mạnh và nói cho con nghe vì sao và lý do tại sao ta đi tu muộn như thế. Thuở đó, Monica, tên cô con gái con ông chủ, làm cùng sở với ta, cô ta là thư ký đặc biệt cho ông bố tên là Roberto. Dĩ nhiên, cô ta rõ ràng lai lịch của ta, cô ta bảo là rất cảm phục những người đàn ông tự mình khởi sự, vì tương lai của mình do chính mình, điều đó mới thật đáng quý. Lúc bấy giờ ta cũng chỉ biết nghe và chưa rõ ràng tình yêu và tình riêng của cô đã dành cho ta. Tới một ngày, một bữa tiệc cuối năm, hôm đó có rất đông, lại có cả chàng trai mà bố cô từng muốn làm mai cho cô. Thật ra họ xứng đôi lắm, cả hai gia đình giầu có, cậu kia lại đẹp trai lịch sự, nếu là ta, ta cũng chấm ngay. Nhưng không hiểu sao, cả buổi Monica lại luôn đến sát ta, nàng mời ta nhảy với nàng, ta không biết nhảy, thì nàng cũng không nhảy với ai. Thế là ta và nàng ra ngoài nói chuyện, người con trai kia biết được nên ấm ức không bằng lòng tìm ra theo, ta biết, nên xin trở vào và xin lỗi cô ta, rồi ta đi về trước, lấy lý do nhức đầu. Chuyện gì xảy ra sau đó, ta không biết, nhưng ngày hôm sau, ông chủ cho gọi ta vào phòng, ông ta là người rất chiều và cưng cô Monica, vì chỉ còn có cô, mẹ cô đã qua đời, nên điều gì làm cô buồn là ông không thể ngồi yên, ông nói chuyện rất thân mật, khen ta, rồi cuối cùng ông đề nghị để cho ta làm giám-đốc cho ngành kế toán, lý do, ông ta bảo vì ta là một thiên tài. Còn gì bằng phải không con? Nên ta hết sức mừng rỡ, cám ơn ông ra về với lòng phấn khởi vô cùng. Nhưng chuyện cũng lại bắt đầu từ đó. Một ngày, ông lại kêu ta vào và lần này ông nói rất ôn tồn và dùng đủ lời ngọt ngào, có một điều là ông không hề ép buộc, hoặc nói điều gì đụng tự ái ta, ông nói: "Cậu có biết Monica kỳ này có đổi khác không?". Ta thành thật, "Dạ tôi cũng thấy như bình thường". Ông mỉm cười, "Tôi hiểu ý cậu rồi, nhưng cậu cũng đừng bận tâm, việc làm bố tôi phải nói thôi, tôi lo cho Monica lắm, cậu cũng biết điều đó, nhưng không phải vì thế mà tôi để mất một nhân viên nhiệt thành như cậu, do đó, điều tôi nói chỉ là để cậu hiểu giữa một người cha vì bổn phận nói với người mà con gái mình đã ấp ủ, cậu hiểu ý tôi, cậu đừng giận tôi, Monica nó đã yêu cậu". Ta chưng hửng, ta vô tình quá phải không con, hay vì công việc khiến ta quên luôn chuyện tình yêu, điều quan trong nhất của nam nữ mà chính Chúa đã lập thành. Con biết lúc đó ta thế nào không? Con có tin không? Ta thấy lòng vui lắm. Và nhất là đêm hôm đó, về nhà ta đã tính toán đủ điều, vì con không biết đâu, Monica đẹp, lại dễ thương và hiền hậu lắm, người con gái đó mà là vợ thì thật có phúc cho ta vô cùng.

Linh-mục John bưng ly nước, lại hớp một ngụm nhỏ rồi tiếp:

- Vì thế, từ đó, ta cũng bắt đầu mua những bông hồng, những gói quà và hẹn Monica đi dùng các bữa ăn tối. Nhưng dần dần, một sự tìm thấy ở nơi ta, thật lạ kỳ con ạ, đi bên Monica và có tình yêu như thế mà mỗi lần về nhà ta đều cảm thấy mình cô đơn hay như thiếu điều gì. Nhiều lúc ta cũng tưởng mình là vì nhớ Monica. Nhưng nghiệm lại nhiều lần thì không phải. Ta đâm ra trống rỗng, cố gắng thế nào cũng vậy, có lẽ, lần vui nhất trong cuộc đời ta quen Monica lại là lần nghe bố của Monica nói với ta, đêm đó ta mới thấy vui vui khác thường, còn sau này, dù bên nàng ta cũng như chìm sâu trong mình một trống rỗng. Nhiều lúc ta nghĩ hay vì ta bị bệnh tâm thần, nhưng ta đi khám bác-sĩ thì không có gì con ạ. Bác-sĩ nói, ta rất bình thường. Còn về Monica, thì khỏi nói, nàng lo và săn sóc cho ta rất chu đáo.

Linh-mục John ngừng một chút rồi tiếp:

- Và một sự đã xảy ra, ta còn nhớ rõ, rõ lắm con ạ, Chúa đã soi sáng cho ta, Chúa đã hướng dẫn ta, Ngài chọn ta, nên ngay trước tình yêu với Monica của ta chớm nở. Giữa lúc tuổi xuân ta đầy những đòi hỏi xác dục. Giữa lúc ta có tất cả mọi bình thường của người con trai cần có, lại là lúc ta bắt gặp hình ảnh đã biến đổi hoàn toàn cuộc đời của ta, hình ảnh đó giống như bức tranh Chúa đứng giữa đàn cừu. Người chăn dắt và săn sóc từng con, Người vuốt ve, chiều chuộng cũng như hướng dẫn, Người bồng, Người bế và Người đã áp má nâng niu. Nay hình ảnh đó sống thật, ngay trước mặt ta, ngay hôm ta và Monica đang rong chơi trên hè phố, ta thấy một vị linh-mục, người vận áo dòng đen, ngài đeo tràng-hạt, miệng lúc nào cũng hớn hở vui tươi, ngài đã khoảng ngũ tuần nhưng tâm hồn trẻ trung như một thanh niên, điều đó ta nhìn thấy từ sức sống của ngài và còn lạ lùng hơn, theo sau ngài là bầy trẻ mồ côi, ngài săn sóc, cười nói và vui đùa, ngài dẫn đám trẻ, quần áo rách, mặt mày lem luốc, rồi ngài khuất phục từng đứa, ngay trên bãi đậu xe, chúng thuần phục. Ngài cho ăn, ngài nói chuyện và khuyên nhủ cũng như bày tỏ tất cả tình thương của ngài... Rồi ngài dậy làm dấu, dậy cầu nguyện, chung quanh ngài lúc đó chỉ còn những con nai ngoan hiền lắng tai nghe ngài và cha nhớ lại cha, nhớ lại mình những ngày trước kia, ngày còn bé cha vẫn còn may mắn hơn, vẫn còn có mẹ, để mẹ cha nâng niu... Và tự nhiên, ta lần mò, tìm đến, hỏi thăm người cha nhân từ đó mặc Monica đứng nhìn. Và ta đã tìm được niềm vui trong những buổi sinh hoạt với trẻ bên người linh-mục dòng đáng kính đó. Rồi ta nhập cuộc. Ta từ giã

Monica, từ giã hết để sống đời tận hiến. Lúc đó ta mới biết thật ta muốn gì. Ta muốn và chỉ muốn dùng tất cả thời giờ và sự hiểu biết của ta để phụng vụ những người trẻ thơ, không gia đình, phải chăng là sự xếp đặt của Thiên Chúa. Ngày ta xin vào nhà dòng. Monica buồn lắm, khóc thật nhiều, nhưng rồi nàng cũng đi tu, hiện thời Monica là một sơ trong dòng kín ở Á Châu. Thật phúc thay.

Rồi Linh-mục John nhìn đồng hồ, tần ngần một lúc, bảo Vũ:

- Ta kể dài quá hả con? Lâu lắm rồi ta mới có dịp nói về mình, con nghe có buồn ngủ không?

- Thưa Cha không.

Và linh-mục John lại nhìn đồng hồ, ngài thở dài, lúc sau ngài nói:

- Bây giờ tới giờ ta và con phải xa nhau. Nhớ con nhé, hãy giữ mình và bảo trọng, ta tin tưởng ở con thật nhiều, vào thăm ta khi có dịp.

Vũ vẫn còn ngồi yên, hình như một sự gì lôi giữ Vũ lại, nước mắt Vũ lúc này không còn cầm nổi, trào và Vũ thật mất hết nghị lực của một cậu con trai, mất hết tự tin trước khi gõ cửa trình linh-mục Giám-đốc để từ biệt.

Vũ bùi ngùi, tiếng nấc bắt đầu theo sau. Vũ dễ khóc quá, hay vì khung cảnh này đã làm Vũ quyến luyến tới độ không thể rời xa. Nhưng cuối cùng, Vũ cũng phải đứng dậy. Linh-mục John kéo Vũ đến sát, người ôm Vũ, hai cánh tay trên bờ vai Vũ và vỗ về với đôi bàn tay. Linh-mục John cũng im lặng, hình như cũng sợ câu nói và lời phát biểu nào đó cũng sẽ lôi theo những giọt nước mắt của chính mình. Lâu lắm, linh-mục John mới nói, giọng mạnh dạn, hình như đấy là nguồn sinh lực cuối cùng của linh-mục John truyền qua Vũ, linh-mục John nói:

- Đi bình yên con nhé.

Vũ nói trong nghẹn ngào cách quãng:

- Thưa Cha vâng...

Và mãi sau, trước khi rời phòng, Vũ mới lấy hết bình tĩnh còn lại, dơ tay chào, miệng nói:

- Xin Chúa ban cho cha mạnh khỏe...

Vũ xách vội chiếc valise mầu nâu đục vẫn để ngoài hành lang như lặng lẽ chờ Vũ và từ từ lê bước.

Ngoài trời, nắng đã lên cao, vài con chim se sẻ như hót mừng trước mặt, Vũ còn nhớ và nhớ thật rõ, dù đã bao năm, nhất là cành liễu, cành liễu sát nhà, ngay gần phòng linh-mục John, một ngọn gió thổi nhẹ nhưng đủ làm chiếc lá liễu rớt trên vai Vũ. Vũ không phủi, vẫn bước và bước những bước không định trên vỉa hè nơi đã chứng kiến bao sự vui buồn trong đời Vũ, của năm tháng qua......

Vũ còn đang vẩn mình trong kỷ niệm quá khứ hiện về, có tiếng gõ cửa, Vũ vẫn còn như trong mộng và mãi tới tiếng thứ 5, thứ 6 Vũ mới giật mình bừng tỉnh và mở khóa xe lăn, lăn ra cửa, thì vừa lúc hình ảnh tươi cười dễ thương của linh-mục Xuân xuất hiện với chiếc áo thâm chùng điềm đạm, bảo Vũ:

- Gớm, sao Vũ mơ mộng gì mà mình đi qua cửa sổ cũng không hay? Còn báo hại phải gõ cửa cả chục lần mới chịu ra mở.

Nhưng Vũ đã cười e lệ:

- Chắc không khí thanh tĩnh của nhà dòng cộng với làn gió hiu hiu từ cửa sổ thổi vào làm mình ngủ thiếp đi đó.

Nhưng Xuân mỉm cười:

- Vũ chống chế hay lắm, nhưng ngủ gì mà mắt mở trao tráo nhìn ra ngoài vậy?

Vũ cố đùa:

- Đó là giấc ngủ "ru hồn" của riêng mình.

Và một lúc trầm ngầm, bỗng Vũ nói với Xuân:

- Cụ có bao giờ hồi tưởng quá khứ của những năm

chúng mình cùng sống trong dòng không?

Xuân không cần suy nghĩ trả lời:

- Dĩ nhiên là có, mà mình còn tưởng như mới xảy ra.

Rồi Xuân tiếp:

- Ngày Vũ rời nhà dòng, Vũ có biết tụi mình còn ở lại đã xôn xao thế nào không? Vì ai cũng nhẹ dạ và tin rằng, Vũ mà còn bỏ cuộc thì khó ai trong chúng mình có thể tiếp tục được. Nhưng may thay, linh-mục giám-đốc đã khéo léo cho tụi mình những kinh nghiệm sống của ngài qua lời ôn tồn và đức độ. Ngài còn luôn nhắc nhở về những sự thử thách phải có để trở thành một linh-mục. Thế mà, hai tháng sau Tuấn, Tùng, Nhân cũng bỏ cuộc khiến tụi mình càng xôn xao hơn. Nhưng thực vậy, mọi sự quả không khỏi quyền năng của Chúa. Như mình hồi đó vừa yếu, học vừa không khá, thế mà Chúa đã chọn mình và cho mình đứng vững tới ngày hôm nay.

Rồi Xuân trầm ngầm:

- Nhưng chung quy quả chúng mình phải luôn nhớ, lời cầu nguyện lúc nào cũng là cứu cánh, để có thể vượt thoát trước thử thách thế gian.

Vũ vẫn yên lặng nghe Xuân, mãi sau, Vũ mới lên tiếng:

- Thực ra, ngày rời nhà dòng mình đã tưởng mình chọn đúng đường vì sự yếu đuối trước những rạo rực đợi chờ. Nhưng khi xuất rồi, tình yêu đầu đã làm tan biến tất cả thiên đàng yêu đương mình tự đặt, để lại trong mình một trống rỗng vô biên với bao dằn vặt thể xác từ các bạn bè môi giới và môi giới. Lúc đầu, mình còn cầu nguyện, nhưng sau, lương tâm mình như bị chai lì, mình bắt đầu quên kinh tối sáng, cũng là lúc mình lăn xả và buông thả theo sự đa cảm. Và mãi tới ngày gặp Hiền và có lẽ nhờ sự hiền lành và dễ cảm của nàng, đã biến đổi hẳn mình. Mình đang từ sự đổ vỡ hầu như toàn vẹn bằng những bữa say li bì nơi các quán, hàng, bên các em đẩy đưa, mình tự trầm mình và trở về với lời mời gọi của lương tâm. Mình đã vì Hiền, đã không còn rong chơi, không còn trốn chạy và không còn vụng trộm mua vui và thú thật với cụ, cả cuộc đời mình, nếu không kể những ngày còn được sống trong nhà dòng, thì thời gian bên Hiền lúc khởi sự tới khi mình bị thương là những kỷ niệm trọn vẹn và yêu thương nhất.

Và Vũ thở dài như nuối tiếc rồi tiếp:

- Cụ chưa gặp Hiền, nên có thể điều mình nói về nàng có quá đáng. Nhưng nếu cụ gặp Hiền rồi, mình đoan chắc cụ sẽ thấy mình vẫn chưa công bình vì chưa tả được hết những cao đẹp và mỹ miều nơi Hiền, cả về tinh thần, tới nhan sắc. Và cũng chính vì thế, mà mình đã thêm một lần trốn chạy.

Vừa nghe Vũ nói thế, Xuân xen vào:

- Nhưng mình chắc điều Vũ làm đã chưa hẳn là thượng sách đâu. Vì khi yêu, con người luôn sẵn sàng chấp nhận hiến dâng. Sự mà Vũ tưởng thiệt thòi cho Hiền, mình nghĩ biết đâu ở Hiền là một hạnh phúc cùng tận. Vì Hiền hiểu được ý nghĩa cao cả của tình yêu.

Nhưng Vũ ngắt lời:

- Mình hiểu và càng rõ. Tuy nhiên, nếu mình không yêu Hiền, hoặc chỉ yêu Hiền như để yêu thì có thể mình đã không bao giờ xa Hiền. Nhưng vì mình yêu Hiền quá, yêu nàng tới độ không thể để nàng phải cam cảnh của người đàn bà thiệt thòi, săn sóc cho một thương binh là chuyện nhỏ, nhưng không có cơ hội sinh đẻ, thì mình quả không thể. Mình mâu thuẫn và bất chấp. Mình biết điều đó đúng, nhưng hình như mình đã thật sự không hiểu chính mình, vì ở mình vẫn luôn bị giằng co cay nghiệt giữa hai sự việc. Nhưng dầu sao, hiện giờ mình cũng đã tốt hơn rất nhiều, có lẽ cũng nhờ cụ đó.

Nhưng Xuân thong thả:

- Mình không nghĩ thế. Vũ phải nói là nhờ ơn Chúa mới đúng. Tuy nhiên, bây giờ cũng chưa muộn đâu, Vũ nên nghĩ lại và nên công bằng hơn với Hiền.

Vũ e dè:

- Mình biết, nhưng cụ cũng cho mình thời gian.

Thực ra, trả lời câu này là Vũ chỉ muốn cho Xuân không tiếp tục đào sâu e Vũ khó xử. Nhưng riêng Vũ, Vũ vẫn minh định là phải chờ tới khi Vũ có thể hoàn toàn thực hiện được giấc mơ mới, sau đó, Vũ sẽ tìm Hiền và sẽ hoàn toàn tùy thuộc vào những thay đổi ở Hiền và ở Vũ sau này.

Tự ái của con người luôn là lưỡi dao bén sắc để tùy hoàn cảnh có thể cắt xén, khiến sự tốt xấu trở nên trọn vẹn, hay nát tan, theo nhu cầu và điều kiện của từng người.

Vũ còn đang phân tâm và xa vắng thì Xuân lên tiếng:

- À, mà hồi nãy ông có thấy thằng Jimmy nó sách valise qua đây không?

- Có và cũng chính vì thế mà đã gợi cho mình nhớ lại hình ảnh xưa, ngày mình từ giã nhà dòng. Hồi nãy, bức tranh như sống lại hoàn toàn. Và một điều, mình phải thành thật công nhận niềm nuối tiếc này sẽ mãi và mãi ở trong mình, dù hoàn cảnh nào. Và mình có thể quả quyết, dĩ nhiên là hão huyền, nhưng nếu có thể nhập cuộc lại để sống trở lại những ngày đệ tử, mình sẽ không bao giờ bỏ qua.

Nhưng Xuân đã vừa cười vừa xen vào:

- Ông nói mạnh lắm! Nhưng liệu nếu Hiền ở bên ông, ông có dám bỏ người đẹp để theo Chúa không?

Vũ cũng khôi hài:

- Dĩ nhiên, vì như cụ đó, trong bạn bè bây giờ có ai hơn cụ không?

Nhưng rồi Vũ lại dịu dàng ngay:

- Nói chơi thế, nhưng cụ nói đúng, chỉ khi nào sự thể xảy ra trước mặt mình mới biết thật được. Mà thực ra, ngay cả lúc đó hẳn mình có tìm ra được đáp số, hay mình vẫn còn tham lam phải không cụ.

Và Vũ tiếp luôn:

- Ngày mình quen Hiền, mình thú thật với cụ mình cũng đã từng cương như vừa nói với cụ. Sống đời và yêu Hiền mãi mãi dù hoàn cảnh nào. Nhưng rồi mình có làm được không? Lời hứa của mình trước đài Đức Mẹ Bình Triệu vẫn còn đó. Những giọt nước mắt thương yêu chấp nhận của Hiền bằng tất cả thơ ngây trìu mến cũng còn đó. Và những buổi tối đưa đón, những con đường ngọt lịm bóng me dưới tàng đêm phủ đặc cũng vẫn còn đó, rồi trăm ngàn lời hứa, trăm ngàn quả quyết và trăm ngàn rạo rực của từng hơi thở còn đó. Nhưng giờ đây Hiền đâu? Mình đã trách và kết tội cho chiến tranh, điều đó quả không sai. Nhưng nghĩ lại, vì nếu không có chiến tranh thì làm gì có buổi trời mưa đi chung xe lambretta để mình cùng ngồi với Hiền, rồi cùng gặp nhau qua Yến và rồi cùng yêu nhau qua bữa ăn ở Thanh Bạch vân vân....

Vũ ngừng nói, Vũ nhìn ra ngoài như muốn gợi cảm vì sự xúc động dạt dào trên bờ môi chàng và Vũ tiếp:

- Cụ có lẽ đã nghe, hơn nữa còn học thần-học để hiểu rõ về tâm lý, đời sống và tu đức trước khi chịu chức. Nhưng có một điều chắc chắn cụ thua mình là đã trải qua thực bằng những chiến đấu vô cùng khó khăn khi biết mình không đủ sức và người yêu mình bị thiệt thòi vì cấm đoán. Những ngày quen Hiền, thực ra, mình đã nhìn thấy những khó khăn trước mặt ngay từ khởi sự, nhưng nếu mình vì thế mà bỏ cuộc thì quả không xứng bậc nam nhi, hơn nữa, lúc đó mình còn trẻ, trí còn hăng và lòng thì lại ngập lặn trong yêu đương, nên mình đã lấy sự ngang tàng của mầu áo binh-chủng và lấy lòng nhiệt thành của một cậu trai mới lớn, nên mình bất chấp và tự tạo cho mình niềm tin riêng. Nhưng, tất cả đâu có dễ dàng như mình tưởng, cuộc đời đã xoay mình, xoay Hiền, như mình đã kể cho cụ. Vì thế, tình yêu của Hiền và mình lại càng keo sơn. Con người càng trong đau khổ vì nhau thì sự nẩy nở tình yêu càng đến mạnh, cụ nghĩ có đúng không? Hiền đã bỏ hết, đến với mình, dù hoàn cảnh của cả hai rất khó khăn, cũng chỉ vì "chiến tranh" đã cắt đi của mình đôi chân, còn để lại trong mình một niềm mặc cảm khó xóa nhòa. Cụ cũng đâu thể nào thấu được những đau khổ triền miên của mình sau những ngày rời bệnh viện về Long Kiên. Mình đã sống bằng những bước chân "vòng sắt" như những khắc khoải và trống rỗng cùng tận. Niềm đau khổ của phần thân thể mất đi, phải nói đau và đau lắm, nhưng sự thiếu vắng Hiền bên mình còn thấm thía và sầu đau khôn xiết. Mình đã phải tủi lòng kêu trời không biết bao nhiêu lần trong ngày, nhưng lòng mình vẫn đắng lạnh. Mình đã chết ngất từng đêm vì những giấc mơ lưng chừng. Trong đó, Hiền như một thiên thần tuổi trẻ đã mang đến những giọt nước mát lạnh giữa mùa hè nắng cháy trên vùng sa mạc hoang vu... Nhưng rồi, mình bừng tỉnh, lại một giấc mơ. Mình đã ngồi dậy, ôm đầu và không còn chịu đựng chính mình nên đã đẩy tung chiếc xe lăn và thảm thương trong tiếng nấc kinh hoàng. Mẹ mình lại là kẻ cam chịu, mẹ mình lại ôm mình và lại tủi buồn với tiếng nấc khóc theo. Mình lại hối hận, lại xin lỗi người mẹ bạc số. Nhưng mẹ đã không nghĩ thế, mẹ mình luôn bảo: " Niềm hạnh phúc của mẹ lúc này là nhìn thấy con lấy lại được niềm tin và biết lãnh nhận thử thách". Nhưng rồi, mình vẫn bị sa lầy, vẫn bị dằn vặt, vì mẹ mình cũng đâu hiểu mình vì Hiền chứ không phải vì đôi chân.

Vũ lại thở dài và hình như hai giọt lệ đã lăn tăn trên gò má Vũ, Vũ lại tiếp:

- Và những khắc khoải nhớ thương Hiền quả đã không bao giờ thoát khỏi mình. Nó vẫn ở đó, ăn sâu và luôn mời gọi từng kỷ niệm gợi về của hàng đêm. Đến độ, một lần trong mơ sảng, mình đã kéo Yến em mình khi Yến từ Saigon về thăm mình, lúc mình trong cơn sốt, để kêu tên Hiền thắm thiết, khiến Yến phải an ủi mình và phải tả oán bao điều không đúng về Hiền, hầu làm giảm tình yêu của mình với Hiền. Nhưng không! Mình đã không tin, vì sự tin tưởng quá tuyệt đối nơi tình yêu đã đóng dấu Hiền và mình bằng sự tuyệt mỹ vĩnh viễn với lòng chân thật lạ lùng, khiến khó có lời nào có thể phân chia. Ngoài ra vì mình ở Hiền còn luôn có một lý luận và sự tin tưởng rất vững chắc. Một lần, nhân dịp Tiểu-đoàn mình được về nghỉ dưỡng quân... Vừa nói tới đó, tự dưng Vũ ngừng lại nhìn Xuân và như phân trần:

- Mình bắt cụ nghe nhiều quá cụ có sốt ruột không?

Xuân mỉm cười thông cảm:

- Vũ không biết đây cũng là một "nghệ thuật" của mình phải học sao? Tức là nghe điều thổ lộ của con chiên để phân tích và cố vấn trong các trường hợp họ cần tới mình.

Nhưng Vũ lại lơ đãng tiếp luôn:

- Cụ biết, thời gian tụi mình đi hành quân không gì vui mừng và hả hê bằng được trở về hậu cứ. Và cũng không mong đợi nào bằng mong đợi này, kẻ độc thân thì bày những cuộc chơi liên tục, người có gia đình thì vui hưởng sự gần gũi nhớ thương với vợ, con trong bao ngày. Do đó, tiểu đoàn chưa về, các bà, các cô đã đánh hơi và đến chờ sẵn tại hậu cứ. Và lần đó, không may cho mình, hay đúng hơn quả là dịp để mình phân định rõ ràng lòng của mình với Hiền và ngược lại. Khi chiếc GMC vừa ngừng bánh tại hậu cứ, mình vừa xuống xe, người lính của mình cũng vừa mang ba lô và vật dụng của mình vào phòng riêng của mình ở hậu cứ thì Dung đã vừa kêu tên mình, vừa tới ôm chầm lấy mình sướt mướt: "Anh, sao anh không liên lạc với em, lâu nay em mong thư anh, anh chẳng viết cho em một lời, hôm nay, nếu may không có con Trinh nó đến rủ, em đâu có biết anh về để mua quà lên mừng anh". Mình đứng chết trân, thật ra từ trước, dù mình chưa từng yêu Dung, hay nói khác hơn, là để ý tới Dung, nhưng Dung thì lại rất tỉ mỉ săn sóc và lo cho mình. Mình muốn tránh, nhưng rồi sự mời gọi lại dẫn lối đưa đường, để mình tự an ủi chấn an sự lầm lỗi bất xứng của mình trước lòng mình. Con người ta vẫn ích kỷ và chỉ lo cho mình. Vì đáng lẽ mình phải nói thẳng hay phân trần, hầu cho Dung không càng ngày càng nặng nợ với mình, nhưng rồi, vì những ngày phép trước kia quá ngắn, hơn nữa, mỗi lần bạn bè đi nhậu lại kéo băng, kéo đảng, rồi cô này, cô kia, mỗi người một cặp, khiến mình dù không muốn cũng phải nhập cuộc. Và điều này, mãi tới lúc gặp Hiền, mình mới thấy mình quả không đứng đắn và mất thận trọng với Dung, khiến sự thể đã trở nên khó giải thích. Do đó, suốt thời gian qua đã không thư từ, thăm hỏi và luôn tránh gặp Dung, vì mình biết mình, mình hoàn toàn không yêu Dung, mà chỉ coi Dung như người bạn. Hơn nữa, một điều may mắn, là trong suốt thời gian quen Dung, mình chưa lần làm hại đời Dung dù chỉ nụ hôn, mà lẽ ra những người thiếu thốn và muốn đua đòi theo thời như mình phải có. Đời lính, cụ không hiểu đâu, bạn bè mình chúng rất vội vàng, tình yêu luôn được mô tả bằng những chiếm đoạt, do đó, những danh từ "xào khô", "xào ướt" mình không hiểu cụ có nghe qua chưa, nhưng tụi nó dùng như môt định giá để hơn thua ảnh hưởng, hay chứng tỏ sự thắng thế trước những "mối tình dăng mây" nhất thời. Mình có ăn chơi, có nghiện ngập rượu chè và ngay cả đã từng "thả khói ru hồn" bằng mây "đen" mây "trắng" qua các cuộc chơi khuya bên các ngọn đèn mờ ảo. Nhưng mình rất kỵ những vầy vã thân xác theo nhục dục bất chính và có lẽ, chính vì thế, đời mình, mình đã giữ để không phải rơi vào những ảnh hưởng của nhẹ dạ chờ đón và gài sẵn. Đôi lúc, mình cũng từng cảm phục mình và nếu sự đòi hỏi một chiều, hay nếu những phương tiện không sẵn, dĩ nhiên sự chịu đựng có thể chỉ là sự phải đến, nhưng trước những phơi bầy mời gọi sẵn sàng đầy rẫy, đôi khi, bạn bè còn khéo léo xếp đặt như chuyện đã rồi, chúng nó đã từng đóng kịch, từng gài bẫy để Dung có cơ hội lọt vào tay mình qua những lần mình say bí tỉ và cuồng độ đã đỏ ngầu trên đôi mắt mình. Nhưng mình vẫn tránh được. Sau này, mình càng nghiệm và càng thấy rằng, điều mà mình giữ được không hẳn do mình mà quả đã từ sự huấn giáo xưa kia còn lại. Vì mình biết, những lời nói, sự đắn đo và cách sống cùng lời nhắn nhủ của linh-mục John hầu như đã chưa lần rời xa mình. Mình có bê trễ, có bỏ đọc kinh tối sáng, hay đôi khi còn đánh lừa chính mình, để quên lễ ngày chủ-nhật, nhưng lương tâm mình hình như hoàn toàn chưa bị chai lì, do đó, mình đã phập phồng và luôn bị dằn vặt bởi lương tâm, nên những lần như thế tự nó đã cứu mình.

Vũ ngừng nói, lấy ly nước uống một hơi dài rồi tiếp:

- Cụ biết không, giữa lúc Dung còn đang ôm mình thì Hiền cũng xuất hiện với một xách tay đầy hoa trái tươi. Mặt mình lúc này quả càng độn ra, mình sợ quá, đẩy Dung và ngọng miệng kêu tên: "Hiền". Nhưng, Hiền đã mỉm cười như không hề có chuyện gì, Hiền khẽ bảo: "Anh mới về, mẹ bảo lên đón anh". Lúc đó, Dung đã buông mình ra và đang chùi nước mắt, Dung thấy Hiền nói thế vội hỏi mình: "Em anh đó hả". Nhưng không hiểu sao mình đã thành thật bảo Dung: "Không, Hiền là bạn của anh". Dung còn đang thắc mắc thì may thay ngay lúc đó Trinh xuất hiện với Lung, một thằng bạn của mình, nên Dung chỉ lên tiếng: "Bây giờ mình về Sài Gòn được chưa anh?". Nhưng Lung hình như tế nhị vì vừa nhìn thấy Hiền, mà Lung thì hiểu rõ chuyện của mình và Hiền, nên Lung nhanh ý: "Có lẽ Trinh và Dung phải về trước, mình tình nguyện đưa về, còn Vũ thì nó vô phước nên đã bắt thăm và ngày trực đầu lại là ngày nó trách nhiệm. Nhưng không sao, công của Lung nhưng tiền của Vũ. Lung sẽ lấy tiền Vũ để mời tất cả người đẹp bữa cơm mừng ở Bồng Lai. Sao người hùng có đồng ý không?". Mình đã phải gật đầu và đưa mắt thầm cám ơn Lung, nhưng dĩ nhiên Dung đã không dễ dàng rời mình và cuối cùng, Lung lại phải dàn xếp và khéo léo khiến Dung đành chấp nhận.

Vũ ngừng nói, cặp mắt xa vời, rồi tiếp:

- Và khi mọi người đã rời hậu cứ. Hiền nhìn mình, mình nhìn Hiền, thú thật mình không biết khởi sự bằng lời nào, mình xin lỗi Hiền ư? Mình phân trần về Dung ư? Hay mình làm lơ như không có chuyện gì xẩy ra? Tất cả quay cuồng trong đầu mình, nhưng câu trả lời vẫn chỉ là cách đứng nhìn và lặng câm. Nhưng ngờ đâu, trời thương mình, có lẽ Hiền đọc được hết tư tưởng mình, hay đúng hơn Hiền đang chấn tĩnh chờ sự phân định và nhận xét trong cử chỉ mình, nên lúc sau Hiền mới lên tiếng: "Anh, anh không dẫn em về phòng anh sao còn đứng mãi như trời trồng vậy?". Mình mừng quá, kéo tay Hiền và thú thật với cụ, lúc đó mình như một đứa trẻ vừa được mẹ dỗ ngọt bằng viên kẹo đường mật ngọt ngào và mặn nồng nhất. Giọng nói Hiền quả mát dịu, mình không hiểu có phải từ sự nhung nhớ lâu ngày hay vì mình cảm thấy được sự độ lượng và "hiền lành" của Hiền. Và khi chúng mình về phòng, Hiền lại không vội, Hiền mở từng gói trái cây, Hiền rửa và gọt rồi bỏ lên đĩa, xong xuôi, Hiền kêu mình ăn và săn sóc mình như một người vợ bằng cử chỉ êm dịu lạ lùng như đời mình chưa lần được hưởng qua. Sau đó Hiền mới bảo mình thay đồ và tắm rửa, Hiền chờ, xong xuôi mình mới đưa Hiền về Sài Gòn trước khi về nhà mình. Nhưng trên cả con đường đi, Hiền vẫn vui, vẫn cười và vẫn những câu chuyện yêu thương, lại còn nhắc nhở mình từng lời thơ, những lá thơ mà mình đã viết về cho Hiền và ngược lại. Nhưng Hiền càng bình tĩnh, càng độ lượng, thì lòng mình lại càng cháy bừng như lửa đốt về sự việc xảy ra hôm nay, mà đáng lẽ mình đã phải kể cho Hiền nghe chứ không nên ơ thờ và coi thường, để rồi việc xảy ra như thế. Nên khi hai đứa vào quán Mai Hương ở Hai Bà Trưng giải khát, mình đã không còn cầm lòng được, cầm tay Hiền, mình vừa hôn, vừa ăn năn và vừa mềm nhũn trong câu nói ngập ngừng: "Anh xin lỗi em". Và cụ biết không, lúc đó Hiền mới khóc, giọt nước mắt của nàng càng làm cho mình bấn loạn nên mình như ngồi trên lửa. Cũng may, Hiền đã không khóc lâu mà Hiền còn ân cần: "Em nghĩ anh không có lỗi gì cả để phải xin em, vì yêu anh, em đã bằng lòng với tất cả quá khứ, cũng như ngay cả tương lai. Tình yêu không bao giờ là một gượng ép, nên tình yêu phải để cho nó tự nhiên thì sự mầu nhiệm của tình yêu mới có cơ hội phát triển trong chân thành. Thật ra, khi nhìn thấy anh và chị Dung như vậy, em đã tưởng bỏ về, nhưng nghĩ lại, nếu em làm thế em đã chẳng vị kỷ lắm sao? Vì em đến để mừng anh mạnh khỏe trở về và đến để mang tất cả nhớ nhung cũng như sự yêu thương của em để an ủi khi anh cần, chứ đâu phải em đến chỉ vì em. Nên, dù cảnh đó có đau lòng, em nghĩ em cũng nên bình tĩnh. Hơn nữa, ghen tương, giận hờn và cau có có được gì không anh. Vì nếu như nãy tới giờ chúng mình không vui, chúng mình đã có những lời lẽ cãi cọ hay giải bày rồi đưa đến giận hờn... hỏi chúng mình có còn tìm được giây phút này không? Giây phút mà cả anh và em đều rất quý, vì quá hiếm hoi so với sự xa cách tràn đầy. Em lại cũng trộm nghĩ, em không cần phải hỏi, phải la hét, vì nếu anh muốn nói, anh sẽ nói và đặt giả như anh muốn giấu em thì điều đó cũng có sao đâu? Vì quá khứ và những bí mật của mọi người đều phải được tôn trọng như của chính mình, nếu điều đó cần được cất giấu. Trước khi yêu em, dĩ nhiên anh phải có đời của anh, nhưng chỉ có một điều em thấy anh không công bằng là anh nên bày tỏ rõ tình cảm của mình với chị Dung. Sở dĩ em dám nói vậy, là em tin và xác tín anh yêu em thật nhiều, hơn nữa, câu trả lời chị Dung vừa rồi trong giọng nói anh càng làm em tin tưởng. Anh đã thành thật, vòng tay anh em cũng nhìn thấy, anh buông xuôi và chịu đựng, nhưng như em nói, nếu thật thế thì không nên chạy trốn vì em e anh sẽ càng làm chị Dung đau khổ hơn. Em đề nghị! Và xin anh, nếu anh yêu em, tối nay nên đi tìm chị Dung, anh đừng nói là vì yêu em, nhưng hãy nói với chị Dung thật điều lòng anh nghĩ. Và ngay bây giờ, nếu ở anh vẫn còn phân tâm trước hai ngưỡng cửa, giữa em và chị Dung. Em xin hứa với anh, tình yêu của em đã dành cho anh vẫn không thay đổi, em vẫn yêu anh và suốt đời yêu anh, như đã yêu anh, em không sợ mất anh, nhưng em không muốn anh không thật lòng với chính anh. Tình yêu đã chẳng phải là một ép buộc, thì mình đừng bao giờ để mình ép buộc mình. Hơn nữa, sự quý hóa và lâu bền nhất của tình yêu là lòng thẳng thắn, như em đang thẳng thắn với anh dù lòng em lúc nãy cũng đã bừng bừng lên như thiêu vì ghen hờn".

Vũ ngừng lại như người mất hồn, giống như

chính Hiền đang hiện diện trước mặt và lập lại những lời xưa. Vũ kể tiếp cho Xuân:

- Mình nghe Hiền nói mà lòng càng thương Hiền, nhất là dáng Hiền lúc bấy giờ, nàng mặc chiếc áo dài trắng ngồi khép nép trẻ thơ, nhưng thuần phục như con mèo con trong chiếc ghế bành nhỏ, trong một góc đèn mờ ảo của quán cà phê, với hai bàn tay nhè nhẹ đẩy đưa ly nước chanh muối, như e sợ một chấn động mạnh làm đau lòng những giọt nước đang đọng trên thành ly. Mình đã bần thần nhìn Hiền thật lâu. Hiền để yên, mình biết nàng biết, nhưng Hiền tôn trọng ánh mắt mình. Và phải gần ba phút sau mình mới nhẹ lên tiếng: "Anh cám ơn em, cuộc đời anh đã trải qua bao nhiêu khắc khoải, bao nhiêu buồn khổ và bao nhiêu ân hận. Nhưng có lẽ, từ nay những ân hận trong anh thật sự sẽ dập tắt, để anh tin tưởng rằng, cuộc đời này anh có em đã là một may mắn lớn lao và công bằng nhất. Xưa kia, khi rời nhà dòng, anh đã chưa bao giờ yên ổn vì sự nuối tiếc những cảnh sống trong nhà dòng và điều tâm niệm đã tự hứa với chính mình. Giờ đây, đời mới đã được đánh dấu thật, vì tên "Hiền" đã quả biến đổi hoàn toàn tâm hồn đang xao động nơi anh. Anh không có thể làm một linh-mục, nhưng ước gì, có em, anh sẽ cố gắng và nếu hai đứa chúng mình cùng đồng tâm chúng mình sẽ hứa như xưa kia cha mẹ thánh-nữ Teresa đã từng hứa khi cả hai rời nhà dòng để chấp nhận đời sống gia đình: "Con không thể làm một linh-mục, một nữ-tu nhưng con sẽ cầu nguyện và nguyện dâng tất cả con, cháu chúng con trong công việc đó".

Vũ ngừng nói, nhìn Xuân:

- Cụ thấy, mình đã xúc động tới đó, những lời đạo đức lâu nay trong mình đã hầu như ngủ quên, nay bừng tỉnh. Hiền mở mắt nhìn mình, Hiền cầm tay mình trong sự đồng ý chấp nhận. Mình hiểu như thế, nên niềm vui của mình đã nhảy lên và vô ý, mình đã làm đổ cả ly nước chanh muối trên áo Hiền. Nhưng lạ thay, Hiền vẫn ngồi im mặc nước đang hoen ố và thấm trên áo nàng và rồi, Hiền đã cầm tay mình áp lên má Hiền, rồi Hiền hôn, hôn với tất cả xao xuyến khiến mình trẻ dại và ngây thơ như chưa bao giờ được hưởng. Tình yêu là sự mặn nồng được vun xới từ những thiết tha chân thật và tình yêu cũng đồng lõa với rạo rực của thân xác đam mê. Hiền sau đó còn bình tĩnh phân tách cho mình từng lý lẽ, giữa Dung và Hiền và ngược lại giữa giận hờn và sự suy xét để phân định phải trái trong bình tĩnh có thể, nhưng cần thiết, nhất là về phương diện tình yêu. Hiền còn xác nhận, khi yêu, nếu không có sự tin tưởng thì đấy chưa phải là tình yêu và nếu có chăng chỉ mới là sự thử thách trước tình yêu.

Vũ lại ngừng nói để nhấp nước, rồi tiếp:

- Hiền quả đúng với tên Hiền. Mình tiếc cụ chưa có dịp gặp Hiền.

Rồi Vũ đùa:

- Nhưng biết đâu cụ sẽ chẳng có dịp gặp Hiền ở khung cảnh khác, vì Hiền nói với em gái mình là Hiền sẽ xin vào nhà dòng nào đó để xin được sống đời tận hiến trong những ngày còn lại.

Nhưng không hiểu sao Xuân lại nói với Vũ khi nghe Vũ nói Hiền sẽ sống đời tận hiến:

- Mình không nghĩ Hiền có thể đi tu được. Và nếu có chăng đây chỉ là hình thức chạy trốn, mà theo lời Vũ, Hiền can đảm và mạnh dạn, hẳn Hiền sẽ không chạy trốn lòng mình.

Vũ trầm ngầm, không nói thêm, Vũ loay hoay tạo một cử động nhẹ bằng cách lăn chiếc bánh xe giật lùi nửa bánh, rồi Vũ lại ngồi yên, không cử động. Nhưng nhìn ánh mắt Vũ thì thật mông lung xa vắng. Ngay lúc đó có tiếng điện thoại, Xuân với tay, nhấc điện thoại trả lời thay cho Vũ:

- Hello.

Đầu giây bên kia:

- Dạ xin lỗi có phải phòng anh Vũ không ạ?

Xuân nhanh nhẹn:

- Dạ thưa chị phải. Xin chị chờ một chút ạ.

Và Xuân trao cho Vũ. Vũ còn đang ngạc nhiên thì giọng của Yến:

- Hello

Vũ còn đang phân vân, nên cũng "hello".

Nhưng Yến vừa nhận ra giọng Vũ đã lên tiếng, giọng hờn dỗi:

- Anh hư lắm, anh bỏ Hiền rồi định bỏ cả em sao?

Nhưng Vũ đã trầm ngầm:

- Yến, có gì từ từ nói, có chồng, có con đầy đàn rồi còn như con nít. Anh có bỏ ai đâu, anh chỉ bận chút việc nên chưa rảnh gọi cho em thôi.

Rồi Vũ thăm hỏi và kể qua đời sống của mình cho Yến nghe. Nhưng dĩ nhiên Vũ dấu tất cả dự định và dự trù trong những ngày tới mà chỉ nói cho Yến biết những sinh hoạt không cần thiết để tránh Yến có dịp sẽ nói cho Liên, rồi sau đó, ai cũng sẽ biết và mọi chuyện Vũ dự liệu sẽ như không. Đặc biệt, trong câu chuyện, ngoài những chuyện cần thiết, hình như cả hai cùng đặt những câu hỏi và tránh tất cả điều liên quan tới Hiền, mặc dù cả hai cùng nóng lòng chờ đợi. Vả lại, thực sự cả hai nào biết gì về Hiền kể từ ngày không gặp nhau.

Và mải nói truyện, Yến quên khuấy điều quan trọng và lý do Yến gọi Vũ hôm nay, Yến vội nhắc luôn:

- Anh có biết thứ 7 tới này là ngày gì không?

Vũ vừa nghe, nhẩm mãi trong lòng, nhưng cũng phải lúc sau Vũ mới vừa à nhỏ, vừa pha lẫn hối hận:

- Anh quên mất, em không nhắc có lẽ anh không nhớ tới, thật kỳ này trí nhớ anh bê bối quá, có lẽ anh già thật rồi Yến ạ.

Nhưng Yến đã cắt ngang lời Vũ:

- Hứ! Anh mà đã già gì, anh chỉ tự già thì có. Nhưng anh có nhớ là ngày gì không?

- Dĩ nhiên anh nhớ, ngày giỗ của mẹ phải không?

- Dạ, chính vì thế nên em đã phải tìm đủ cách mới tìm ra chỗ ở của anh. May tình cờ em gặp anh Thái, nếu không, có lẽ em không thể tưởng tượng nổi anh lại ở trong nhà dòng. Nhưng bây giờ tụi chúng em muốn mời anh thứ bẩy tới ra nhà em, em sẽ mời thêm vài người bạn của Phúc, cũng là bạn của anh trước và cùng với mấy người bạn khác của em, không đông lắm đâu, anh đừng có mượn lý do trốn em, em sẽ tức lắm đó, vì lẽ ra anh là người phải lo ngày giỗ kỵ của bố mẹ, giờ em đã thay anh, anh không có mặt thử hỏi em có tủi không? Em sẽ khóc cho tới khi nào anh ra em mới thôi.

Vũ nghe Yến, lòng bồi hồi, nỗi lòng lâng lâng chợt về trong dáng khả kính của người mẹ đã cả đời tận tụy vì con.

Vũ bỗng thở dài và bảo Yến:

- Anh hứa sẽ có mặt.

Và như chợt nhớ ra điều gì, Vũ vừa nhìn Xuân vừa hỏi Yến:

- Em có dự trù xin làm lễ cầu cho cha mẹ tại nhà không?

Yến phân vân một lúc, rồi trả lời:

- Thôi anh ạ, chúng mình xin lễ ở nhà thờ được rồi, vì e trong số bạn có những người không cùng tôn giáo có bất tiện không?

Vũ chần chừ rồi nói:

- Thực ra chẳng có gì bất tiện, anh chỉ sợ không tiện cho hai em thôi.

Vũ lại phân vân rồi nói với Yến:

- Hay thế này cũng được, anh xin linh-mục Xuân

làm lễ cầu cho cha mẹ ở nhà dòng, sau đó anh sẽ mời ra em, như vậy có được không?

Yến nhanh nhẹn:

- Dạ thưa anh được, như vậy thì quá tốt anh ạ.

Rồi Yến như nhớ ra điều gì bảo Vũ:

- Nhưng anh nhớ, phải nói khéo với cha Xuân, để ngài thận trọng, vì anh biết đám bạn của anh mà họp lại em nghĩ trời còn long, huống hồ kẻ tu trì. Vì em sợ cha Xuân có khó chịu không?

- Ồ, không sao, Xuân cũng trẻ trung lắm.

Vừa nói, Vũ vừa nhìn Xuân như phân trần. Lúc sau khi đã bỏ điện thoại xuống, Vũ mới nói ý mình với Xuân, Xuân phân vân một chút như nhẩm lại chương trình dự trù của tuần sau rồi bảo Vũ:

- Mình cám ơn Vũ và Yến, thứ Bẩy tới này mình có lớp giáo lý tân tòng và phụ thế cho cha xứ ở ngoài Los Angeles. Vấn đề cầu nguyện cho mẹ Vũ, cũng như mẹ mình, mình sẽ liên tiếp cầu riêng cho bác cả tuần tới, bạn bè chúng mình, điều gì giúp nhau được đừng câu nệ và e dè, thế mới là bạn được.

Rồi Xuân mỉm cười:

- Như Vũ, nếu Vũ không thật tình với mình hẳn vũ đã không có mặt ở đây để mình được hiểu hơn về Vũ những ngày sau này. Mình biết Vũ đã được Chúa gửi đến những thử thách, nhưng Vũ hằng tin, sự gì Thiên Chúa cũng có thể làm được, Ngài sẽ không bỏ Vũ, miễn Vũ biết cầu nguyện và biết trở lại những lời khuyên của linh-mục giám-đốc ngày nào. Về Hiền, mình nghĩ, Vũ đủ sáng ý để nhận định và biết Vũ phải làm gì để Vũ, để Hiền đều công bằng và khỏi mất đi sự cao cả của một mối tình mà mình biết, cả Vũ lẫn Hiền sẽ không bao giờ quên. Mình chưa gặp Hiền, nhưng thật ra mình không cần gặp cũng có thể hiểu phần nào rồi. Hãy nghe mình, cầu nguyện và dâng lên Thiên Chúa tất cả, nhất là những ngày tới đây Vũ sẽ trở lại trường, mình hy vọng tất cả đều tốt đẹp theo dự trù của hai đứa mình. Vũ cũng luôn nhớ, hoàn cảnh của Vũ, của mình và của tất mọi người đều như triệu triệu những hạt cát, không có hạt nào giống hạt nào, vì đó là tất cả quyền năng của Thượng-đế. Vui và lãnh nhận tất cả để luôn nở một nụ cười hơn là những tiếng than vãn chán nản, vì nụ cười tuy bé nhỏ, nhưng sẽ dễ tạo những thành công không ngờ, vả lại, nụ cười bao giờ cũng đỡ hao nghị lực và sức mình hơn sự mếu máo từ buồn chán.

Ngừng một chút, Xuân thành khẩn:

- Vũ cũng cầu nguyện luôn cho mình, mình nhờ Vũ và yêu cầu Vũ thật tình đó. Sự thử thách mà Vũ đã trải qua thật sự rất nhiều, nhưng những cám dỗ hàng ngày đến với mình phải chống trả cũng không ít. Và như Vũ đã từng nói, chịu chức linh-mục mới chỉ là khởi sự cho một bắt đầu, ai cũng có thể dễ dàng làm được, nhưng sống một đời sống linh-mục thật sự mới quả là điều đáng lo và khó khăn vô cùng.

Xuân lại phân vân:

- Mình không muốn mặc chiếc áo dài thâm mà tâm hồn vẫn nợ trần thế. Mình mạnh dạn và quyết tâm sống một đời sống linh-mục thẳng thắn, biết nhìn lầm lỗi của mình, để mọi người nhìn vào đều hiểu rõ ý nghĩ và sự khó khăn của chức năng linh-mục, vì thế, mình cần Vũ và các bạn lắm. Do đó, sự đau khổ và chịu đựng của con người khó sao đánh giá, nên chính mình phải tự hiểu mình, tìm cho mình một căn bản để vượt thoát và gần với Thiên Chúa hơn.

Rồi Xuân đến sát Vũ, cầm tay Vũ và bảo:

- Những ngày sống trong tu-viện hồi còn là chủng-sinh có lẽ là những ngày hạnh phúc nhất của chúng mình phải không Vũ, vì lúc đó, chúng mình chỉ biết cầu nguyện, học và chơi, nào mấy đứa đã đủ khôn để thấy trên thế gian cạm bẫy quá nhiều, mà ai cũng thế, phải qua, nhưng phải biết tránh để vượt thoát, nếu không sẽ sa lầy và ân hận với cùng đầy khổ đau.

Nói đoạn Xuân nhìn đồng hồ định chào Vũ ra cửa, nhưng vừa như lại nhớ ra điều gì bảo Vũ:

- Thông gọi điện thoại cho mình tối qua từ Houston, Thông bảo có lẽ không trở lại Cali nữa, hắn nói đùa là sợ động đất. Thông cũng bảo là hiện đang ở nhà cô em họ tên Hồng nào đó. Thông gửi lời thăm Vũ và còn nhắn, có lẽ nhờ cuộc họp mặt của chúng mình vừa qua và nhất là gặp Vũ, Thông đã lấy lại được sự bình an của tâm hồn kể từ ngày bà xã Thông qua đời.

Và Xuân vừa chép miệng vừa nói tiếp:

- Thông trước kia cũng chán nản và thất vọng lắm, kể cũng tội vợ Thông. Nhưng mình cũng bảo Thông là hãy dâng cho Chúa. Giờ này, cám ơn Chúa, có lẽ Ngài đã nghe lời cầu nguyện của anh em mình. Thông lấy lại thăng bằng là điều mình yên tâm vô cùng, cũng như Vũ vậy.

Nói xong Xuân dơ tay chào Vũ vì phải về sửa soạn hướng dẫn chủng-sinh trong bài Phúc-âm ngày mai.

Còn lại một mình, Vũ nhớ lại từng lời, từng lúc và từng giai đoạn của cả thời gian đã qua và tới nay. Và Vũ tự nhẩm thầm trong miệng: "Mình vẫn còn là kẻ có phúc"

10.

Từ nhà nguyện, Vũ đang đẩy xe theo hành lang ra xe "van" đến Yến, có tiếng Xuân gọi theo:

- Vũ! Cho mình gởi lời cám ơn chị Yến và anh Phúc nhé. Thật ra mình muốn đi lắm. Đi một ngày đàng học một sàng khôn mà.

Nhưng Vũ xen vào:

- Cụ cẩn thận đấy, hay là đi một ngày đàng lại gặp một sàng bất lương thì không hiểu cụ có đủ can đảm chống đỡ không đó.

- Không sao đâu, ai gặp mình, thấy cổ áo trắng có lẽ cũng không đến nỗi dọa nạt. Vả lại, Vũ không thấy ở mình ngoài cặp kiếng trắng còn có gì giá trị đâu.

- Cụ đừng lầm, các bà các cô thời nay khó tính lắm đó. Luôn luôn muốn tìm những gì trong khó khăn cơ.

Nhưng Xuân ngần ngại như chưa hiểu rõ. Vũ phải nói tiếp:

- Cụ không biết là cạm bẫy thế gian đầy rẫy sao? Hơn nữa, càng ngày mình càng thấy cụ đẹp trai ra.

Mình cũng sợ lây cho cụ.

Và cả hai cùng cười rộ. Nhưng bỗng Xuân rùng mình nhớ tới bài thơ, bài thơ của một người trong họ đạo của một linh-mục bạn của Xuân đang trông coi, đã viết và gửi cho bạn Xuân. Đâylà một linh-mục trẻ, hoạt bát và thánh thiện, một bài thơ tình với đầy thương yêu ngọt ngào, hay đúng hơn, là một bài thơ tỏ tình với nhiều hàm ý đam mê lãng mạn đã khiến người linh-mục trẻ ray rứt không ít. Cũng may, nhờ lòng khiêm nhường và ơn trông cậy, bạn của Xuân đã tránh được thử thách. Bây giờ, dù thoáng qua, Xuân vẫn còn bần thần với những lời lẽ đầy khắc khoải và thương yêu nồng thắm trong bài thơ đó. Nhưng Xuân nhún vai như cố gắng vất bỏ, chào Vũ và âm thầm từng bước trong lời nguyện liên tục.

Vũ cũng rời nhà dòng và phải mất hơn tiếng lái xe Vũ mới tới nhà Yến. Vũ vừa dừng xe, từ trong nhà, Phúc và Yến đã chạy vội ra, nhưng Vũ đã nhanh nhẹn mở cửa xe và bấm cầu thang tự động rồi lăn xuống đường thật dễ dàng vừa đùa:

- Phúc bây giờ chưa chắc đã xuống xe nhanh hơn mình.

Cả Yến và Phúc đều tíu tít mừng vì cả hai vừa tìm thấy ở Vũ sự khác lạ yêu đời hơn so với ngày Hiền xa Vũ.

Trong nhà, vẫn chưa có ai. Có lẽ còn sớm, vì thế Vũ bảo Yến:

- Em đã đọc kinh cầu cho mẹ chưa?

- Dạ thưa anh rồi.

- Tốt, mình nhớ tới cụ trước rồi mới ăn sau. Anh sợ chút nữa bận bịu em chẳng còn nhớ tới ngày kỵ của mẹ nữa đâu.

Rồi Vũ ngừng và tiếp:

- À mà Xuân đã dâng lễ cầu cho mẹ từ thứ hai tới giờ. Hồi sáng anh cũng tham dự thánh-lễ rồi mới tới đây.

Yến nghe Vũ nói thêm vào:

- Thế để em xin gửi chút tiền biếu cha.

Nhưng Vũ gạt đi:

- Anh đã nói, nhưng Xuân bảo là mẹ anh là mẹ Xuân, nên nếu Xuân lấy tiền sẽ mất cái vinh hạnh đó, vả lại có linh-mục nào lại xòe tay lấy tiền của giáo dân, để làm lễ cầu cho linh hồn mẹ mình đâu, như thế chẳng hóa ra vừa bất hiếu lại vừa tham lam quá sao? Hơn nữa chỗ bạn bè, đằng nào Xuân cũng phải có bổn phận đó. Xuân còn bảo, tiền bạc hữu ích, nhưng tình bạn còn quý hơn nhiều. Do đó, em khỏi lo chuyện đó.

Phúc đang pha nước cũng tần ngần xen vào:

- Các linh-mục bên này, nhiều lúc cũng túng thiếu lắm. Nhưng nghĩ cho cùng, túng thiếu đôi khi là cơ hội tốt, vì có bần cùng mới theo con đường Chúa đi được."Phúc cho ai khó khăn vì nước trời là của họ".

Yến vừa nghe đã bỉu môi:

- Gớm, Phúc của em hôm nay sao sùng đạo thế. Điệu này em chắc phải nhờ anh Vũ chiều nay cho nhà em vào nhà dòng ở với anh mới được.

Nhưng Vũ đã cắt ngang lời Yến:

- Rồi ai khóc và nhớ cho. Em nói thì hay lắm nhưng thật ra thì tệ hơn thế phải không?

Vũ lại tiếp:

- Thật ra thì Xuân cũng nghĩ thế nên Xuân tâm sự với anh, đối với Xuân tiền bạc là của Chúa, nên có nhiều ít không quan trọng, mà điều quan trọng là phải biết xử dụng đồng tiền cho đúng chỗ, nhất là không bao giờ lợi dụng danh nghĩa để sinh lời cho mình. Nên anh nghĩ, Xuân nói vậy là điều tốt, chúng ta đừng để Xuân khó xử cũng như tạo cơ hội cho Xuân có cớ để phạm, e lỗi đức khó nghèo.

Vũ nói xong, cảm thấy mệt, đọan đường từ nhà dòng tới đây Vũ chưa nghỉ nên bảo Yến:

- Yến cho anh vào rửa mặt, anh cần nghỉ ngơi chút. Đêm vừa rồi chập chờn cả đêm không ngủ, anh sợ chút nữa ngồi ngủ gật không chừng.

Và không đợi Yến, Vũ đã lăn bánh xe vào trong chiếc phòng quen thuộc trước kia mỗi lần có dịp về thăm Yến. Nhưng vừa khép cửa, hình như từ đâu mùi nước hoa pha nhẹ của Hiền phảng bay khiến Vũ xao xuyến vô cùng và giây lát, hình ảnh của kỷ niệm tràn về. Vũ càng cố quên, lòng Vũ càng dầy đặc niềm đau. Từng giọng nói, nụ cười và từng tiếng săn mời chiều đón. Hiền đó, Hiền của mộc mạc, của thắm thiết và của trọn vẹn. Và Vũ bật lên:

- Giờ này em ở đâu?

Vũ đảo mắt, trong góc phòng, vẫn ngọn đèn vàng nhạt với chiếc kệ xanh lá cây, mầu mà Hiền thích. Trên kệ, tấm hình của Vũ, Hiền, Phúc và Yến. Nét mặt Hiền tươi mát và thanh khiết vô cùng. Tấm hình đã gần chục năm, mười năm của bao đổi thay trước cảnh đổi đời đốn mạc. Vũ luôn nghĩ thế và ngay lúc này. Hiền và Vũ đã cùng trăn trở cả tâm hồn lẫn thể xác để rồi cuối cùng Vũ vừa là kẻ khởi xướng như xưa một lần cũng chính Vũ đã bỏ chạy. Tại sao thế? Tại sao không là Hiền. Vũ tần ngần, Vũ ngắm! từng nét, nào ánh mắt Hiền tô phủ bằng mầu nhạt xanh như ánh mắt mèo con sáng ngần trong đêm tối. Cặp mắt của đa tình mời gọi, cặp mắt của ắp đam mê đợi chờ và cặp mắt của ngần ngần chào đón. Rồi sống mũi Hiền, sống mũi như sự kết tinh trọn vẹn của làn da trắng mọng bọc gọn gàng và ôm kín chiếc xương vừa nhỏ, vừa nhọn, vừa cao và vừa chín tới, như đã được gọt đẽo từ người thợ thành nghề nổi tiếng nhất trên hoàn mỹ. Vũ say đắm và càng say đắm khi đôi môi mọng hé nụ cười trên tấm hình của Hiền, chứa đựng cả một bầu khí của xuân tươi, nồng ấm rộn ràng. Và Hiền đó.

Từ ngày xa Hiền, lần đầu tiên gặp Hiền, dù chỉ là

tấm ảnh, Vũ đã không còn giữ hay đúng hơn không còn dám giữ hình Hiền bên cạnh. Vì hình ảnh Hiền đã quá nhiều trong trí Vũ. Giờ đây, lòng Vũ, sự thật hiển nhiên, tấm hình quả đã dễ dàng mời gọi Vũ. Vũ đã muốn tự hủy và tự bỏ để quên tất cả và trở về với Hiền.

Nhưng không, cuộc đời luôn là những mâu thuẫn, hôm nay không phải ngày mai và ngược lại. Nên Vũ đã nhất định cam chịu. Một lúc sau, Vũ đành mạnh dạn vào phòng tắm rửa mặt. Nhưng sau đó, khi trở ra, Vũ lại hồi tưởng và cứ thế dòng tư tưởng vẫn không ngừng. Rồi Vũ cố gắng nhấc người khỏi xe lăn qua giường, chiếc giường mà đã nhiều lần có Hiền, Hiền đã đỡ, đã nâng, đã kéo và Hiền cũng đã nhẹ nhàng với từng lời âu yếm nhỏ to. Kỷ niệm quả là sợi dây thòng lòng, càng kéo càng dãn, và càng nhớ càng vô tận. Nhưng rồi Vũ cũng cố gắng dựa mình trên gối để nhắm mắt an thần trong giây lát. Ngờ đâu cũng chính lúc đó, lúc mà cặp mắt Vũ tưởng có thể ru ngủ được nỗi lòng mời gọi thì Hiền chập chờn trong giấc mơ, Hiền đang sẵn sàng như đã từng sẵn sàng, ở đó, da thịt nàng nóng bỏng và Vũ ngập tràn thèm khát khiến Vũ la hoảng trong mơ. Ở ngoài, Phúc nghe thấy chạy vào, cửa không đóng, nhưng khi thấy Vũ đang mở mắt nhìn trần, Phúc hơi yên tâm vọng hỏi:

- Ông ngủ mơ hả?

Nhưng Vũ đã trấn an ngay trong thẫn thờ:

- Không có đâu, mình ngồi trái thế nên kêu đau đó thôi.

Rồi Vũ xuống xe ra ngoài theo Phúc.

Phúc và Vũ đang ngồi ở ghế salon uống bia, có tiếng ồn ào từ ngoài vọng vào. Và rồi Thân, Tân, Đức và cuối cùng cả Viết. Vũ như nhảy mừng, hội ngộ nào tình cờ đã đưa tất cả bạn bè đến đây. Vũ nhìn Phúc, Phúc hiểu ý nên vừa la lớn vừa nói:

- Tôi muốn dành ngạc nhiên cho ông đó, nhất là Viết, may mắn cách đây mấy ngày, tình cờ tôi gặp Viết ngoài Bolsa.

Viết không chờ Phúc nói hết, đến bên Vũ, tay bắt mặt mừng như không còn lời, Viết bảo Vũ:

- Mày biết từ ngày nào không? Từ lần chúng mình gặp nhau trước khi nhảy Hạ Lào tới nay mới gặp lại.

Vũ cũng thêm vào:

- Ai hư như mày, tao nhập viện cả nửa năm trời mà mày có bao giờ đoái hoài. Mẹ kiếp, thuở đó tao nghe các em chí chóe vì mày nhiều lắm có phải không? Tao còn nghe mấy cô lên tận hậu cứ bắt ghen khiến chỉ huy hậu trạm không phân biệt được bà nào thật, bà nào giả. Tao nằm bệnh mà nghe đến sốt cả ruột, nhất là sợ cho cái tính hào hoa phong đòn ghánh của mày. Đi đâu cũng có người săn sóc.

Nhưng Viết tiếp lời Vũ:

- Nghe vậy, nhưng không phải vậy đâu. Ở đời thiên hạ ưa thổi phồng bỏ mẹ. Tốt thì chúng tránh, nhưng xấu thì trước sau cả làng cũng biết. Mày mà cứ bận tâm vào những tiếng thi phi trôi bạt ở đời, thì bán lúa giống mà ăn con ạ. Dẫu sao tao cũng xin lỗi đã không đến thăm mày kỳ đó. Thật ra, lúc đó tao ra vùng hành quân cả gần năm không về hậu cứ. Tay tiểu-đoàn trưởng thì luôn đi kèm tao để bắt lỗi. Mày thấy như vậy còn làm ăn được gì.

- Thôi thầy, nói chơi chứ nói thật đâu mà phải kể dài dòng. Tao biết tỏng mày ra rồi, cũng không oan lắm đâu, "các o ngoài nớ xinh hỉ", mày đã chẳng luôn mồm khen sao.

Rồi Vũ nhìn Viết, một lúc mới lên tiếng tiếp:

- Mày đen, gầy, coi hốc hác lắm. Lý do?

Viết bình tĩnh:

- Nhưng vẫn còn đỡ hơn mày đúng không?

Nhưng rồi Viết trầm giọng:

- Thực ra gầy thể xác vẫn hơn là gầy tâm hồn Vũ ạ.

Vũ hơi ngạc nhiên, nhưng rồi cũng nói:

- Mày ăn phải bả vinh hoa phú quý hồi nào mà bắt đầu than vãn rồi?

- Đây không phải là than vãn, mà là buồn.

Vừa lúc đó, Phúc dắt Yến chào Viết, vì từ ngày cưới, lần đầu tiên Viết gặp Yến.

Phúc bảo Viết:

- Tao không mời mày đi ăn cưới tụi tao được, vì hồi đó mày đang hành quân ngoài cửa Việt. Xin lỗi, hôm nay mời mày uống bù.

Viết đùa:

- Ai ăn bù đám cưới bao giờ, có ăn là ăn mừng tí nhau để chúc mừng bố mẹ nó hạnh phúc mới đúng chứ.

Rồi Viết nhìn Yến, vừa đùa ngay:

- Chị có lẽ phải thận trọng hơn đó.

Rồi Viết làm bộ suy nghĩ:

- Nhưng tôi hỏi thật chị nhé, từ ngày qua định cư tại Mỹ đến nay, chị đã thấy có ai gọi điện thoại hỏi thăm Phúc chưa?

Yến còn chưa hiểu thì Viết tiếp luôn:

- Ý tôi nói, là có cô nào gọi hỏi thăm Phúc đòi nợ nó chưa? Vì xưa nó là thằng bay bướm ngầm khét tiếng, "lẩm ngẩm mà đấm chết voi đấy chị ạ".

Viết lại tủm tỉm:

- Nó tà ý lắm đó, nó nói không mời đám cưới tôi không phải vì tôi bị hành quân mà là vì nó sợ bể ổ vì tôi biết quá nhiều mánh khoé ngầm của nó với các O xứ Huế.

Nhưng Phúc cười thành tiếng và bình thản bảo Viết:

- Mày yên trí đi, dù mày có nói bẩy ngày bẩy đêm Yến cũng không tin cụ mày đâu. Bố khỉ, mày không thể lung lay lòng Yến đối với tao, vì mày biết sao không?

Trước khi cưới tao đã phải vác chiếu nằm dầm sương dãi nắng trước cổng nhà Yến năm ngày đêm liên tiếp, để xin xá tội trước khi Yến bằng lòng nhận lời cầu hôm của tao. Nếu cụ mày không tin, mày có thể hỏi Vũ đi? Vũ sẽ là nhân chứng sống con ạ.

Yến càng không hiểu, nên đập vai Phúc:

- Anh kỳ lắm, anh nói gì tầm bậy vậy. Cái gì mà nằm sương, nằm gió?

Nhưng Phúc mỉm cười âu yếm với Yến:

- Thằng Viết chết tiệt này nó đòi đổ dầu đốt gia cang nhà mình, nó tưởng có thể nói lại chuyện xưa để khơi động tính ghen "nổi tiếng" của em.

Giờ Yến mới hơi hiểu phần nào, Yến lấy ngón tay chỉ mạnh trên má Phúc vừa nhìn mọi người nói lớn:

- Yến biết rồi, chuyện đó thì khỏi nói, như anh Vũ nhà Yến cũng đâu có gì lạ, làm em gái của lính dĩ nhiên không biết nhiều cũng biết ít. Tuy nhiên, có điều Yến chắc rằng, với ai Yến không dám nói nhưng với Phúc của Yến thì bây giờ có thả trôi ở ngoài chợ cũng không ai dám lượm đâu, vì tóc đã điểm hoa râm, lại hết cái oai hùng thuở xưa khi còn bộ đồ rằn trên người rồi. Hơn nữa, đi đâu còn lò tò hai ba đứa con, đấy là chưa kể đứa con gái lớn mặt dữ như "hổ" này.

Phúc nghe vợ nói, dơ tay lên trời:

- Thế thì hỏng rồi, Yến quên là "hoa râm tóc bạc mặn nồng tình xưa". Các cô gái bây giờ thích tóc bạc điểm hoa "dâm" lắm lắm. Nhiều khi tưởng như thấy vàng đấy.

Mọi người cười xòa. Riêng Vũ, Vũ hơi trầm lặng trong ý nghĩ nhớ về của những ngày trong chiến trận, một kinh nghiệm mà dẫu có ngồi trên ghế nhà trường để học, hay có dấn thân trôi nổi cả đời trên những nẻo đường cát bụi ngặt nghèo cũng không thể tìm thấy. Vũ liếc mắt nhìn tất cả bạn hữu, quả là môt hội ngộ kỳ thú, nhất là bên xứ này với trăn trở vật chất đã ôm kín và cất giấu tất cả giờ rảnh rỗi của từng người. Nghĩ tới nhau đã là khó, huống hồ tới được với nhau. Bỗng Vũ ghé tai Viết hỏi nhỏ:

- Mày qua Mỹ hồi nào? Ở đâu? Sao lại có mặt ở Los?

Viết đến ngồi sát Vũ hơn và giờ này Viết mới có dịp rảnh để quan sát Vũ và chợt nhớ tới Hiền trong chuyến bay đi Tampa vừa qua. Nhưng Viết đã không nói gì, Viết ngồi bất động thả hồn trong mông lung. Viết rờ túi, lấy bao thuốc Lucky, nhìn Phúc phân trần:

- Hút thuốc được không ông chủ?

Phúc nhanh nhẹn:

- Dĩ nhiên, để mình lấy Viết "Budweiser" nhé?

Viết nhún vai, cử chỉ dễ dàng, rồi bỏ thuốc lên miệng. Nhưng nghĩ sao, Viết lại lấy điếu khác đưa Vũ:

- Mày còn hút thuốc không?

Vũ ngẫm nghĩ, rồi cũng đỡ lấy điếu thuốc:

- Đã lâu rồi, từ ngày qua Mỹ tao đã bỏ, nhưng hôm nay thì trái lệ.

- Thực ra, tao cũng mới hút thuốc lại thôi. Vả lại, nghe tụi bác-sĩ hoài cũng nhàm tai. Sống được lúc nào hay lúc đó phải không mày? Hơn nữa, nghĩ lại, ở bên Mỹ, bệnh nguy hiểm nhất vẫn là bệnh cao máu từ "pressure" của công ăn việc làm, nên nếu có thuốc gì giảm được "pressure" thì tránh làm chi cho khổ mình. Với tao, đang buồn, đang giận hoặc đang suy nghĩ điều gì khó khăn, có một điếu thuốc tất cả sẽ cân bằng và dễ dàng. Như vậy Thuốc lá không phải là thuốc qúy làm giảm "pressure" sao?

- Mày giống ông cụ quá.

Nhưng Viết đã đổi ngay tư tưởng bảo Vũ:

- Mày còn nhớ o Hiệp không?

Vũ ngẫm nghĩ rồi bảo Viết:

- O Hiệp Cam Lộ hay La Vang?

- Xư mày, sao lắm thế, tao chỉ biết o Hiệp Cam Lộ

thôi, sau này tình cờ tao gặp em ở ngoài Huế. Em biết mày bị thương đòi về Saigon thăm mày. Tao không hiểu mày đã làm gì mà em chung tình tới thế.

Vũ phân trần:

- Ê, đừng nói bậy nghe thầy, có lẽ tao bản tính lương thiện, thấy con gái, nhất là con gái đẹp thì luôn tận tâm săn sóc và giúp đỡ "hết lòng, hết trí khôn", nên các cô lầm tưởng, đúng không?

Nhưng rồi Vũ bình thản hơn:

- Nói đùa chứ kỳ đó, lòng tao thật ngay lành, chỉ muốn giúp đỡ và săn sóc gia đình em lúc chúng mình bị thất thủ Cam Lộ về Quảng Trị. Thật ra, tao có đánh hơi được là em thích tao. Nhưng mình đâu có làm thế được. O Hiệp kể cũng đẹp, dễ thương và rất hiền, nhưng lúc bấy giờ tao đã có Hiền.

Và Vũ bỗng ngừng nói, Viết hiểu ý nên làm bộ chần chờ. Vũ vẫn thế, xúc động rất dễ dàng mỗi khi nhắc tới Hiền. Lúc sau, Viết như không để ý lên tiếng:

- Tao có nghe vài người nói lại về chuyện không hay mới xảy ra của mày với Hiền, có đúng không?

Vũ tần ngần rồi bảo Viết:

- Chuyện dài lắm, để rồi tao kể mày nghe.

Rồi Vũ tặc lưỡi thở dài:

- Lỗi tại tao hết.

Nghe Vũ than thở, Viết hiểu phần nào và bao nhiêu trách móc bực bội từ khi gặp Hiền về Vũ hình như vội biến. Nhưng rồi Viết vẫn ngồi yên, Viết không thể thổ lộ, một lời đã hứa, con người ta chữ tín luôn là điểm son cao đẹp, dù Viết nghĩ biết đâu sự bất tín lúc này lại chả là sự cần thiết cho mối tình của Vũ và Hiền. Nhưng Vũ cũng không làm được, Viết không thể sơ ý như cuộc đời mình đã từng sơ ý. Một tính toán sai lầm, một cơ hội không đúng, hay một lời nói bất cẩn đôi khi còn nặng nề và nguy hiểm hơn một sát nhân. Vì như Viết, càng nghĩ, Viết đã càng nặng lời nguyền rủa chính mình. Viết đã không tôn trọng sự thật, đã mất căn bản của những giáo huấn và luân lý tối thiểu. Viết đã không dám nói, hay đúng hơn đáng lẽ Viết không nên làm quen và chiều lòng mình để yêu Tuyết, nhưng rồi Viết đã vấp ngã.

Thế rồi, một lần chưa đủ, Viết lại tái bản chuyện tình ngăn trở bằng lần gặp lại Tuyết, dù là ý Tuyết, nhưng cũng không thể lấy đó để tẩy xóa sự tội lỗi của mình, vì Tuyết đã có chồng, cũng như xưa Viết đã có vợ. Sự nặng nề trong hối hận đè nặng trên Viết hằng đêm, một lần chiều đáp thân xác, dĩ nhiên, trước những thiếu thốn, những nhớ thương và bao ngàn trằn trọc, tất cả đồng lõa kết cấu thành bó đuốc rạo rực và cuồng nhiệt nhất. Viết đã tận hưởng, đã ăn trái cấm một cách nồng nàn và đắm đuối như chưa từng được ăn. Và Viết biết Tuyết cũng thế. Nhưng rồi, từ giây phút đó, Viết đã tự đào thải mình, Viết đã hành tội và tự giết mình trong hối hận cùng đau mà chỉ chàng biết. Viết còn có lời thề, không hiểu Viết có giữ được không, Viết sẽ không bao giờ tìm hiểu và muốn biết về Tuyết, Tuyết của Viết đã chết và đã không còn tồn tại. Viết cũng buộc lòng mình không được nhớ về kỷ niệm, dù kỷ niệm gì. Tên Tuyết cũng phải được nhắc nhở tối thiểu, ngay trong giấc mơ.

Nhưng khốn thay, những gì Viết ý định chỉ nằm trong lý trí đã đang bị lung lay xao động, nên, điều quyết và ý quyết của Viết vẫn chập chờn như những con diều, đưa lên, xụp xuống tùy theo gió lộng. Viết vẫn phải dằn vặt hằng đêm. Nhất là những lần men rượu khơi bừng, những đêm đó, giấc mơ Viết chiếm trọn và Viết mơ hoảng, giấc mơ tắc nghẹn, Tuyết sống, Tuyết chết, Tuyết tang thương và Viết đứng nhìn như cây cột, vì Tuyết hoàn toàn ngoài tầm tay chàng. Viết còn ngăn cản chính mình trong những liên hệ với bạn bè ở Houston, kể cả H, người bạn thân mà Viết đã cư trú những ngày còn sống ở Houston.

Cuộc đời luôn là những cạm bẫy không thời gian, không không gian ngăn cản. Viết càng hiểu và chính vì thế Viết phải tận lực vùi chôn.

Vũ cũng ngồi yên xa vắng, tâm trí Vũ cũng đầy rẫy sự khắc khoải buồn thương, nhưng khác Viết. Hai người bạn, hai mối chân tình nhưng trong hai hoàn cảnh trái ngược đã biến họ thành những cây trụ mất hồn.

Phúc từ xa đang giúp Yến dọn bàn nhìn thấy, Phúc hiểu chuyện Vũ, nhưng với Viết, Phúc hoàn toàn không biết và ngay cả Vũ và tất cả bạn bè có mặt hôm nay, mọi người chỉ biết Viết bị tù, sang sau, vợ bỏ và đang bị rớt bỗng vào chân không của đời sống vật chất xa lạ bên xứ này, Phúc nói lớn:

- Anh Vũ, Viết và tất cả các bạn vào ngồi bàn, cũng đã trưa rồi, chúng mình nên khởi sự đi.

Buổi tiệc trong vui nhộn của những người bạn đã một thời cùng sát cánh trong một trận chiến đau thương như không chấm dứt. Từng tiếng cười, từng mẫu chuyện tình tự gói nhặt, từng nét buồn của quê hương và từng những trăn trở của kiếp sống tha hương.

Nhưng rồi có bữa tiệc nào chẳng tan? như cuộc đời mình, "có gì là tồn tại mãi không?". Và khi mọi người đã phải đứng lên để tiếp tục bánh xe hàng ngày tìm sống, còn lại Viết và Vũ, cả hai "độc thân" nên cũng không bị ràng buộc, hơn nữa Viết và Vũ cũng muốn cùng nhau tâm sự lại khoảng thời gian xưa, mà đã bao năm không gặp. Viết đẩy xe Vũ ra hiên, ngồi xuống chiếc ghế bên cạnh, rồi bảo Vũ:

- Mày thấm chưa?

Vũ hơi hé nụ cười:

- Dù lâu không uống, nhưng tao nghĩ cũng chưa đến nỗi nào.

- Vậy làm thêm lon nữa nhé.

Viết không chờ Vũ trả lời, tự nhiên vào trong nhặt hai lon beer lạnh sẵn trên bàn mang ra, đưa cho Vũ và hai người cùng mở. Nhưng Viết đã không uống vội, Viết bỏ xuống, rờ túi lấy bao Lucky, Viết lấy một điếu mồi sẵn và đưa cho Vũ, rồi mồi một điếu cho mình. Vũ bỏ lên miệng và hít một hơi dài. Lúc sau, Viết cầm lon beer và cũng uống một ngụm thật đầy, rồi vừa thở khói vừa bảo Vũ:

- Nhớ nhà không chịu được.

Vũ muốn hiểu rõ nên hỏi lại:

- Nhà nào?

- Còn nhà nào, Việt Nam chứ nhà nào nữa.

Rồi Viết trầm ngâm:

- Mỗi lần uống beer, hút thuốc là mỗi lần kỷ niệm tràn về. Mày thì lúc nào tao nhớ cũng mang bao KOOL nhẹ, thứ để cho đàn bà hút, nhưng mày thích chỉ vì cái bao với màu xanh nhã và hai chữ "O" dễ thương. Còn tao, Lucky, vòng tròn, cũng chữ "O" có đúng không? Tao mê bao Lucky như mày mê KOOL. Có điều mê thì mê vậy, nhưng khi hết thuốc rồi tao nghĩ kéo ba số 8 có lẽ tuyệt nhất. Ta về ta tắm ao ta phải không?

Vũ nhìn Viết ậm ự:

- Từ ngày qua đây, tao có hỏi thăm về mày thường xuyên, nhưng không ai biết mày ở đâu, có thể vì hỏi không đúng người.

Viết bình thản:

- Cũng chưa hẳn, thật ra lâu nay tao đã trốn và tránh sự gặp gỡ rất nhiều.

- Lý do?

Viết do dự rồi nói:

- Cũng chẳng có lý do gì đáng kể, nhưng tao chỉ muốn sống như vậy thôi.

Rồi Viết tiếp:

- Hôm nào tình cờ vì phải ghé Bolsa, gặp Phúc,

tao mừng lắm, lại biết Yến là em mày nên tao mới tình nguyện đến đây, nếu không, có lẽ tao cũng từ chối.

Vũ xen vào:

- Mày biết, bạn bè như vậy xấu lắm.

Và nghĩ sao, Vũ tiếp:

- Thật ra, chúng mình gặp nhau bây giờ khác xưa nhiều. Mỗi thằng mình đều có những chuyện riêng tư chồng chất khiến chúng mình không còn xả láng và thân thiết như thuở đó. Tao nhớ, ngày trước, thời còn trong quân ngũ chúng mình đều coi trời bằng vung, đã rủ nhau đi nhậu rồi là dù có em nào đến đứng dầm mưa ngoài cổng chờ, cũng mặc kệ. Chúng mình hình như đều có một giao ước, dù không nói ra là: "Nhất bạn nhì đào thứ ba mới tới tao?". Còn Trời dĩ nhiên phải đứng hạng số 4, nên mình cứ lập đi lập lại câu "coi trời bằng vung".

Viết cắt ngang:

- Mày nói đúng, không tình nào bằng "tình lính", tao nghĩ có lẽ vì chúng mình sống chết kề nhau nên dễ thân nhau.

- Cũng đúng thôi.

Rồi bỗng Vũ hỏi Viết:

- À mà gia đình mày ra sao? Bà xã và mấy đứa nhỏ có qua không?

Viết nhìn Vũ, rồi bỗng nhiên trả lời:

- Quá cố hết rồi.

Vũ vừa nghe, nét mặt hơi buồn, bảo Viết:

- Chia buồn cùng mày.

Viết không trả lời. Thật ra, với Vũ Viết không muốn trả lời như thế, nhưng không hiểu sao Viết buột miệng như đã từng buột miệng theo thói quen để tránh sự hỏi han lẩm cẩm và phê phán không đâu, về mình, về vợ mình và về con mình... Viết đã tự mình dối mình. Nhiều người, khi nghe chuyện người khác như là một cơ hội, họ lợi dụng và tìm cách buông lời tâng bốc mình và phê phán người dễ dàng. Không ai chịu nhìn mình mà chỉ bới móc và nhìn những gì trái ý ở người khác. Viết đã kinh nghiệm, nên từ đó, Viết đã dễ dàng nói điều Viết không muốn nói. Nhưng đối với Vũ, khi nói xong rồi Viết phân tâm và hối hận ngay, vì ở Vũ, Vũ thành thật và còn là người bạn thân một thời. Tuy thế, Viết vẫn không giải thích. Mãi sau Viết mới đổi qua hỏi Vũ như sự dò la dự trù để biết về Vũ đối với Hiền thế nào:

- Còn mày. Tao không được ăn đám cưới của này và hôm nay lại không có dịp gặp lại Hiền? Thế Hiền đâu?

Câu hỏi bình thường, nhưng tự nhiên Vũ khó chịu như bị hỏi cung, nhưng rồi Vũ thở dài như trút bỏ để từ từ kể cho Viết nghe về những đổ vỡ vì mình và do mình khiến Hiền và chàng đã ly dị... và Vũ nói:

- Tao vẫn luôn mang nặng trong tâm khảm là nếu tao chỉ bị cụt chân nhưng vẫn còn có thể có con được với Hiền thì có lẽ cuộc tình của chúng tao không bị bế tắc.

Nhưng Viết đã cắt ngang:

- Mày nói bế tắc, bế tắc đây là ý gì?

Vũ thanh thản nhỏ nhẹ:

- Mày không biết đâu, Hiền mê trẻ con lắm, nhưng tao thì chưa sẵn sàng, hay đúng hơn vẫn còn ích kỷ không muốn nuôi con người khác. Nhất là hoàn cảnh của tao với tính tình lúc đó rất dễ cộc cằn.

Viết hơi cảm động. Nhưng Vũ tiếp:

- Bây giờ thì trễ rồi, dẫu sao chúng tao cũng đã ly dị và Hiền đã đi tu.

Viết suy nghĩ và Viết quyết định để thời gian thấm và hiểu sự cần thiết của Hiền nơi Vũ chín mùi hơn, nên Viết bảo Vũ:

- Thực ra thì dự trù của mày cũng hay lắm. Do đó, nếu mày và Hiền vẫn còn duyên nợ, tao nghĩ, sau khi mày học xong, tư tưởng mày sẽ vững vàng hơn, lúc bấy giờ cũng chưa muộn. Vì tình yêu đâu có thời gian để xác định sớm muộn như mày tưởng đâu. Có điều tao khuyên mày một điều là phải bỏ hẳn tính tự ti mặc cảm, vì thực ra đấy là con dao sắc nhất để đâm và cắt nát ý chí mình.

Nhưng vừa nói với Vũ điều đó, tự nhiên Viết nghĩ lại thân phận mình và Viết tự tìm mình trong những căn bệnh bất cần và vô định đã như ung mủ trong lòng Viết vừa qua. Viết biết, Viết đã cố gắng, đã nhập cuộc và đã từng cố gắng gia nhập các đảng phái để có dịp trở về chiến đấu. Nhưng khốn thay, ông trời lại để Viết tình cờ nhìn thấy và bắt gặp những lầm lẫn của những vết lăn phe đảng, quyền thế và vụ lợi trong tổ chức của chàng. Thế là Viết bỏ cuộc, lêu lổng, dù với riêng mình, không chủ đích. Viết xin được một công việc làm đêm tội nghiệp: "Thu dọn và lau nhà cầu" cho một "shopping" nhỏ để chỉ cần đủ tiền nuôi thân và trả những lon beer, bao thuốc, những thứ mà gần đây Viết đang "tập" uống "tập" hút lại, để đổi những cơn buồn xa xứ, cũng như vùi lấp phần nào nỗi nhớ nhung xao động hàng ngày. Điểm ở Vũ hơn Viết, vì Vũ đã tìm được đường đi, còn Viết không một định liệu dự trù của tương lai cho mình và cho nước.

Và tự nhiên Viết nảy ra một tư tưởng, nhưng rồi tự Viết lại cố tình lãng ra, hay Viết đi học lại với Vũ? Cuối cùng, lý trí Viết đánh thức Viết và Viết đã thắng, để rồi Viết cất tiếng hỏi Vũ:

- Mày tính về Austin, Texas?

Vũ gật đầu, Viết hỏi luôn:

- Thế mày ở với ai?

Vũ không ngần ngại:

- Cụ Xuân đã lo liệu tất cả. Tao sẽ ở với một người cháu của Xuân ở ngay sát "dome".

Viết còn đang nghĩ ngợi. Vũ bỗng vui mừng:

- Ê Viết, hay thế này đi, dầu sao tao cũng còn chút vốn, hơn nữa, tao có trợ cấp đặc biệt của chính phủ. Hay mày nghỉ việc trở lại học chung với tao, tao nghĩ có hai đứa hy vọng dễ thành công hơn.

Điều Vũ đề nghị thật đúng với ý Viết, nhưng rồi Viết vẫn đăm chiêu. Có lẽ Viết vẫn còn nghi ngờ khả năng của mình, nên Viết nói:

- Tao muốn lắm, nhưng còn Anh văn, mày biết tao cũng đã cố gắng, nhưng học trước quên sau, có lẽ tuổi mình đã đến lúc trí nhớ bị đào thải thâm thủng rồi.

- Mày bi quan rồi đó. Mày vừa bảo tao bi quan và tự ti mặc cảm là con dao sắc đáng sợ sẽ bằm nát ý chí mình sao? Mày nói và hành động khác nhau như thế quả không còn là mày nữa đâu.

Viết chút trầm tư:

- Tao biết, nhưng tao vẫn lo lắng.

Vũ mạnh dạn:

- Mày lo cái gì, độc thân, một mình, học không được thì đi làm lại. Ở đâu chả thế, Cali hay Texas cũng chỉ là đất tạm, mất việc này, tìm việc khác phải không?

Rồi không để Viết lên tiếng, Vũ tiếp luôn:

- Mày về trả lời sở làm của mày, còn tao, tao có bổn phận nói với cụ Xuân, tao nghĩ Xuân sẽ thông cảm và còn vui mừng nữa là đàng khác, vì tao mới kéo được một con chiên lạc đã xa Chúa, bỏ nhà thờ, bỏ lễ, trở về. Chúng mình sẽ gặp nhau và rời Cali ngày mốt, tại nhà dòng tao ở. OK?

Biến chuyển đến như một cơn lốc, những dải mây trên trời vẫn trải dài, cuộc đời Viết lại một bất chợt. Viết thả dài theo định mệnh để mặc định mệnh xoay chiều, vì thực ra đúng như lời Vũ "mình đâu còn gì để mất".

11.

Riêng về Hiền không ngừng len lỏi trên khắp đường phố Houston, một thành phố chen chúc và bận rộn không ngừng với những thay đổi thường nhật, nhất là sự phát triển gần đây đã khiến Houston trở thành cao điểm của ngành dầu hoả, nên công việc tương đối dễ dàng. Tuy thế, Hiền vẫn chưa tìm được việc, không biết vì số phận hay vì Hiền đang phải trải qua một lần trắc nghiệm mới.

Nhưng Hiền vẫn không thất vọng, Hiền vẫn và vẫn tiếp tục gửi đơn xin việc và mặc gió sương trằn trọc của từng đêm, từng ngày phập phồng trong biến loạn cùng tận của tâm hồn cô đơn thiếu vắng rời xa.

Hiền đã ngất ngây trong các buổi sáng tinh sương với mùi hoa hồng tươi mát sau vườn nhà Hồng, những bông hồng mới nở màu nhung mướt lạnh. Lòng Hiền lâng lâng lặng nhìn từ cửa sổ để tìm chút an lành và cầu định cho một khởi sự của một ngày mới mọc. Cuộc đời con người hẳn vẫn là những truân chuyên tao loạn không ngừng và cuộc đời lại cũng là những màn kịch lớn nhỏ đều đặn diễn xuất liên tục, nên Hiền phải chấp nhận, chấp nhận như chính nàng phải diễn xuất, từ thể chất tới tinh thần.

Nhưng sự thiếu thốn vật chất quả vẫn chỉ là tạm bợ, vì sự giải quyết hầu như tương đối. Nhưng, tâm hồn Hiền, một đổ vỡ từ khắc khoải đã như vết xẹo khổng lồ cứng ngắc.

Từ trằn trọc qua trằn trọc, những trở mình bấn loạn, những khát khao chờ mong, những bông đùa nóng bỏng, những cơn ho rũ ái ân... Và rồi từng rung động khi da thịt Hiền vô tình cọ sát trên nền vải mỏng. Hiền đã bật khóc, tiếng khóc từ thâm tâm nức nở trong bồi hồi và tiếng khóc mãi vô tận vì Hiền càng mong, càng thương thì càng não nề quay quắt.

Hơn nữa, tiếng động căn phòng bên , căn phòng mà ít tháng nay Thông đã dọn về cùng sống chung với Hồng, với Hiền, để cùng nương tựa và giúp đỡ, cũng như sửa soạn cho những ngày bắt đầu công việc thương mại của Thông, lại càng thúc dục khiến hình ảnh Vũ, Thông luôn lẫn lộn bất thường.

Hiền không dối lòng, hình như Thượng-đế cũng không khắt khe trừng phạt tư tưởng điên cuồng trong bồi hồi thao thức từ khác phái, vì Thượng-đế đã chẳng sinh ra con người để cuốn quít quay cuồng trong đam mê, khiến sự rạo rực tưởng chừng vô tận và những đòi hỏi hầu như không đáy sao?

Và cứ thế, những tư tưởng dạt dào, những bấn loạn liên tiếp và liên tiếp, khiến sự chống đỡ của Hiền tưởng như vô vọng trong thiếu vắng, khiến Hiền đã phải bừng dậy nhiều lần của nhiều đêm đánh thức chính mình. Vì thế Hiền đã từng tự nhủ sẽ tìm dọn sống một mình, nhưng rồi tư tưởng bị cản ngăn, nhất là Hiền cần ở lại để nhờ Thông, Hiền có thể được nghe về Vũ, không nhiều, nhưng vẫn là những hy vọng dù mong manh...

Tuy nhiên Hiền không muốn Vũ bị xáo trộn, khi biết Hiền đang sống với Thông nên Hiền âm thầm dấu kín. Hiền nghe Thông nói, Vũ cùng ở với một người bạn xưa tên Viết. Nhưng rồi sự phập phồng đó lại trở nên niềm vui mừng vì hy vọng có Viết sống bên Vũ, và cho dù Viết có nói gặp Hiền, Viết cũng chỉ biết được đến thế, nên sự nương tựa rất cần thiết trong những lúc Vũ đau yếu...

Tuy nhiên Hiền đã không "hiền hòa" và trầm lặng tại đó. Vì với một người đàn bà như Hiền, Hiền có đủ điều kiện để các người đàn ông trông vào, nhất là Hiền lại không bị ràng buộc sợi dây gia đình.

Do đó, chính Thông cũng không tránh khỏi những mâu thuẫn trong lòng lâu nay, dù Thông là người rất chừng mực và luôn nhớ tới người vợ quá cố, nhất là lời dặn dò bên giường bệnh: "Anh phải lập gia đình để có người săn sóc anh, vì đời anh còn dài, ở vậy không nên và nếu em được Chúa chấp nhận cho một cầu mong nào, em chỉ xin một điều, anh gặp người đàn bà khác thay em, hiền lành thánh thiện và biết giữ bổn phận của một người vợ hoàn toàn. Em không cần nhan sắc, dĩ nhiên nếu có cả nhan sắc thì hoàn hảo quá rồi. Nhưng luôn nhớ anh nhé, đây là lời trăn trối, lời yêu cầu, lời năn nỉ và lời ước nguyện cuối cùng của em. Hãy tìm và lấy người yêu mình, đừng bồng bột, mà em biết anh sẽ không còn trẻ dại để bồng bột nữa đâu".

Dĩ nhiên Thông làm sao quên được những lời của vợ, nhưng tìm đâu ra, người đàn bà hiền lành giữa tuổi lưng chừng của Thông, thì Thông gặp Hiền và gặp Hiền trong một hoàn cảnh rất tự nhiên. Do đó, chính Thông cũng đã tâm niệm sẽ để cho mọi sự tự nhiên.

Do đó, Thông rất dè dặt và tôn trọng Hiền nên phải đắn đo lắm Thông mới dám đề nghị cùng Hiền gầy dựng chung một cơ sở thương mại trong lúc Hiền chưa có việc:

- Hiền rất có khiếu về thương mại, Hiền nghĩ Hiền có muốn thử thời vận không?

Hiền đã suy nghĩ:

- Thưa anh, Hiền thật ra cũng thích thương mại lắm, nhưng không biết Hiền có làm không, vì với Hiền một thân một mình làm để làm gì thưa anh?

Thông tần ngần:

- Hiền đâu có thể nói thế được, một ngày sống là một ngày chiến đấu. Hơn nữa, nếu Hiền có dư dả, Hiền có thể làm những chuyện đạo đức khác như quyên góp cho kẻ nghèo chẳng hạn. Tiền bạc của mình nếu biết xử dụng không bao giờ ế đâu.

Hiền nhỏ nhẹ:

- Hiền cám ơn anh, Hiền hiểu, nhưng có lẽ tại Hiền không khéo nói đó thôi.

- Như vậy, Hiền có muốn cùng Hồng và tôi ra tiệm tạp hóa mới không?

Hiền phân vân rồi trả lời:

- Anh tính đùa với Hiền phải không? Hiền đâu có đồng vốn nào sao dám nghĩ tới hùn với anh và Hồng.

Nhưng Thông cắt ngang:

- Chúng tôi đã nghĩ tới điều đó. Dĩ nhiên, khi làm ăn chung sự công bằng là điều tiên quyết để khởi sự cho sự tồn tại. Chúng tôi sẽ không để thiệt cho Hiền và thiệt cho chúng tôi.

Hiền còn đang do dự thì Thông tiếp:

- Tôi cũng nghĩ tới, là dù Hiền có chung với chúng tôi, Hiền vẫn có thể đi làm nếu Hiền kiếm được việc theo ý Hiền như thường.

Hiền e ngại:

- Đâu được, như vậy lại không công bằng cho anh và Hồng.

Thông ân cần:

- Dĩ nhiên như tôi nói, chúng ta sẽ cùng tính và sẽ cùng có điều kiện chung để mọi người đều thỏa mãn với quyết định chung đó.

Hiền còn đang phân vân thì Thông lại nói:

- Trong tương lai, chúng ta không chỉ có một tiệm, mà chúng ta sẽ mua thêm các dãy phố, gian hàng khác khi có vốn. Lúc đó, tùy theo lợi tức, chúng ta lại có thể chuyển qua các phần hùn lớn hơn.

Và từ hôm đó, Thông và Hiền càng có dịp gần gũi nhau hơn. Thông đã chở Hiền đi từng tiệm để thăm dò, định giá và bổ khuyết ý kiến, để tránh những lầm lẫn, Hiền và Thông càng có dịp tâm đầu qua các mẫu chuyện vui, những bông đùa và ngay cả những than thở mệt nhọc cùng những tiếng thở dài buông xuôi...

Thông càng gần Hiền, càng tìm thấy ở Hiền những tế nhị, những khéo léo khiến Thông đã bận lòng trước tình cảm của mình không ít.

Còn Hiền, dĩ nhiên, Vũ vẫn còn đó. Hiền vẫn từng phút, từng giây và từng đêm mơ tưởng nhớ thầm. Tuy nhiên đôi lúc Hiền cũng không tránh khỏi sự so sánh giữa Vũ và Thông, Hiền vẫn là người con gái, người đàn bà với đầy nữ tính.

Đôi khi, ngồi trong quán, dù nơi nào... Hiền cũng tưởng mình như đang ngồi ở vỉa hè Saigon trong những ngày cháy nắng cùng Vũ. Tình yêu đã biến đổi trong tâm tưởng chăng? Hiền đã nuốt những sợi bún với mặn nồng trong nụ cười xinh. Thông đôi lần, hay đúng hơn luôn đánh thức Hiền bằng những tiếng gọi thực tế. Hiền lại chợt buồn bừng tỉnh. Và cứ như thế, sự so sánh luôn về.

Dĩ nhiên ở Thông, làm sao và không bao giờ Hiền tìm được hình ảnh oai phong trong bộ đồ trận bạc mầu của Vũ. Vũ có sắc thái của kẻ cao ngạo ngó đời bằng nửa con mắt có đuôi. Vũ đã từng dừng xe, từng chặn người thanh niên Saigon có lời thô lỗ bằng ánh nhìn bất chính với Hiền. Và Vũ cũng đã từng bạo ngược bắt người cảnh sát ăn hiếp người dân quê khi buộc bà cụ phạm pháp với vô bằng cớ. Và Vũ cũng đã từng dí súng vào đầu tụi du đảng khi tính làm khổ người con gái cô thân ở ngõ hẻm cầu Bông. Hiền vẫn không quên, đi chơi với Vũ lúc nào Hiền cũng phập phồng, nhưng lại hãnh diện vô cùng, vì Vũ luôn sẵn sàng xả thân để chống lại hoặc giúp đỡ khi cần.

Vũ lại rất tế nhị, Vũ như đọc được ý Hiền, khi đón Hiền, Vũ biết lúc nào cần vận quân phục rằn ri. Nên một lần đến tham dự sinh nhật của em Liên, vì gia đình Liên không mấy thích lính trận hay đúng hơn, gia đình Liên kỵ "quần áo lính", nên Vũ đã sửa soạn như cậu thư sinh khiến Hiền múm mím cười trêu:

- Cậu sinh viên nào đó.

Nhưng Vũ đã đùa:

- Giảng viên chứ sao lại sinh viên.

Nhưng Hiền cũng pha trò thêm:

- Không ai tin đâu, vì Vũ của Hiền hôm nay coi vẻ "trẻ thơ" quá. Nhưng nói thật với anh nhé. Coi anh không còn chút "dữ" nào hết trọi, ba má mà nhìn thấy lúc này có lẽ chấm điểm anh một trăm ngay.

Nhưng cậu "sinh viên" đó chỉ sinh viên trong dáng vận, còn lòng thì vẫn không thay đổi, nên trong buổi tiệc ở nhà Liên, không may, có hai tên tự xưng lực-lượng đặc-biệt, bạn của bạn em Liên, say sưa dùng dao uy hiếp một người khách vì bất đồng ý trong một tranh luận về thời sự cùng bàn. Vũ đã nhanh nhẹn, một lúc hạ cả hai nằm xoài, lấy dao bấm của chúng, rồi đuổi chúng ra khỏi nhà trong nháy mắt. Liên cám ơn Vũ, Vũ lại chỉ Hiền:

- Liên cám ơn Hiền chứ, tại vì Hiền bảo tôi phải xử mấy người này như thế. Nếu không, ở nhà Liên mà dở trò du côn e mang tiếng chết.

Hiền trố mắt bảo Vũ:

- Anh đổ gian cho em, em đâu có nói gì đâu, anh nổi máu nóng lúc nào em cũng đâu hay. Anh làm em sợ muốn chết rồi còn nói thế.

Nhưng Liên đã xề xòa bảo Hiền:

- Ê bồ, bây giờ mình mới hối hận.

Cả Vũ và Hiền đều không hiểu ý Liên nên đều há miệng chờ nghe. Nhưng chờ cả phút sau, Liên mới nói đủ để Hiền và Vũ nghe:

- Hối hận vì buổi trời mưa ngồi xe lambretta hôm đó mình đã không nhanh tay cướp Vũ để có người hộ tống không lương.

Hiền đỏ mặt, tức quá, dơ tay đánh mạnh vai Liên khiến ly nước dừa bắn tóe tung ướt hết vạt áo trắng của Vũ, Hiền hối hận xin lỗi:

- Em vô ý quá, làm ướt hết áo anh rồi, em xin lỗi anh nhé.

Nhưng Vũ đã không nói, làm bộ hất nhẹ ly nước dừa trên tay Hiền còn đang run run khiến lại thêm một lần nữa, nước bắn tung lên tà áo bên kia của Vũ, khiến cả Liên và Hiền còn đang ngạc nhiên về cử chỉ của Vũ, Vũ đã bảo Hiền:

- Sao em không xin lỗi anh? Hiền trố mắt:

- Lần này tại anh mà.

Nhưng Vũ lại nửa đùa:

- Tại em chứ, ly nước dừa trong tay em, chứ đâu phải trong tay anh.

Hiền hứ nhẹ, rồi nũng nịu, Vũ mới khẽ bảo Hiền cũng có ý vừa đủ Liên nghe:

- Tại anh thấy miệng em xin lỗi ngọt và dễ thương quá. Ở đây lại đông người nên hôn không được, anh đành phải ăn gian bắt em xin lỗi hai lần.

Hiền lần này mặt càng đỏ hơn, phụng phịu kéo Liên vào nhà với lòng tràn đầy hãnh diện qua cử chỉ âu yếm Vũ mới cho nàng.

Còn lại một mình, Vũ nhìn vạt áo, thật ra cũng

chỉ khoáng qua không gì đáng kể, nhưng tự nhiên Vũ nảy ra ý khác. Vũ ra xe, chiếc xe triump Vũ đã mượn của Hùng sáng nay, để đón Hiền. Vũ mở thùng xe, Vũ đã sẵn đôi giầy trận và bộ đồ rằn, vì thực ra bộ đồ dân sự theo thời hôm nay đâu phải của Vũ, Vũ cũng mượn Hùng. Vì kể cũng tội cho những người lính như Vũ, lâu lâu mới có dịp về Saigon, quần áo đâu có, vả lại, mỗi ngày mỗi đổi cách ăn mặc, lại mắc mỏ, mà đi với Hiền vận đồ không theo thời trang sợ kém công bằng. Nên đã chiều Hiền, Vũ phải năn nỉ Hùng mới có bộ đồ dân sự mà Vũ đã vận tối nay.

Vũ lấy bộ đồ trận, nhanh nhẹn lẩn vào cụm cây hoa giấy trước cổng nhà Liên gần đó. Vũ không còn cách khác, hơn nữa máu trẻ, mà lại trẻ "lính" trong người nổi lên thì e trời cũng bất kể, nhưng may thay, lúc đó đường vắng người, nên chỉ hai phút sau, Vũ đã trong bộ đồ trận với chiếc nón beret xanh trên đầu, trở lại hình ảnh thường ngày quen thuộc.

Vũ đi thẳng vào trong, mọi người đều nhìn Vũ, nhưng không ai nhận ra, vì trong bộ đồ trận dáng thư sinh hình như đã bị xóa nơi Vũ. Vũ cúi đầu gật chào vài người và Vũ đi thẳng vào phòng khách nơi ba mẹ Liên đang ngồi. Vũ vừa cúi đầu vừa lễ phép:

- Cháu là Vũ, bạn của Hiền và Liên, cháu chào hai bác.

Ba mẹ Liên nhìn Vũ rất nhanh, nở nụ cười thân thiện khác với điều Vũ tưởng khi được nghe Liên nói về những chống đối của ba mẹ Liên, khi biết Liên quen lính, đưa lính về nhà. Nhưng Vũ đâu ngờ, Ba mẹ Liên vì đã vừa nghe qua em Liên nói về Vũ, bạn Hiền, đã đuổi mấy tên du đãng, chắc ông bà đã cảm phục và sẵn mến Vũ, nên đã không còn để ý tới quân phục của Vũ. Ba Liên vui vẻ:

- Cậu Vũ ngồi, bác vừa nghe con Thu Trinh nó nói, cháu vừa đuổi mấy thằng lau chau, ăn không, rồi rảnh, đi phá làng phá xóm. Mà bác cũng lạ sao con Thu Trinh nhà bác, nó lại mời cái loại này, thật con nhỏ này vô ý quá.

Vũ nhanh nhẹn:

- Thưa bác không có chi đâu ạ. Đúng ra, Thu Trinh hình như cũng không biết mấy cậu đó, vì những người đó hình như đã do bạn Thu Trinh dẫn đi cùng. Xin bác cũng đừng trách Thu Trinh, nhất là ngày vui của em.

- Ừ, bác cũng nghĩ vậy, Thu Trinh nó khác con Liên, nó không có vội vàng và bất cẩn như con Liên nhà bác đâu. Nhưng được một cái là con Liên trời cho nó nhanh nhẹn, tháo vát và có chút tính con trai nên ít thiệt thòi.

Vũ ậm ự, rồi thưa:

- Thưa bác, cháu chưa được đến thăm hai bác, nhưng cháu có nghe về hai bác qua Liên và Hiền, cháu biết quả Liên có phúc. Hai bác vừa đức độ, vừa nhân từ và vừa đầy đủ về vật chất. Nhất là nhà bác đẹp quá, lúc mới đến cháu ngắm hoài không biết chán.

Mẹ Liên vừa nghe Vũ, thêm vào:

- Cậu Vũ này thật biết khen. Thời buổi này mấy cậu con trai chỉ biết ăn, tiêu và biết đi cao bồi du đãng. Thật có ra đời như cháu mới biết điều hơn thiệt.

Và bà mẹ Liên tiếp luôn:

- Thỉnh thoảng về phép cháu đưa Hiền tới bác chơi. Con Liên nó cần những người bạn tốt và hiểu đời như cháu.

Vũ nghe mẹ Liên giọng thành thật, nhưng Vũ đâu ngờ, vì điều Vũ khen có lẽ là điều thật lòng, mặc dầu quả có chút tâng bốc lấy lòng. Nhưng ba mẹ Liên thật sự giàu, nhà Liên thật sự đẹp. Có điều, có lẽ, ai trên đời cũng thích được khen, dù có biết lời khen đó quá đáng.

Thế là câu chuyện của Vũ và ba mẹ Liên dễ dàng trôi chảy, mà lại còn đậm đà vui vẻ, khiến khi Liên và

Hiền đi ngang cửa vừa ngạc nhiên, vừa lạ lùng. Ngạc nhiên vì sao ba mẹ Liên tiếp Vũ thân mật và vui vẻ đến thế và lạ lùng sao Vũ lấy đâu ra quần áo lính để thay? Hiền còn đang phân vân không hiểu thì đúng lúc Vũ nói với ba Liên:

- Thưa bác, cháu phiền hai bác lâu quá, cháu xin phép hai bác cháu ra ngoài, cháu sợ Hiền tìm cháu không thấy, e Hiền lại lo cháu bị bắt cóc. Cháu nghe lời hai bác và cám ơn tất cả sự chỉ bảo của hai bác, lần sau về phép, có dịp, cháu sẽ đưa Hiền đến để thăm hai bác và hầu chuyện với hai bác nếu hai bác cho phép. Nhưng hôm nay, thưa hai bác cháu lại phải xin lỗi hai bác thêm một lần nữa vì đã phải vận đồ trận trong buổi vui của em Thu Trinh. Thật ra, chính cháu cũng thấy lạc loài, nhưng nghĩ lại mình là lính thì phải có bổn phận hãnh diện về mầu áo binh-chủng của mình. Nhưng cháu cũng hứa với hai bác, khi đã mặc màu áo rằn, cháu phải bảo vệ mầu áo đúng tác phong, nên cháu sẽ không để điều gì bất trắc đâu ạ.

Nhưng ba Liên đã khua tay không cho Vũ nói tiếp:

- Bác thích bộ đồ trận của cháu lắm. Nếu về thăm em Liên, hay hai bác, cháu cứ vận đồ trận nghe Vũ. Bác thấy nó oai hùng và manh dạn lắm. Con trai cần như vậy.

Liên càng ngạc nhiên. Vũ thật khéo léo biến ba từ mặc cảm đến thông cảm.

Vừa lúc đó Vũ đứng dậy cúi chào ba mẹ Liên. Hiền và Liên nhìn thấy cùng lẩn trốn ra ngoài, đến chỗ cũ đợi Vũ và nháy nhau làm bộ nhớn nhác nhìn quanh như đang kiếm tìm Vũ.

Khi Vũ tới gần, Hiền trố mắt nũng nịu:

- Anh thay đồ hồi nào vậy. Liên đã nói ba mẹ Liên không vui khi bạn Liên vận đồ trận đến nhà. Hơn nữa anh lại bỏ em và bắt em đi tìm muốn chết.

Vũ tíu tít xin lỗi Hiền, khiến Hiền không giữ được

bật cười. Vũ vẫn chưa hiểu lý do, nhưng may thay vừa lúc Thu Trinh đến thú tội:

- Chị Liên và chị Hiền đã nghe trộm lúc anh và ba mẹ nói chuyện. Anh Vũ mắc lừa, quê quá!

Vũ làm bộ tiu ngỉu định trả đũa. Nhưng Hiền đã lấy sự hiền dịu của mình đến sát Vũ nhỏ nhẹ:

- Em xin lỗi anh, tình cờ thôi mà. Nhưng anh giỏi lắm, anh làm cách nào khéo léo tới độ ba mẹ Liên khó tính thế mà cũng có cảm tình, lại coi vẻ còn thương anh nữa.

Vũ tát yêu trên má Hiền mặc sự hiện diện của Liên và Thu Trinh, vừa nói:

- Bí mật quân sự, anh không nói em nghe đâu. Nhưng có điều, với Liên thì khác. Anh đã lấy lòng được 95 phần trăm rồi.

Liên ngơ ngác:

- Hai người âu yếm nhau chưa đủ sao còn muốn bắt tôi vào tròng định nói xấu điều gì đây?

Vũ nháy mắt với Hiền:

- Nói xấu thì không dám, nhưng bác có dặn nhỏ với tôi là: cháu kiếm cho Liên một người bạn trai có đủ tài, đủ đức, và đủ khí phách như...

Và Vũ bỏ lửng câu nói, khiến Liên nhanh ý nói đùa, vừa cười toe toét:

- Đủ như anh phải không? Anh ham lắm, anh có biết là con Hiền nó vô phước không?

Và không đợi Vũ trả lời, Liên lại tiếp:

- Bắc Kỳ, khéo nói, chỉ tội vào thân thôi.

Hiền nghe nói, đập lưng Liên, vừa nhìn Vũ:

- Thôi bỏ chọc tức Liên đi, anh mà nói thêm vào là liệu anh không có cơ hội ở lại nhảy đầm đâu, vì Liên mời anh ra khỏi cửa, em lại bị vạ lây.

Mọi người đều cười xòa vui vẻ.

Đêm hôm đó, Vũ đã nhảy với Hiền liên tục như chưa từng được nhảy. Hiền còn nhớ, bản Tango, vì mệt, Hiền hơi lúng túng, Vũ đã đạp mũi giầy lên chân Hiền, Hiền đau, chảy nước mắt đòi vào, vừa mếu máo:

- Anh đạp Hiền đau quá, hay mình vào nghỉ một chút, lát nữa ra nhảy tiếp được không anh?

Nhưng Vũ đã nhỏ nhẹ với giọng thật trầm buồn:

- Anh xin lỗi em, tại anh sơ ý. Nhưng chịu khó chiều anh hết bản này, biết đâu mình sẽ chẳng còn bao giờ có dịp nhảy lại với nhau nữa.

Hiền đang đau cũng phải quên vì lo sợ. Giọng nói Vũ thành thật và từ tốn quá. Tại sao lại không còn có dịp. Vũ nói gở hay chỉ một lời nói hồ đồ trêu Hiền.

Nhưng nhìn ánh mắt Vũ, buồn và trầm lặng khiến Hiền càng lo đến độ không còn đủ can đảm hỏi lại Vũ. Hiền đã ghì lấy Vũ và ôm Vũ thật chặt để Vũ dìu Hiền lướt những bước nhảy thiên thần trong sáng trước ánh hồng của bầu trời mơ tưởng tuyệt vời.

Ngờ đâu, đêm hôm đó, quả thật, điều Vũ trăn trở trong xa vắng đã thành sự thật, vì đó là lần nhảy cuối cùng với Vũ, Hiền nào có thể ngờ, quả thật sau đó chàng bị thương và "không còn dịp" nhảy cùng Hiền.

Cũng hôm đó, khi rời nhà Liên, dù đã khuya, Vũ lại trở về với tính vui nhộn chiều đón làm Hiền cũng quên đi sự ưu tư lo lắng đang nặng trong lòng. Nên khi chiếc xe từ đường Hai Bà Trưng về nhà Hiền, gặp Phan Thanh Giản, đáng lẽ Vũ phải quẹo trái, nhưng Vũ vì mải nói truyện với Hiền nên sơ ý quẹo mặt. Vì đường một chiều, Vũ vừa quẹo, thì có tiếng còi cảnh-sát đuổi theo. Hiền lo lắng bảo Vũ:

- Anh đi trái đường rồi, tấp vào lề đi anh, cảnh-sát theo sau mình đó, em lo quá, anh có bằng lái xe và giấy tờ xe không anh...

Hiền nói liên tục, Hiền sợ thật, vì đây là lần đầu tiên trong đời nàng, Hiền lo, nếu Vũ không có giấy tờ, cảnh-sát sẽ bắt Vũ và Hiền, rồi mọi sự sẽ vô cùng phức tạp, vì buổi chiều Hiền đã nói dối mẹ đi với Liên ăn cưới người bạn. Hiền sẽ phải trả lời mẹ ra sao khi thấy Hiền đi với Vũ, người mà cha mẹ một mực tìm cách cản ngăn.

Và đang lúc Hiền lo lắng, Vũ lại bình tĩnh bảo Hiền:

- Nghe anh nói, em hãy nhắm mắt lại, nằm ngả ra sau như người bị bệnh. Nhớ ôm bụng và không nói gì hết nghe chưa.

Vừa nói, Vũ vừa cho xe vào lề. Hiền không còn cách nào hơn, sự việc xảy ra quá nhanh, chỉ còn biết nghe theo lời Vũ. Hiền làm y như lời Vũ dặn, gập người cúi mặt xuống và nhắm mắt không nói nửa lời. Ngay lúc đó, chiếc xe cảnh-sát cũng vừa đậu sát xe Vũ. Có lẽ thấy Vũ vận đồ quân nhân nên người cảnh-sát thận trọng hơn:

- Xin anh cho xem giấy tờ, anh chạy ngược chiều.

Nhưng Vũ đã vừa bực tức vừa nói với người cảnh-sát, giọng phân trần:

- Thầy coi xem, tôi đã không có giờ, bảo nó ở nhà, nó cứ đòi đi, bây giờ đau bụng đau bão bất thường khiến tôi bối rối chạy lạc cả đường.

Rồi Vũ như nhớ ra điều gì:

- À thầy có đồng hồ không? Mấy giờ rồi thầy, tôi phải trình diện bộ tư lệnh trước 12 giờ, tôi phải điểm danh quân số để ra Quảng Trị ngày mai. Thầy thấy đó, lâu lâu về phép mẹ tôi còn bắt tôi phải chiều nó chở đi chơi, thật khổ cho tôi, nếu không vâng lời mẹ thì không được, mà vâng lời các cụ thì chỉ bị phiền hà thôi.

Và không để người cảnh-sát nói, Vũ lại tiếp luôn:

- À mà đàn bà con gái đau bụng bất thường có nguy hiểm không thầy? Liệu có chết không? Tôi thấy nó không nói gì làm tôi lo quá. Hay thầy giúp tôi, thầy khám bệnh nó thử coi? Mà phải khám cách nào thầy nhỉ, có phải cởi áo nó ra để coi bụng có sưng không thầy nhỉ? Thầy làm được không? Thầy làm phước đi thầy. Hay thầy để tôi phụ cởi áo nó, rồi nhờ thầy, thầy biết, thầy coi dùm thầy nhé.

Hiền đang phải nằm nín thở, sợ muốn chết, nhưng khi nghe Vũ nói với người cảnh-sát, Hiền vừa lo, vừa tức cười vì nhột vô cùng. Vũ mà cởi áo nàng ra thật thì nàng nhục đến chết. Hiền nghĩ tới đó tưởng muốn khóc. Nhưng may thay, người cảnh-sát đã giải thoát sự ngột ngạt đang xâm xỉa cùng mình, vì Hiền chỉ mới nghĩ nếu bàn tay của Vũ mà rờ vào thân thể nàng, nhất là lại xoa, lại nắn để tìm kiếm bệnh, thì thật mắc cở vô cùng... Người cảnh-sát lên tiếng cuống quít:

- Dạ, thôi!

Và có lẽ người cảnh-sát đã nhìn thấy đôi bông mai của Vũ nên ôn tồn:

- Trung-úy bọc ngược lại, để tôi chạy trước, Trung-úy theo sau, tôi mở đèn để đưa cô em về nhà gấp, có hai bác ở nhà lo cho tiện hơn.

Hiền lại càng sợ hãi lẩm bẩm:

- Trung úy ơi, giờ này mà Trung-úy đưa Hiền về cho hai bác, lại có xe cảnh-sát hộ tống, thì có lẽ Hiền sẽ nhừ đòn, mà Trung-úy cũng sẽ không bao giờ còn dịp gặp Hiền.

Nhưng ngờ đâu, Vũ lại nhận lời thành khẩn:

- Như vậy thì tốt quá. Hiền vừa nghe, như muốn rụng rời cả tay chân vì không biết Vũ dở trò gì nữa đây.

Vũ làm bộ lên xe sẵn sàng, nhưng khi xe vừa kẹo ngược lại Hai Bà Trưng. Hiền chưa kịp lên tiếng cản Vũ, Vũ lại vội vàng dừng xe, xuống gặp người cảnh-sát giọng thành khẩn:

- Hay thôi. Thầy còn nhiều việc phải làm, thầy để tôi chạy về cũng được. Cám ơn thầy nhiều lắm. Chúa trả công cho thầy. À mà thầy theo đạo nào thầy nhỉ?

Người cảnh sát thành thật:

- Đạo Phật.

Vũ nhanh nhẹn:

- Nam Mô A Di Đà Phật, vậy xin Đức Phật từ bi bảo vệ thầy và chúc lành cho thầy, thầy tốt quá. Thầy thật là một cảnh-sát vì dân và cho dân.

Nói rồi Vũ cúi chào, trở lại xe, thong thả cho xe chạy về hướng điểm hẹn hàng ngày, gần nhà Hiền, để kêu taxi cho Hiền.

Bây giờ Hiền mới hết hoảng hồn, ngó ngang ngó dọc sợ người cảnh-sát vẫn còn theo sát. Khi Hiền đã yên tâm. Hiền ngồi nhổm dậy, đập cả hai tay trên vai Vũ vừa nũng nịu:

- Anh quỷ quyệt lắm, anh chọc làm em phải nhịn cười tức chết đi được. Em bắt đền anh, không chơi với anh nữa đâu. Từ lần sau, em không thèm đi khuya với anh nữa.

Và Hiền phụng phịu quay đi. Vũ biết Hiền giận vờ, nhưng cũng dỗ dành:

- Thôi, lần cuối, anh hứa sẽ không có thêm lần nào nữa...

Bây giờ ngồi nghĩ lại, Hiền vẫn còn rùng mình. Hình như mỗi lời nói của Vũ đều là những điềm báo. Vũ không bao giờ còn dịp nhảy với Hiền và quả Vũ cũng đã không bao giờ còn hẹn hò và đưa Hiền đi chơi thêm lần nào, mặc dầu Hiền và Vũ đã có những ngày hạnh phúc bên nhau.

Càng nghĩ và mỗi lần nghĩ như thế lòng Hiền đều trùng xuống thì hỏi sao Hiền còn tâm nào để nghĩ tới Thông trong tình yêu mới.

Vả lại, Hiền lại luôn nghĩ, khó có thể tìm được niềm vui mới khác bên những người đàn ông không là Vũ. Vũ đã chiếm trọn tình yêu trong nàng. Hiền đã một thời yêu Vũ và bên Vũ thì Hiền đã là của riêng Vũ suốt đời.

Cử chỉ của Hiền, Thông biết, nên Thông mới chỉ cầu hỏi trong tâm tưởng. Thông lại cũng là người có tâm ý tốt. Thông không muốn lợi dụng và càng không muốn vì một ân huệ nào đó mới nảy sinh tình yêu. Thông phải đường đường đầy nam nhi tính, nhất là tình yêu, phải biết nhìn được điều lòng mình muốn mà không thể lợi dụng đùa cợt. Nên Thông ngậm tăm nhìn Hiền, mặc dầu Thông đoán được những bất thường, những nụ cười, những trăn trở trên nét mặt Hiền đều không phải từ Thông, mà đang từ một điểm sâu khắc khoải xa vắng nào đó trong lòng.

Căn bản đạo đức của Thông đã cùng lúc nâng đỡ và hướng dẫn Thông để Thông tự tạo sự tôn trọng Hiền. Nên Thông vẫn luôn tìm cách để Hiền thoải mái trong những suy nghĩ bất thường, hơn là khuấy dậy tâm tư trong Hiền.

Thông biết, tình yêu Thông đã được người vợ đổi mới, nhưng Thông lại cũng biết, nếu có duyên phận hẳn Hiền sẽ đến với mình, nên Thông bằng lòng chờ đợi và tùy thuộc nơi Hiền trong một sâu thẳm thương mến và kính trọng. Tình yêu của con người đã là một mầu nhiệm thì hãy để cho mầu nhiệm của tình yêu được mãi mãi tồn tại và thăng hoa, hẳn đấy chẳng phải là sự hoàn hảo vĩnh viễn của cuộc đời sao?

12.

Lời hát trong bài thánh ca chất ngàn yêu thương trong tình yêu vô biên khiến tâm hồn Hiền càng trở nên sốt sắng. Hiền lặng nghe: *"Chúa là con đường cho con bước theo, là ánh hồng soi trong bóng đêm, là sức sống trong khi đau khổ, sống từng ngày có Chúa dư đây"*. Tim Hiền như ngừng đập, hình ảnh Vũ mồn một, ngày Vũ và Hiền trên Bình Triệu, lần Vũ ngỏ lời xin cưới Hiền. Hiền luôn thế, trong tất cả những lần lòng Hiền lắng đọng trước sự thánh thiện nào đó, là lúc nhớ về lời giao ước âm thầm bằng giọt nước mắt: "Anh, có phải khi người ta vui quá người ta cũng khóc không anh?" Và rồi, lần hai đứa đứng trước bàn thờ trong lời giao hứa: "Sự gì Thiên Chúa kết hợp loài người không được phân chia". Và Hiền thầm nức nở:

- Nhưng Vũ ơi, chúng mình đã lỗi lời, chúng mình đã phân chia và phản bội lời hứa cao đẹp "con chấp nhận" trước bàn thánh Chúa khi cha chủ sự hỏi chúng mình. Tại sao vậy anh? Tại sao và tại sao? nhất là chúng mình còn yêu nhau tha thiết và còn nghĩ tới nhau như chưa từng được nghĩ. Trả lời em đi Vũ....

Và giọt nước mắt Hiền lăn tăn, bờ môi Hiền cũng bật run không hiểu vì nhớ thương hay vì đang lo sợ một lần dối gạt Thiên Chúa vì đã bội phản trước lời hứa.

Ngay lúc đó, lời ca chấm dứt: *"Mãi mãi đem tình yêu này hiến dâng cho tình yêu"*. Rồi giọng truyền cảm của sơ giới thiệu buổi lễ đặc biệt hôm nay với đức-giám-mục chủ tế buổi khấn dòng của các nữ-tu, lớp khấn tạm và lớp khấn trọn đời. Hiền càng lắng nghe và nhất là khi nhìn những nữ-tu phủ phục và quỳ trước bàn Thánh Chúa qua sự chấp nhận của đức-giám-mục và mẹ-bề-trên. Ôi nhiệm mầu và đặc biệt thay! Từng lời khiêm tốn, cung kính, thánh thoát và thiết tha, như sức lôi quấn khiến chính Hiền phải chạnh nghĩ và nô nức như một ao ước riêng mình. Và thật sự, Hiền quả đã hơn một lần, nhất là sau ngày từ giã Vũ, Hiền cũng từng quyết tâm được trở thành một nữ-tu, mặc dầu Yến đã phân trần bảo Hiền:

- Đi tu không dễ đâu Hiền, Hiền sẽ cô đơn và khổ hơn không chừng, nhưng Yến thì tin rằng, với Hiền, xa Vũ đã là sự khổ đau cùng cực, thì dù nơi bốn bức tường khép kín, có thế nào đi nữa cũng đâu có gì đáng sợ hơn phải không Hiền? Nhưng may thay, điều Hiền nghĩ đã được ơn mầu nhiệm cải chính nơi Hiền, nên sự phân tích đã rõ ràng và cần thiết khiến Hiền đã không đủ can đảm bầy tỏ với mẹ-bề-trên như đề nghị của sơ bạn Hiền bên Canada để được bước qua ngưỡng cửa "mầu nhiệm của một nữ-tu" như Hiền mơ. Vì chưng đi tu không phải là cuộc chạy trốn và đi tu cũng không phải vì khổ đau, hay lụy tình, mà đi tu là tìm hiểu lòng yêu thương và tận hiến, để tự mình tìm đến Thiên Chúa trong mối tình riêng, với niềm tin yêu sắt đá được hiến tế và phụng vụ.

Hiền không có đủ điều kiện, vì Hiền còn tìm thấy ở mình tất cả những đắm đuối nhớ về kỷ niệm từ mọi phương diện. Vũ vẫn và mãi còn bên Hiền. Hiền đã chưa lần rời Vũ trong tư tưởng hàng ngày. Nên mỗi khi có dịp tham dự và nghe những lời khấn, Hiền vẫn và luôn khám phá ở đó như một mặc khải mầu nhiệm mà không phải ai muốn cũng được.

Thật tuyệt diệu và cao đẹp thay, họ là những người rất trẻ, nhan sắc, lại còn duyên dáng với những nụ cười thơ ngây chất ngất khiến Hiền còn phải tấm tắc khen thầm. Nhưng họ đã không màng, tự quên lãng, để còn chỉ tìm trong ơn gọi đức vâng lời, lòng khiết tịnh cùng đức khó nghèo, như châm ngôn trong đời, để vì tình yêu tận hiến được hiến dâng.

Và buổi lễ trong niềm sốt sáng đã đưa đến Hiền sự lâng lâng mời đón. Hiền một lúc đã quên mình, quên sự bần thần của hàng đêm trong những uể oải thể xác và tâm hồn, nhất là gần đây, với những công việc liên tiếp hình như càng dự phần soi mòn thân xác, khiến Hiền gầy và sút đi gần 10 pounds.

Buổi lễ xong, khi mọi người đã vui mừng chào đón. Tất cả ra về, Hiền cũng đứng theo và khi ra tới cửa, Thông đã đang đứng đợi. Hiền ngạc nhiên, vì lẽ ra giờ này Thông phải coi hàng, Hiền vừa mỉm cười vừa bảo Thông:

- Sao anh đi lễ hôm nay?

Thông cũng lưỡng lự, vừa tới gần Hiền vừa nói:

- Lẽ ra ngày mai, nhưng vì người bạn có con đi tu khấn tạm hôm nay, tôi lại lỡ hứa với anh ấy là sẽ tham dự ngày cháu khấn nên phải đến.

Hiền cũng không muốn hỏi thêm. Nên khi hai người cùng sánh bước ra bãi đậu xe Thông mới lên tiếng:

- Nhìn mấy đứa nhỏ, mới ngày nào, bây giờ đã hết tốt nghiệp trường nọ, trường kia, mới thấy mình đã già thật.

Hiền hơi mủi lòng trước câu nói, có lẽ rất thành thật của Thông. Mà cả Hiền, những ngày tháng trôi qua, tuổi xuân Hiền quả đã tắt lụi hoàn toàn mà nàng nào có hay? Hiền đã trải qua một phấn đấu không ngừng và cuối cùng, Hiền vẫn chỉ riêng Hiền. Bất giác Hiền nhìn Thông và than thở:

- Quả đời mình như một giấc mơ. Những giấc mơ của đầy đạm bạc và khắc khoải không ngừng anh nhỉ?

Thông cũng vừa quay lại, bất giác hai ánh mắt bắt gặp nhau. Thông hơi sững sờ, cặp mắt Hiền như rướm lệ và sâu hoắn trên đôi gò má trắng xanh như một kham khổ đau buồn cùng tận.

Thông quả đã vô tình, hay đúng hơn sự bận rộn gần đây đã làm Thông, cũng như chính Hiền, chỉ biết công việc và tìm quên trong công việc. Nếu trưa nay, Hồng không nói cùng Thông, có lẽ Thông cũng đã chẳng hề nghĩ tới. Hồng đã nhắc nhở và nhờ Thông. Hồng phân tích về Hiền, về những ngày gần đây, nhất là cách đây 3 ngày Hiền đã té xỉu trong nhà vệ sinh vì mất sức. Lúc đó Thông mới đọng lại tư tưởng của mình để nhắc nhở chính mình trong từ dáng người, cử chỉ và tất cả những biến chuyển của Hiền gần đây.

Lòng Thông thắt lại và tự nguyền rủa mình trước hững hờ và ơ thờ đối với Hiền, dù là cố tránh và chưa lời tỏ bày. Thông là mẫu người của thực tế hay Thông đã mất hết sự nhận xét tế nhị trước nữ giới chỉ vì đã một lần trải qua sự mất mát khi người vợ của Thông qua đời? Hoặc phải chăng sự bận rộn đã đánh đổi được tâm tình Thông? Dẫu sao, Thông cũng ân hận và tự trách. Nên, Thông đã nhận lời yêu cầu của Hồng, tìm cách để an ủi và giúp đỡ Hiền.

Thật ra, lòng Thông cũng đã từng muốn thế. Do đó, sự có mặt của Thông hôm nay trong buổi lễ không phải tình cờ. Nhưng mãi khi về tới nhà Thông mới đủ can đảm nói với Hiền khi Hiền đang tính sửa soạn đến thay cho Hồng:

- Hồng có nhờ tôi nói với Hiền, chiều nay, Hồng mắc nợ với người bạn nên đã mua 3 tấm vé vào cửa ở vũ trường Tự Do nhân có Khánh Ly về. Bỏ thì uổng nên Hồng muốn mời tôi và Hiền cùng Hồng đi dự tối nay. Hồng cũng đã kêu thằng Jim làm thế ca cho Hiền rồi.

Hiền nghe Thông nói, hơi lưỡng lự, một phần vì từ lâu Hiền đã không còn cảm hứng với phòng trà, hay đại nhạc hội. Hơn nữa, nhất là lúc này, lúc mà lòng Hiền vẫn ắp đầy sự lo lắng bồn chồn. Nhưng cuối cùng, vì nể Hồng và Thông, nhất là lâu nay Hiền đã liên tiếp từ chối nhiều lần những lời mời của cả hai. Hiền đành miễn cưỡng gật đầu.

Lòng Thông hí hửng. Thông cũng không biết vì đâu. Một vài câu hỏi thoáng qua. Nhưng rồi cũng bị chối từ và câu trả lời dần khất.

Thông vào phòng, sửa soạn. Khi ra, Hiền vẫn còn trong phòng. Thông đăm chiêu, Thông không biết mình đang làm gì và muốn gì? Cuộc đời, quả đã quá nửa. Nửa cuộc đời với những triền miên phấn đấu, cuối cùng, Thông vẫn hai bàn tay trắng. Thông bất giác lại thở dài, một thói quen, hay một mặc khải mỗi khi Thông dự trù để lo, để nghĩ, hay dù để phó mặc.

Nhưng khi Thông đang vấn vương do dự với lòng mình, thì cặp mắt Thông bỗng đổ dồn trước chiếc váy màu nâu nhạt và chiếc áo gọn gàng kín cổ của Hiền khi Hiền vừa xuất hiện. Thật là một thanh thoát và hiền dịu. Thông không chợp mắt. Quả một bắt gặp bất chợt của một không định trước sự nhu mì đoan chính nơi một người đàn bà qúy phái. Thông còn đang bồn chồn trong lòng thì có tiếng điện thoại, Thông chần chờ:

- Hello. Đầu giây bên kia, giọng Hồng không mấy vui:

- Em đây, khổ quá, em đã nhờ thằng Jim, giờ này vợ nó mới kêu tới, nó đi coi "football" chưa về.

Rồi Hồng thở dài tiếp:

- Anh đưa Hiền đi được không. Em không muốn đóng cửa sớm, sợ không tiện anh ạ.

Thông đành chiều ý Hồng. Và lập lại điều Hồng mới nói cho Hiền nghe, Hiền do dự:

- Hay thôi mình ở nhà được không anh?

Nhưng Thông hơi e dè trả lời:

- Hồng đã dặn và để sẵn vé tại quầy bán vé rồi. Hay nếu Hiền không ngại, mình tới đó một chút, nghe vài bản rồi về cũng được, đằng nào cũng lỡ sửa soạn rồi.

Hiền nhìn Thông, nhất là khi thấy sự thành khẩn của Thông nên Hiền chép miệng:

- Hồng thật vụng tính quá.

Rồi Hiền buông xuôi:

- Thôi thì đi cũng được, nhưng anh cho Hiền về sớm được không anh?

Thông ân cần nhỏ nhẹ:

- Dĩ nhiên, tôi hiểu.

Và hai người ra cửa.

Nhưng khi vừa đến bãi đậu xe của vũ trường. Thông còn đang mở cửa cho Hiền, bỗng từ sau, một giọng nói nghe quen vồn vã:

- Thầy Thông! Phải thầy Thông không?

Thông quay lại, một người con gái có mái tóc đánh bồng nhuộm mầu nâu xậm, trên khuôn mặt hơi đầy, nước da ngăm ngăm, với làn phấn hồng mời đón, đôi mi mắt cong, trong bộ váy ngắn màu đen diêm dúa, hở ngực đầy những loại hoa, đủ màu lớn nhỏ xen kẽ bằng dạ quang sáng chói. Người con gái từ chiếc xe Mercedes 560 SL đang tiến tới gần Thông, mặt mày hớn hở không e dè:

- Thầy Thông, con là Phấn đây, thầy không nhận

ra con hả?

Thông hơi phân tâm nhớ về và rồi Thông chưng hửng, Thông lại định thần nhưng vẫn không thể tin tưởng một người con gái quê mùa rách rưới xưa kia, đã từng đến nhờ Thông giúp đỡ và còn ở giúp việc, lo giặt quần áo, nấu ăn cho Thông... khi cha mẹ Phấn vì đốn củi trong rừng bị mìn chết oan.

Gia đình Phấn rất nghèo và hình như nghèo lắm, nghèo tới mấy đời. Phấn đã chưa bao giờ có cơ hội đến trường, nên chính Thông ngày đó đã dạy Phấn từng chữ i tờ. Và nhờ đó, Phấn biết đọc qua loa, để Thông có thể viết lời nhắn để lại khi cần dặn Phấn điều gì mà Phấn không có mặt ở nhà. Bây giờ nhìn Phấn, quả "gái sang nhờ lụa". Nhưng bề ngoài đã sơn trên Phấn một lớp sơn tinh quái khiến chính Thông phải bỡ ngỡ và không nên lời.

Phấn thấy Thông im lặng nhìn mình, Phấn càng tin tưởng, và càng thích thú bảo Thông:

- Thầy nhớ "em" không thầy?

Từ "con" tới "em", Thông nghe với e dè, nhưng Thông vẫn lặng yên hồi lâu. Cuối cùng Thông lên tiếng, giọng cũng tỏ niềm vui gặp lại:

- Nhớ, Phấn đổi thay quá làm thầy không nhận ra.

Phấn vừa nghe, tự nhiên không đợi, Phấn đến ôm chầm lấy Thông và hôn lên má Thông vừa nhõng nhẽo:

- Em nhớ thầy quá. Thầy sang Mỹ lâu chưa?

Thông chưng hửng, lại càng chưng hửng trước cử chỉ tự nhiên "Mỹ hóa" của Phấn. Nhưng Phấn đã không để Thông kịp trả lời, Phấn liền tiếp:

- Cô Phương đâu thầy, thầy và cô Phương có gặp lại nhau không? Từ ngày cô Phương lấy chồng, thầy thất tình, thầy xin đổi, từ đó em cũng không còn được gặp thầy. Em hỏi các thầy cô khác ai cũng bảo thầy về Saigon và không trở lại nữa. Thầy đi rồi, mình em bơ vơ, may có cô Ánh thương nên tìm việc khác cho em và vì người chủ mới của em có tàu và giàu lắm thầy ạ, nên em mới nhờ đó mà di tản qua bên này được.

Phấn lại rối rít:

- Mà thầy biết không, sang Mỹ rồi, người chủ còn đòi coi em như người làm công ở bên nhà. Bên này tự do mà thầy, ai cũng như ai phải không thầy, em tức quá, em đi theo thằng Mỹ già, lại một dịp may nữa thầy ạ, em ở với nó được vài năm, nó trúng gió chết mất. Thế là em được một người bạn trai cùng xứ mách cho em cách lãnh tiền bảo hiểm. Bây giờ em ở với Tấn, anh ấy nhảy Lambada hay lắm thầy ạ, chút nữa thầy coi chúng em biểu diễn, điệu này mới và "sexy" lắm. Thầy có biết nhảy không? Hay chút nữa em mời thầy nhảy với em bản "lambada", em sẽ biểu diễn cho thầy coi, thầy không cần nhảy giỏi, em dìu thầy đi, được không thầy?

Rồi Phấn cười rộ, vừa tiếp:

- Thầy không cần "làm bà đã", có em, em sẽ "làm thầy đã" thầy nhé.

Thông càng lúng túng, giờ thì có lẽ Thông lúng túng thật, nếu thật sự diễn ra, Thông và Phấn, một cặp lắc léo ngoài sàn nhảy với điệu nhạc "dâm động" mà bạn bè Thông đã có lần nói đùa.

Thông còn nhớ, cũng không lâu, thời mà điệu Lambada mới "nhập" vào vũ trường Việt Nam, điệu nhảy "mới" này đã làm nhiều người "bấn loạn" thần kinh không ít, vì lối uốn éo không mấy hợp phong tục của những người da vàng mũi tẹt của mình, nhất là các bà "xồn xồn" đã cháu nội, cháu ngoại đầy đàn lại đã tới tuổi thân thể 'nở bậy", chỗ không nên "nở" thì nở, chỗ nên nở thì lại nhắm mắt làm ngơ, thì quả còn khó coi hơn. Thế mà Phấn hiên ngang quảng cáo và bày vẽ cho Thông. Nên Thông định từ chối khéo ngay, nào ngờ, Phấn lại lên tiếng trước Thông:

- Mà thầy đừng lo.

Và bỗng dưng Phấn như nhớ ra, Phấn làm bộ trợn mắt kêu to, vừa lấy tay che miệng:

- "Oops" em xin lỗi thầy.

Rồi nhìn qua Hiền đang đứng sau Thông, Phấn nói:

- Em xin lỗi cô, nãy giờ thầy không giới thiệu cho em. Cô đẹp quá, thầy và cô cưới nhau lâu chưa? Thầy và cô có bé nào chưa thầy. Cô trông giống cô Phương quá.

Và quay qua Thông:

- Hồi xưa em luôn nhìn thầy như một thần tượng. Mà thật, bây giờ cũng thế, thầy ăn vận có hơi xề xòa, nhưng thầy vẫn đẹp trai.

Phấn lại không để ai trả lời, Phấn quay qua Hiền:

- Cô có phúc quá. Lát nữa cô cho em mượn thầy để em nhảy với thầy mấy bản cô nhé.

Phấn vừa nói, chưa dứt tiếng, Phấn đã quay về sau kêu người con trai đang chờ Phấn vừa gọi và bảo:

- "You" mua vé và đặt bàn cho "me", cả anh Thông và chị nữa. OK.

Thông và Hiền cả hai nhìn người con trai lững thững với bộ đồ tân thời lên cầu thang vũ trường, rồi nhìn Phấn. Thật sự Thông chưa tìm được lời nói nào thích hợp trước những dồn dập luôn lời của Phấn. Tới khi Phấn cầm tay Thông và Hiền định kéo đi, lúc bấy giờ Thông mới nhỏ nhẹ lên tiếng, giọng hơi run:

- Phấn vào trước đi, tôi và Hiền còn phải chờ người bạn. Chúng tôi sẽ vào ngay.

Phấn tin ngay lời nói của Thông, nên không e dè trả lời:

- Em lấy bàn ngay giữa vũ trường thầy nhé, chúng em khách quen lúc nào chủ vũ trường cũng ưu tiên.

Phấn vừa nói xong, dơ tay vẫy

- Bye.

Rồi tung tăng đi theo dòng người vào vũ trường.

Còn lại Thông và Hiền, lúc này Thông mới có dịp nhìn Hiền. Và bỗng dưng lòng Thông chùng lại, bất thần, trong tâm trạng bấn loạn không đâu, hay vì tên Phương, Phấn nhắc nhở đã làm Thông bồn chồn. Thông thở dài nói nhỏ với Hiền, giọng nói đầy nỗi xa vắng nào đó:

- Hay mình đi tìm quán nào ngồi nói chuyện, tôi nghĩ có lẽ thoải mái hơn. Hiền nghĩ sao?

Hiền thật ra đã không muốn và đến vũ trường từ lâu, nhưng vì chiều Hồng và Thông, nên khi vừa nghe Thông đề nghị, Hiền đã vui mừng ngay, nhất là Hiền không muốn Phấn tiếp tục nghĩ như Phấn đã lầm đoán trước Thông và Hiền như cặp vợ chồng. Hiền có thể trả lời, có thể đính chính, nhưng cũng thế thôi. Hiền khẽ gật đầu chấp nhận lời đề nghị của Thông.

Trên cả quãng đường, Hiền và Thông đều im lặng trong những ý nghĩ khác nhau. Mãi tới khi tới bờ biển, cả Thông và Hiền đều nhìn nhau, hình như cả hai đều không hiểu vì sao và vì đâu Thông đã lái xe ra đây.

Thông dừng xe gần một ghềnh đá, Thông im lặng, mở cửa sổ, ngoài trời, mùi biển mặn từ các cơn gió thoảng bay. Thông cảm thấy dễ chịu. Thông bảo Hiền:

- Hiền có thích xuống ngồi trên ghềnh đá hóng mát gió đêm chút không?

Hiền không trả lời, nhưng Hiền tự mở cửa. Thông hiểu ý, cùng xuống.

Năm phút, mười phút, bỗng Thông thở dài, tiếng thở dài như chứa đựng cả một nỗi buồn vạn kiếp. Hiền thấy thế hỏi Thông:

- Anh có chuyện ưu tư? Hay vì Phấn nhắc tới cô Phương nào đó phải không anh?

Thông lại thở dài, lần này ngắn hơn, nhưng cũng không kém phần ai oán cùng đầy, lúc sau Thông chậm chạp:

- Có những kỷ niệm mình tưởng đã qua, nhưng

thực sự đã chưa hề và chưa bao giờ quên nổi.

Hiền nghe, cũng chợt nghĩ tới thân phận mình, như ngay lúc này, ghềnh đá trên bờ biển nơi đây với Hiền lại là ghềnh đá của thuở nào nơi bờ biển Vũng Tàu cùng Vũ. Nên Hiền chạnh lòng trong nhung nhớ:

- Anh nói đúng, Hiền cũng nghĩ vậy và có lẽ sẽ không bao giờ quên được.

Lúc sau Thông trầm ngâm nói với Hiền:

- Từ ngày quen Hiền, thực sự tôi cũng không muốn tìm hiểu về quá khứ Hiền. Tôi thấy có lẽ như vậy tốt hơn. Vì mỗi người trong chúng ta chả là những vựa lúa chứa đựng những nỗi buồn khổng lồ sao? Tôi sợ một vô tình nào đó gợi lại sẽ tạo thêm những bấn loạn không chừng. Nhưng hôm nay, xin Hiền hãy cho tôi cơ hội, vì dù Hiền không muốn biết về tôi. Tôi sẽ kể qua cho Hiền nghe về chút ẩn tình trong đời đã qua...

Rồi Thông tiếp luôn:

- Ngày tôi dậy học ở Vũng Tàu, thuở đó, tôi cũng vừa chân ướt chân ráo nên mọi sự thật mới mẻ. Và có lẽ sự mới mẻ nhất lúc bấy giờ là "tình yêu", vì dù lúc đó, tuổi tôi cũng đã lớn, nhưng tôi vẫn chưa từng nghĩ tới yêu đương. Và rồi năm đầu qua đi, tôi đã âm thầm làm việc trong hoàn cảnh đẹp, nhưng năm thứ hai vừa bắt đầu, một sự việc xảy ra tình cờ trong một chiều mưa tại vỉa hè phía hông nhà thờ thuộc thị xã Vũng Tàu, cô học trò lớp đệ-nhất của tôi đã sơ ý bước bỗng trên vũng nước, bị té và nằm xoài trên đường. Bản chất tự nhiên, tôi đã vội vàng dục chiếc cặp trên tay, dang tay đỡ Phương, cô học trò của tôi. Thực ra, thầy giúp trò đâu có gì lạ phải không Hiền? Nhưng ngờ đâu, một lần và chỉ một lần đụng chạm đó đã khởi sự làm nẩy nở mối tình của hai chúng tôi, khiến chính tôi đã không còn cầm giữ nổi. Nhưng nếu tình yêu được trải trên dải đường nhựa sáng đẹp thì quý mến biết mấy. Đằng này, chúng tôi đã bị chông gai ngang dọc đầy đường. Từ những lời bêu xấu, những xỉ vả, những chống đối và những nhục mạ về luân thường đạo lý. Nhất là sự chống đối của ba mẹ Phương. Thú thật, tôi đã bị lung lay, đã bị xáo trộn và cuối cùng đành phải tránh né Phương, vì tôi thấy Phương lúc bấy giờ thật tội nghiệp, mà cảnh tội nghiệp nhất là người bạn gái của Phương, vì có cảm tình riêng với tôi, đã bịa đặt và lợi dụng lòng ngay thật của Phương xúi bẩy và thêm bớt đủ điều, nhất là đã không ngần ngại tạo áp lực với ba mẹ Phương, khiến Phương đã phải khuất phục và bằng lòng lập gia đình với một người con trai giầu có và quyền thế mà ba mẹ Phương tin sẽ mang lại hạnh phúc cho Phương cũng như gia đình.

Thông càng xa vắng:

- Phương hiền và rất sợ bố mẹ, mà đúng hơn cũng tại tôi một phần, tại tôi lúc đó luôn mặc cảm tội lỗi, dù tuổi tôi không hơn Phương bao nhiêu. Thứ mặc cảm của thầy lấy trò, thầy yêu trò đã giết tôi và bắt tôi bế tắc hóa sự việc. Nên dù Phương có cố gắng, mà gặp phải tôi như thế cũng đành phải buông theo. Hơn nữa, tôi lại nghèo, mà nghèo thì sao đủ sức để bảo vệ người mình yêu. Nên ngày Phương về nhà chồng, Phương đã liều xin phép ba mẹ đến thăm tôi lần cuối. Dĩ nhiên ba mẹ Phương không bằng lòng, nhưng vì thấy Phương tiều tụy, e ngày cưới không thành, nên chính mẹ Phương đã dẫn Phương đến gặp tôi tại căn gác ngoài xóm Vườn. Phương đã kể lể, đã khóc lóc và đã ngất đi nhiều lần. Phương thề là suốt đời, dù sống với ai, tình yêu dành cho tôi vẫn là một. Tôi dỗ dành Phương mà lòng mình lạnh như tảng băng. Nước mắt tôi cũng rơi đầy, chúng tôi ôm nhau trong sự chia lìa chờ sẵn. Và mãi khi mẹ Phương trở lại, Phương vẫn còn không muốn rời tôi và Phương đã nói với mẹ: "Con bằng lòng xa anh Thông để đi lấy chồng theo ý mẹ, nhưng con xin mẹ một điều, nếu sau này, có hoàn cảnh nào con có thể trở lại với anh Thông thì con xin mẹ đừng cản con. Vì lần này là sự báo đền nghĩa hiếu, nhưng lần sau con phải được ở với anh Thông dù thế nào". Rồi Phương còn nức nở bảo tôi, ngay trước mẹ Phương: "Dù thân xác này có ở đâu thì tâm hồn em vẫn là và mãi mãi của anh". Tôi nghe, thật ra ngay lúc bấy giờ tôi thấy tự ái mình được vuốt ve và lòng rộn nở vô cùng, nhưng vừa nghĩ lại, thật tội nghiệp cho Phương, còn gì đau khổ hơn và có nỗi sầu buồn nào hơn cho người đàn bà, sống với một người, mà phải tâm tưởng và luôn nghĩ tới người mình yêu. Điều này làm tôi sợ, tôi sợ thật, sợ vì tôi thấy Phương quá đau khổ, sợ vì tôi tin tưởng điều Phương nói sẽ là sự thực, nên tôi bảo Phương và dỗ dành Phương trong nghẹn ngào: "Đi lấy chồng, tức là em đã chấp nhận diệt bỏ tình yêu của anh để xây tạo tình yêu mới với chồng em. Anh xin em, hãy nghe lời anh, hãy quên anh, như quên một kỷ niệm để tạo dựng cho đời sống mới, vì mai này em không chỉ có em, mà còn có gia đình, chồng em, con em... ". Nhưng vừa nghe tới đó, Phương đã thề ngay: "Em thề có trời, em chỉ có con với anh, ngoài ra, em sẽ không và không bao giờ có con với ai". Mẹ Phương vừa nghe, bà trợn mắt, bà oà lên khóc. Hình như người mẹ nào, dù hoàn cảnh có cơ cực thế nào cũng không mất được tình mẫu tử. Bà ép Phương hay tối thiểu đã dự phần, bà có lý của bà, tôi hiểu, nhưng lúc đó tôi quả thấy bà đáng thương.

Thông ngừng nói. Thông vừa đổi thế ngồi vừa như phân vân rồi nói:

- Tôi đã bỏ Vũng Tàu ngay sau ngày Phương về nhà chồng, tôi về Saigon, rồi về Cần Thơ. Tôi nào ngờ đâu cuộc đời đau khổ của Phương mới thực sự bắt đầu. Nhưng cũng phải tới khi gặp lại Phương bên Cali tôi mới biết được tất cả những truân chuyên, đau buồn đã liên tiếp xô đẩy Phương từ đó.

Thông băn khoăn, thở dài, rờ túi áo như tìm kiếm vật gì. Lúc sau Thông chép miệng vừa lẩm bẩm câu gì không rõ, rồi Thông tạo cử chỉ bất cần bằng bàn tay đẩy nhẹ trên không. Thông nhìn sâu vào lòng đêm qua cặp mắt lặng trĩu như ôm ấp tất cả đau thương của người vợ đang về trong tâm tưởng. Thông tiếp tục:

- Nhiều lúc tôi đã không vững niềm tin nên đã oán trách Thượng-đế bất công với những người hiền lành như Phương. Phương quả vô tội, nhưng Phương đã phải trải qua sự thử thách của mối tình chân thật nơi nàng cho tôi hầu như quá sức. Tôi biết, Phương đã nhận điều Phương làm có lỗi với chồng nàng. Nhưng nàng phân trần, vì nàng không thể trao thân cho người nàng không yêu. Nàng cũng lý luận, nếu không vì chữ hiếu và vì sự ép buộc của cha mẹ, Phương đã không bao giờ lấy chồng, dù là ai, ngoài tôi. Mà vợ chồng thì phải có sự thuận lòng, nhất là về tình yêu. Nên Hiền biết không, cả cuộc hôn nhân của Phương, Phương đã tạo hoàn cảnh, Phương đã đi bác-sĩ và đã nhờ người bác-sĩ bạn của tôi hồi trước chứng minh là nàng có bệnh nên vấn đề vợ chồng ăn ở với nhau tạm thời phải tránh. Người chồng Phương lúc đầu còn tin, nhưng sau, ngày qua ngày, chồng Phương bắt đầu tra hỏi và tìm hiểu. Phương cắn răng một mực. Cuối cùng chồng Phương đến nhà ba mẹ Phương, lúc đầu còn ngọt ngào thưa chuyện, sau không giữ được đã bôi xấu và nói những lời thô lỗ, nhục mạ Phương như người đã bị mất danh giá trước khi về nhà chồng. Điều này dĩ nhiên Hiền hiểu là điều không phải, vì tôi và Phương ngoài tình yêu chân thật, chúng tôi luôn kềm chế và cố giữ cho nhau, vì chúng tôi hiểu rằng, sự trong trắng của người con gái rất quan trọng trước khi về nhà chồng. Hơn nữa, nếu Phương và tôi đến với nhau chỉ vì thân xác thì giá trị tình yêu đâu còn tuyệt đối phải không Hiền?

Thông lại chần chờ rồi tiếp:

- Nhưng khi nghe chồng Phương nói, ba mẹ Phương đã nguyền rủa tôi trước mặt chồng Phương và Phương ngay ở phòng khách. Phương tê dại trong lòng, nhưng Phương vẫn lặng câm và coi như điều đó là sự thật. Vì thế lửa tức giận càng ngùn ngụt, ba Phương không còn kềm nổi, tát Phương thật mạnh và bảo chồng Phương: "Tao giao nó cho mày, mày muốn làm gì tùy mày, tao nhục quá, thật là đồ con gái hư". Rồi ông không ngần ngại đuổi Phương xéo hẳn và từ nay đừng vác mặt về. Thế là chồng Phương có cơ hội, chồng Phương tìm đủ cách đay nghiến, chửi rủa, đôi lần cuồng nhiệt chồng Phương còn dằn vặt đay nghiến có khi còn xé áo quần Phương. Phương không chống đối, vì thế, người Phương luôn bị bầm tím vì những cái tát, cái đấm vũ phu, bạo quyền của chồng Phương. Thật sự tôi cũng không thể hiểu và ngờ Phương làm thế, tôi đã từng bảo Phương lấy chồng là phải theo chồng và yêu chồng. Nhưng Phương giải nghĩa lúc đầu thực sự nàng cũng chỉ dự trù do dự ít tháng cho qua để bớt sự đau khổ phần nào. Nhưng sự đau khổ đó đã không bao giờ rời Phương mà hình như còn tạo thêm sức mạnh, để nàng chứng tỏ tình yêu của nàng với tôi như sự bất diệt, kể cả thân xác.

Thông thở dài, một nỗi nhớ không nguôi:

- Và đau khổ hơn, chính lúc bấy giờ, một ý định khác trong Phương bật sáng, Phương muốn tìm tôi và tôi phải là người thừa hưởng đầu tiên rồi sau đó nàng sẽ lãnh chịu tất cả đòi hỏi của chồng nàng. Và nàng cũng ân hận, tự nguyền rủa mình, đã không hiến thân cho tôi. Từ đó, nàng tìm cách để liên lạc với tôi, nhưng tôi đâu còn ở Vũng Tàu và không biết tin tức tôi đi đâu thì sao nàng có thể thực hiện được ý định. Mà giả như nếu tôi còn ở đó, Hiền nghĩ tôi có làm được việc đó không? Ăn nằm với một người đã có chồng, nhất là người đó lại từng là người mình yêu mến, tôn trọng và bảo bọc? Thật, con người ta khó sao ngờ được những gì sẽ đến. Phương quả đã yêu tôi và từ yêu tôi đã có những tư tưởng và hành động không tưởng, khó thể ngờ, nhất là một người hiền lành như Phương. Với tôi, tự tử có lẽ dễ dàng hơn nhiều, vì Phương phải chống đối với mọi mặt, nào là nhớ thương, trống vắng, đòi hỏi và cản ngăn... cùng trăm ngàn nỗi khổ khác khó sao giải hết. Từ sự bất bình và khó khăn trước người vợ mà với chồng Phương thật quái ác đó, chồng Phương bắt đầu trở lại lăng nhăng, lúc xóm điếm, lúc bồ bịch tại nhà. .. Phương vẫn không hề mảy may nóng giận, điều này lại càng làm chồng Phương có cớ hành hạ thêm Phương. Chồng Phương biết Phương không hề yêu anh ta và đã lấy anh như một sự thể đã rồi. Tự ái vây quanh và hằn thù cấu xé, nên Phương đã bị trả giá thật đắt của hằng phút, hằng giờ và hằng ngày, của biết bao trận đòn, biết bao đấm đá, mãi cho tới ngày chồng Phương thuyên chuyển, Phương ở lại Vũng Tàu.

Thông ngừng nói như để tiếp hơi. Hiền nghe rõ tiếng hô hấp vội vàng của Thông hoà cùng tiếng sóng như triền miên đắng lạnh. Lúc sau Thông từ từ, giọng xót xa:

- Và rồi, không hiểu là sự may mắn hay sự mất mát đến với Phương. Chồng Phương qua đời trong cuộc đột kích ngay ngày chồng Phương nhậm chức. Dĩ nhiên Phương buồn và ân hận vô cùng. Vì dẫu sao tất cả lỗi lầm đã do nàng. Do đó, Phương tự đay nghiến và trách mình, Phương cũng thương cho người chồng đã vì mình mà chịu biết bao thiệt thòi. Phương nói với tôi, Phương chưa hề oán trách vì những trận đòn, những đau đớn do chồng Phương, nàng đã chấp nhận và coi như điều hẳn có. Vì đâu có ai muốn thiệt thòi và phải lãnh nợ như chồng Phương đã bị nợ nàng. Và rồi, Phương đã phải tự mình tìm kế sinh nhai, Phương bỏ lại Vũng Tàu tất cả, từ cha mẹ ruột tới họ hàng nhà chồng. Phương về Saigòn ở với người anh họ, mục đích cố gắng tìm tôi. Phương vẫn không thể bỏ được ý định trong nàng là muốn được giữ lời đã hứa với tôi trước khi nàng về nhà chồng. Thật tai ác, vì lời hứa hay vì tình yêu quá thiết tha đó đã khiến Phương phải trôi dạt trong bể khổ bồng bềnh không bến đỗ.

Thông lại lấy hơi rồi tiếp, lần này giọng Thông càng trầm và man mác nỗi buồn:

- Phương về Saigon được ít tháng thì mất nước. Phương đã cơ cực lại càng cơ cực. Phương mỏi mòn, lúc đi bán hàng rong, lúc ngược xuôi theo người bà con bỏ mối. Thôi thì đủ nghề. Phương lại còn hai lần bị lường gạt vào nhà thổ. Nhưng may thay, cả hai lần Phương đều được cứu thoát. Nhưng lần nguy hiểm nhất có lẽ là lần Phương bị năm tên du đãng bắt về tính làm bậy. May thay, giữa lúc đó tên chúa đảng về, và điều không ngờ, tên chúa đảng lại là Ti bạn đồng lớp của Phương và cũng là học trò cũ của tôi. Điểm đặc biệt là Ti lại là cậu học trò nhút nhát nhất lớp và đã từng yêu thầm nhớ trộm Phương thuở đó. Chuyện bất ngờ khó thể tưởng tượng, nên Phương đã không tin cặp mắt mình, mà chính Ti cũng thế, hai người đã nhìn nhau, cả Ti và Phương đều xấu hổ. Ti xấu hổ vì đã gặp Phương trong hoàn cảnh này, hoàn cảnh tai ác rã rời, lúc Phương quần áo tả tơi rách nát vì bị bọn đàn em của mình cấu xé, hoàn cảnh mà Ti đã không còn là cậu học trò, người đã yêu thầm nhớ trộm Phương.... Còn Phương, Phương lấy cả hai tay cố che tất cả những làn da không vải trên người. Phương đỏ mặt, Phương định la lớn và nguyền rủa Ti. Nhưng Ti đã quay đi và kêu đàn em tìm bộ đồ khác cho Phương. Và sau khi Phương đã thay quần áo, Ti mới trở lại và bằng những ôn tồn nhất, xin lỗi Phương. Ti ân hận và Ti hỏi thăm Phương, Ti còn kể về sự không may mắn của tôi với Phương, cũng như nhắc lại từng kỷ niệm, khiến Phương sướt mướt và nhớ thương càng nhiều. Nhưng cuối cùng, dù Phương nhờ Ti cố gắng tìm tông tích của tôi, nhưng cũng đã không có dấu tích gì. Cho mãi tới ngày, nhân một lần chở đồ lậu về Cần Thơ.

Thông lạnh lùng lắc đầu trong buồn chán:

- Hiền thấy đó, Phương, Ti, tất cả đã đổi đời, những người học trò hiền lành dễ thương của tôi bây giờ thì kẻ làm du đảng, người buôn lậu, thật khó thể ngờ, xã hội Việt Nam mình còn bao nhiêu cảnh tai ác khác xảy ra hàng ngày. Nhưng cũng nhờ buôn bán lậu, mà Phương, khi đến Cần Thơ, trong chuyến xe xích lô đạp từ bến Ninh Kiều, nhân người phu đạp xích lô hỏi Phương về quê quán, Phương cũng thành thật không giấu diếm, Phương kể cho người phu xe, trước kia Phương là một nữ sinh học tại Vũng Tàu. Và lân la, người đạp xích lô tò mò hỏi Phương có biết "thầy Thông" dậy ở Vũng Tàu năm đó không? Và ngờ đâu, người đạp xích lô lại là thầy giáo Tuấn, đã có một thời cùng dậy học với tôi tại Sàigòn, cũng lại là người tìm môi giới cho tôi vượt biên sau này. Thế là Tuấn cho Phương biết tôi đã vượt biên. Dĩ nhiên Phương đã khóc và kể lể hết sự tình, chính vì thế, Tuấn lại đã thêm một lần làm phận sự môi giới, lần này cho Phương, nhờ đó Phương đã vượt biên sang Mỹ tìm tôi. Nhưng sự khó khăn của Phương chưa ngừng tại đó, vì Tuấn chỉ biết tôi vượt biên nhưng lại không biết tôi ở đâu. Hơn nữa, Tuấn và tôi mất liên lạc từ khi Tuấn thay địa chỉ ngay khi tôi rời Việt Nam. Nhưng có lẽ trời thương, nên sau hai năm, sau những thăm hỏi, Phương biết tôi ở Cali và đã dành cho tôi sự ngạc nhiên mà cả đời tôi không bao giờ quên, đó là lần nàng xuất hiện trước cửa nhà tôi vào một buổi chiều sau khi tôi tan sở trở về.

Hình như giọng nói của Thông vui hơn khi nhắc tới gặp Phương, Thông như bồn chồn:

- Hiền không thể nào đoán được nỗi lòng của hai đứa tôi lúc bấy giờ đâu. Sự vui mừng quá độ làm tôi và Phương ngây ra đến gần năm phút không thành lời. Sau đó tôi phải tạo biết bao cử chỉ để thật tình nhận mình không phải trong mơ. Và cả tôi, Phương, những giọt nước mắt như chưa từng được khóc trên đời đổ ra như dòng thác. Phương biết tôi chưa lập gia đình, Phương còn biết tôi vẫn ở vậy và vẫn yêu Phương, chờ Phương. Phương kể sự tình khó khăn và sự mệt mỏi được đền bù. Chúng tôi đã đồng ý, không chờ, không đợi thêm. Tôi và Phương ngay ngày hôm sau ra gặp cha sở Mỹ, một linh-mục quen và đã từng nghe tôi tâm sự về cả đời, lẫn đạo. Thế là chúng tôi quyết định làm đám cưới, một đám cưới ba người và chỉ thế. Chúng tôi có tổ chức một buổi tiệc đặc biệt tại nhà hàng nhỏ ngoài bãi biển Long Beach, nhưng buổi tiệc cũng chỉ hai người. Và Hiền ạ! Cuộc đời tôi tưởng đã trọn vẹn trả giá và được an hưởng đền bù sau những ngày mong đợi, Phương cũng thế, nhưng nào ngờ đâu, bữa ăn tân hôn đó đã đưa vợ chồng tôi tới tuyệt đỉnh tình yêu, thì đêm tân hôn đó cũng lại đánh dấu cho lần cách biệt vĩnh viễn sau này. Vì Phương quả bị bệnh thật, xưa kia Phương bày mưu để từ chối qua ngày vì không muốn hiến thân cho ai ngoài tôi. Nhưng khi đã được toại nguyện cùng tôi chung hưởng hạnh phúc và cho tôi những gì cao quý nhất của đời nàng, thì lại là lúc Phương khám phá ra sự khác lạ và đau nhói khi mỗi lần tôi gần nàng. Nên khi tôi đưa Phương đi bác-sĩ, điều thật cay độc cho tôi, cho Phương, sau khi khám và thử nghiệm, kết quả đau lòng và đã làm tôi xây xẩm, khiến tôi ngã quỵ ngay trước người bác-sĩ khi biết kết quả Phương bị ung thư tử cung tới hồi không còn chữa kịp vì đã ăn qua thận... Bác-sĩ còn cho tôi biết, may lắm là Phương chỉ còn sống được hai tháng. Tôi phải lấy hết can đảm để nói điều không may cho Phương. Tôi không muốn giấu Phương, tôi muốn Phương không ân hận khi nàng nằm xuống khi biết tôi giấu nàng. Nhưng nào ngờ, khi tôi nói ra, lúc mà lòng tôi nghẹn ngào chua xót và lo cho Phương sẽ không chịu đựng được sự đau khổ này, thì Phương lại dỗ dành tôi và bảo tôi: "Em không bao giờ mơ ước được sống đời với anh, nên được ở với anh một ngày và một lần được làm vợ anh, đã là một mãn nguyện vô cùng. Lâu nay em biết em đã sút yếu và khác lạ, nhưng điều em lo không phải là em "sẽ chết đi", nhưng là "chết đi mà không được gặp anh". Như vậy quả em đã được bề trên soi giúp, nên đã gặp anh và đã được làm vợ anh. Tuy chỉ có một điều em xin anh hứa với em, nhưng anh phải hứa, nếu không, dù em có chết cách nào em cũng sẽ không yên tâm và sẽ buồn anh. Là sau khi em chết, em không muốn anh ở vậy, khi em còn sống, anh không lập gia đình là vì còn em và chờ em, nhưng em đã chết rồi, anh cần có người săn sóc anh thay em. Chúng mình đều đã già, nhứt là sau này còn biết bao nhiêu chuyện đau buồn khác đang đón chờ anh. Nên anh phải nghe lời em, gặp người đàng hoàng, yêu anh, anh phải lập gia đình, đây không còn là lời yêu cầu, mà là lời buộc nếu thực sự anh yêu em". Tôi còn nói gì ngoài tiếng nức nở. Tôi ôm chầm lấy Phương và khóc như một đứa trẻ. Tình yêu của tôi và Phương hình như chưa hề có điều gì riêng khiến giữa tôi và nàng phải giận hờn buồn khổ. Nên, dĩ nhiên tôi chấp nhận lời nàng và tự hứa sẽ nghe lời nàng. Nhưng tôi cũng đã xin nàng phù hộ tôi lúc Phương rời cõi thế vì thực sự tôi không biết mình có thực hiện nổi không?

Thông nói tới đây, im lặng, nhìn Hiền. Nhưng bóng tối đã bao trùm và Hiền chỉ như một bóng gầy đơn lạnh. Thông đâu ngờ và đâu nhìn thấy cặp mắt Hiền đã tràn đầy nước mắt từ lúc nào. Hiền khóc thay

Phương, nhưng cũng khóc thương cho mình, những người con gái trời sinh ra, cho yêu, được yêu, nhưng lại lụy vì yêu.

Giữa lúc đó, một ngọn đèn pha quay ngang phiến đá từ chiếc trực thăng đang lượn trong bóng đêm dọc theo bờ biển. Nhờ đó Thông nhìn được khuôn mặt nặng buồn và đầy nước mắt của Hiền, nên Thông lấy chiếc khăn từ túi đưa cho Hiền vừa nói:

- Xin lỗi Hiền, đã làm Hiền buồn.

Hiền không lên tiếng, có lẽ vì sợ lời nói trong lúc này không cầm được xúc động, nên Hiền chỉ cầm chiếc khăn nhỏ của Thông và tự thấm những giọt lệ đang lăn trên đôi má nàng.

Lúc sau, Thông vừa thở dài vừa nói:

- Hiền là người duy nhất và có lẽ sau Hiền, tôi sẽ không còn cơ hội, hay đúng hơn, nên tỏ lòng mình.

Hiền ngạc nhiên, nhưng Hiền lại hiểu ngay ẩn tình của Thông trong câu nói. Hiền bâng khuâng lo lắng. Bỗng đứng dậy như trốn chạy bảo Thông:

- Trời khuya rồi, anh cho Hiền về được không anh?

Thông lại nhìn Hiền, dáng Hiền như chiếc lá liễu phất phơ trong không gian mờ ảo, thật nhẹ tưởng như bất kỳ một làn hơi nhỏ cũng có thể thổi trôi nàng. Và Thông bỗng ân hận đã kể chuyện mình ra làm Hiền trắc ẩn buồn đau.

Nhưng Thông nào ngờ, Hiền muốn chạy trốn thật sự. Hiền sợ bóng tối và biển cả đồng lõa trước người đàn ông cũng đầy thương cảm và đầy buồn khổ như Hiền. Hiền lại càng sợ vì khi nghĩ tới tình mình chưa nguôi thì sao lại có thể gầy đắp và tạo dựng. Một Phương đã qua đi trong Thông, nhưng lại một Phương đã ở trong Thông những kỷ niệm và sự tôn sùng của một tình yêu bất diệt.

Giữa lúc đó, một làn gió thổi mạnh, Thông dơ tay

định ôm Hiền tưởng như điều mình nghĩ là sự thật. Nhưng rồi Thông đã dừng lại. Theo Hiền và lần mò rời hòn đá leo lên bờ thành trả lại bờ biển sự yên tĩnh của một buổi tối nặng niềm thương nhớ trong Thông, trong Hiền.

Thông vừa lái xe, vừa chập chùng trong tiếng nhạc nhỏ giọt nhẹ nhàng. Thông không muốn nghe nhạc, nhưng lại cũng không muốn sự im lặng đốt cháy và gặm nhấm dần Thông trong lúc này. Và cả hai, mỗi người một ý nghĩ, đều quay cuồng trong những câu hỏi, những trả lời, giữa tình yêu và nhung nhớ. Mãi tới khi xe qua thành phố Dickinson, một thành phố nhỏ nằm giữa Galveston và Houston, Hiền mới e dè lên tiếng, giọng Hiền nghẹn ngào:

- Em hiểu ý anh và cám ơn anh đã nghĩ tới em. Nhưng xin anh cũng hiểu cho em, vả lại, có còn được nữa không anh? Cuộc đời anh, em nghĩ sẽ mãi và không bao giờ có thể quên Phương, cũng như em, sẽ và mãi không bao giờ có thể quên được người chồng mà em đã nặng nợ, đã truân chuyên và đã bật khóc hàng đêm trong cùng khổ đau cũng không kém những tủi buồn, những đau khổ như anh và Phương, mà em chắc, một ngày nào đó có dịp em sẽ kể anh nghe như anh đã tin tưởng cho em biết nỗi lòng và sự đã xảy ra trong đời, một cuộc đời gánh chịu và an phận của anh.

Và Hiền từ tốn:

- Quả, em phục anh, phục Phương. Hơn nữa, nghĩ kỹ lại, nếu thực sự anh muốn toại nguyện điều anh đã hứa với Phương, thì anh cũng phải luôn nhớ, Phương không muốn anh bị sa lầy và bị khổ thêm một lần và Phương càng lại không muốn anh yêu và lấy người đàn bà đã và vẫn còn quá nặng tình cảm với một người đàn ông khác, nhất là người đàn ông đó còn sống và vẫn còn thương yêu nàng. Em cũng không muốn dối gạt tình cảm của em. Em càng không muốn anh vì thế mà phải sầu lụy thêm. Tình yêu là sự tuyệt đối và toàn vẹn nhất trên đời nếu chúng ta đừng hiểu lầm và nghĩ tình yêu chỉ cần có nhau, phải chung sống và phải có ăn, có trả... Em không dám nói và chính em cũng chưa hề muốn nghĩ là có ngày nào đó em sẽ tái giá. Chiếc đòn gánh đã gẫy rồi, có nối lại cũng khó khăn lắm anh ạ! Thôi thì chúng mình hãy dâng lên bề trên và chờ thời gian, em tin chắc điều anh nghĩ bây giờ sẽ có dịp cho anh tìm được và hiểu rõ ý của em. Em cũng suy nghĩ, thật ra chính em cũng không còn đáng đâu anh.

Rồi Hiền thở dài:

- Hình như cuộc đời con người nếu không có đau khổ có lẽ người ta sẽ tự tử nhiều hơn. Vì chính nhờ nó mà mình tìm ra mình được sự phấn đấu và biết mình phải làm gì.

Nghe Hiền, Thông im lặng và chợt tìm thấy ở Hiền sự chín chắn, sâu sắc hơn mình trong nhận định về yêu thương. Mà quả thật, Thông vẫn chưa hề hiểu rõ về Hiền, Thông vẫn còn bâng khuâng và mới tự đặt cho mình một mong ước.

Và Thông chợt nhắm mắt gọi thầm tên Phương và tự nhắc nhở lòng mình phải làm gì....

13.

Hồng bóp nhẹ chiếc ly chứa đầy nước đá lạnh mầu trắng bằng giấy, được tô điểm bên ngoài bằng những bông hoa cúc vàng, nhỏ to xen kẽ và trải đều lẫn lộn chung quanh chiếc ly. Rồi Hồng xoay đi xoay lại nhiều lần như cố tìm chứng tích của một lần khởi sự xa xôi nào đó. Lòng Hồng bỗng nổi trôi trũng buồn. Hồng thở dài. Ngẩng lên. Nhìn ra cửa sổ. Qua khung cửa kiếng hẹp của tiệm Windy's, dầy đặc những xe cộ ngược xuôi của một buổi xế chiều đang chuyển mình từ một cơn giông xa xôi nào đó. Một tiếng va chạm nhẹ, hai chiếc xe xô dạt như hằn học trên khúc đường ngay trước tiệm. Nhưng may thay, tất cả bình yên. Hồng hú hồn, quả tại nạn xe hơi bên Mỹ như một thách thức bình thường hàng ngày.

Bỗng Hiền lên tiếng:

- May rủi của con người chỉ trong tích tắc.

Hồng quay lại nhìn Hiền. Nét mặt Hiền bạc mầu nắng xám của một dải mây đen hững hờ đúng lúc soi thẳng xuyên qua khung kính trên trần. Cặp mắt Hiền ướt sũng mây đen khiến sự tiều tụy càng sa lầy và Hiền như một chứng minh của buồn thương lẫn lộn.

Hồng thở dài, không phê phán điều Hiền nhận

xét. Hồng nhìn thẳng trong cặp mắt Hiền và bảo:

- Hiền nhất định dọn ra ngoài ở riêng?

Hiền ngẩng lên, nhìn Hồng:

- Hiền đã suy nghĩ kỹ. Hồng hiểu cho Hiền.

Hồng phân tâm:

- Hồng vẫn không yên tâm, nhất là ít ngày gần đây, Hiền gầy đi thấy rõ. Hồng nghĩ, Hiền nên đi bác-sĩ khám tổng quát rồi dọn ra sau cũng không muộn.

Hiền vẫn từ tốn:

- Hồng yên tâm, có lẽ vì làm việc quá sức thôi. Vả lại, lâu nay Hiền ơ hờ về sức khỏe. Hiền hứa sẽ cẩn thận hơn. Chắc không sao đâu.

Nhưng bỗng Hồng hỏi nhỏ, giọng e dè:

- Anh Thông biết Hiền có ý định dọn ra chưa?

Hiền lơ đãng trả lời:

- Chưa.

Rồi Hiền tiếp:

- Mình nghĩ Hồng hiểu mình nhiều. Việc mình dọn ra ngoài cũng là việc bất đắc dĩ. Thú thật với Hồng, mình luôn muốn được ở cạnh Hồng. Nhưng khó lắm Hồng ạ! Anh Thông là người quá tốt. Hiền nghĩ ai lấy được anh Thông sẽ là người diễm phúc.

Hồng do dự không hiểu ý Hiền:

- Tại sao Hiền nói vậy?

Hiền thong thả:

- Anh Thông có đủ đức tính của một người đàn ông và của một người chồng đúng tiêu chuẩn, dù cô nào có khó tính tới đâu. Cũng chính vì thế, Hiền lo sợ. Dĩ nhiên không phải Hiền sợ vì mang tiếng này nọ. Nhưng sợ vì Hiền sẽ không còn hiểu chính Hiền.

Hồng ngắt ngang:

- Hiền làm Hồng khó hiểu quá!

Hiền lại bình thản:

- Cũng không có gì khó hiểu đâu Hồng, nếu có chỉ vì Hồng không trong hoàn cảnh Hiền, hoàn cảnh mà tự Hiền đã chấp nhận và bằng lòng quyết tâm kể từ khi khởi sự yêu Vũ. Hiền không nghĩ trong đời Hiền còn có thể yêu được lần thứ hai và chính vì thế, Hiền không muốn, dù một trắc trở nhỏ khiến Hiền phải lụy và buộc trong hoàn cảnh. Hiền còn hiểu rằng, ngừa bệnh vẫn là điều đứng đắn và cần thiết nhất nếu mình không muốn vấp phải. Hiền lo sợ trước lòng thành thật và tính khí chính trực của anh Thông, biết đâu, một lúc nào đó cảm động và khiến Hiền phân vân, mà nếu điều đó thực sự xảy ra, Hồng nghĩ xem có được không? Quên Vũ để yêu Thông? Để lấy Thông? Hay quên Vũ để tìm tình yêu mới? Mà liệu Hiền có quên được không hay là vẫn chỉ là sự trói buộc nhất thời trong một tấm bánh bóng mượt? Vì thực ra, Hiền đã suy nghĩ rất kỹ và ngay cả Thông? Liệu Thông có thể quên Phương để yêu Hiền và liệu Thông có tránh khỏi những khắc khoải nhớ thương như Hiền, hay rồi cả hai vẫn tồn tại, vẫn khắc khoải trong cùng tận của tâm hồn.

Rồi Hiền do dự:

- Ngoài ra, Thông còn là bạn Vũ và một ngày nào đó, Vũ Thông trùng phùng? Hiền có đứng giữa được không? Vũ sẽ nghĩ gì? Hồng thấy không, càng nói, càng nghĩ, càng thấy rối loạn. Và Hiền nghĩ chỉ có cách hãy tôn trọng và quý mến nhau như tình bạn, điều đó mới thực sự cần thiết. Hiền sẽ thưa với Thông, hy vọng Thông là con người rộng hiểu, Thông sẽ không vì đó mà buồn.

Hiền im lặng nhìn trời, những cơn mây đã bắt đầu cuốn đặc. Một mầu đen bao trùm, không gian xám ngịt. Những vầng mây tiếp tục xô đẩy. Gió thổi mạnh. Tàng cây trước tiệm uốn mình phủ phục, một cam chịu nặng đầy. Xe cộ như hối hả, vài tiếng còi văng vẳng giận hờn. Hiền loáng thoáng cảnh buồn trước tẻ nhạt của một chiều mưa và Hiền thì thầm:

- Tâm hồn mình có khác chi những cơn giông bão.

Hồng nghe, không trả lời, chỉ nhìn Hiền. Hồng biết Hiền rất chân thật và chính vì sự chân thật đó Hiền tránh để hoàn cảnh không tạo hoàn cảnh khó khăn cho Thông và cho chính Hiền. Hồng thật rõ, Thông lúc này cũng chưa hoàn toàn phó mặc để đổi đời, nhưng trước Hiền, trước một điều kiện quý mến, liệu Thông có đủ can đảm từ chối một tỏ bầy không? Vì thế, thật sự, Hiền có lý và quá đáng phục khi liệu sức mình để tránh một sự không đừng.

Tuy nhiên, tại sao không phải là Thông dọn ra ngoài để Hiền và Hồng ở lại. Tư tưởng đó đã làm Hồng lên tiếng:

- Hay Hiền ở lại để Hồng nói với anh Thông, Hồng nghĩ anh Thông sẽ dọn đi ngay. Hơn nữa, ngày mới tới Houston, chính Hồng đã năn nỉ chứ thực ra anh Thông cũng không muốn xáo trộn đời sống của Hồng và Hiền.

Nhưng Hiền đã cản Hồng:

- Hồng đừng làm vậy không nên. Chính vì thế Hiền đã không muốn ngỏ lời với anh Thông cho tới khi nào Hiền đã ra ngoài. Hiền biết tính anh Thông và cũng như Hồng, Hiền cũng đã từng đưa ra những nhận định thực tế, Hồng cần anh Thông.

Hồng đành im lặng và từ những tư tưởng ngược xuôi, những dòng thác đổ dồn trong tâm trạng phân vân lẫn lộn giữa cuộc đời của Hiền, của Hồng, hai người con gái trong hai hoàn cảnh, nhưng cùng đơn độc trong đời sống đặt để, để chỉ tự mình lãnh nhận, tự mình tìm sống và tự mình trong tất cả hỗn loạn của từng giây trong đời.

Trong ý nghĩ đó, Hồng đi ngược dòng thời gian nhớ về những ngày ở Bình Dương, những ngày Hiền cũng nặng trĩu sầu thương, những ngày mà Hiền đã bước bằng những bước chân khắc khoải chờ mong.

Hồng đã an ủi, đã giúp đỡ và đã coi Hiền như chính mình. Nhưng Hiền vẫn trầm lặng và vẫn giấu kín để rồi bao chàng trai, bao người theo đuổi, nhưng Hiền vẫn một lòng từ chối, đơn độc, lủi thủi đếm những bước chân dại trên dải đường đất đỏ ra chợ, để coi hàng cho mẹ Hồng. Nhưng ánh mắt Hiền đã soi rõ và tố cáo Hiền của hằng đêm thao thức. Cũng như lúc này, lúc mà cặp mắt và nét mặt Hiền hiện rõ một thảm sầu chờ đợi với một ý chí lẫn lộn.

Hồng đang trong tư tưởng tràn ngập nhìn Hiền, thì Hiền như chợt nhớ ra điều gì, Hiền mở sắc tay đưa cho Hồng một tờ giấy nhỏ mầu hồng được gấp kỹ càng thẳng nếp. Hồng mở ra, bốn câu thơ được nắn nót bằng hàng chữ nghiêng với nét chữ rất đậm và phong độ, Hồng hỏi Hiền:

- Thơ của ai?

Hiền nhìn ra ngoài cửa sổ, trả lời:

- Của Thân, người đàn ông vẫn đến mua hàng tiệm mình.

Hồng "ồ" nhẹ và nhẩm đọc:

Cho anh một khúc ruột gầy,
Nửa bưng nước mắt, nửa đầy yêu thương,
Cơn mơ thức tỉnh ngỡ ngàng,
Mắt say, lòng đắng muộm màng tình ai.

Hồng đọc lại một lần nữa, trao lại cho Hiền, ngẩn ngơ chốc lát rồi nhắc Hiền:

- Hiền còn nhớ Tánh không?

Hiền gật đầu và hình dung ngay.

Tánh cũng là người đã theo đuổi Hiền trong suốt thời gian Hiền về Bình Dương khi Hiền còn ở nhà Hồng. Tánh là đại-úy. Tánh rất chân thành và tha thiết. Ngày nào cũng vậy, sáng chiều Tánh cũng đến tiệm mẹ Hồng để chào hỏi và thăm Hiền. Hiền cảm động về mối tình Tánh dành cho Hiền, nhưng Hiền đã từ chối. Hiền kể Tánh nghe về cuộc tình của mình.

Tánh thông cảm và càng cảm phục Hiền. Vì thế Tánh tôn trọng đã không còn đến chào hỏi Hiền mỗi sáng, nhưng trước khi rời Bình Dương đi nhận đơn vị mới Tánh đã chuyển nhờ Hồng trao cho Hiền 4 câu thơ và giờ nghe Hồng nhắc tới Hiền mới chợt nhớ tới sự trùng hợp này.

Bỗng Hiền rùng mình, tại sao lại là một bài thơ ngắn, sự trùng hợp này có phải là ẩn dấu báo hiệu sự ngắn ngủi của đời nàng trong tình yêu, Hiền lo sợ và tặc lưỡi. Hiền không còn nhớ rõ câu thơ. Nhưng Hồng đã khẽ ngâm nhỏ:

Trải qua bao cảnh bơ vơ
Tình may bắt gặp ai ngờ tình lơi
Biết em để gánh hững hờ
Yêu em để chuốc lời thơ bẽ bàng.

Hiền ngạc nhiên hỏi Hồng:

- Sao Hồng nhớ.

Hồng không e dè:

- Tới bây giờ Hồng mới dám nói cho Hiền nghe. Thuở đó mình mê Tánh lắm. Tánh là thần tượng của mình. Nhưng khổ thay Tánh đã không thích mình mà lại thích Hiền. Mình biết tình yêu không thể bắt buộc nên đành lòng cắn răng câm chịu. Chính vì thế, mình đã thuộc bốn câu thơ này dễ dàng và nhớ mãi. Thuở đó, mình có hơi ghen, nhưng hình như tình bạn và lòng thương Hiền lúc bấy giờ rất nặng. Hơn nữa Hiền đâu có lỗi gì? Hiền đâu có yêu Tánh. Cuộc đời luôn là những bất ngờ kỳ quái, nhất là tình yêu. Giờ mình nói ra, Hiền không cười Hồng chứ?

Hiền lên tiếng chân thật:

- Dĩ nhiên là không. Nhưng Hiền ngạc nhiên tại sao Hồng không tìm cách nói cho Tánh.

- Mình là con gái, cọc đâu có tìm trâu, hơn nữa cái gì của mình, không tìm cũng tới, nên Hồng...

Bỗng Hiền nhìn Hồng xa thẳm gợi về:

- Nhưng còn Hồng? Đã bao lần Hồng lần khất nhưng Hồng vẫn ở vậy.

Hồng hơi tư lự:

- Thật ra, chính Hồng cũng không biết mình muốn gì? Tình yêu với Hồng bây giờ chỉ là dĩ vãng. Cũng có thể Hồng đã già, cũng có thể vì chưa gặp được đấng trung nhân đúng ý.

- Thế còn Trúc, Hồng không nghĩ tới Trúc sao?

Câu hỏi của Hiền làm Hồng hơi nghĩ ngợi. Trúc đã theo đuổi Hồng từ ngày qua Mỹ, nhưng lần hồi, vẫn thế, mỗi lúc Hồng có quyết định đều như có gì ngăn cản. Cuối cùng Trúc đi lấy vợ. Dọn đi tiểu bang khác. Vợ chồng không hợp nhau. Trúc ly dị vợ. Trở về và lại muốn tiếp tục đường xưa.

Hồng thở dài rồi trả lời Hiền thành thật:

- Có lẽ mình sống đời như thế này tiện hơn. Hơn nữa, chưa hẳn lập gia đình đã tìm được hạnh phúc.

Hiền phân tâm và xót xa cho thân phận của những người lỡ bước hơn một lần rã gánh. Con người quả thật đã sẵn định, nhiều khi đành phải an phận mình. Hiền nhìn Hồng mỉm cười, nụ cười cũng xám như bầu trời đang giông bão ở ngoài. Bỗng Hồng tiếp:

- Có lẽ Hồng và Hiền sinh ra cùng số phận, an phận và chỉ đợi chờ. Nhưng Tánh quả không phải của mình nên đã chẳng bao giờ trở lại. Sau này mình có hỏi Lan, người em họ Tánh, Lan nói: Tánh bị chết trong trận Bình Long. Thuở đó mình đã thầm để tang Tánh. Nghĩ lại tưởng mới đây mà đã gần hai mươi năm. Hiền cũng thở dài:

- Quả thế, đã hơn nửa đời người, tóc đã bạc còn toàn nghĩ chuyện yêu đương, có kỳ quá không?

Nhưng Hồng cười:

- Ông bác họ của người bạn năm nay 82 rồi mà còn mới đi hưởng tuần trăng mật. Người vợ mới, mới 65 cái xuân xanh.

Hiền lắc đầu nhìn Hồng, nhìn ra ngoài. Hiền mân mê tờ giấy có bốn câu thơ của Thân. Hiền mơ màng nghĩ tới Thân, người đàn ông đã liên tiếp muốn làm quen với Hiền từ ngày Hiền về Houston. Hiền đã nói dối, Hiền có gia đình. Nhưng hình như cách nói dối của Hiền quá hiền, nên Thân đã như đọc được, khiến một ngày nọ, Thân đến tiệm, giữa lúc vắng người, Thân đã khéo léo khiến Hiền phải nói thật hoàn cảnh. Ngờ đâu, Thân càng yêu Hiền và mặc sự có mặt của Thông, Thân vẫn âm thầm tìm lời nói ngọt. Cuối cùng, Hiền nhất quyết và thẳng thắn cùng Thân, Hiền không còn yêu ai ngoài Vũ, Thân đau đớn, nhưng rồi có lẽ Thân tìm thấy ở Hiền sự thành thật và chân thành. Nên cũng như Tánh, Thân không còn đến quấy rầy Hiền. Hiền tội nghiệp Thân, nhưng biết sao, Hiền không thể có hai trái tim để phân phát và chia sẻ. Vì thật ra, nếu Hiền có hai trái tim, Hiền cũng sẽ không trao cho Thân, vì còn Thông.

Càng nghĩ, Hiền càng cảm thấy mình như chiếc lá lửng lơ giữa buổi trời đông lộng gió không biết rớt nơi nào. Và rồi Hiền tự an ủi, trả lời và tự thưa với lòng mình: "Hiền rớt trong lòng Vũ?".

Chính lúc đó những êm đềm bên Vũ, những ngày sau khi cưới mặn nồng bên ánh đèn dầu bạc tại Long Kiên chợt hồi sinh.

Hiền đã tận hưởng tình yêu trọn vẹn của hàng đêm, những nhiệt tình nóng bỏng yêu đương tỏa ngập. Hiền ngất ngây trong trìu mến thương yêu. Vũ thường hay vuốt tóc Hiền, Hiền gục đầu trên đùi Vũ, chiếc đùi một nửa nhưng thật trọn vẹn. Lòng Hiền ngạt ngào. Hiền đã mân mê từng sợi lông mỏng mềm trên cánh tay gầy của Vũ... và tình yêu đến mạnh bất ngờ.

Rồi những buổi chiều ngập bóng hoàng hôn, một mầu vàng tỏa nhẹ hòa trong cảnh vật thiên nhiên bên lũy tre đầu xóm. Hiền đẩy xe cho Vũ trong tiếng cười bên những câu chuyện nhớ về của hai người. Hiền đã cùng lời tô điểm, những chuyện hàng ngày như kết chặt từng bước xe chậm chạp trong mảnh vườn trải sỏi tạo những âm thanh rạo rực đong đầy.

Bất giác Hiền rùng mình. Những thèm khát của tuổi 40 bất chợt chuyển mình nỗi nhớ. Hiền mím môi nhìn Hồng cầu xin. Hồng không hiểu nhưng cũng nở nụ cười tự tin. Và một lúc bắt gặp, Hiền cũng cười nụ.

Bỗng mưa đổ hột, thật lớn. Cơn mưa đến như giông cuồng tạt mạnh trên khung cửa kiếng tạo thành một lớp mây chảy dài, Hồng bỗng nhắc tới Thông:

- Anh Thông không nói, nhưng mình nghĩ, anh Thông yêu Hiền.

Hiền không trả lời. Nhưng lúc sau Hiền bảo Hồng:

- Hiền cảm ơn Hồng đã không nói chuyện mình và Vũ cho anh Thông. Nếu không e còn phức tạp hơn.

Nhưng Hồng ngắt lời Hiền:

- Thực ra, nếu anh Thông biết, biết đâu anh Thông lại đối với Hiền khác, vì biết Hiền là vợ bạn mình.

Hiền do dự:

- Hiền cũng đã nghĩ qua. Và dĩ nhiên điều đó có thể đúng. Tuy nhiên, mình vẫn nghĩ Vũ sẽ dễ thành công hơn khi không có mình bên cạnh. Vả lại, nếu anh Thông biết, chắc chắn Vũ sẽ tìm đến mình vì linh-mục Xuân và anh Thông sẽ tìm mọi cách hàn gắn. Nhưng hàn gắn lúc này mình e sẽ đưa Vũ trở về những ngày bất an như trước. Để cho Vũ học hành, có bằng cấp vững chắc, Vũ sẽ không còn tự ti mặc cảm. Lúc đó, nếu Vũ thực còn yêu mình, Vũ sẽ trở lại.

Và Hiền tiếp:

- Nhưng dầu sao, Hiền vẫn nghĩ, tạm thời hãy giữ im lặng, chưa nên cho Thông biết lúc này. Và Hiền cũng tin tưởng anh Thông sẽ không hờn trách Hiền, vì anh Thông là người rất chín chắn. Hơn nữa anh Thông vẫn còn yêu Phương tha thiết. Điều này càng làm Hiền tin tưởng hơn. Hiền dọn ra ở ngoài, dĩ nhiên khi anh Thông biết, thì cũng đã lỡ rồi. Tuy nhiên, mình nghĩ, cũng có thể anh Thông sẽ dọn đi để ép mình trở lại với Hồng. Nhưng Hiền nghĩ rồi, nếu điều đó xảy ra, mình sẽ nhất quyết không để anh Thông làm điều đó. Hiền nghĩ có anh Thông sống chung với Hồng, Hồng sẽ bớt lo hơn. Vả lại, Hiền cũng đã xin được việc khác, nếu không có gì xảy ra và sức khỏe mình tốt, khoảng 2 tuần nữa Hiền đi làm. Tiệm Hiền nhờ Hồng và anh Thông lo, dầu sao cũng là vốn của hai người.

Hồng ngạc nhiên. Hiền chưa nói với Hồng, Hiền đã xin được việc. Nhưng rồi Hồng hiểu, vì Hiền muốn dứt khoát để tránh ngay từ khi khởi sự. Hồng cũng đọc được ý Hiền, Hiền yếu đuối và Hiền sợ sự yếu đuối của mình. Nghĩ vậy, Hồng im lặng nhìn những hạt mưa đang ngớt dần và tự bằng lòng với điều Hiền đã quyết định.

Sau đó cả hai rời quán ăn trong những suy nghĩ lẫn lộn khác nhau...

Nhưng khi Hiền vừa dọn ra, Thông biết được, Thông đã giận Hồng và trách Hồng thật nhiều. Hồng cũng biết điều đó không phải, vì sự thật, Thông có đủ điều kiện sống một mình và dễ dàng hơn so với Hiền mọi mặt. Nhưng Hồng hiểu tính Hiền, Hiền đã định là Hiền không đổi ý. Vả lại, như vậy cũng tốt cho Hiền, vì dầu sao, Hiền cũng đã chọn chỗ ở gần sở mới mà hai tuần nữa Hiền sẽ bắt đầu nhận việc.

Tuy thế, Thông vẫn khẳng định và nói với Hồng:

- Em vô ý lắm.

Hồng không cãi lại Thông, vì Hồng biết Hồng vô ý, nhưng sự vô ý lại là hữu lý của Hiền, nên Hồng chỉ mỉm cười:

- Em biết rồi, em xin lỗi anh.

Thông không trả lời Hồng. Thông trầm ngâm ngồi

một mình tư lự như một vật vô tri.

Mãi hai ngày sau, Thông mới hỏi địa chỉ và số phone Hiền, định đến thăm. Hồng biết, nên Hồng đã nói đùa với Thông:

- Mấy ngày hôm nay anh có soi gương không anh Thông?

Thông không hiểu ý Hồng nên lưỡng lự:

- Có.

Hồng mỉm cười:

- Thế anh có thấy gì lạ không?

Thông phân vân lo lắng lấy tay rờ mặt mình vừa hỏi lại Hồng:

- Mặt anh gầy lắm hả?

Nhưng Hồng ranh mãnh trở lại nét đùa của tuổi thơ:

- Mặt anh vẫn đầy, vẫn đẹp nhưng chỉ có khác là "phụng phịu như baby ấy".

Thông lắc đầu không hiểu, vẫn nhìn Hồng, Hồng lại cười nụ:

- Vì lúc anh giận mặt anh trẻ con quá à.

Giờ Thông mới hiểu, mỉm cười bảo Hồng:

- Chứ ai như cô ấy. Trái phải gì cũng gật. Mai mốt có chuyện rồi cô mới vỡ lẽ và ân hận.

Nhưng Hồng mượn cớ bảo Thông:

- À hả, anh trù cho Hiền, để em méc Hiền cho anh coi.

Vừa nghe thế, Thông đã làm hòa:

- Em đừng nghĩ bậy. Thật các bà lắm chuyện quá biểu sao ông Adong hồi xưa cứ phải trả đi trả lại bà Evà cho Đức Chúa Trời không biết bao nhiêu lần.

Nhưng Hồng lại mỉm cười trêu Thông:

- Nên mới có người "tình trong đã nặng mà ngoài còn e" phải không anh?

Thông lắc đầu nhìn Hồng và đổi ý bảo Hồng:

- Lát nữa anh đến thăm Hiền, em bảo Jim nó coi

hàng cho anh được không?

Hồng vẫn dở tính trẻ con, không tha Thông:

- Như thế có được không? Lỗi tại anh, có bà mai mà không có biết mua đầu heo.

Thông thở dài, trở vào phòng với nỗi buồn xa vắng, vì thật ra, chính Thông, Thông cũng không biết mình muốn gì. Và Thông chợt nhẩm câu thơ của cụ Nguyễn Du mà Hồng vừa đọc: "Tình trong đã nặng mà ngoài còn e". Bất giác Thông thở dài nói với chính mình:

- Không biết tình mình có nặng thật không, hay mới chỉ là khởi sự của một so sánh từ ý định chiều lòng Phương. Vả lại, Hiền không hề yêu mình, mình biết, thế tại sao mình còn phải nghĩ tới và tại sao mình không chỉ coi Hiền như Hồng, hay như một người bạn, điều đó vừa dễ dàng và vừa đẹp cho cả hai người.

Vì Thông hiểu và hiểu rõ lý do Hiền dọn ra, nhất là sau lần Thông thổ lộ và ngỏ ý định thầm kín trong lòng mình với Hiền. Đàn bà, nhất là những người có tâm ý chân thật và đứng đắn luôn định giá và khéo léo ngăn cản những trở ngại cho mình và cho người.

Chính vì thế, dù giận Hồng, Thông vẫn tôn trọng ý định của Hiền. Hơn nữa, Thông cũng hiểu và càng rõ ràng, tình yêu, nếu thật tình yêu sống lại nơi Thông như gần đây Thông cảm thấy thì sự cố giữ Hiền không phải là điều cứu cánh. Vì dù Thông có giữ Hiền và Thông có gần Hiền, nhưng nếu Hiền vẫn giữ sự chung thủy với người Hiền đã yêu, hay nói khác hơn là người chồng cũ của Hiền, thì Hiền vẫn là Hiền từ khởi sự.

Người ta thường bảo, ở trên thế gian này không có gì tồn tại, nhưng nhiều lúc Thông nghĩ, điều đó không hẳn đúng, vì biết bao mối tình đã được cất giấu, chôn kín và mang theo mình mãi mãi. Như lúc này, Phương vẫn còn và Phương sẽ mãi trong Thông, hoặc như Hiền và người yêu của Hiền. Như vậy phải chăng thế gian vẫn có sự tồn tại vĩnh viễn là tình yêu?

Càng nghĩ, tư tưởng trong Thông càng lùng bùng những pha trộn lẫn lộn của những đòi hỏi và ước muốn của con người. Thông đã trải qua trong đời biết bao vui buồn lẫn lộn trong cùng cuồng đau, sau khi đã rời nhà dòng. Quả đúng, sự bình an của tâm hồn vẫn là điều tốt lành và đáng quý nhất. Nhưng Thông đã không giữ được bốn chữ "bình an tâm hồn" đó, để rồi Thông bị ràng buộc trong cùng đau vì tiếng sét ái tình với Phương, trong mặc cảm tội lỗi của một người thầy yêu trò, mặc dầu trên căn bản không hề trái phạm luân lý, thứ luân lý đúng nghĩa và không bị câu lưu bởi những người buôn lời và bán điều.

Dẫu sao, ở đời này, con người vẫn không bao giờ xóa, hay đúng hơn không bao giờ muốn xóa sự ghen hờn, sự bon chen... Họ muốn giữ với một sự đơn giản là nếu không có nó, có lẽ con người sẽ mất chứng người.

Có một lần Thông bồng con chó trên tay, con chó lông xù trắng đẹp, Thông vuốt nhẹ trên lông trắng mượt đó, con chó lim rim và bỗng mở cặp mắt xanh nhỏ nhìn Thông, Thông đọc được ánh mắt chó, ánh mắt của cảm thông, của biết ơn và của tất cả sự trìu mến. Ngay lúc đó, Thông đã so sánh cặp mắt của loài vật với con người. Mà quả thật, hãy nhìn nhau, hãy nhìn ngay những người cùng màu da, cùng sắc tính và cùng một dòng máu, bao người và bao lần tìm được ở đó ánh mắt của cảm thông, biết ơn, trìu mến, hay lại chỉ tìm thấy những soi mói, ghen hờn và ghét bỏ. Đành rằng, cuộc đời là một bể dâu, nhưng không vì thế mà con người không thể vươn lên.

Thế rồi, cuộc tình của Thông và Phương đã bị gài bẫy bởi luân lý và đạo đức. Thông chấp nhận, nhưng nào ngờ sự chấp nhận của Thông đã đưa đến cho Phương một đổ vỡ toàn vẹn tâm hồn nàng. Phương cơ cực và từ nhớ thương, lý trí Phương bị soi mòn và chính Phương cũng không còn kìm hãm được những toan tính chính mình. Phương chỉ là một người con gái, lúc đó, mới mười tám. Mười tám tuổi của bao mộng đẹp. Lâu đài tình ái của bao chuyện tình thơ mộng được bắt nguồn và cao điểm ở tuổi này? Thượng-đế quả công bằng, nhưng trong sự công bằng lại tái sinh và phát xuất những bất bằng để rồi con người mãi lẩn quẩn trong hai chữ "bể khổ".

Phương đã phải chống đỡ và chiến đấu ngoài sức mình, cũng như Thông,Thông rời Vũng Tàu, hai bàn tay trắng lại về với hai bàn tay trắng. Thông về ở tạm với Trâm, một người bà con xa, Trâm vì cùng thế đã phải biến thân mình là "công cụ" cho xác dục của những người dư tiền, hoặc bị bệnh "động dục" thường xuyên.

Con người, họ có thể mua vui dễ dàng, họ có thể ăn nằm và trải mình trên những phiến da thịt xa lạ như những trò chơi bình thường nhất. Họ trả giá năm đồng, ba đồng như trước một món đồ chơi, để rồi, họ vày vò và thoả thích cơn hỏa của nhục dục. Tới khi, những giọt mồ hôi lấm tấm và những da thịt đã não nề ê ẩm, đứng dậy và không biết chính mình: vui, buồn, ân hận, tủi nhục, bẽ bàng, tồi tệ, đa dâm, tẻ nhạt... Thông đã khuyên Trâm, nhưng câu trả lời của Trâm vẫn là:

- Thời buổi khó khăn này em phải làm gì anh. Bố mẹ em lại cần tiền chạy thuốc.

Trâm lại còn thật hiểu rõ ràng, nếu bố mẹ Trâm biết Trâm làm nghề "công cụ" này thì có lẽ bố mẹ Trâm sẽ không ngại ngùng cắn lưỡi tự tử ngay, vì thà là chết chứ không thể để con mình làm nhục gia tông.

Trâm giấu và Trâm lại phạm một tội tầy trời khác là Trâm đã "nói dối bố mẹ" rằng Trâm đang làm nghề dậy học và vì Trâm muốn bố mẹ Trâm tin hoàn toàn,

Trâm đã không ngần ngại:

- Con dậy học với anh Thông.

Thế là Thông đương nhiên bị bế tắc. Chính vì thế, Thông không muốn bố mẹ Trâm nhìn Thông như kẻ nói dối và đồng lõa sau này, nên Thông đã phải tìm cách để lôi kéo Trâm khỏi cảnh đọa đầy xác thịt bằng cách Thông đã nhờ một người bạn giới thiệu cho Trâm một công việc dậy học thực sự. Và thật may mắn thay, vì nhờ sự tận tình giúp đỡ của người bạn, Trâm được nhận và trở thành cô giáo thật.

Lúc đầu thật khó khăn cho Trâm, nhất là về phương diện tài chánh, dĩ nhiên với nghề giáo làm sao kiếm được nhiều tiền như việc Trâm đang làm hiện tại, do đó Thông đã phải an ủi và luôn tìm cách giúp đỡ, tinh thần cũng như vật chất, để Trâm dần quen với công việc mới. Nhưng số Thông luôn bị luân lý và đạo đức trêu ngươi. Một ngày, hôm đó, vào một buổi chiều, Thông đi làm về, vẫn buồn khổ và nhớ thương tràn ngập mối tình bất hạnh giữa Phương và Thông mà từ ngày dọn về với Trâm Thông vẫn giấu kín và chưa một lần thổ lộ. Thông vừa mở cửa, Thông đã thấy Trâm đoan trang trong tấm áo dài trắng, rất nữ sinh và hiền thục. Hình như Trâm có ý đợi Thông. Một linh tính, nhất là khi Thông bắt gặp ánh mắt Trâm, ánh mắt say đắm dại khờ và đầy mãnh lực như sẵn sàng thiêu đốt cả một khung trời cỏ uá. Thông thấy luống cuống trước khác lạ và bất thường của Trâm. Tuy thế, Thông vẫn bình thản vào phòng trong cất tập vở và phải năm phút sau Thông mới trở ra phòng ngoài. Nhưng một chuyện không ngờ, quả như giác quan báo trước. Trâm vừa thấy Thông ngồi xuống chiếc ghế gỗ, Trâm đã không còn cầm nổi lòng muốn, Trâm đã mạnh dạn tỏ tình cùng Thông và kể lể trước những ray rứt nhớ thương nặng mang trong lòng Trâm, dù Trâm biết Trâm không xứng đáng, cũng như tình trạng có liên hệ gia đình với Thông. Trâm đã thẳng thắn tỏ tình với Thông vì Trâm nói, Trâm không thể kềm chế được lòng Trâm trước Thông.

Nhìn những giọt lệ từ trong khoé mắt Trâm chảy dài, Thông như người trong mộng. Thông không ngờ lại một khó khăn trong đời thành hình. Thế là lại thêm một lần chạy trốn. Thông về Cần Thơ...

Thời gian trôi qua. Nhưng đời Thông hình như chưa ngừng trước những đảo điên của cuộc sống. Bỗng Thông thở dài:

- Bây giờ không biết Trâm ra sao?

Và cứ thế, những hình ảnh của đời Thông liên tục, kế tiếp. Rồi sau ngày trốn chạy để bỏ lại sau lưng bao kỷ niệm chất kín. Tới khi qua được Mỹ, lại những chuỗi ngày dài của một lần khởi sự. Thông đã lặn lội, ẩn thân và chui rúc trong tất cả các nghề để sống qua ngày cho tới khi gặp Phương......

Hình ảnh dĩ vãng hiện về như ma đuổi làm Thông chơi vơi. Thông rùng mình và cố gắng trở về với thực tại. Thông loay hoay thay quần áo vội vàng như muốn quên tất cả. Thông ra ngoài và lái xe đến Hiền. Thông chạy trốn suy tư đang nặng trong mình bằng cách nhớ đến Hiền.

Nhưng tới nơi, Hiền không có ở nhà. Thông ra điện thoại công cộng gần đó, Thông gọi điện thoại cho Hiền, nhưng mặc tiếng điện thoại reo, một chục, hai chục hồi... vẫn không có ai trả lời. Thông chép miệng:

- Thôi đành để ngày mai trở lại. Lỗi tại mình đã không báo cho Hiền biết trước.

Nghĩ vậy, Thông lững thững bước những bước đi không hồn tiếc nuối. Thông thấy lòng lân lâng nỗi cô đơn nào đó khiến Thông vấp té mấy lần. Và bỗng dưng Thông cảm thấy mình liêu trai khờ khạo như ngày còn trẻ. Một hoang mang chờ đợi dồn dập... Và Thông rùng mình.

14.

Bác-sĩ Mary trầm ngâm lật từng tờ báo cáo bệnh trạng của Hiền từ phòng thử nghiệm gửi về. Mary lại lấy tấm phin chụp bộ phận bụng dưới của Hiền đã chụp lần trước, bỏ lên khung điện sáng sau lưng. Mary coi lại một lần thật kỹ, bỏ vào trong phong bì lớn. Quay lại nhìn Hiền đang trầm ngâm ngồi trên chiếc ghế bành đối diện phía trước vừa lấy ngón tay gõ nhẹ trên bàn cười nụ, giọng chấn an bầy tỏ:

- Như lần trước tôi đã nói với Hiền, cục bướu nằm phía trên tử cung của Hiền đã quá lớn và lấn qua đè hai ống dẫn trứng. Điều mà tôi e ngại không biết đây chỉ là cục bướu lành hay là cục bướu dữ đã gây ra từ chứng ung thư. Nên khi giải phẫu, Hiền phải nằm thêm ít giờ trong phòng lạnh, chúng tôi lấy phần nhỏ cắt ra từ cục bướu và đem đi thử nghiệm ngay, để biết chắc chắn bướu đó là bướu lành hay biếu dữ trước khi chúng tôi có quyết định cuối cùng. Tuy nhiên, tôi cũng nói để Hiền hiểu qua hầu dễ dàng cho Hiền. Nếu buồng trứng và ống dẫn trứng của Hiền đã bị cục bướu làm hư hại hoặc trở ngại, chúng tôi bắt buộc phải cắt luôn buồng trứng ngay bây giờ. Chúng tôi cũng chưa biết sẽ cắt một bên hay cả hai bên. Tuy nhiên, khi cắt buồng trứng rồi, Hiền sẽ không còn kinh nguyệt và vấn đề sinh đẻ sẽ không có thể có nữa.

Mary ngừng, rồi lại thong thả:

- Hiền nên bàn kỹ vấn đề này với chồng Hiền. Tôi nghĩ, đây là điểm rất quan trọng trong đời sống vợ chồng.

Hiền nghe Mary nói, lòng Hiền trầm đặc, nỗi lo lắng của Hiền cả tuần qua ngay sau khi đi khám tổng quát và biết sơ về bệnh trạng mình, Hiền đã đến nhận tin dữ như một tai nạn bất ngờ. Hiền chưa hề nói cho ai, kể cả Hồng. Hiền muốn cam chịu và trải qua sự thử thách thêm một lần.

Những lời Mary nói và nghi ngờ ngay buổi đầu, sự e dè với bệnh nhân, tâm lý bình thường của một bác-sĩ "Hiền có thể bị ung thư, nhưng phần trăm này rất ít, tôi chỉ nói để Hiền đề phòng thôi, nhưng tôi tin chắc không xảy ra" luôn văng vẳng bên Hiền như lời kết tội.

Và trong suốt cả tuần lễ, những buồn phiền không đâu trỗi dậy từng cơn. Một so sánh và từng so sánh trong đời bất chợt thoáng qua, ngay trong cả giấc mộng. Có thể Hiền mệt lả, tâm trí Hiền mông lung, Hiền đã nằm ở nhà, mượn lý do phải đi khám bệnh tổng quát và mua sắm trước khi nhận việc mới.

Hồng tìm Hiền và Thông cũng tìm Hiền. Hiền chối bỏ tiếng chuông và gỡ dây điện thoại ra ngoài. Hiền muốn được im lặng hoàn toàn để tưởng nhớ và tìm về.

Rồi những khắc khoải sầu đau nổi dậy từ những bồi hồi lần Vũ bị thương, Hiền đã nhận tin dữ từ người Yến, rồi sau đó là những tiếng nấc vô tận của Hiền, tới những ngày trên bệnh viện Cộng Hòa, Lê Hữu Sanh... Vũ đã thức tỉnh trong bồi hồi cảm xúc của thất vọng...

Và Vũ đã thoát... Giờ này tới Hiền.

"Ung thư" danh từ nghe như một bình thường nhất nhưng đã khiến bao triệu người hoảng sợ kinh hoàng. Càng nghĩ, Hiền càng thấy con người mình như một cái máy, nay bộ phận này, mai bộ phận khác, lần lượt đào thải và cuối cùng rã tan trong lòng đất. Bất giác, khoảnh khắc, Hiền trấn an và thấy vừa lòng với ý nghĩ: "Dù ai đi nữa cũng phải chết một lần. Có khác chăng là người trước kẻ sau. Ai rồi sớm muộn cũng một lần". Nhưng tư tưởng đó chỉ thoáng qua, hình ảnh Vũ trên chiếc xe lăn lại mồn một trở về trong lo sợ. Vũ còn đó: "Hiền em không thể bỏ anh". Hiền mê man và bồn chồn cùng độ. Hiền không thể để Vũ ở lại một mình trên thế gian này. Hiền phải can đảm vươn lên và nhất định Hiền phải chữa chạy. Hãy chờ Vũ, gặp Vũ và sống với Vũ, dù chỉ một ngày. Hãy đợi ngày Vũ ra trường để vỗ tay reo mừng Vũ với mảnh bằng tốt nghiệp. Và Hiền bật khóc, tiếng khóc tẻ lạnh trong căn phòng nhỏ tù túng càng não nề và buồn thương thân phận. Lòng Hiền càng nhớ, càng đau và càng tức tưởi. Ai cũng có lứa có đôi để khi buồn đau, khi thất vọng và khi cam chịu cảnh đời sầu lụy được vuốt ve, an ủi. Còn Hiền? Hiền lẩm bẩm:

- Hiền ơi, ai là kẻ đứng bên giường bệnh lúc Hiền tỉnh giấc sau khi người ta đã dùng những con dao sắc nhọn, cắt từng mảnh thịt trong Hiền?.

Và Hiền càng bật lên những tiếng khóc não nề:

- Vũ ơi, anh ở đâu? Austin có giúp anh khỏi cơn mê lòng của hai đứa mình không?.

Rồi Hiền ngồi dậy, tiếng nấc vẫn tiếp tục đổ trôi mang lại sự xáo động trong gian phòng đơn bóng. Hiền đã phải dập tắt bằng những ly nước đá lạnh. Hiền uống và uống như một cần thiết. Nước lạnh thấm dần và đi từng vùng trong thân thể Hiền. Nhưng vừa tới bụng dưới, Hiền ôm và giữ chặt. Hiền lại uất nghẹn:

- Xin đừng, xin đừng xảy ra, xin để lại trong tôi những gì là của tôi. Vũ đã đi rồi, tôi đã mất hết nửa cuộc đời và một phần thân thể sống động và yêu thương nhất, giờ đây, tôi chỉ còn là chiếc khung gỗ, chiếc khung đã bạc mầu, chiếc khung đã gẫy mộng, nhưng đừng lấy đi, dù chiếc đinh sét rỉ trong tôi, hãy để tôi được an giữ những gì còn lại của một đời, cho Vũ.

Tất cả sầu đau réo về từ lo lắng buồn khổ trong cùng thất vọng. Thật ra "mổ", một danh từ đã không còn đáng sợ. Bên xứ Mỹ này, họ "mổ" người như mổ một con lợn, dễ dàng. Nhưng Hiền lo sợ vì kinh nghiệm chưa lần bệnh trong đời, hơn nữa, danh từ ung thư như một thực thể đã làm Hiền lo sợ cùng đầy, nhất là, Hiền lại một thân cô thế. Hiền cũng đôi lần nghĩ tới Hồng và tìm Hồng tâm sự, nhưng rồi Hiền lại thôi. Hiền quyết định chỉ nói khi thực sự vào phòng mổ. Hiền cần trối lại đôi lời, nhưng rồi Hiền mông lung tự hỏi: "Cho ai?". Hiền suy đắn, Hiền phải viết một lá thư dài, thật dài, lá thư sẽ chứa đựng tất cả nỗi lòng và những lời trối trăn, Hiền sẽ đưa cho Hồng để Hồng nhờ Thông trao tận tay Vũ. Và biết đâu, đây chả là lần cuối, vì từ nay, tiếng nói của Hiền sẽ không còn tồn tại trên thế gian này nữa. Thân xác Hiền sẽ thành tro bụi và chỉ còn hiện hình trôi dạt trong những giấc mơ vội vàng của Vũ.... Và hôm nay. Sự thể thật rõ ràng. Lời của Mary, Hiền sẽ bị mổ, bị nằm trong phòng lạnh và... Hiền lấy hết can đảm ngẩng mặt nhìn thẳng Mary, một câu nói chân thật:

- Thưa bác-sĩ, chúng tôi đã ly dị. Mọi việc tùy bác-sĩ, bác-sĩ hãy vì nghề nghiệp làm với sự có thể của một bác-sĩ. Tôi cám ơn bác-sĩ.

Mary đứng dậy, đến bên Hiền, vừa dơ tay vỗ về vừa nói:

- Chắc chắn tôi sẽ làm theo lương tâm của một

bác-sĩ, điều này xin Hiền tin nơi tôi.

Rồi Mary bảo Hiền:

- Hôm nay thứ 5, tối Chủ Nhật Hiền nhập viện. Thứ Hai mổ sớm. Hiền thấy có được không?

Hiền bình tĩnh gật đầu. Mary nói tiếp:

- Như vậy Hiền ra gặp y tá, bà ta sẽ nói cho Hiền rõ hơn về thể thức nhập viện cũng như điều kiện trước khi nhập viện... Tôi hy vọng mọi sự như ý.

- Cám ơn bác-sĩ.

Hiền đứng dậy, cúi chào, Hiền ra cửa gặp y tá. Sau đó, Hiền rời phòng mạch Mary và thả bộ những bước bập bềnh trên vỉa hè trước nhà thương và đếm những bước xiêu vẹo như tâm trạng nửa chừng của kẻ sắp rời nhân gian sầu đặc.

Buổi chiều hôm đó, Hiền không về nhà. Hiền đến ngồi trong quán cà phê Starbucks, đơn độc và một mình thả hồn trong hương thơm đắng lạnh của khói thuốc cháy đầy từ các bàn bên cạnh pha với mùi cà phê quyện lẫn. Lòng Hiền thanh thản dần. Hiền không còn lo sợ, nhưng Hiền đã tìm được bình tĩnh từ lời chấn an: "Chết là cùng"

Và khi mặt trời đã trả lại không gian của thành phố màu xám nhạt, Hiền đứng dậy, tìm đến Hồng. Nhưng tiếc thay Hồng không có nhà. Nên Hiền lủi thủi lái xe về nhà trong ơ hờ lãnh đạm của tuyệt vọng bâng khuâng.

Ngay đêm hôm đó, Hiền đã ngồi lặng yên trước chiếc bàn chữ nhật mầu nâu cũ bằng gỗ, để viết những dòng thư "trăn trối" từ giã Vũ, với một tâm trạng bi ai và vương vấn tận cùng.

Vũ yêu!

Có còn được không anh, tiếng "Vũ yêu" ngọt ngào của bao lần và ngàn đêm say đắm trong thực tế cũng như giấc mộng lòng. Em đã dùng tiếng "Vũ yêu" triệu triệu lần để bồi dưỡng như những viên thuốc thần tuyệt diệu. Em đứng vững và còn tới ngày nay, em nghĩ, cũng nhờ những viên thuốc thần này.

Hôm nay, lại một lần, em không biết nhưng hình như một linh tính nào đó báo mộng và khiến em mãi băn khoăn, dù lần mổ này không nguy hiểm, người ta sẽ cắt buồng trứng của em, cắt một phần trong thân thể của em và chỉ có thế, em sẽ lành và sẽ sống yên hàn. Nhưng trong em lại luôn tưởng và nghĩ đây là lần chót, cái sự việc không thể xảy ra vì thường vẫn xảy ra cho em dù bà bác-sĩ đã căn dặn và đã quả quyết, nhưng em vẫn nghi anh ạ, em không qua và em phải chết.

Em kỳ cục và nhậy cảm quá phải không anh. Nhưng Vũ yêu ơi! anh không hiểu đâu, sự dạt dào nhớ thương và nỗi lòng em đã dành và luôn dành cho anh chưa một lần thay đổi, dù chỉ một phần triệu phần trăm, mà còn tăng và tăng gấp nhiều lần.

Em vui mừng và hãnh diện lắm. Từ ngày xa anh, em quả buồn đau cay đắng, nhưng khi biết được anh đã gặp cha Xuân và gặp anh Thông, em đã trở lại trong mong đợi từng giờ. Anh biết em mong đợi gì không? Mong đợi ngày anh đạt được ý định để anh của em không còn tự ti, không còn mặc cảm và không còn "đuổi em" xa anh nữa. Anh độc ác, nhưng anh lại bao dung. Em biết và hiểu rằng, vì yêu em nên anh đã phải làm thế, anh mới "bắt" em xa anh để đi "lấy chồng" để có con.

Vũ yêu, "Yêu" như vậy là "Ác" lắm, yêu mà bắt người yêu xa mình thì còn tội nghiệp hơn là thà giết người đó chết đi. Nhưng em chỉ nói vậy thôi, chứ không bao giờ em trách anh đâu, vì chính em lúc bấy giờ cũng muốn thêm một lần thử anh và để thử chính em. Bây giờ thì em biết rồi, em không còn cần phải thử, dù một ngày, em cũng biết là em đã chẳng bao giờ và sẽ mãi mãi không bao giờ quên anh.

Ngày trước, anh thường giận hờn và buồn đau vì anh đã mất và không còn có thể có con. Nhưng giờ đây, em xin báo cho anh, dù em có qua khỏi cơn này, thì em cũng sẽ như anh. Em sẽ vĩnh viễn không thể sanh sản. Như vậy chúng mình huề rồi nghe anh. Anh không còn mượn lý do và lý do đó sẽ mất chỗ đứng.

Vũ yêu! Khi em đang viết thư cho anh, tự nhiên em có niềm ao ước, niềm ao ước thật tầm thường nhưng e sẽ không thể nào thực hiện khi không có anh trong lúc em xa lìa. Nhưng em mâu thuẫn lắm, em bắt Hồng hứa với em là chỉ đưa lá thư này nếu thực sự em xảy ra chuyện. Ngoài ra, Hồng chỉ giữ và hoàn trả lại em khi em khỏi. Em không muốn vì em anh lại phải băn khoăn thêm một lần. Em ích kỷ lắm, anh sẽ bảo em vậy, vì lẽ ra em phải cho anh biết để anh săn sóc cho em, như xưa kia em đã từng săn sóc cho anh.

Nhưng Vũ ơi, tình yêu nào mà chả chứa đựng ích kỷ, nhưng điều em ích kỷ đây chỉ có lợi thì sự ích kỷ chả đã tự nó biến dạng thành một điều tốt đẹp cho anh sao?

Vũ yêu! ngọt ngào và say đắm mỗi khi nghĩ tới anh và được gọi tên anh như ngày nào. Tình yêu của chúng mình là sự hoàn hảo tuyệt đối, nên anh đã lừa anh, dối anh và ngược lại... để chúng mình cùng chỉ mục đích: cho người yêu.

Vũ yêu! Giờ thì em xin kể sơ anh nghe từng "khúc" từng "đoạn" nhưng chỉ sơ qua thôi, để anh biết và hiểu rằng: chiếc xương sườn này của anh là chỉ để yêu anh và của anh.

Ngày rời Cali, em đã say, say như vừa uống cả biển rượu, người em bồng bềnh, em điên dại, em về Los như một không định, mà thực em có còn định được gì đâu. Thế rồi, trong chuyến bay từ Los qua Tampa, anh biết em gặp ai không, lại một dấu tích của anh, hay đúng hơn người bạn thân của anh, Viết. Nhưng em đã buộc Viết phải hứa (chỉ hứa thôi, vì em tin bạn anh trọng lời hứa nên sẽ không nói cho anh đâu) là không được tiết lộ với anh, là đã gặp em. Giờ đây,em không biết Viết đã nói gì cho anh nghe không, nếu có, thì em quả là người nhẹ dạ. Em còn kể cho Viết nghe qua chuyện chúng mình. Thú thật, trong chuyến bay không định đó em đã được chút an ủi qua sự thổ lộ cùng Viết. Người ta khi bị bưng bít và giấu kín quá sẽ khổ vô cùng phải không anh? Anh có giận em không? Thế rồi, em và Viết chia tay. Nhưng cả hai đã hình như hiểu ý, em đã không hỏi địa chỉ, phone Viết và ngược lại Viết cũng không hỏi gì em.

Rồi em cô độc trong khắc khoải nơi khách sạn. Em suốt đời mãi không quên đâu anh. Nó ray rứt, nó buồn đau và nó thảm sầu vô kể, nhất là Amy bạn em lại không có ở Tampa Bay. Nhưng ngờ đâu, từ những sự không may mắn đó đã đưa em quyết định đi Houston và lại cũng vì không may mắn, nên số tiền và chiếc ví nhỏ của em bị mất dọc đường nên em phải chần chờ ở tiệm ăm để rồi gặp lại Hồng, người bạn em thuở nào mà đã có đôi lần em kể và nhắc đến cho anh nghe. Và lại cũng chính vì thế em gặp anh Thông, quen anh Thông, vì anh Thông là anh họ Hồng. Để rồi biết tin anh, biết cha Xuân đã giúp anh và biết anh đã về Austin...

Vũ yêu! em viết đã dài chưa anh? Chính em cũng không hiểu tại sao giờ này em có thể ngồi viết cho anh được thế này, những dòng tư tưởng trẻ trung và như thuở nào? Đúng không anh? Em nghĩ có lẽ nhờ tình yêu, vì tình yêu đâu vô giá, nên ngòi bút em bộc phát trong anh và từng tư tưởng hồi sinh theo dòng nước chảy qua cuồng nhiệt mặn nồng thương nhớ.

Vũ yêu! giờ thì em không còn tội nghiệp cho em, nhưng chỉ lo lắng và nhớ thương anh. Em cầu ơn trên che chở để anh đạt được điều anh muốn, dù sau này anh có còn yêu em hay không. Hay có còn nhớ tới "Hiền" của anh chỉ một đời yêu anh không. Hoàn cảnh nào em cũng chấp nhận và bằng lòng hết. Vì yêu tức là cho đi chứ đâu để đòi hỏi.

Khi anh đọc những dòng này có lẽ mộ em chưa xanh cỏ nhưng tối thiểu những lụm đất đã bắt đầu rữa theo sương đêm. Nhưng không anh ạ! Thân xác em sẽ còn mãi để cùng với hồn em về quanh quẩn bên anh, đến săn sóc và lo lắng cho anh, được không anh? Đừng vì em mà đau khổ, nhưng hãy vì em mà phấn đấu và tìm cho mình lẽ sống mới. Anh nếu còn thương em, yêu em, thì anh phải bảo trọng. Em tha thiết và suốt đời chỉ có anh. Lời biệt ly nào cũng não buồn. Em không muốn ngưng, nhưng nước mắt em chảy hoài, những giọt nước mắt nhớ thương tội nghiệp đã ít khi có dịp nghỉ ngơi trong em, vì anh, hay đúng hơn vì hân hạnh gặp và yêu anh.

Em dừng bút anh nhé. Người đi không bằng người ở lại, em bắt buộc phải an phận để vững tin. Nhưng biết đâu em không chết? Nhưng bề nào, em cũng phải từ giã anh.

Yêu anh. Hiền

Hiền chỉ viết được tới đó, Hiền không thể cố gắng hơn dù Hiền vẫn muốn và muốn viết, viết hoài, viết tới vô tận. Hiền gục xuống bàn mặc những dòng nước mắt. Hiền buông xuôi và thiếp đi trong tiếng nấc muộn màng xa xưa của một ngày nào đầy thương đau chất chứa trong những giấc mơ ngắn kinh hoàng bồng bềnh không mấu nối.

Nhưng hai ngày sau, Hiền vẫn chưa cho Hồng biết, Hiền như chiếc bóng không hồn, đi lại và tưởng như rất bình thường.

Tới sáng Chủ Nhật trước ngày mổ, Hiền sửa soạn, mặc chiếc áo dài tím màu nhạt mà Hiền vẫn vận xưa kia trong các buổi lễ cùng Vũ. Hiền thích và cũng mới thích màu tím từ ngày qua đây. Hiền thường bảo lòng, màu tím đã mang lại cho Hiền sự chịu đựng và chấp nhận trước hoàn cảnh, dầu là lúc đau lòng nhất. Và Hiền chợt nghĩ. Hiền đã buông thả lòng mình để rồi quên hẳn sự thiêng liêng cần thiết nhất, Hiền phải cầu nguyện và Hiền đến nhà thờ.

Nhà thờ buổi sáng vẫn còn đọng mùi sương đêm chưa vết chân người. Hiền chờ ngoài cửa, 30 phút sau linh-mục chánh-xứ mới xuất hiện. Hiền cúi đầu chào. Linh-mục mở cửa vừa chúc bình an buổi sáng thăm Hiền. Hiền cám ơn và lẻn vào quỳ trước bàn thờ Chúa. Hiền nhắm mắt và âm thầm tỏ bầy, lòng Hiền đọng lại,

Hiền chợt nhớ tới lời Chúa dạy: "Xin sẽ được". Nhưng Hiền lại không cầu cho mình. Hiền cầu cho Vũ và xin sự bình an cho Vũ. Giải nghĩa, dù có cách nào, lời nào cũng không thể hiểu nổi được sự cao cả của tình yêu.

Khi yêu, hình như người ta không còn nghĩ tới mình và nếu có chăng cũng chỉ là khí cụ để tạo và tăng thêm cho người mình yêu mọi ân phúc. Hiền một lúc lặng thinh, Hiền nghe Hiền trong cùng tâm thức và một tiếng nói vang dội: "Đức tin con đã giúp con".

Hiền lại ngẩng mặt lên trời, hình ảnh Chúa cứu chuộc. Hiền lập lại thật sự mình đã tin, nhưng không biết đức tin của Hiền có thật mãnh liệt hay Hiền chỉ đến để cầu xin như một kẻ chết đuối cần phao. Và Hiền chợt nhớ tới câu truyện của người thợ săn trên núi:

"Có một anh thợ săn, anh ta đang đuổi một con thỏ rừng, dù thỏ rừng đã bị thương khá nặng, nhưng con thỏ rừng vẫn cong đuôi chạy thật nhanh, khiến người thợ săn chạy theo thỏ rừng lên tuốt đỉnh núi cao lúc nào không hay. Trong lúc hoa mắt, vì quá mệt, người thợ săn đã bị trượt chân tưởng té xuống vực thẳm, trong lúc hốt hoảng, anh bấu được một nhánh cây. Anh mừng quá. Nhưng khi nhìn xuống, sâu thẳm, dưới chân anh là một vực sâu vô tận, anh lo sợ, hai tay lại đã mỏi, chỉ một cử chỉ, cành cây tách rời, tay anh buông xuôi, anh sẽ rớt xuống, xác anh sẽ dập tan. Nghĩ vậy, anh ngẩng đầu, anh nhớ, hãy tin vào Thiên Chúa và xin Ngài cứu anh. Anh bèn la thật lớn: "Lạy Chúa xin cứu con" một tiếng, hai tiếng, ba tiếng... âm thanh vang dội trong rừng đập vào thành đá càng trở nên thần bí lạnh lùng... Bỗng anh nghe như đâu có tiếng nói, anh định thần, giọng quyền quý cao sang như rót lọt vào màng nhĩ anh, anh nghe rõ lắm, rõ lắm, từ trời cao có tiếng phát ra: "Con xin ta cứu con, nhưng con có thật lòng tin ta không?" Anh không chần chờ, anh khẩn khoản với một giọng nói vững mạnh và tin tưởng nhất: "Lạy Chúa, con tin, con tin Chúa hết lòng con, xin Chúa cứu con". Anh vừa nói xong, thì

giọng từ trời cao lại phán: "Con có thật và chắc với lòng con là con tin ta không?" Anh lại vội vàng: "Lạy Chúa con tin, con tin thật mà, dù Chúa có phán bảo điều gì con cũng nghe, xin Chúa giúp con". Bấy giờ giọng từ trời cao mới từ từ bảo anh: "Nếu con tin ta, thì con hãy buông tay con ra". Anh vừa nghe, anh hét lớn: "Thưa Chúa không được, con buông tay ra, con sẽ té và con sẽ bị nát thây". Lúc bấy giờ tiếng nói của Chúa mới trầm hẳn: "Lòng tin của con ở đâu?" Và anh không còn nghe thấy tiếng Chúa nữa. "

Hiền đã tự hỏi với mình nhiều lần, Hiền có lẽ cũng không khác người thợ săn kia, đức tin ơ hờ, hay đức tin cho có và chỉ có lúc cần.

Vừa lúc đó, ngoài cửa, những tiếng ồn ào to nhỏ. Thánh lễ gần bắt đầu, Hiền xuống định xưng tội, nhưng nghĩ sao, Hiền chờ, tối nay trước khi mổ hẳn có linh-mục tuyên úy nhà thương đến ban phép lành và Hiền sẽ xưng tội sau. Nghĩ vậy. Hiền xuống cuối nhà thờ, cô độc, nép sát trong một góc và Hiền lâm râm lời xin...

Khi thánh-lễ xong, Hiền lang thang vô định trên khắp các đường phố, rồi tiệm "shopping". Hiền đi và đi như kẻ mất hồn và vô định với chiếc áo dài khác người....

Mãi tới gần 4 giờ chiều Hiền mới ra về trong mông lung đắng lạnh. Vào tới căn phòng của căn hộ Hiền ở, Hiền càng trống rỗng và buồn nôn trước thân phận con người.

Tới khoảng 5 giờ, Hiền sửa soạn và sẵn sàng giấy tờ, kể cả giấy tờ bảo hiểm sức khỏe mà Hiền đã mua khi Hiền về sống tại Houston. Sau đó, Hiền mới xuống nhà kêu Taxi, đến thẳng bệnh viện để làm thủ tục nhập viện.

Khi tới bệnh viện, sau khi tất cả mọi thủ tục đã xong, Hiền được đưa lên phòng. Hiền kéo màn cửa sổ nhìn ra ngoài. Trời vẫn thanh vẫn đẹp. Hiền thở dài và lơ đãng.

Từ đó biết bao nhiêu tình cảm, biết bao nhiễu nhương và biết bao nhiêu chuyện trong đời vật vờ nổi trôi không ngừng, nên mãi tới 7 giờ tối, Hiền mới gọi điện thọai cho Hồng.

Từ đầu giây bên kia Hồng trách móc:

- Sao cả tuần Hiền đi đâu không ai biết tin tức gì vậy, Hiền còn không thèm trả lời cả điện thoại nữa. Hiền không trả lời Hồng, Hiền chỉ ân cần:

- Hồng, Hồng có rảnh không? Mình cần nhờ Hồng chút việc.

Hồng vẫn còn hờn dỗi:

- Hiền nói đi, nếu được mình làm ngay. May thằng Jim nó có ở đây. Nó có thể coi hàng thế mình.

Hiền yên tâm, bảo Hồng:

- Hồng đến nhà thương Memorial, phòng 342, Hiền đợi Hồng.

Hồng vừa nghe, Hồng không hiểu, nên hỏi vặn lại Hiền:

- Hiền thăm ai ở đó?

Nhưng Hiền đã bình tỉnh:

- Ngày mai Hiền mổ. Hiền cần Hồng giúp Hiền vài chuyện.

Hồng không còn giữ được bình tĩnh, Hồng vừa la vừa nói:

- Hiền tính nói đùa với Hồng hả, chuyện quan trọng thế sao không cho Hồng biết sớm.

Và rồi Hồng kêu trời, bỏ điện thoại và đến thẳng bệnh viện.

Nhưng khi tới bệnh viện và khi đứng trước thang máy định bấm lên phòng Hiền thì Hồng bỗng đổi ý và trở lại phòng khách phía trái cửa vào của bệnh viện, có sẵn phone. Hồng lấy sổ điện thoại ra, đọc lại một lần con số "beeper" của Thông rồi Hồng bấm ngay. Hồng muốn báo cho Thông biết, Hồng nghĩ, Hiền cần sự giúp đỡ và an ủi của Thông mặc dầu Hồng chưa biết rõ Hiền phải mổ vì bệnh gì.

Tuy nhiên, sự lo lắng của Hồng không phải không cần thiết, vì gần đây từ sắc mặt, tinh thần và ngay cả thân người Hiền cũng sút đi thấy rõ. Hiền đã mất hết sinh khí của một Hiền thuở nào, nhất là nét mặt Hiền lúc nào cũng xanh giữa đôi má hóp dần. Chính vì thế, Hồng đã lo lắng, an ủi và tìm cách khuyên Hiền đi bác-sĩ, nhưng không hiểu sao mãi tới nay hồng mới chịu đi khám!

Nghĩ tới đây, lòng Hồng càng lo sợ, Hiền hẳn phải có bệnh quan trọng nên mới mổ khẩn cấp thế này. Hồng bấm số beeper của Thông rồi bấm số điện thoại ở phòng đợi, chờ Thông gọi lại. Sau đó, Hồng đến ngồi trên chiếc ghế mầu xám nhạt kê sát bên ngọn đèn bàn nhỏ cùng vài cuốn sách thời sự Mỹ đã quá hạn.

Hồng đợi điện thoại của Thông trong sốt ruột bồn chồn. Chiếc điện thoại trên bàn như càng cố tình làm eo với Hồng. Hồng chép miệng nói với chính mình:

- Cũng may Thông mới từ Cali về, nếu không, không biết nhờ ai. ....

Lúc đó, Thông đang ngồi nói chuyện với Xuân từ Cali qua Houston ở nhà Từ và Trung. Thông nghe "beeper", thấy số lạ, Thông lại bỏ "beeper" vào túi giữa lúc Xuân quay qua Thông:

- Thông thử nghĩ lại lời đề nghị của mình, Thông có rất nhiều điều kiện. Thứ nhất Thông đã học qua 3 năm triết, đã nắm vững được ít nhiều căn bản vững chắc về tín lý. Ngoài ra Thông còn có kinh nghiệm sống những ngày giảng đạo, nhất là giờ đây, Thông một mình, Thông không nặng nợ về đường gia thất. Nghe mình, hãy xin và ghi danh để đi học chương trình phó-tế vĩnh viễn, mình nghĩ sẽ vừa tốt cho bản thân Thông, mà lại vừa hữu ích và tích cực cho việc tông-đồ Chúa gửi đến mà đã hơn một lần Thông ao ước.

Thông trầm ngâm. Thông định đứng dậy gọi điện thoại, nhưng lại chần chờ nói :

- Mình cám ơn cụ, thật ra hoạt động tông-đồ là bổn phận của tất cả mọi người tín hữu, không nhất thiết phải làm linh-mục hay phó-tế vĩnh viễn mới có cơ hội. Nhưng với riêng mình, mình nghĩ, việc xin đi học phó-tế vĩnh viễn mình chưa sẵn sàng. Ngày còn ở Cali, khi Phương chưa qua Mỹ, mình đã được linh-mục chánh-xứ ngỏ ý, nhưng mình đã cám ơn. Không phải là mình không muốn, như ngay lúc này, mình vẫn muốn lắm. Nhưng muốn chưa đủ, mà tâm của mình có hoàn toàn hiến dâng theo tinh thần thật sự và trách nhiệm của một phó-tế vĩnh viễn hay không? Chúa nói: "Con không có thể làm tôi hai chủ". Thì mình nghĩ, mình cũng thế, mình chưa bỏ được hẳn cái tôi và cá nhân tính của mình, thì làm sao mình có thể chu toàn chức năng của một thầy phó tế vĩnh viễn được.

Thông nhìn Xuân phân vân rồi lại tiếp:

- Mình có một người bạn, ông ta cũng là một người có tinh thần tôn giáo thực sự, có lần ông ta nói với mình, ông ta rất phục những người thật tâm và sẵn sàng từ bỏ những lợi lộc cá nhân, nhất là giờ giấc để tham gia hoạt động tông-đồ trong chức vị phó-tế vĩnh viễn. Nhưng khổ, là khó lắm mới tìm được một phó-tế vĩnh viễn thực sự. Mình nghe thế, mình cũng cảm thấy ngại ngầm vô cùng.

Rồi Thông im lặng một lúc, sau đó Thông nhìn Xuân:

- Cụ có thấy là làm một linh-mục đã khó, nhưng nếu cố gắng cũng có thể học được, nhưng để sống một đời sống linh-mục là một điều khó khăn và thử thách vô cùng, vì nó quá trường kỳ, mà sự phấn đấu không phải từng giờ, từng phút, mà là từng giây. Thì một phó-tế vĩnh viễn cũng không kém, vì ngoài công việc chung lại còn gia đình, mà cụ biết, đời sống vợ chồng thì muôn mặt, nên khó sao tránh khỏi những dị nghị, những điều tiếng không đâu, đấy là chưa kể đến những hiềm khích khác giữa chủ chăn và con chiên trong xứ đạo, do mình cũng có, mà do người cũng có.

Nãy giờ Từ ngồi yên lắng nghe, Từ là bạn cùng lớp với Xuân và Thông. Do đó Thông cùng Xuân hôm nay đã đến thăm Từ, nhân Xuân có dịp về làm lễ cưới cho người em họ của Xuân. Từ nói:

- Mình cũng đồng ý với Thông, thôi thì hoạt động tông-đồ đâu chỉ có một cách, mà cả muôn ngàn cách khác nhau, điều hay nhất là hãy tìm con đường nào thích hợp và hữu ích nhất đúng không cụ, miễn là biết khiêm nhường và sống chân thật.

Giữa lúc từ đang nói, lại có tiếng "tít tít" từ "beeper" của Thông, Thông móc túi, lấy ra và cũng con số cũ. Thông tặc lưỡi vừa đứng dậy:

- Lạ, ai gọi giờ này, con số lạ quá.

Thông đành đứng dậy, nhờ điện thoại Từ, bấm những con số.

Từ đầu giây bên kia, Thông nghe giọng Hồng "hello" Thông hỏi ngay:

- Có gì đó Hồng? Em đang ở đâu?

Nhưng Hồng đã mếu máo, giọng lo lắng:

- Anh đến ngay, Hiền nằm nhà thương, mai mổ sớm, Hiền cũng vừa cho em biết, em điện thoại đến anh ngay.

Thông lo sợ! Hiền nằm nhà thương, mai mổ, tin quá đột ngột. Nhưng chỉ một lúc Thông bình tĩnh ngay:

- Để anh và linh-mục Xuân đến ngay. Nhưng ở nhà thương nào?

- Memorial, em đợi anh ở dưới nhà.

Bỏ điện thoại, Thông tới bàn. Thông không ngồi xuống, chỉ nói cho Xuân:

- Cụ có đi với mình được không?

Nhưng vừa nghe Thông muốn đi ngay, vợ Từ không hiểu nên bảo Thông:

- Anh ở lại chơi đã, lâu lắm anh mới tới tụi em.

Và vợ Từ nhìn Xuân:

- Thưa cha, xin cha ở lại thêm chút nữa với vợ chồng chúng con. Con nghe nhà con nhắc tới cha luôn, nay mới có dịp gặp Cha.

Thông nhìn vợ Từ phân trần:

- Cô em vừa gọi điện thoại, đang ở nhà thương với người bạn, sáng mai mổ sớm nên cần tôi phải tới ngay.

Vợ Từ lo lắng:

- Bạn nào vậy thưa anh? Có phải cái bà nào mà anh đang làm chung tiệm không?

Thông lưỡng lự. Thật ra, Từ chỉ nghe phong phanh, riêng Thông và cả Hồng đều rất kín đáo và ngay tên của Hiền mọi người cũng không ai biết, ngoài những người khách rất quen. Hơn nữa, Thông cũng ít có dịp qua lại bên Từ, vì quả Thông rất bận rộn. Nhưng hôm nay nghe vợ Từ hỏi, hơn nữa lại có cả Xuân nên Thông trả lời:

- Dạ, bà Hiền.

Xuân vừa nghe tên Hiền, tự dưng như một linh tính, Xuân chợt nhớ tới Vũ, mà Thông và Xuân đã dự trù ngày mai sẽ lên thăm Vũ ở Austin. Nhưng Xuân không hỏi thêm, chỉ nhìn Thông và vợ chồng Từ rồi khẽ nói:

- Thôi truớc là cám ơn Chúa đã cho anh em chúng ta có dịp gặp lại để cùng chia sẻ sự thâm tình của nhau trong tình yêu Chúa. Xin Chúa chúc phúc lành cho chị Từ đã dọn cho anh em chúng tôi bữa ăn họp mặt ngày hôm nay. Tôi nghĩ hẳn Thông nên đến bệnh viện, mà cả tôi nữa, để hy vọng có thể an ủi, cũng như giúp bệnh nhân nếu cần đến, nhất là phần thiêng liêng.

Xuân vừa nói xong thì đứng dậy. Từ cũng đứng

theo, tiễn ra cửa và nói với Xuân:

- Có dịp ở lại lâu, mời cụ đến tệ xá tụi này. Mình còn nhiều điều muốn thưa với cụ lắm. Chúc cụ mãi sống trong ơn Chúa.

Xuân vui vẻ bắt tay Từ. Nhưng trước khi rời nhà Từ, Xuân chân thành:

- Dĩ nhiên là mình sẽ đến khi có dịp, nhưng đến thăm bạn, mà bạn vợ xưng cha, xưng con với mình, thì chắc chắn mình không đến đâu. Mình chỉ làm cha trong nhà thờ, chứ khi ra ngoài mình là bạn bè Từ nhé.

Từ nghe Xuân nói, Từ vui vẻ:

- Cụ thật là một linh-mục chứ không phải là ông cha. Mình có mấy ông bạn hay nói đùa với nhau, mình nhắc lại cho cụ nghe cho vui, nhưng nhớ đừng nghĩ ngợi mà hãy coi như là một câu nói đùa thôi nhé, là các thầy khi khấn trở nên thầy giảng có hai loại, một loại trở thành "linh-mục" còn một loại thì trở thành "cha". Người mà trở thành linh-mục thì hiếm lắm, mà trở thành cha thì hầu hết, vì làm linh-mục là chỉ để linh hướng mục vụ theo tinh thần Chúa, còn làm cha thì mới được quyền thế danh vọng thế gian.

Xuân lắc đầu, nhưng Xuân cười:

- Ông cầu nguyên cho tôi. Tôi thật sự chỉ muốn làm linh-mục, nếu không tôi lại trở thành kẻ phản bội đáng tội nghiệp, như vậy thì uổng cả đời cụ ạ.

Từ nhanh nhẹn:

- Tôi nói rồi, đây chỉ là câu nói đùa, cụ đừng chấp nhé.

Nhưng Xuân cũng vui vẻ:

- Mình cũng nói đùa thôi mà. Nhưng đôi khi, chính những lời nói đùa đó lại là những liên quan tác động cần thiết cho đời sống hơn là những câu nói thật. Cụ nghĩ có đúng không?

Từ bảo Xuân:

- Ông nghĩ thế nào cũng được, nhưng không thể

nghĩ tôi là kẻ phản bác các linh-mục đấy nhé.

Xuân lại cười nụ:

- Mình đã nói với cụ rồi, mình chỉ nói đùa thôi mà. Cụ cũng đừng để tâm.

Mọi người cười trong tinh thần thông cảm. Sau đó Xuân và Thông từ giã Từ, ra xe.

Thấy Thông cùng đi với Xuân đến bệnh viện, Hồng không ngạc nhiên vì Hồng đã gặp Xuân hai lần từ ngày Xuân về thăm Houston. Vả lại, Xuân và Thông mấy ngày nay như bóng với hình. Tuy nhiên, Hồng cũng phải cố không bù lu bù loa. Đàn bà vẫn là đàn bà, sự xúc cảm bao giờ cũng dễ dàng và nước mắt lại luôn là liều thuốc đắt giá và hiệu nghiệm trong tất cả mọi trường hợp, nên nhiều lúc chỉ là chuyện nhỏ họ cũng có thể phung phí và tiêu xài cách dễ dàng.

Nhưng khi Thông và Xuân đến, đáng lẽ Hồng phải dẫn lên phòng của Hiền ngay, nhưng không hiểu sao, Hồng bỗng khựng lại tại ngưỡng cửa phòng khách. Thông thấy vậy sốt ruột bảo Hồng:

- Thôi chúng mình đi thăm Hiền ngay chứ Hồng?

Hồng vẫn chần chờ. Hồng muốn bầy tỏ ngay với Thông, nhưng còn phân vân. Hồng muốn kể Thông nghe về chuyện giữa Hiền và Vũ, dầu sao, đây là chuyện không nên giấu, vì biết đâu sự sơ sót nhỏ không may trong phòng mổ, như chuyện của chị Thảo, chỉ là chuyện mổ bình thường, nhưng vì tai nạn nghề nghiệp bất cẩn, chị đã qua đời. Hồng lại càng lo, vì Hiền đã không nói cho Hồng biết lý do Hiền bị mổ cũng như bệnh tình của Hiền. Nhưng vì có Xuân tự nhiên Hồng chần chờ. Hồng không biết có nên nói cho cả Xuân nghe không, vì Hồng đã hứa với Hiền sẽ không nói cho Thông và dù bất kỳ là ai. Hồng muốn giữ lời hứa, muốn chữ tín được bảo trọng, nhất là đối với Hiền.

Hồng suy nghĩ rất nhanh, cuối cùng, Hồng đành

chiều theo sự bồn chồn đang chất lũy trong lòng, Hồng muốn giải bày để cả Thông và Xuân hiểu về Hiền hơn, hầu có thể nói lại cho Vũ, nhất là tình cảm của Hiền đối với Vũ, lỡ ra Hiền có mệnh hệ gì, Hồng sẽ không bị ân hận sau này. Nên Hồng bảo Thông:

- Hay em mời anh vào phòng khách. Em có chút chuyện riêng thưa với anh.

Thông hơi ngạc nhiên. Hiền đang nằm bệnh viện. Hồng gọi Thông tới bệnh viện rồi nói chuyện riêng. Nhưng chuyện gì? Thông nhìn Hồng. Xuân lại càng không hiểu giữa Thông và Hồng có gì phải bàn ở đây, nên Xuân tế nhị:

- Hay anh Thông và chị Hồng có gì cần bàn, tôi đứng ở ngoài đợi được không?

Nhưng Hồng mau mắn, giọng trầm buồn:

- Em xin mời anh luôn, vì thật ra em cũng muốn thưa với anh luôn, vì đây là chuyện giữa chị Hiền và anh Vũ.

Cả Xuân và Thông đều chưng hửng và hết sức ngạc nhiên khi nghe Hồng nhắc tới Vũ. Có lẽ một linh tính nào đó đã khiến cả hai cùng nghĩ về Vũ, một người bạn học thân thiết của những ngày xưa.

Thông trầm ngâm, một câu hỏi quanh quẩn trong đầu, nhưng sao Hồng biết chuyện của Vũ, nhất là Hiền và Vũ là thế nào? Vì chính Thông cũng chỉ nghe Vũ có vợ, nhưng chưa lần nghe Vũ thổ lộ cũng như nhắc tới tên Hiền.

Riêng Xuân thì đã đoán ngay và hiểu phần nào. Vì Xuân đã được nghe Vũ, được nghe Thông, nhưng Xuân chưa giám quả quyết. Vả lại Xuân cũng muốn để Hiền tự nhiên, vì Xuân quan niệm, nếu Hiền muốn nói Hiền sẽ nói, nên Xuân hoàn toàn tin tưởng vào sự giấu kín của Hiền. Hơn nữa, Xuân muốn tôn trọng quyền sở hữu, nhất là sở hữu tình cảm mà Hiền muốn, nếu Hiền thật là Hiền của Vũ. Nhưng đây vẫn chỉ là xét đoán và vẫn chưa lời chứng thực.

Và khi ba người đã vào phòng khách. Hồng không chờ, Hồng tiến gần về phía cửa sổ, mắt rưng rưng như thú tội với Xuân, nhưng thực sự nói với Thông:

- Em không và không hề muốn mất lời hứa với Hiền vì em thấy Hiền âm thầm chịu đựng tình cảm của mình rất đứng đắn. Nhưng hôm nay em đành phải thưa với hai anh. Khi Hiền biết anh Thông là bạn anh Vũ hồi còn học chung trong nhà dòng. Hiền đã năn nỉ và xin em đừng nhắc tới tên Vũ và cũng đừng bao giờ nói Hiền biết Vũ, vì Hiền muốn Vũ quên Hiền, hoặc tối thiểu không còn phân tâm tới Hiền để Vũ vững tâm và yên lòng theo việc học. Hiền cũng nói với em, Hiền hứa tới khi Vũ thành tài, chính Hiền sẽ tìm cách liên lạc. Thú thật với hai anh, em đã phản đối Hiền gay gắt, nhưng Hiền đã giải thích rất cặn kẽ về tính tự ti mặc cảm về đời sống, về bằng cấp và nhất là Hiền hiểu Vũ cần phải thực tế trước cuộc sống của Vũ bằng chính sự lăn sả của Vũ để nếu có xảy ra sau này, nghĩa là đời sống hai người đoàn tụ mới là cuộc đoàn tụ thật. Hiền cũng rất mừng khi biết Vũ đã thay đổi, nhưng chính vì sự vui mừng đó mà Hiền càng quyết hy sinh thêm một thời gian, Hiền còn nói: "Nếu Vũ là của mình, Vũ sẽ mãi mãi là của mình, mình không sợ thời gian thay đổi lòng người mà chỉ sợ lòng người muốn thay đổi thời gian, ý Hiền nói là về phương diện tình yêu".

Hồng nói tới đó, im lặng, khoảng không gian gần như bịt bùng trong mắt Thông, Thông thật không ngờ, nhưng mừng thầm, dù sự mừng rỡ chỉ thoáng hiện. Giữa lúc đó Hồng lại lên tiếng:

- Em nghĩ, giữa lúc Hiền nằm bệnh viện và phải mổ. Điều em lo ngại là lâu nay Hiền sút đi rất nhiều và Hiền lại luôn cố gắng như bình thường để mọi người quanh mình yên tâm. Chính em hối thúc Hiền đi khám sức khỏe, nhưng từ ngày Hiền đi khám, Hiền không liên lạc, em lại tưởng Hiền đã nhận việc mới nên bận bịu. Cho tới 7 giờ tối nay, Hiền gọi điện thoại, giọng rất bình thản, bình thản tới độ em sợ. Em e Hiền bị nặng và lần mổ này rất nghiêm trọng. Hiền gọi em là vì Hiền cần em đến để nhờ ít chuyện, em không biết chuyện gì, nhưng em hy vọng không phải là những lời trối của kẻ chết.

Nói tới đây, Hồng rưng rưng nước mắt. Tình bạn của Hồng với Hiền đã quá thân tình và quý mến. Nghĩ tới Hiền, Hồng tưởng như cho chính mình. Nhất là Hồng và Hiền đã cùng sống những ngày thật gần trong những tâm sự của hai lần Hiền bị thử thách.

Xuân nghe Hồng nói. Trầm lặng. Mãi sau Xuân mới tiến tới, bảo Hồng:

- Hãy dâng cho Chúa. Vả lại, Hiền chắc không sao đâu. Chúng ta hãy lên thăm Hiền rồi liệu sau có được không?

Nhưng Thông đã xen vào, giọng trầm mặc:

- Hay cụ gọi điện thoại cho Vũ. Hoàn cảnh nào, dù Hiền nặng nhẹ mình cũng phải cho Vũ biết để Vũ về thăm Hiền. Vả lại biết đâu, cuộc đời luôn có những xảy ra bất ngờ. Hơn nữa, hãy nhớ dụ ngôn của chàng rể và các cô trinh nữ. Không ai biết giờ Chúa đến. Thôi đành lỗi với Hiền dù Hiền muốn hay không.

Nghe Thông nói, Hồng hơi lo sợ vì nếu Hiền biết Hiền sẽ trách Hồng và Hồng sẽ là người không giữ lời hứa. Hồng phân tâm, nhìn Xuân rồi nhìn Thông, nhưng cuối cùng mọi người đồng ý, nhưng sẽ không cho Hiền biết để dành sự xúc động ngạc nhiên cho Hiền.

Xuân mở cuốn điện thoại nhỏ từ trong túi áo khoác rồi quay những con số vội vàng trên điện thoại nơi chiếc bàn nhỏ dành cho bệnh nhân...

Riêng Thông, ý nghĩ trong đầu xoay quanh. Lòng Thông rộn ràng những lo sợ và buồn chán lẫn lộn. Vũ của Hiền, và Hiền của Vũ. Hai người đã cùng trong ý nghĩ của Thông bấy lâu nay, nhưng Thông nào hay.

Thông không trách Hồng, trách Hiền vì đã giấu Thông, Thông chỉ thoáng buồn vì những tư tưởng của đôi lần mông lung thoáng hiện trong tìm kiếm của những đòi hỏi bình thường nơi Thông trước Hiền. Giờ này, biết Hiền là vợ Vũ và biết Vũ vẫn còn yêu Hiền tha thiết như chính Hiền. Thông không mặc cảm tội lỗi nhưng Thông quả có tâm tình của người đã không kỹ càng trước hoàn cảnh để hiểu rõ về Hiền. Tuy nhiên, tất cả vẫn còn may mắn, vì Thông chưa hề bày tỏ dù thái độ và lời nói nào khiến những người quen có thể ngờ vực Thông với Hiền, ngoài Hồng ra, vì ở gần, nhưng Hồng cũng chỉ tiên đoán theo giác quan của người bạn Hiền mà thôi.

Và từ lúc đó, Thông dè dặt. Thông lo lắng cho Hiền. Nhưng ngay sự lo lắng cũng phải khéo léo che đậy âm thầm. Thông cố gắng tạo cho mình những suy nghĩ ngược chiều về tình cảm của Thông đối với Hiền, một tình yêu thật sự hay chỉ những rung động bất chợt của một lần. Thông có yêu Hiền, một tình yêu say đắm và hoàn mỹ, như Thông yêu Phương, những rung cảm mặn nồng bất chợt nhưng đã đưa Thông suốt cả quãng đường dài như chưa bao giờ chợt tắt. Và ngược lại, Hiền có bị môi giới bởi sự rung động trước Thông hay cũng chỉ là những gặp gỡ, thông cảm xã giao bình thường? Thông ngược lòng, so đo, lòng Thông có thật sự luôn tràn ngập niềm thương trong sự bảo bọc và nể mến đối với Hiền. Người ta bảo đấy có thể là dấu hiệu của tình yêu. Thông thì không nặng lòng với những vẩn vơ và suy đoán đó. Thông cũng không muốn tìm hiểu và xác nhận tình cảm vì chính Thông cũng e ngại một ngỡ ngàng nào đó làm Thông và Hiền sẽ mất đi sự bình thản để rồi ngay tình cảm bình thường giữa người với người cũng sẽ mất và đi vào dĩ vãng. Hơn nữa, Thông thực sự vẫn chưa quên Phương dù đứng từ góc độ nào của cuộc đời. Không phải vì Phương đẹp hơn, dễ thương hơn hay có nhiều cá tính hơn Hiền, nhưng có thể ngược lại, vì Hiền có rất nhiều ưu điểm, mà hầu như người đàn ông nào khi gặp cũng khó sao tránh khỏi ngẩn ngơ. Nhưng đấy là tình yêu, nào ai định nghĩa được trước những mối tình chân thành của hai kẻ yêu nhau?

Thông mãi quanh quẩn với những tư tưởng bấn loạn giữa hiện tại và tương lai qua những lẫn lộn bất thường trước Hiền, Vũ và Thông, nên Thông hầu như quên và không còn mảy may để ý tới hiện tại, nơi căn phòng khách bệnh viện, nên những lời Xuân nói với Vũ hầu như không hiện hữu.

Thông bị xô dạt trong từng làn sóng bồng bềnh nơi trời vô định. Từ những ý nghĩ qua cơn lốc của những biến chuyển hàng ngày đẩy đưa trong tâm trí cùn sâu. Hình ảnh Hiền với dáng e dè chịu đựng ở nhà hàng trong buổi tối đầu tiên, rồi tới những ngày sau đó, những ngày mà không ít thì nhiều trong Thông đã vấn vương và trở về đời sống của một thần tượng giữa những não nề đang đến. Thông đã bên Hiền trong tình thân mặn nồng của giữa những giá trị chân thành. Từ đó Thông đã nẩy nở những mơ tưởng bắt gặp trong mông lung mờ ảo và biến dạng bất thường. Lòng Thông đã đồng ý trong môi giới phần nào của ước nguyện Phương để lại. Tuy nhiên, sự chín chắn cùng đầy và Thông vẫn e dè để rồi chính Thông đã chưa một lần xàm xỡ ngoài những ý nghĩ và cử chỉ nhẹ nhàng, vì Thông biết, Hiền vẫn nặng và còn mang nặng niềm đau của một lần, dù hình thức nào.

Nỗi truân chuyên trăn trở của tình yêu luôn được bảo đặt trong những mối tình tinh khiết để toa rập tăng thêm sự tuyệt đối vô lường. Thông đã cảm nghiệm hằng đêm và từng phút. Tình yêu đôi khi chần chờ lại là những lúc tuyệt diệu nhất. Vả lại, thật tại Thông vẫn còn đầy ắp hình ảnh Phương, hình ảnh của trong những ngày thương yêu trắc trở, hình ảnh của một Thông trong dáng mô phạm bên người học trò đức hạnh và thuần chất, chỉ ngoài tình yêu đã trái ý đời.

Vì thế, sự hối hận dằn vặt thế nào chẳng đầy ắp nơi Thông. Nhưng niềm hối hận đó chỉ xác tín thêm sự nồng nàn và tình yêu càng sâu đậm vì e sự đớn đau là làm Phương cam chịu trong cùng cơ cực riêng Phương.

Và rồi Phương qua đời! Thông rùng mình, những ngày chung sống quá ngắn ngủi so với sự đợi mong tràn ngập của bao ngày vùi chôn kiếp người trong nhớ thương ray rứt cùng tận mà Phương phải trải qua. Thông thường nghĩ, Thượng-đế đã sẵn đặt cho con người luôn có sức phấn đấu vô tận mà không hay. Vì những cùng khổ rồi cũng qua, để Thông gặp Phương, nhưng rồi lại một cam chịu khác trong những ngày Phương nằm bệnh viện chờ chết. Thông biết và có lẽ Phương cũng rõ bệnh trạng mình đã đến lúc, nên niềm an ủi luôn là nụ cười trên môi Phương, vì lời Phương xin nay đã thực hiện, là được ở bên Thông dù một ngày cũng đã là sự trọn vẹn nhất trên đời.

Nhưng Thông thì không thể, Thông vẫn không thể tưởng tượng nổi sao Thông còn đứng vững. Thông đã cay nghiệt, đã nguyền rủa sự trớ trêu của con tạo xoay vần. Thông đã cơ cực và cùng tận, mặc dầu Thông đã cố tỏ cho mình sự bình tĩnh an tâm nhất trước Phương.

Và hôm nay, lại thêm một lần, bệnh viện phải chăng đã chỉ để lại nơi Thông sự nuối tiếc và buồn thương, chứ sao lại không phải là niềm vui của một cái nôi xinh xinh ôm tiếng khóc ngập tràn của đứa bé chào đời?

Thông lại càng trong trạng thái bất hạnh của Thông và Phương, mà đã hơn một lần, vì lời hứa đã đun đẩy Hiền tới ngày hôm nay.

Nhưng rồi, lại một lần giải nghĩa khác? Nhưng với Thông lúc này, mặc cảm vẫn đầy và dù lòng Thông đã đến với Hiền bằng tất cả sự trong trắng của một việc làm thuần chất với bao dung và yêu mến. Thì lúc ngồi nghe Hồng tâm sự về Hiền với Xuân và Thông, lòng Thông quả mập mờ như ánh đèn dầu đêm trước ngọn gió nồm vương vãi không đều.

Thông đã lắng nghe không lên tiếng. Hồng thỉnh thoảng nhìn Thông, Thông biết, nhưng Thông phó mặc, vả lại biết bày tỏ gì đây giữa lúc lòng Thông đang bẽ bàng. Có lẽ đời Thông được xắp đặt trong khuôn khổ đa sầu chịu đựng. Và bỗng dưng Thông trách Hiền? Tại sao và tại sao Hiền không bày tỏ cho Thông, để Thông giúp đỡ và nhờ đó lòng Thông không có cơ hội lặn sâu trong cõi lòng tưởng đã chết.

Nhưng sự trách mắng chỉ thoáng qua, Hiền vẫn có lý khi đổi hướng để nguôi dạt phần nào sự chờ đợi nơi Thông mà Hiền đã biết. Từ sự ngay thật chín chắn đó, Thông lại nổi lên niềm vui lẫn lộn trước Vũ và Hiền. Cuối cùng Thông đã thật sự chấn an lòng mình để chỉ còn nghĩ tới Hiền lúc này, lúc mà Hiền đang phải chịu những đau đớn và lo sợ trước cơn bệnh, dù Thông chưa biết rõ tình trạng bệnh lý của Hiền, để rồi từ đó, tối thiểu trong lòng Thông cũng chút an lòng khi nghĩ tới Hiền và Vũ xum họp, dù Thông biết ccó thể sẽ tràn ngập nụ cười và tiếng khóc lẫn lộn.

15.

Vũ ngồi ngoài ban công trầm mình ướt sũng trong tư tưởng tràn ngập những dòng chữ dầy cộm trong cuốn sách sử thế giới sửa soạn cho kỳ thi sắp tới.

Bầu trời thành phố Austin yên tĩnh và tỏa nhẹ mùi sương hôm vừa bắt đầu từ những làn gió thoáng nhẹ êm đềm dưới ánh sáng nhạt của dãy đèn điện dưới màn trời phủ màu xám nhạt.

Vũ hình dung đâu đây hình như phang phảng mùi thơm thịt nướng phên cháy nóng vừa chín tới, khiến Vũ chợt nhớ món thịt rừng ở quán thịt rừng Tam Vạn mà mỗi lần hành quân về hậu cứ Vũ đã không thể nào quên không ghé qua. Thì từ trong phòng vọng ra, tiếng Viết vui đùa:

- Ê Vũ, sửa soạn ăn cơm tối. "gạo" quá vậy. Hôm nay tao có món đặc biệt, rất bắc kỳ và thịnh soạn, mày biết món gì không?

Vũ vọng vào:

- Mắm tôm hấp và muối vừng rang phải không?

Nhưng Viết đã trả lời:

- Sư mày, bắt mày ăn có mấy ngày mà sao mày

thù dai thế. Tao tiếc mày không có dịp bóc lịch trong trại cải tạo, lúc đó mày mới thấy mắm tôm hấp tuyệt diệu chừng nào.

Vũ bông đùa:

- Cùng lắm thì như "hamburger" Mỹ chứ gì.

Viết đùa lại Vũ:

- Mày chưa thấy quan tài chưa đổ lệ. Mày chưa bị tụi vẹm nó hành mày, mày khó sao hiểu nổi.

Rồi Viết tiếp:

- Thực đơn hôm nay gồm có rau muống luộc chấm tương, cà muối với mắm tôm và lại có cả canh rau mùng tơi nấu tôm khô nữa.

Giọng Viết bỗng vồn vã:

- Nhưng uống nước phải nhớ nguồn, mày phải cám ơn "cháu" Vân của chú Vũ của mày đấy nhé.

Vừa nghe, Vũ cười trừ:

- Mày cứ tuyên bố ẩu, đùa kiểu đó có ngày bố mẹ Vân lên cạo đầu tao.

- Vậy xin "chú" Vũ vào dùng cơm kẻo muộn, nếu không canh của cháu Vân hết linh.

Vũ đẩy cửa lăn xe vào trong, vừa chập chờn với hình bóng của Vân, cô gái bắc kỳ, có mái tóc lưng chừng và dáng gầy thương thương giống Hiền thuở nào, nên đã làm Vũ gợi về bao kỷ niệm.

Những ngày mới tới Austin, cùng Viết, hai người đàn ông lưng chừng tuổi đời đã phải trải qua những bất thường của đời sống mới trước những thay đổi hoàn toàn, nơi nếp sống học đường bên xứ này. Nhưng điều khó khăn hơn cả là tâm trạng đớn đau và buồn nhớ. Viết thì hình ảnh Tuyết vẫn đầy, còn Vũ dẫu luôn được nhắc nhở trong cùng tâm thức, nhưng vẫn sa lầy và bị rơi trong vùng chán nản của tuyệt vọng nếu không nhờ những giúp đỡ của những người bạn như Viết, như Vân... đã an ủi bằng tất cả tình thân.

Những sai lệch về dị kiến trước bình thường thế

tục dễ trở thành những bất công, khiến sự khe khắt và sai lệch về định kiến giữa tình thân hoặc quen biết cũng như cách đối xử giữa các bạn bè khác phái. Do đó, sự thân quen bình thường cũng dễ trở thành những thành kiến không đâu, để rồi bị buộc tội một cách vô ý thức, khiến hai người bạn chân thành có thể trở thành những tội nhân của cuộc tình tai tiếng bất xứng...

Nhưng Vân đã không ngần ngại, Vân chân thành và thẳng thắn. Vân bất chấp những dèm pha dị nghị, vì với Vân phải được thanh sạch và đứng đắn trong chính mình, điều đó tự nhiên sẽ trả lời được tất cả những tư tưởng và ý nghĩ đen tối của những người mua chuyện.

Vả lại, kẻ đáng thương không phải là Vân mà là những người mang tâm trạng không đứng đắn trong tư tưởng để rồi "gắp bỏ cho người", vì họ nào có bao giờ tìm được sự thanh thản và bình an trong lòng.

Vân còn trẻ, nhưng Vân lại là người mà Vũ luôn tìm thấy sự sốt sắng chân thành khiến Vũ học hỏi được rất nhiều, nhất là tính ngay thẳng và trong sạch của Vân. Nên có một lần, Vũ phải mỉm cười dù câu nói của Vân đã làm Vũ suy nghĩ và buồn không ít.

Vũ nhớ, hôm đó sau buổi học lý-hóa, Vân và Vũ cùng ghi tên chung một lớp. Vân bám theo xe lăn Vũ ra xe và theo xe Vũ về nhà Vũ. Nhưng vừa vào nhà, Vũ chưa kịp bỏ sách xuống bàn, Vân đã vừa mỉm cười vừa thành thật hỏi Vũ:

- Mấy đứa con trai theo cháu nó bảo cháu "đẹp như Vân mà sao để uổng cả đời vậy?". Chú biết chúng còn nói gì nữa không?

Vũ chưa kịp trả lời, Vân vẫn thẳng thắn lập lại lời của mấy người bạn:

- Chúng nó bảo: "Sao Vân cứ bám theo ông què vậy". Cháu vừa nghe, lúc đầu cháu hơi đỏ mặt tưởng đã nổi sùng, nhưng cháu đã trấn tĩnh lại ngay, vì cháu vừa kịp suy nghĩ ra điều cháu muốn nói, nên cháu đã ôn tồn thay vì nóng giận cháu đã trả lời lại chúng: "Chú Vũ của Vân vẫn luôn là chú Vũ của Vân, dù các anh có nói gì và nghĩ gì, Vân tôn trọng và mến chú Vũ vì chú Vũ có những điều đáng mến để Vân học hỏi và kính phục. Chú Vũ bị què chân vì công vụ đấy là một điều đáng phục và đáng quý nhất đối với Vân, vì các anh nhìn lại các anh, các anh thử muốn được như chú Vũ các anh có được không? Chắc chắn là không, vì thế hệ của chúng ta đã sống và đang sống nhờ thế hệ cũ, nhưng chúng ta có bao giờ nghĩ tới sự đền ơn, hay tối thiểu chỉ công bằng trong tư tưởng mình. Lại còn tồi tệ hơn thế, chúng ta lại chỉ luôn hãnh diện với thành công vật chất không đâu? Vân không muốn tranh luận với các anh, Vân chỉ muốn các anh hãy can đảm và thử can đảm trong ý nghĩ và tư tưởng của các anh để dám nhận định về mình, về những sự thiệt thòi của các bậc chú bác và anh em chúng ta đã vì chúng ta, vì quê hương chiến đấu, họ đã bị què quặt, bị trôi dạt. Nhưng Vân còn xin nhắc các anh một điều, điều quan trọng hơn nữa đó là: "Chúng ta nếu có bị què quặt thân xác vẫn còn hơn và hơn rất nhiều nếu chúng ta để chúng ta bị què quặt tâm hồn. Và Vân khuyên các anh, các anh dù có lành lặn, dù có đẹp trai tới đâu nhưng nếu tâm hồn các anh bị què quặt, các anh thật mới là kẻ đáng khinh bỉ và đáng bị nguyền rủa".

Rồi Vân hỏi Vũ:

- Cháu nói đúng không chú? Cháu cũng không biết sao cháu hùng hồn thế. Tụi nó nghe xong, tụi nó bỏ đi một nước. Nhưng chú có giận cháu không? Giận vì đã để tụi nó gọi chú là què. Nhưng chú ạ! Cháu nghĩ, con người mình hơn nhau ở sự biết chấp nhận sự thật và can đảm đứng lên dù hoàn cảnh nào. Chú đừng để ý và đừng chấp nhất những lời thô lỗ bình phẩm của người đời, vì nếu chú chấp nhất có lẽ chú sẽ phải chấp nhất cả đời, vì con người ta có mấy ai bỏ được lòng bon chen và tính ích kỷ muốn hơn người của mình và chính vì thế con người mới luôn tìm cách bêu xấu để chứng tỏ sự trong lành của mình. Ngờ đâu, sự chứng tỏ đó lại chỉ là sự bày tỏ lòng gian của chính mình.

Vũ lặng nghe Vân, Vũ không ngờ người đối diện với mình lại là cô gái mới 20 tuổi. Vân có những nhận định và những lý luận sắc bén về đời sống khiến Vũ phải tủi với mình.

Quả lúc nghe Vân lập lại lời của những người con trai, Vũ đã nổi nóng và bực tức trong lòng, tưởng như có thể đập phá được, nhưng sau khi nghe Vân giải bày thêm, lòng Vũ tràn ngập nỗi ưu tư và đắc thắng của một lần cảm thông trong thù hận. Nên Vũ đã thành thật cầm đôi bàn tay búp măng dịu hiền của Vân vừa nói:

- Chú cám ơn Vân nhiều lắm. Chú đã nghe nhiều và chính chú cũng đã có nhiều cơ hội học hỏi, nhưng những lời cháu nói hôm nay làm chú cảm động vô cùng. Chú mến cháu lắm.

Ngoài ra ở Vân. Vân có một điểm rất lạ là Vân chưa hề hỏi Vũ về gia cảnh, hay bất kỳ những gì liên quan tới đời tư Vũ. Vũ thông cảm và hiểu Vân điều này vô cùng, nên càng phục Vân.

Mỗi người đều có tâm trạng với đời sống nội tâm riêng, do đó, sự bí mật luôn được tùy theo từng người nên vấn đề tự nó được bày tỏ hay giấu kín là ở hoàn cảnh riêng tư cá nhân. Sự hỏi han đôi khi không nên, vì nếu người ta muốn, người ta sẽ bày tỏ và không cần nhắc nhở yêu cầu.

Mà thật may cho Vũ, vì quả nếu Vân hỏi, Vũ sẽ khó tránh khỏi sự phân tâm với lòng trước thành thật nơi Vân, vì Vũ đã tự cất giấu và muốn giữ tên Hiền như một báu vật, tối thiểu trong những ngày mới này. Vũ không biết điều đó có cần thiết hoặc quá đáng không, nhưng Vũ chỉ muốn thế và hình như từ một điểm sâu trong lòng, Vũ cũng đọc được tư tưởng đồng lõa của Vân.

Vũ còn đang phân vân với những tư tưởng tràn về, Viết lên tiếng:

- Mới nghe tới cháu Vân mà chú Vũ đã ngẩn ngơ ra như vậy thì Viết này xin khâm phục.

Vũ giật mình, cười nụ bảo Viết:

- Chắc tao phải viết sắc lệnh rõ ràng mới được, nói miệng coi bộ mày chóng quên quá.

- Thôi "thầy" con nhớ, nhưng con đùa tí thôi. Vả lại đùa với "thầy" chứ dám đùa với ai đâu.

- Vậy thì tốt, nhưng tốt hơn hết là mày hãy câm miệng lại và đừng đùa thế nữa. Ngày nào đó vô tình ai nghe được họ sẽ báo tin này cho bố mẹ Vân, là chính mày nói ra, thì dù tao có cải chính cũng bằng thừa.

- OK, OK, OK... không nói nữa. Vậy xin cầm đũa.

Vũ và Viết cùng cười xòa.

Riêng Viết cũng âm thầm và nặng những nỗi buồn. Nhưng Viết đã dằn lòng và cố gắng cùng tận. Từ ngày rời Houston, Viết không còn nhắc nhở, không còn tìm kiếm và không còn liên lạc dù ngay cả với H, người bạn thân. Viết muốn bị lãng quên trong cuộc đời còn lại để Viết không còn cơ hội tìm đến, vì Viết biết, Viết sẽ khó quên, và không khi nào xóa mờ được hình ảnh Tuyết qua những cơn cuồng nhiệt thân xác bắt gặp ở giao điểm mời gọi tận cùng của đêm ngập kỷ niệm tại Houston mà Viết đã luôn nhắc lòng như một lầm lỗi lớn lao. Viết tủi hổ với chính mình và tủi hổ với lương tâm thảm thiết. Vì thế, Viết đã đặt điều kiện tự trách và trừng phạt. Tuy thế, Viết vẫn không và hình như chưa bao giờ quên được Tuyết. Tuyết vẫn như vì sao đêm chiếu rọi vào từng nỗi buồn và khắc sâu trong cùng nỗi nhớ. Bây giờ, Viết tương đối hơn, vì Viết sống có Vũ ở bên cạnh, nhờ những công việc thường xuyên của hai người bạn, nhất là hoàn cảnh của Vũ, Viết an ủi phần nào.

Giữa lúc Viết và Vũ đang dùng bữa. Có tiếng gõ cửa. Viết vừa đứng dậy vừa bảo Vũ:

- Mày có hẹn em nào không hả Vũ?

Vũ mỉm cười:

- Tại sao tao không bao giờ thấy mày hỏi "Viết có hẹn em nào không" nhưng lại luôn đổ cho tao?

Viết đùa thêm:

- Vì mày khéo nói lại dễ thương hơn tao phải không?

Nhưng vừa lúc Viết xoay ổ khóa và Vân đẩy cửa đi vào. Vân không chờ nói luôn:

- Cháu vừa nghe hai chú nói dễ thương? Ai dễ thương thế hả chú Vũ?

Nhưng Viết đã đỡ lời:

- Chú Vũ vừa khen Vân dễ thương đó chứ ai. Vân nhìn mâm cơm có món nào không phải của Vân không?

Vân không trả lời Viết, nhưng Vân nói:

- À hả! Hai chú xấu quá! Vì có ăn mới khen cháu dễ thương, vậy nếu cháu không mang mùng tơi, mắm tôm đến biếu hai chú, hai chú có khen cháu nữa không? Hay lại bảo "nhỏ Vân vô duyên"?

Vũ dơ tay phân trần:

- Viết mày quả thua Vân rồi. Cô bé này nhanh ý lắm. Thế mới biết "hậu sinh khả úy".

Nhưng Vân vừa nghe đã cười và bảo Vũ:

- Cháu đâu dám, chú lúc nào cũng khen cháu có ngày cháu mừng quá, mũi cháu bị nổ tung. Lúc đó chú mất "Vân" của chú trên cõi đời. Chú buồn không?

Viết thêm vào:

- Nhưng cháu có công nhận cháu dễ thương không? Nếu không tại sao giờ này cháu đến thăm hai chú?

Vân mau mắn:

- Không đâu, cháu không tốt thế đâu, cháu đến để bắt đền chú Vũ đấy.

Vũ nhìn Vân. Nhưng Vân đã nói tiếp:

- Chú nói chú giải bài lý-hóa cho cháu, mà tới nay chú vẫn chưa có giờ. Ngày thi tới gần rồi, cháu kệ, cháu bắt chú phải giải hôm nay.

Vũ mỉm cười bảo Vân:

- Dĩ nhiên là được, nhưng chú có một điều kiện, cháu có chịu không?

Vân nhanh nhẹn:

- Không được, chú ăn gian quá, có ai lại đặt điều kiện với con gái đâu? Nhưng thôi, ai biểu cháu đến đây mà không gọi điện thoại cho chú trước, cháu xin chịu, dù điều kiện gì, vì cháu biết chú không phạt nặng cháu đâu.

Nhưng Vũ lại bảo Viết:

- Viết, mày lấy thêm đôi đũa và cái bát dùm tao.

Viết hiểu ý Vũ nên mỉm cười làm theo. Còn Vân thì hơi thắc mắc, nhưng vẫn nhìn Vũ chờ đợi. Lúc sau, khi Viết đã đưa bát và đũa ra, Vũ mới thong thả bảo Vân:

- Điều kiện của chú dễ lắm. Vân phải ngồi xuống và ăn cơm chiều với hai Chú.

Má Vân ửng hồng và nàng cười tươi như chưa bao giờ được cười, vì như vừa tìm thấy được sự chân thật, vui vẻ toàn vẹn của hai người thân và Vân nhõng nhẽo:

- Điều kiện của chú thật hợp ý cháu quá vì cháu cũng đang đói. Chú không mời, cháu cũng đã đang tính hỏi xin ăn. Như vậy may cho cháu quá. Đỡ phải ăn "sandwich" tối nay, lại đỡ tốn tiền nữa, "save money".

Vừa nói Vân vừa ngồi xuống vui vẻ, xới cơm và tự nhiên như chính Vũ và Viết. Khi ăn xong, Vân nhất định đòi rửa bát. Nhưng Viết đã dành phần bảo Vân:

- Cháu nên để đấy chú rửa, cháu ra làm bài với

chú Vũ, sợ trễ rồi mất ngủ, mai dậy không nổi.

Vân đành nghe lời, ra ngoài phòng khách chỗ Vũ đang ngồi, lấy sách, và Vũ bắt đầu giải nghĩa cho Vân.

Thật ra, Vũ và Viết đã nhờ Vân rất nhiều trong các môn khác, vì cả hai đều gặp trở ngại không ít về sinh ngữ. Nhưng Vân lại luôn nhìn một chiều, là cần Vũ và Viết. Đây cũng là một điều rất hiếm, vì con người làm ơn thường hay đòi hỏi công bằng hoặc quyền lợi, chứ ít ai làm với sự chân thành thật sự và không cần hồi ơn.

Từ tất cả săn sóc và thật lòng đó. Vũ và Vân đã đến với nhau chân thành không e dè câu nệ, hay nói đúng hơn là một tình bạn cao qúy giữa một người nam và một người nữ trong tâm tình qúy cao đẹp không vướng bận những u mê lợi lục riêng mình. Giữa lúc Vũ đang giải bài cho Vân, tiếng điện thoại reng. Viết nhắc điện thoại:

- Hello.

Rồi Viết lắng nghe và đưa Vũ:

- Điện thoại linh-mục Xuân

Vũ cầm điện thoại. Giọng Xuân từ đầu giây bên kia băn khoăn khác mọi lần:

- Vũ, Mình mới được về Houston nghỉ ít ngày. Hiện đang ở với Thông. Mình có chút chuyện rất cần. Tin mình, cần lắm, nhưng phải có sự hiện diện của Vũ. Vũ nghĩ có thể về Houston được không?

Vũ lưỡng lự, hỏi lại:

- Mình chưa dám định. Nhưng cụ cho mình biết bao giờ?

Xuân không đợi:

- Ngay tối nay càng tốt, nếu không cùng lắm là sáng mai sớm, làm sao phải có mặt trước 7 giờ sáng?
Vũ ngạc nhiên vặn hỏi:

- Cụ cho mình biết chuyện gì mình mới tính được. Mình sắp thi cử tới nơi rồi. Nếu có đi cũng phải về trong ngày và phải bỏ lớp ngày mai.

Xuân chần chờ rồi bảo Vũ, giọng thành khẩn:

- Mình biết, nhưng Vũ tin mình, điều này quan trọng hơn. Nghe mình một lần. Vũ có thể suy nghĩ và không đi, nhưng nhớ sau này đừng trách mình.

Nhưng vừa nói dứt câu, Xuân bỗng trong ân hận, thở dài và bảo Vũ:

- Mình không muốn dấu Vũ. Thôi để mình nói thật, nhưng Vũ hứa phải bình tĩnh, vì chuyện mình kể cho Vũ chắc chắn sẽ làm Vũ hoang mang và sẽ vô cùng ảnh hưởng tới tâm lý của Vũ.

Vũ hơi lo lắng, chuyện gì quan trọng khiến Xuân phải rào đón đến thế. Vả lại, với Vũ, Xuân biết, đâu còn gì có thể làm Vũ buồn đau ngoài chuyện Hiền.

Và trong bất thần, Hiền hội nhập và xô đổ dòng tư tưởng đang bồng bềnh của Vũ. Bỗng tim Vũ bấn loạn, mặt Vũ như ngụp lặn trong lớp băng đá lạnh buốt. Nhưng không thể, vì Xuân đâu đã bao giờ gặp Hiền? Thế thì chuyện gì. Và cứ thế, tâm trạng trồi xụp không ngừng. Giữa lúc đó, đầu giây bên kia, Xuân gọi Vũ:

- Vũ còn nghe không?

Vũ giật mình, trả lời trống không vô tình:

- Còn.

Xuân vừa nghe giọng Vũ, Xuân đã đoán ra phần nào nên càng vỗ về:

- Chính vì mình sợ Vũ mất bình tĩnh nên không muốn cho Vũ biết lúc này. Nhưng nghĩ lại, Vũ đã trải qua bao cuộc bể dâu và đã gánh chịu trong can đảm, mình tin ở Vũ, nên đã quyết định nói cho Vũ. Tuy nhiên, dù hoàn cảnh nào, Vũ cũng phải bình tĩnh nghe Vũ.

Và không để Vũ trả lời, Xuân trầm tĩnh:

- Hiền bị bệnh, hiện đang điều trị ở bệnh viện, sáng mai Hiền mổ sớm, mình chưa rõ bệnh tình, nhưng dẫu sao cũng khó biết trước được chuyện gì xảy ra trong phòng mổ, dù cuộc mổ quan trọng lớn nhỏ thế nào.

Vũ vừa nghe, tim Vũ như thắt lại, bàn tay Vũ run run. Vũ không còn đủ bình tĩnh để nghĩ tới những lý do khác, những lý do mà đáng lẽ Vũ phải hỏi vì sao Xuân gặp và biết Hiền... Vũ chỉ vụng dại và lờ mờ, Xuân đã nói là phải thật, vì Xuân chưa một lần nói đùa điều gì với Vũ. Hơn nữa, đây là căn bản cần thiết của một chủ chăn, dù hoàn cảnh nào cũng luôn đứng đắn, một lời nói sai của bố mẹ đối với con cái đã là điều ân hận không ít, nhất là điều nói sai đó lại là điều không nên.

Xuân thấy Vũ yên lặng hơi lâu, nên gọi Vũ vừa phân trần:

- Vũ, tin mình. Mình biết Hiền trong một tình cờ, mà giờ, thú thật với Vũ, mình mới chỉ biết Hiền qua Hồng kể và đúng là Hiền vợ Vũ, nhưng mình chưa gặp mặt Hiền, vì đâu ngờ Hiền quen Hồng, mà Hồng lại là em Thông. Hiện giờ mình, Thông và Hồng cũng cùng đang ở tại phòng khách bệnh viện Memorial ở Houston. Mình và Thông sau khi nghe Hồng tường thuật và rõ ràng về những đau khổ che giấu riêng mình và không muốn cho ai biết từ bao ngày qua, nhất là Thông, vì Hiền biết Thông là bạn Vũ, và cũng chính vì thế, Hiền đã nấn ná ở chung với Hồng hầu biết tin tức Vũ qua Thông.

Xuân ngừng nói. Vũ càng nghe, sự nhớ thương càng tràn ngập. Viết và Vân không hiểu gì, nhưng nhìn cử chỉ Vũ đều đoán phải có chuyện không may nên Vũ chỉ lắng nghe trong im lặng cùng nét mặt não nề, sầu thảm vô cùng.

Phút xúc động tưởng qua nhanh, nhưng không, lại đồng lõa cùng những lo lắng khiến Vũ bồn chồn, vừa sầu khổ:

- Cụ cho mình địa chỉ, mình đi ngay.

Nhưng Xuân đã từ từ bảo Vũ:

- Cho mình gặp Viết được không?

Vũ không nói, hình như tất cả cử chỉ của Vũ đã bị thôi miên. Vũ liền trao điện thoại cho Viết. Viết không hiểu chuyện gì, nhưng vẫn cầm lấy đưa lên tai:

- Dạ, Viết nghe.

Đầu giây bên kia Xuân kể qua. Và kết luận:

- Nếu Viết rảnh, xin Viết giúp Vũ. Mình sợ Vũ mất bình tĩnh nên e có gì xảy ra không may trên đường về Houston.

Viết đồng ý. Lấy bút ghi địa chỉ. Chào Xuân, bỏ điện thoại, đến ghế ngồi, một lúc sau mới lên tiếng:

- Mình đi với Vũ.

Vân theo dõi cuộc đối thoại của Vũ, Viết với Xuân Nhưng vì cả hai nói thật ít, nên Vân vẫn không hiểu được rõ ràng nguyên do. Tuy nhiên Vân vẫn im lặng. Vân không muốn bày tỏ hỏi han. Vân nghĩ vì ở Vũ và Viết biết đâu chẳng có những điều khó khăn. Vân nhìn hai người đàn ông. Mỗi người một nét ẩn trong nét trầm lặng khó tả và Vân quyết định. Vân đứng dậy, xếp cuốn sách lý-hóa vừa nhỏ nhẹ:

- Hai chú có chuyện, cháu về, mai cháu sang nhờ chú.

Vũ ngẩng lên, nhìn Vân, thở dài vừa lắc đầu trong e dè buồn thảm:

- Vân đừng giận chú nhé. Chú sẽ gọi điện thoại cho Vân. Chú cám ơn Vân nhiều, mai mốt có dịp chú sẽ kể rõ Vân nghe. Hôm nay lòng chú đang bề bộn những suy nghĩ về một chuyện xảy ra mà người bạn chú vừa cho hay.

Nhưng Vân nhỏ nhẹ ngay:

- Thế mai chú có đến lớp không? Hay cháu lấy "note" cho chú.

Vũ tần ngần:

- Cháu giúp chú cũng được. Cám ơn Vân nhiều.

Khi Vân đã ra cửa. Vũ vẫn còn bàng hoàng trong

những suy nghĩ mông lung. Lòng Vũ nổi dậy những cơn đau như bị trầm mình trong nồi nước sôi hàng trăm độ. Vũ vẫn chưa lấy được sự đắn đo suy nghĩ.

Từ bao lâu nay, tin Hiền hầu như hoàn toàn xa vắng, Vũ mong từng giây để được biết tin tức về Hiền. Ngờ đâu, Hiền đó, Hiền đang sống ngay bên người bạn của chính mình. Câu hỏi tại sao dồn dập trong cùng ý nghĩ. Nhưng tại sao Hiền vẫn lặng lẽ trong âm thầm không hề nhắn nhủ? Lòng Vũ quặn đau, hay Hiền đã tới chân tường, sức chịu đựng của Hiền trở thành ù lỳ cam chịu? Rồi Vũ lại lạc quan: "Hiền muốn mình thành công". Và những dòng tư tưởng trong những thắc mắc rộn về như những ánh nước li ti tung bắn trong bồn rửa mặt, mất hút và nối tiếp...

Tâm trạng Vũ phập phồng trong từng hơi thở ngắn. Vũ không thể còn chần chờ. Vũ tạo một động tác mạnh, Vũ đập vào thành xe lăn. Tay Vũ hình như nát tan trong khắc khoải tạo thành tiếng rít khô khan chất chứa. Viết hơi nhăn mặt, đứng dậy, nhưng Viết lại không lên tiếng. Vũ mặt lạnh, ngỡ ngàng với sự tê cóng trên bàn tay, Vũ mím môi chịu đựng và đẩy xe lăn vào phòng vừa bảo Viết:

- Mày đi với tao hả?

Viết không khác Vũ. Nhưng dòng tư tưởng Viết đầy ân hận của những ngày qua sống cùng Vũ, nhưng đã không cho Vũ biết tin tức của Hiền. Nhưng rồi Viết lại chấn an: "Nhưng nói ra, Vũ biết, Vũ được gì? Hay lại cũng chỉ những khắc khoải triền miên". Và hình ảnh Hiền trên chuyến máy bay bỗng về, một Hiền của chịu đựng, chung tình bỗng làm Viết cũng ẩn sâu trong những nhung nhớ thầm kín vẫn hằng khắc khoải và quay quất từng đêm về Viết với Tuyết. Viết đã gọi tên Tuyết, nhưng khác với Vũ, Vũ còn có cơ hội và còn có đầy đủ điều kiện luân lý, đạo đức, những danh từ mỹ lệ ràng buộc con người, hay đúng hơn đã trói con người trong điều kiện ắt phải. Viết không thể trở lại với Tuyết và càng không thể trở lại khi Tuyết đã trong đời sống vợ chồng. Tuyết còn yêu Viết và ngược lại, nhưng dù tình yêu đó có sâu xa và cao đẹp tới đâu. Viết có sừng sững như ngọn núi Hy Mã Lạp Sơn, hay tràn ngập như biển cả mênh mông, cũng không thể đánh tan và che lấp được sự chối bỏ sự thể.

Tạo hóa dựng nên tình yêu cao đẹp, nhưng lại cũng tạo nên sự phân ly đau buồn. Tình yêu vẫn là những khắc khoải, nên tình yêu dù thế, dù hoàn cảnh và dù bị những đè nén dồn ép, vẫn mọc như những rễ măng non, để rồi sự kềm tỏa biến mất và mình quên mình.

Dẫu sao, Viết vẫn cao chạy xa bay vì mặc cảm tội lỗi tràn ngập, nhưng Viết đâu ngờ rằng Tuyết đã đang mang dòng máu của Viết... Viết đang trong nao nức gợi về hình ảnh Tuyết, có tiếng Vũ:

- Mày có nghe tao không?

Viết giật mình, nhìn Vũ, vừa đứng dậy nhanh nhẹn như cố quên tất ca. Viết trả lời Vũ vội vàng:

- Dĩ nhiên. Ngày mai tao có lớp. Tao sẽ học bù.

Rồi Viết nói luôn:

- Mình sửa soạn đi ngay, đi xe tao. Tao sợ đường xa mày lái không quen….

Thế là Viết và Vũ rời Austin trên đường đi Houston trong không định.

Đường phố Khuya đã chen lẫn những ngọn đèn nhỏ to nhạt màu ẩn hình trên những tầng cây rợp bóng. Những làn gió thổi nhẹ bồng bềnh mơn trớn khiến tầm mắt Vũ càng xa vời như sâu vào vùng tối chập chùng trước mặt của màn đêm.

Vũ quay cửa kính xe. Hít một hơi dài. Và lại trầm ngâm trong lo lắng bồn chồn cùng đầy xao xuyến quanh những câu hỏi về Hiền....

Nét mặt Vũ và cả Viết vẫn chồi xụp trong bóng

đêm trên quốc lộ 71. Hai người bạn âm thầm suốt gần nửa đoạn đường. Bỗng Viết thở dài, tiếng thở dài của âm thầm chất chứa. Vũ lặng nghe. Và rồi bỗng kỷ niệm gợi về trong mỏng manh, Viết nói:

- Mày có nhớ lần mày và tao từ Quảng Trị về Cùa trên chiếc Jeep trắng dân sự của thằng bạn tao, lúc đó nó là phó-quận ngoài Quảng Trị không?

Vừa lúc Viết lách lỗ ổ gà, vừa nói tiếp:

- Tối hôm đó chúng mình uống say quá. Lỗi tại thằng Thoại nó ép. Bạn bè lâu ngày gặp kể cũng vui. Nhưng khốn nỗi vì trễ quá nên đón xe về Đông Hà không có. Nhưng phải nói, kể ra thằngThoại cũng lì, nó dám nhường xe tỉnh cho mình mượn, nhất là lúc đó cả tao và mày đã chân xiêu chân vẹo. Nhưng tệ hơn nữa, đơn vị mình đã di chuyển hồi chiều thay thằng 8 trong Barbara. Nên đã liều thì năm bảy cũng liều, hai đứa mình trực chỉ Cùa mà quên là mình đang lái xe dân sự. Đêm đó, tao lái xe thảnh thơi và vô tâm mặc chiếc xe tròng trành vì ổ gà như muốn lật úp. Chúng mình đã lái xe lao trong đêm như một phép lạ. Tao thường nghe tụi nó bảo, uống rượu say lái xe không bao giờ đụng vì luôn luôn có thần rượu phù trợ. Tao không tin, nhưng hôm đó phải tin. Mày thì ngồi bên tiếng được, tiếng không, gật gù liên tục, gió mặc gió, mây mặc mây và có bị phục kích cũng kệ mày. Tao nghĩ mày say lắm rồi.

Vũ vừa nghe thế cãi lại:

- Say cái con khỉ. Tao biết, nhưng có tài xế và có hộ tống là mày thì còn sợ con mẹ gì. Vả lại, chả lẽ vô duyên tới độ "anh dũng chết vì đụng xe sao?" chứ không sao tao vẫn còn nhớ.

Nhưng Viết đã tiếp:

- Nhưng tao nghĩ, kỷ niệm lần đó khiến tao khó quên vì cuộc say hôm đó và lần cả gan bất chấp trên đường đèo ngoằn ngoèo, mưa bay lại mịt mùng dưới bóng đêm từ Đông Hà về Của mà mãi tới bây giờ tao vẫn chưa tưởng tượng sao chúng mình có thể vượt qua. Vì mày nhớ khúc đường đó, ngay lưu thông ban ngày, cũng đã biết bao nhiêu xe bị lật vì đất xình và ổ gà, nhất là những ngày mưa tầm tã. Hơn nữa cái chết của thằng Khánh, trung-úy Khánh, pháo-binh, đã bị lật xe cách đó không lâu đã chẳng là bài học nhãn tiền sao. Thế mà chúng mình vẫn tỉnh bơ. Đúng là thần rượu hộ mạng.

Viết lại nói nhanh:

- Nhưng có một kỷ niệm mãi không quên, mày còn nhớ buổi trưa hôm đó không? Tiểu-đoàn trưởng của tao định tán tỉnh con nhỏ Mai ở quán bờ sông gần chợ Quảng Trị.

Vũ gật đầu vừa nói:

- Mai răng khểnh, mái tóc dài, mặt trái soan. Trông em da ngăm ngăm bánh mật, nhưng xinh đáo để đúng không?

Nhưng Vũ tinh quái, bảo Viết:

- Nhưng tao nghĩ có lẽ lúc đó mình nhìn đứa nào cũng đẹp hết. Trong rừng ra lại xa nhà cả bao ngày dài đằng đẵng, Mai răng khểnh chứ em nào cũng OK và tuyệt trần hết.

Viết cười theo

- Chính vì thế mà chàng tiểu-đoàn trưởng của tao đã “ngụp trong yêu”. Tao nói vậy là vì thấy anh ta tán em kỹ quá. Nhưng vô phúc cho tao, hôm đó em Mai lại sốt sắng với tao. Dòng đời kỳ quái, mình bất cần thì nó lại tìm đến. Tao nghĩ tao chưa hề tán em. Nhưng em lại chịu mới lạ chứ. Mày nhớ em đã biếu không chúng mình hai đĩa gỏi gà lại còn đến bên tao nhõng nhẽo mặc ông tiểu-đoàn trưởng của tao đang dán mắt gầm gừ tao, khiến tao nhột bỏ mẹ.

Viết nhìn Vũ trong đêm rồi tiếp:

- Tao cũng biết nghĩ chứ, nên đâu đến nỗi “lẳng

lơ" vô ý đâu, vì dù sao cũng là chỉ huy của mình, mặc dù tao với hắn chưa lần thân thiện. Thú thật với mày, ngay ngày về trình diện, nghe giọng nói và hàm răng của hắn rít lại, tao đã bảo thầm: "Bỏ mẹ, lúa đời tôi rồi". Mà lúa thật. Hắn thù dai và hay bày trò quái ác. Nên hôm đó hắn đã làm oai gọi tao trình diện, mặc dầu tao đang biệt phái đi tiền sát viên cho tiểu-đoàn mày và dù tao có nhỏ nhẹ, hắn vẫn lên mặt trước con nhỏ Mai. Nhục nhã thật, đúng là chỉ vì đàn bà mà hiếp ức kẻ dưới, thật không phải đạo chút nào. Tao đã tính liệng chai bia vào mặt hắn. Nhưng vì nể thằng Thoại e bất tiện cho nó, dẫu sao nó cũng đang làm việc ở quận đó. Tao cắn răng chịu đựng mà lòng sôi như lửa.

Viết như nhớ lại, giọng chút cảm xúc:

- Nhưng chuyện đó đâu có xong. Ngay ngày hôm sau, đáng lẽ tao tới ngày trở lại pháo-đội vì kỳ hẹn một tháng đi tiền sát của tao đã hết, thằng Phát sẽ vào thay tao. Nào ngờ, buổi sáng hôm sau, thằng truyền tin nói với tao là hắn cho gọi tao. Mày biết hắn nói gì không? Hắn bảo tao: "Vì ông đi uống rượu say sưa nên thay vì phạt trọng cấm ông, ông phải tiếp tục đi "delo" thêm hai kỳ nữa". Tao tính cãi, nhưng biết có cãi cũng vô ích. Tao im lặng. Tao ra bảo tụi nhỏ. Tao thấy đứa nào mặt cũng mếu xịu, tao thương tụi nó chỉ vì tao mà phải lội tiếp, nên tao gọi máy về pháo-đội xin thay cho tao mấy đứa khác để tụi nó về nghỉ. Không ngờ, khi nghe tao nói, tụi nó hiểu lý do vì sao tao phải lội tiếp, nên tụi nó bèn xin tao được ở lại đi với tao tiếp. Tụi nó bảo: "Em thích đi với ông thầy hơn là về pháo-đội". Nhưng tao hiểu chúng, chúng vì tình nghĩa và rất mến tao. Nên tao đã tìm cách khác để làm vừa lòng ông tiểu-đoàn trưởng "dại gái vô tâm".

Viết ngừng nói, vặn nhỏ radio. Lúc sau Viết mới tiếp:

- Thế là vỏ quít dầy đã có móng tay nhọn. Chiều

hôm đó, tao bình thản ra bờ sông tắm. Tao đã đạp mảnh sành, hay nói khác hơn, tao đã cố tình làm tao đạp mảnh sành. Thế là chân tao bị rách một đường dài, tao đi khập khểnh về trình diện bác-sĩ tiểu-đoàn của mày. Thế là chân tao bị băng không đi giầy được. Và nếu không đi giầy sao tao chuẩn bị lội vào động Dông Chó được. Thế là pháo-đội phải thay cho tao. Thầy trò tao danh chính ngôn thuận. Mày biết mà, đau bụng, đau chân vẫn là một trong những tuyệt chiêu của lính.

Nghe Viết kể, Vũ cũng trở lại trong vùng ký ức. Và tất cả diễn về...

Vũ bỗng nuối tiếc những ngày đã qua một cách lạ lùng. Cuộc đời mình quả trôi đi và khó bao giờ trở lại. Kỷ niệm đó dù chua xót, đau khổ, buồn vui.. Nó vẫn là những gì khó quên và quý giá vô cùng. Vũ nhìn ra ngoài bóng đêm, bỗng Vũ nói:

- Nhìn bóng đêm, tao nhớ cũng một lần, cũng mày với tao, lần đó, chúng mình mặc nguy hiểm, đã chấp nhận dễ dàng và phó mặc, không hiểu vì hơi men hay tuổi của chúng mình còn đầy sức sống, hoặc có thể vì mầu áo và sự dạn dầy của những ngày nguy hiểm trong binh đao. Nhưng ngay hôm nay, cũng trên đoạn đường vắng trong bóng đêm, cũng mày lái xe và cũng trong tâm trạng bồng bềnh lo lắng, nhưng hình như mình đã kiệt sức và sự chịu đựng hầu như biến dạng thành những khiếp nhược và bồn chồn khôn cùng. Phải chăng chúng mình đã già hay vì đời sống xứ này đã khiến chúng mình rơi vào hoàn cảnh biếng nhác và sợ sệt của những chạy đua không hay? Tâm trí tao cùn hẳn, tao nghĩ hồi xưa nhanh nhẹn và sắc bén bao nhiêu, giờ đây không còn một phần.

Viết nghe Vũ tả oán, lòng Viết cũng không khác. Hẳn cuộc đời và thời gian đã làm cho những kẻ lỡ thời lưng chừng như Viết và Vũ tự lạc lõng trong thế giới mới này, dù cả hai đang cố gắng và đã từng cố gắng vượt thoát khỏi vòng kềm tỏa đó.

Nhưng thế hệ mới vẫn là thế hệ mới, sự giáo dục và rèn luyện của bao năm giờ vẫn khó phai mờ trong cùng tiềm thức. Cũng như tình yêu. Tuổi trẻ và tình yêu bên xứ này không thể, hay nói khác là rất hiếm những cảnh "ép bướm" "chép thơ" để tỏ tình. Và mỗi lần gặp, chỉ một nụ cười, chỉ một lời nói hoặc chỉ một ánh nhìn đã chất chứa muôn vàn bày tỏ hương yêu.

Dòng tư tưởng Viết đang ngược xuôi, bỗng tiếng xe khục khặc rồi tắt máy giữa xa lộ khi xe đang chạy 70 miles giờ. Viết đẩy cần số qua chữ N. Viết đề máy, nhưng chỉ nghe tiếng đề khô khan như muốn hỉ mũi rồi lặng im. Viết tấp xe vào lề, vừa lẩm bẩm:

- Tao mới "tune up" hai tuần trước, xe chạy tốt lắm cơ mà.

Viết mở cốp xe. Trời tối, không ngọn đèn điện. Bóng tối như đồng lõa, càng thê lương. Lâu lâu vài ngọn đèn pha qua đường quệt sáng. Viết vẫn cố hí hoáy ấn những sợi giây "park plug" và dây "bình điện". Viết lại đề, nhưng chiếc xe vẫn bất tỉnh nằm yên như hờn dỗi và khước từ. Viết nhìn đồng hồ, đã gần mười một giờ. Viết lại hí hoáy, tiếng của chiếc đề tiếp tục dỗi hờn bằng những tiếng rên xiết khó chịu. Vũ sốt ruột:

- Mày chờ chút để xe nguội xem xao.

Viết đành nghe lời Vũ. Và cả hai cùng im lặng nhìn sâu trong đêm qua những lo nghĩ khác nhau, trước đoạn đường vắng còn nối tiếp, với những trăn trở phó mặc hay chịu đựng, của cảnh đời luôn những điều bất lợi vây quanh và không đúng lúc.

Khoảng 15 phút sau. Viết lại cố gắng. Nhưng chiếc xe vẫn gật gù ngái ngủ. Mãi tới một tiếng đồng hồ sau chiếc xe mới chậm chạp bò lết trên đường, nhưng chỉ được 20 phút, chiếc xe lại ngập ngừng rồi tắt máy như sự trêu ngươi cùng bấn.

Viết lại tấp xe vào lề. Bây giờ Vũ lo lắng và bồn chồn hơn khi nhớ tới lời Xuân: "phải đến trước 7 giờ sáng". Vũ bình tĩnh suy luận, nhưng sự bình tĩnh chối bỏ Vũ. Vũ lạc vào vùng hồi hộp triền miên khiến lồng ngực Vũ như muốn nổ tung. Vũ đành lấy hai tay ghì lên lồng ngực như cố giữ một cuộc chạy trốn lưng chừng của dòng máu và nhịp đập còn sót lại trong tim.

Vũ quặn đau khi nghĩ tới Hiền và nghĩ tới không được gặp Hiền trước khi Hiền vào phòng mổ. Từ đó, một ý nghĩ dẫn Vũ qua vùng tuyệt vọng: "Hiền có còn trở lại hay sẽ vĩnh viễn ra đi".

Bỗng Vũ rùng mình, quay qua bảo Viết giọng nửa đùa nửa thành khẩn:

- Có cách nào không? Mày nghĩ xe bị hư cái gì? Mấy năm kinh nghiệm làm sĩ-quan quân-xa đâu mất rồi.

Viết thở dài:

- Tao chắc là vì cục module, nhưng phải chờ lần nữa khi xe nguội, đề tiếp. Nếu xe nổ, tao mới dám quả quyết thật sự.

Và quả thật, một tiếng sau xe nổ máy, nhưng hình như sự trêu ngươi vẫn không rời Vũ. Cuộc đời Vũ và Hiền luôn có những trắc trở lẩn quanh. Nên khi chiếc xe chạy được 25 phút lại trở chứng. Vũ tặc lưỡi trong hững hờ đủ Viết nghe:

- Định mệnh.

Viết nhìn Vũ thông cảm và buồn thương cho bạn. Từ lâu, Vũ đã không còn ca thán hay nguyền rủa đời mới, dù là một biến đổi nhỏ. Nhưng hôm nay giọng Vũ hình như đã ngập sự buồn đau. Viết hiểu và nếu hoàn cảnh Viết có thể Viết còn sốt ruột hơn.

Nhưng làm được gì? Nhiều lúc con người tự đầy đọa và giết mòn mình về những suy nghĩ không thể mà mình không hay. Hơn nữa, đôi khi còn tạo thêm hoàn cảnh và đồng lõa với những lo lắng và sự việc, dù biết có lo cũng không thể biến đổi và hoàn trả...

Viết phân tâm, rồi chút lưỡng lự với chính mình, Viết bảo Vũ:

- Chấp nhận sẽ thoải mái hơn. Sự đau khổ không cứu được mình đâu, mà chỉ có sự an vui trong chấp nhận may ra mới giúp mình sáng trí và làm đúng điều ước muốn.

Vũ không trả lời, vẫn bần thần trong cùng tận. Nhưng bỗng dưng Vũ nở nụ cười trên môi, dù như cành hoa úa lúc đang thu, nhưng tối thiểu cũng giúp Vũ phần nào trong nhận định nhất thời. Vũ tần ngần, vuốt nhẹ mái tóc rồi đong đưa cánh tay gầy trước mặt như động tác tìm quên, che đậy.

Đột ngột Vũ hỏi Viết:

- Đồng hồ tao quên ở nhà, đoảng trí quá. Mấy giờ rồi mày?

Viết xắn cánh tay áo. Trời đã gần sáng, từ xa hừng đông bắt đầu lố dạng, nhưng như còn ngái ngủ, vì ánh sáng vẫn mới chớm nở từ chân mây.

Viết trả lời:

- 5 giờ 30

Vũ nghe, tặc lưỡi giọng chịu đựng:

- Tại sao mình không thể sớm hơn một chút? Tao nghĩ có lẽ trễ mất vì còn tối thiểu gần 40 miles nữa mới tới Houston phải không mày.

Nghe giọng xót xa và ảo não của Vũ, Viết phân trần:

- Xin lỗi mày. Quả chiếc xe của tao báo hại mày, biết vậy tao mượn xe Vân có lẽ không chậm trễ thế này.

Nhưng Vũ đã ngắt lời:

- Mày đừng nói thế. Chuyện đời vẫn là chuyện đời. Biết đâu mượn xe Vân lại chẳng bao giờ đến được đây? Chữ "biết vậy, giá mà" tao nghĩ nên bôi trong tự điển, vì nó vừa không thực tế lại vừa làm con người ta dễ tiếc rẻ ngẩn ngơ.

Viết không trả lời Vũ và cả hai lại trong im lặng...

Khoảnh khắc, Viết rờ túi, rút điếu thuốc, bỏ lên môi để cố đánh tan cơn buồn ngủ như đang sẵn sàng trên mí mắt. Và khi vừa bật lửa, Viết quay qua Vũ vừa như chợt nhớ điều gì bảo Vũ:

- Ngày trong tù, khi có dịp, chúng tao thường mang tình yêu ra mổ xẻ tìm quên. Hay đúng hơn là "lấy độc trị độc" vì những nhung nhớ quá đầy. Tao nhớ có lần thằng Tâm nó đọc một câu của văn hào Tây nào đó: "Những mối tình vĩ đại thường giống như những con sâu lớn, bề ngoài mang cái vẻ bất khả xâm phạm nhưng bên trong đã có những con sâu nhỏ rỉa dần da thịt của nó".

Vừa nghe Viết nói, Vũ cắt ngang và tiếp:

- Tao có nhớ câu đó, nguyên văn tiếng Pháp: "Les grandes amours sont souvent semblables a ces grandes chenilles à la coque invulnérable mais qui portent dans leur chair molle de minuscules vermisseaux qui les recurent avec soin".

Rồi vừa đọc xong Vũ hỏi Viết ngay:

- Nhưng thế nào là mối tình lớn? Và thế nào là mối tình vĩ đại? Vì với tao, tất cả các mối tình giữa hai người yêu nhau say đắm và cùng cam chịu cho nhau thì tự nó đã trở thành vĩ đại rồi?

Viết hơi ngần ngại:

- Tao đồng ý với mày. Nhưng tao nghĩ, có lẽ con người ta thường không nghĩ như vậy vì luôn lầm tưởng sự "vĩ đại trong tình yêu" phải được đánh dấu và định giá bằng những truân chuyên cùng cực, hay những xô đẩy thời thế, lẫy lừng, của những trai tài gái sắc trong các môi trường lớn, như chuyện của công-nương Diane và hoàng-tử Charles. Phải chăng, cũng chỉ là chuyện tình, nhưng chuyện tình được bôi son đánh phấn khiến trở nên thần tiên tuyệt mỹ, khiến cả thế giới trầm trồ khen ngợi...

Và bỗng Viết thành thật nhìn Vũ:

- Vũ à, mày có tin là tất cả bạn bè nhìn mối tình giữa mày và Hiền là mối tình vĩ đại, nhưng một mối tình vĩ đại không bị sâu nhỏ gậm nhấm nên mãi tồn tại và sẽ tồn tại vĩnh viễn không?

Vũ chưng hửng nhìn Viết, lòng Vũ bồi hồi và quả trong một phút giây Vũ đã tưởng cảm động, nhưng lại than trách và chua xót:

- Chúng mày chỉ làm tao càng khổ, vì thật ra giữa tao và Hiền không hề có gì để gọi là vĩ đại như chúng mày nghĩ. Hay nếu có, chữ "vĩ đại" chỉ đúng nghĩa như tao đã nói: "tự nó đã trở thành vĩ đại khi hai người yêu nhau". Nhưng bây giờ có còn không hở Viết? Mày có trách hờn, hay nguyền rủa tao không?

Viết dơ tay phải vỗ vai Vũ ân cần:

- Đừng quá nghĩ. Giữa mày và Hiền với mối tình tuyệt đối như thế còn nghĩ gì và trách gì? Tao hỏi mày lòng chung thủy của con người thời nay có còn dễ kiếm không? Nên nghe tao? Hãy bắt và giữ lấy tất cả cơ hội, đừng lãng phí, sự thử thách cũng như lòng chịu đựng của con người luôn giới hạn. Tao nghĩ mày biết rõ là mày phải làm gì khi gặp Hiền.

Vừa nghe thế. Vũ tự nhiên xụt xùi và bỗng giọt nước mắt nhẹ lăn trên gò má như chần chờ một quyết định thổ lộ đúng lúc. Vì Vũ không biết, liệu Vũ có còn cơ hội để bắt và để giữ như Viết vừa nói không?

16.

Qua khung cửa kính lầu năm của bệnh viện. Hiền xải tầm mắt sâu vào bóng tối đang về trong nhạt nhòa của thành phố như một nuối tiếc. Hiền im lặng, không một tiếng động, hơi thở Hiền càng âm thầm trắc ẩn.

Nhưng nước mắt Hiền không còn cơ hội nối tiếp để vỗ về dù giữa đơn độc cùng độ trước giờ Hiền phải giải phẫu để tìm cho mình con đường tồn tại trên thế gian.

Từ lúc nhập viện cho tới khi gọi điện thoại cho Hồng, Hiền đã trải qua bao nhiêu thủ tục liên tiếp cần thiết nối đuôi theo lời chỉ dẫn của Jackie, người nữ y tá, có khuôn mặt bầu bĩnh hiền hòa dễ cảm. Jackie giải thích và cắt nghĩa cho Hiền từng giai đoạn, cũng như an ủi Hiền không khác chi như một người mẹ dỗ dành đứa con thơ đang trong cơn mê hoảng. Sau đó, Hiền phải ký hàng loạt giấy tờ, những điều kiện nếu xảy ra trong lúc trên bàn mổ...

Đời này, không có sự tin tưởng bằng môi miệng, hay đúng hơn, những lời hứa đã lẩn vào hư không từ những bất tín và thay vào bằng những chữ ký, dù nguệch ngoạc. Dĩ nhiên Hiền hiểu và thông cảm cũng như không lời trách hỏi. Hiền chấp nhận và sẵn sàng bằng tất cả sự nhu mì thuần thục.

Tuy nhiên khi Jackie rời phòng lòng Hiền bỗng như lửa đốt. Hiền cảm thấy sự thôi thúc từ đâu dồn dập như lửa bỏng. Hiền chấn an chính mình. Từ những dĩ vãng vật vờ qua những hình ảnh. Hiền nhớ tới tuổi thơ, những ngày hiền hòa bên những vỗ về ngọt lịm của mẹ, bàn tay mẹ ấp ủ nuông chiều. Rồi tới lúc tuổi yêu nẩy sinh và sự thay đổi trước ngưỡng cửa yêu đương. Một phút ân hận, hay đúng hơn những phút ân hận đã từng trong đời liên tục lại về. Hiền bỗng nuối tiếc và ước ao mãi là đứa bé của mẹ, để Hiền không phải trải qua những gian truân cay đắng của cuộc đời.

Mãi lúc này, hai dòng lệ của Hiền mới có cơ hội lăn tăn trên gò má trắng mịn xót xa. Càng nhớ về, lòng Hiền càng sầu đau, nhất là khi Hiền nhớ tới lời kể lể của người làm công cho gia đình, chị Thuần, trước ngày Hiền bỏ nhà ra đi, mà cơ may Hiền gặp lại chị cách đây được mấy năm nhân ngày tổ chức hội chợ tại thành phố San José, California. Thuần đã ôm chầm lấy Hiền ngập tiếng nấc:

- Sau ngày cô đi, bà ân hận vì không ngờ cô cứng rắn đến thế. Nhưng ông thì trái lại, ông vẫn kiên trì và bảo bà: “Mặc xác nó, rồi bà thấy nó sẽ tìm về năn nỉ. Ngữ ấy, què quặt lấy gì mà nuôi vợ”. Vì thế, bà cũng tưởng nghe ông. Nhưng ngày qua ngày cô vẫn biệt tăm, bà vì thương nhớ cô càng ân hận, nhưng sợ ông, bà chỉ đành nức nở một mình. Tôi còn nhớ có lần gặp bà trong phòng cô, bà ngơ ngác bảo tôi: “Con Hiền không biết nó thế nào? tôi đâu có muốn thế, nhưng ông nhà tôi đay nghiến và bắt tôi phải cứng rắn. Nào ngờ tôi đã hại nó”. Tôi còn biết, bà đã nhiều lần tính tìm cô, nhưng ông hình như biết trước ý định của bà nên đã đe bà: “Bà mà tìm nó thì đừng có về đây, cả thằng Hùng nữa, mẹ con bà tìm nó mà sống".

Thuần ngưng nói rồi nói tiếp với Hiền:

- Cô biết, cậu Hùng đang học dở dang, vả lại, từ trước bà vẫn sợ và luôn nghe lời ông một cách tuyệt đối nên bà đành ôm lấy sự nhớ thương một mình. Tới tháng 4 năm 1975, sau khi cộng-sản chiếm miền Nam, tôi bị ông cho nghỉ, bà có kêu tôi và nhắn nhủ riêng: "Ông nhà tôi muốn cho bà được tự do, bây giờ là thời buổi mới, cách mạng đã đồng hóa và mọi người đều bình đẳng, không có người ở và cũng không có chủ". Dĩ nhiên với sự thiển cận và suy luận của người như tôi, điều gì bà nói tôi đều tin tưởng đó là sự thật. Nhưng thương thay, chỉ ít ngày sau tôi thấy trong nhà cô tự nhiên xuất hiện một người đàn bà cùng hai cậu con trai khác cỡ 14, 15 tuổi. Sau này thì tôi mới được biết, người đàn bà đó là vợ lẽ của ông đã từ miền Trung vào. Từ đó chúng tôi mới biết, ông đã từng là một cán-bộ Việt-cộng, đã từng nằm vùng. Ông đã sống và ẩn dưới bóng quốc-gia, nên ngay sau ngày mất nước ông đã hiển nhiên sinh hoạt và giữ chức vụ quan trọng của thành phố".

Vừa nghe Thuần nói tới đó, Hiền đã giật mình. Nhưng khi nghĩ lại Hiền thấy Hiền quả vụng về vì suốt thời gian còn bé cho tới khi khôn lớn Hiền thường thấy ba hay đi xa luôn, hơn nữa, ba Hiền lại luôn mang tư tưởng chống đối chính-phủ thời đó. Tuy thế, ba Hiền rất kín đáo và Hiền nghĩ, có lẽ ngay cả mẹ Hiền cũng chỉ tưởng đây là sự chống đối bình thường trước những tham nhũng dơ bẩn của chính-phủ bấy giờ. Hiền còn phân vân thì Thuần lại tiếp:

- Sau đó, ông đổi nhà, căn nhà sau này là chiếc biệt thự ngay trên đường Đinh Tiên Hoàng, mà chính ông đã dùng quyền tước đoạt của một người bạn thân trước kia đang bị đi tù. Riêng bà, bà đã không đi, bà xin ở lại căn nhà cũ, vì cô nghĩ coi, bà còn đi làm gì?

Vì từ ngày người đàn bà đã được cách mạng cưới cho ông về làm vợ và chính thức sống chung với ông, bà đã héo hắt dần và một mình đơn độc, gầy đi thấy rõ. Hàng xóm ai cũng thương cho bà. Và cũng vì thế bà đã lâm bệnh và qua đời ngay năm sau. Riêng cậu Hùng, chúng tôi không còn gặp cậu, chỉ nghe đâu cậu theo một người thiếu-tá của quân-đội cũ và đi đâu thì không ai biết.

Thuần ngẫm nghĩ một chút rồi tiếp:

- Theo chúng tôi biết, sở dĩ ông cứng rắn và ruồng rẫy cô lúc bấy giờ là vì không muốn cô có liên hệ với lính quốc-gia, hơn nữa, ông lại không thích cậu Vũ, vì ở cậu Vũ luôn có sự chống đối rất đứng đắn mà ông nghĩ khó có lòng thay đổi. Ông lại cũng buộc bà, để chính bà là người phản đối, như vậy, sự thể sẽ dễ dàng cho ông. Thật tội cho cô và bà. Nhưng cô ạ, dẫu sao cũng là bố mình phải không cô? Chỉ tiếc sự thể đã không đơn giản mà quá bi đát tới thế.

Hôm đó Hiền đã kể cho Vũ và cả hai đã cùng đốt nến đọc kinh cho mẹ. Hiền đã lặng người trong những ân hận buồn đau nhất. Nhưng rồi điều kiện và cuộc sống bắt Hiền dần vững mạnh, Hiền gọi tên mẹ hàng đêm để xin mẹ thứ lỗi. Hiền lại cũng khẩn cầu ơn trên để ba Hiền biết theo đường ngay lẽ phải. Và càng nghĩ, Hiền càng hình dung rõ những sự xảy ra trước kia. Những ngày Hiền đi học khuya về, ba đang thì thầm quanh bàn bên ngọn đèn nhạt với những người cỡ tuổi cha, cỡ tuổi Hiền... Nhưng Hiền đã không hề thắc mắc. Sự tin tưởng vào tình phụ tử đã quá tuyệt đối, khiến tất cả hành động và việc làm của ba đều là những ân huệ cho gia đình.   Nhưng, nếu chỉ có thế thì tương đối vẫn còn vì ý thức hệ bị sa lầy. Nhưng tại sao? Và Hiền đã âm thầm rít từng hơi: “Tại sao ba lại có thể lợi dụng gia đình để làm tôi và phương hại đến cả một đời của mẹ và chúng con, nhất là em Hùng”.

Nhưng Hiền đã bắt mình dừng lại, suy luận chỉ làm Hiền mất đi sự tin tưởng. Và từ đó, Hiền chỉ còn thương tới Hùng, đứa em trai nàng. Hiền đã cố gắng thư từ tìm kiếm, nhưng tất cả đều vô vọng. Định luật của cuộc đời vẫn là những dòng thác không định và sầu đau của từng cơn sóng vẫn chờ vẫn đợi sẵn. Bỗng khoảnh khắc, Hiền nhớ tới Hùng một cách ray rứt. Từng những vui buồn dồn dập của những ngày thơ dại, Hùng đó, Hùng nũng nịu đợi chờ trong các cuộc rong chơi trên hè phố. Cả hai đã tung tăng tranh bàn tay mẹ. Mẹ đã luôn mỉm cười trách yêu:

- Hai con không được làm ồn nơi chỗ công cộng.

Nhưng Hùng chỉ Hiền:

- Mẹ ơi, Chị Hiền không cho con tay mẹ.

Mẹ Hiền lại có dịp vuốt tóc cả hai chị em Hiền và rồi, bao nhiêu và bao nhiêu ngàn, vạn kỷ niệm thơ ngây gợi về và khoảnh khắc, Hiền muốn được viết lá thư cho Hùng. Hiền muốn kể lể những cay đắng, những vui buồn, những sầu lụy và tất cả những cay nghiệp đã qua trong đời Hiền, để lỡ ra, nếu Hiền có qua đời trong kỳ mổ này và sau này Hùng còn sống và có cơ hội tìm gặp Vũ, Hùng có thể tới với Vũ và cùng chung sống với Vũ, vì Hiền biết Vũ và Hùng hẳn hợp nhau, nhất là lòng cương quyết, tính quả cảm và chí khí hơn người.

Và không suy nghĩ, Hiền thay đồ, Hiền làm như một sự thường tình nhất, Hiền không biết về đâu, nhưng Hiền phải đón taxi trở lại cư xá mà Hiền đang ở, để lấy địa chỉ của Thuần mà Hiền đã ghi trong cuốn sách nhỏ, để nhờ Thuần sau này nếu gặp Hùng, sẽ cho Hùng biết Vũ đang ở đâu.

Vả lại, Hiền cũng vừa nhận ra Hiền đã bỏ quên lá thư mà Hiền viết để nhờ Hồng trao cho Vũ, có lẽ vì tâm thần bấn loạn nên hồi chiều lãng trí, Hiền đã không mang theo.

Hiền rời phòng, Hiền không có ý định nói với người y tá trực, vì Hiền nghĩ, Hiền chỉ về qua nhà rồi sẽ trở lại ngay, nên Hiền đã theo thang máy, xuống nhà, đón taxi. Tất cả như một xếp đặt.

Nhưng Hiền nào có ngờ đâu, lúc Hiền đi ngang qua phòng khách là lúc Xuân và Thông đang lắng nghe Hồng kể về chuyện tình giữa Vũ và Hiền…. Nên khi Hiền ngồi thu mình trên chiếc taxi, Hiền vẫn đăm chiêu riêng mình. Hiền như thấy mình bé lại, những ý nghĩ vẫn chập chờn ẩn hiện. Vũ đến, Vũ đi, Hùng về... và cứ thế. Hiền nhắm mắt và thả hồn phó mặc. Hiền muốn lòng mình được trống rỗng như bình thủy tinh không đáy. Vừa lúc đó, giọng ca gào thét của người ca-sĩ da đen nổi danh Michael Jackson từ chiếc radio như đâm thủng màng nhĩ Hiền. Hiền khó chịu, nhưng rồi lại bình thản.

Ngoài trời, mắt Hiền cũng bị hạn chế sau làn kính mỏng đục mờ của chiếc taxi đang lao vù vù trên khoảng xa lộ 59 vòng qua phía 610 trước những dãy nhà lầu gần khu thương mại Galleria, một khu thương mại nổi tiếng dành cho những người có tiền. Bất giác Hiền thở dài. Cuộc đời quả tự mình đã nhốt mình trong vòng sắt nô lệ. Nếu chỉ bình thường như kinh Lạy Cha "xin cho chúng con hàng ngày hàng đủ" chắc hẳn con người đã không tự diệt mình và tự diệt cả một thế hệ bây giờ và sau này. Con người còn đòi hỏi từ những vật chất qua vật chất là con người sẽ còn mãi đắm chìm trong bể khổ. Bất giác Hiền mỉm cười, nụ cười đồng lõa của phó mặc. Và Hiền nhắm mắt riêng mình...

Khi taxi ngừng, Hiền thong thả trả tiền, rồi như chiếc bóng, lặng lẽ bước những bước rời rạc lên phòng.

Nhưng khi Hiền mở khóa cửa, bước vào nhà và ngọn đèn vừa bật sáng, Hiền kinh hãi đã tưởng la lớn, nhưng không còn kịp, một bàn tay đã bịp miệng Hiền, vừa dí đầu súng vào hông Hiền, vừa bảo Hiền bằng tiếng Mỹ giọng Á Đông:

- Muốn khôn hồn thì hãy im ngay cái mồm mày lại và nghe theo chúng tao, nếu không tao bắn bỏ mẹ mày.

Hiền tắc nghẽn, cổ họng Hiền như đóng một khối đờm khiến Hiền chỉ còn ú ớ gật đầu. Mãi sau, Hiền lấy can đảm liếc mắt nhìn quanh, căn phòng của Hiền đã bị lục tung tóe, có lẽ do 3 người thanh niên bịt mặt nạ, đeo găng tay đang đứng quanh Hiền. Hiền chợt hiểu, nhưng vừa lúc đó họ bắt Hiền nằm úp mặt xuống nền nhà và trói ghì tay Hiền ra sau với cử chỉ rất nghề nghiệp và điêu luyện.

Lúc này, Hiền không còn bối rối, nhưng mùi thảm nồng nặc làm Hiền ho sặc sụa. Bỗng Hiền chảy nước mắt có lẽ vì xót thương cho đơn phận trước cảnh cướp bóc hơn là buồn đau trong nàng. Hiền cố gắng, nhưng tiếng nấc vẫn chảy dài khiến người con trai lên tiếng:

- Im miệng lại và trả lời chúng tao. Tiền, nữ trang cất ở đâu? Nói ra, không đừng trách. Có tiền thì tụi tao không hiếp, nếu không có, tụi tao sẽ không tha đâu?

Vừa nghe thế, Hiền im bặt và không còn chờ đợi. Hiền khai, khai hết, từng đồng bạc, từng chiếc nhẫn và từng món nữ trang của kỷ niệm để sẵn trong chiếc túi vải lâu nay Hiền vẫn giấu trong góc rương... Chúng từ từ, nhưng vẫn không tin hẳn, lục lọi tiếp và lật từng chiếc áo, chiếc quần, bao gối... Căn phòng Hiền lúc này không khác chi bãi chiến trường... Chúng từ từ đếm số tiền mặt vừa tìm thấy và bỗng một đứa lên tiếng:

- Chỉ có hơn bốn trăm đồng, mẹ kiếp tao tưởng nó bán tạp hóa phải nhiều tiền mặt lắm chứ. Dân bán tạp hoá Việt-Nam là tổ sư giữ tiền mặt ở trong nhà cơ mà.

Thế rồi nó đến đạp Hiền với một giọng đầy hách dịch:

- Đã khai hết chưa?

Hiền sợ sệt:

- Dạ, hết rồi, lâu nay tôi đâu có đi làm.

- Chúng tao biết mày bán tạp hóa, lại còn làm chủ nhà hàng nữa, mày đừng có giấu tụi tao.

Hiền kinh hoàng, chúng nó đã điều nghiên và biết rõ. Hiền càng lo sợ, nhưng tiền đâu đưa cho chúng vì thật sự Hiền không còn đồng nào. Nên Hiền vừa khóc vừa nói:

- Thật sự tôi không còn đồng nào.

Ngẫm nghĩ sao, thằng vừa hỏi Hiền kêu đồng bọn vừa lẩm bẩm:

- Thằng "ba", mày kêu thằng "bốn" hỏi ngoài đó có "clear" không?

Hiền thấy thằng được kêu thằng "ba" lấy chiếc điện thoại loại bỏ túi trong chiếc áo khoác bấm những con số. Và Hiền chỉ nghe rất nhỏ cuộc đàm thoại của chúng. Tuy thế, Hiền cũng hiểu là chúng có người ở ngoài kiểm soát và sẵn sàng cho những đứa ở bên trong biết, nếu có gì động tĩnh bên ngoài, chúng sẽ dùng điện thoại không dây để thông báo. Nên Hiền tưởng, sau khi liên lạc với bên ngoài và mọi sự đều an toàn, chúng sẽ rút nhanh và Hiền sẽ thoát nạn. Nhưng khi Hiền thấy chúng bỗng im lặng và lạnh lùng lấy thuốc ra hút như tận hưởng một chiến thắng, rồi thằng "ba" lầm lì nói với bọn chúng:

- Chúng mình còn 30 phút nữa. Tao thèm quá.

Một thằng khác tặc lưỡi:

- Tao cũng thế, mẹ kiếp, coi nó còn thơm quá. Nó lại ở một mình, chắc nó cũng ngứa ngáy lắm đây.

Hiền tím mặt, tiếng hét vừa chực phát ra, một thằng đã nhanh nhẹn bịt miệng Hiền và lấy chiếc khăn mùi xoa của Hiền để trên bàn hàng ngày nhét vội vào miệng Hiền. Thế là hai đứa kéo hai tay, một đứa thì dùng sợi dây thừng mang sẵn cột hai chân Hiền vào thành ghế salon. Hiền ú ớ, đôi mắt Hiền đầm đìa những xót xa, hàng lệ tuôn trào và hình ảnh trần truồng của một thằng, rồi những độ nhịp man dại, Hiền tê điếng, Hiền không còn cảm thấy, dù bất kỳ một âm hưởng nhỏ....

Rồi cứ thế, hết thằng thứ nhất tới thằng thứ hai coi vẻ nhẹ nhàng, nhưng lại hung bạo bằng những dằn vật cấu xé như con thú hoang. Hiền cảm thấy cửa mình như bị xé nát. Hiền cắn răng theo từng nhịp dồn dập đứt ruột rã rời.

Nhưng ôi! Nào đã xong, thằng thứ ba mới vô cùng bạo ngược, Hiền nghe lờ mờ:

- Tao phải bôi dầu nóng vào đầu em bé, nếu không tụi bay bảo tao giống gà.

Thế là Hiền la hoảng và độ nóng hừng hực như bốc lên đốt cháy thân thể Hiền, Hiền tung người hất mạnh và trong lúc cùng say Hiền thoát hai bàn tay của hai thằng đang đè Hiền. Nhưng chính vì thế, sự tức giận đã khiến chúng dùng báng súng đập dồn dập trên đầu Hiền và Hiền bất tỉnh…

17.

Hồng và Thông vừa tới chung cư nơi Hiền ở, gõ cửa liên tục, nhưng trong nhà vắng lạnh và không có tiếng trả lời. Hồng thở dài vừa nói với Thông:

- Có lẽ Hiền không trở về đây?

Thông không trả lời Hồng, nhíu mày suy nghĩ vừa lẩm bẩm "thế Hiền đi đâu?" Hồng nghe không rõ Thông nói gì, nên giọng Hồng ân hận:

- Cũng tại em dài dòng, nếu không có lẽ mình đã gặp Hiền rồi. Em thấy lo quá. Không hiểu có gì xảy ra cho Hiền không? Mình đã chờ cả tiếng ở phòng Hiền, ngay cả y-tá trực cũng không biết Hiền đi đâu mà quần áo nhà thương lại treo trong tủ.

Rồi Hồng nhạt nhòa trong hơi thở cầu may:

- Hay mình tìm điện thoại gọi lại phòng Hiền hỏi anh Xuân coi Hiền đã trở lại chưa?

Thông lưỡng lự rồi trả lời:

- Thì đành vậy.

Nói xong, cả hai cùng quay đi trong tiếng thở dài.

Nhưng vừa lúc đó, hình như một giác quan nào đúng lúc đã thôi thúc Thông trong cùng tận. Thông bỗng dừng lại, vì như văng vẳng đâu đây có tiếng rên rất khẽ vọng ra từ phòng Hiền. Thông bình tĩnh lắng nghe thêm và Thông không chần chờ, quay lại, xoay thử ổ khóa, ngờ đâu cửa không khoá, nên Thông đẩy cửa đi vào vừa gọi:

- Hiền, Hiền có nhà không.

Gọi mãi vẫn không có tiếng trả lời. Thông mạnh dạn, tìm công tác điện. Nhưng cả hai bỗng khựng lại khi ngọn đèn vừa bật sáng. Một cảnh tượng tan hoang, ngổn ngang những quần áo, vật dụng tứ tung trên thảm, trên bàn, trên ghế. Và còn đau lòng hơn, khi Thông và Hồng phát giác ra Hiền đang trần truồng, xõng xoài nằm bất tỉnh trên nền nhà....

Hồng không còn cầm giữ nổi sự xúc động thương tâm nên xô Thông tới ôm chầm lấy Hiền vừa la hét thảm thương. Thông cũng lặng người nhưng cố chấn an. Thông bình tĩnh, lấy bộ đồ đang máng sẵn trên ghế đưa cho Hồng vừa bảo:

- Hồng, em phải bình tĩnh, em mặc quần áo cho Hiền, anh sẽ gọi điện thoại kêu xe cứu thương và báo cho cảnh-sát.

Rồi Thông như chiếc máy, quay điện thoại số 911.

Và không lâu tiếng còi cứu thương văng vẳng rồi lớn dần với những làn chớp sáng chập chờn trước cửa cùng những người cảnh-sát đến ghi chép từng chi tiết quanh hiện trường, lập biên bản, hỏi cung, chở Hiền đi......

Hiền được đưa vào khu trị liệu đặc biệt tại bệnh viện Memorial. Hồng xót xa, cặp mắt thâm cuồng vì những cơn khóc liên tục. Hồng càng tủi thân cho số phận của Hiền khi phải chứng kiến sự nhơ nhớp cùng tận, nhất là khi ngồi bên Hiền trên chiếc xe "ambulance".

Từ đó, những ý nghĩ quẩn quanh xoay loạn trong đầu. Hồng lo sợ: "Nếu Hiền bị "coma" vì hệ thống thần kinh trên đầu Hiền liên lụy, hay nếu Hiền bị tê liệt, bị....".

Và Hồng chợt nghĩ tới cảnh tượng hãi hùng với lúc nhìn thấy Hiền xõng xoài trên nền gạch nhớp nhơ những vẩy máu, pha lẫn mùi gây gây của lũ hoang dâm nào đó, đã hành hạ Hiền... Nước mắt Hồng lại nhào đổ như dòng thác, Hồng cúi gập mặt xuống trên lòng mình để tiếng nấc tự do tuôn trào, vừa lẩm bẩm: "Hiền ơi! tại sao Hiền không ở bệnh viện?".

Rồi những tiếng nấc lấp khuất dòng tư tưởng Hồng. Hồng lắc đầu than trời. Nhưng hình như dòng lệ Hồng đã không còn đủ mãnh lực để tẩy rửa sự sầu thương, nên sự khổ đau càng tràn ngập...

Riêng Thông, lái xe theo chiếc xe cứu thương mà lòng đã tưởng bị quật ngã bởi những tiếng thở dài não ruột khi nghĩ tới cảnh Hiền bị hãm hiếp. Con người, hình như khó tránh được những xếp đặt mà người đời thường gọi là "định mệnh". Tại sao Hiền về? Và nếu Hiền ở nhà thuơng nghỉ ngơi, chờ tới mai? Và nếu Hiền. .. Nhưng ai trả lời? Và ai trả lời được những gì đã xảy ra. Cũng như chính Thông, rồi ngày mai, hay ngay đêm nay? Hay ngay lúc này Thông có chắc mình yên ổn hay một chờ đợi nào đó của "định mệnh?".

Nhưng rồi Thông nói với chính mình: "Định mệnh có quá tai ác với một người con gái như Hiền không?"

Từ những tư tưởng đó, lòng Thông biến dạng. Một so sánh gợi về trong trí nhớ. Thông tự hỏi mình: "Cũng như đời Phương? Tại sao Thông và Phương có buổi chiều mưa nơi sân nhà thờ? Tại sao Thông và Phương yêu nhau trong ngang trái... Ôi? Đây có phải là những sự tình cờ của bao ngàn vạn sự tình cờ khác không? Hay cũng là vì từ định mệnh. Vì ai có thể ngờ với thân gái như Phương, với bao cùng đau khổ lụy. Hơn nữa, Thông và Phương đã chẳng ngàn trùng ngăn cách với cả một thời gian dài đằng đẵng sao? Thế mà giao điểm đúng lúc đã tác thành, để Phương thổn thức: "Gặp anh, làm vợ anh và ở bên anh đã là điều mơ ước vĩ đại nhất nên dù em có chết, em vẫn sẵn lòng".

Nhiều lúc, quả Thông đã phân tâm không thể hiểu nổi sự đặt để của định mệnh. Nhưng Thông luôn có sự bào chữa bản thân từ đức tin đã được hun đúc từ thơ ấu để tạo cho mình sự cân bằng và sự lãnh nhận. Dĩ nhiên, con người, sự ngờ vực vẫn đầy rẫy như ông Moisen xưa, đã được Thiên Chúa trao phó, đã được Ngài sắp đặt, nhưng cuối cùng sự nghi ngờ vẫn đầy ắp. Và quả, sự mầu nhiệm của cuộc đời Moisen đã chẳng là sự an bài của Thiên Chúa sao? Vì thời đó, có lệnh giết các trẻ sơ sinh, thân mẫu Moisen đưa con ra giòng sông Nil đặt trên chiếc nôi và nhờ các tỳ nữ trông nom. Nhưng đúng lúc công-chúa Ai Cập đi tắm và gặp Moisen, thấy đứa trẻ sơ sinh quá dễ thương nên mang về nuôi. Người tỳ nữ trông coi Moisen đã mạnh dạn hỏi công-chúa: "Công-chúa có cần người vú em cho đứa trẻ không?" Ngờ đâu công-chúa Ai Cập bằng lòng. Thế là nhân duyên, người tỳ nữ đã gọi chính mẹ đẻ của Moisen, dẫn đến giới thiệu với công chúa Ai Cập để làm vú em cho Moisen. Nhờ đó, Moisen đã được ăn học, được thông thạo và được hưởng tất cả những tinh túy của nền văn minh Ai Cập lúc bấy giờ. Nhưng đúng lúc, Moisen vì thấy người Do Thái bị Ai Cập hành hạ, nên đã lỡ tay giết người Ai Cập. Chính vì thế, Moisen đã bị người Ai Cập coi là kẻ phản bội, nên đã bị ghen ghét, khiến Moisen phải bỏ trốn vào trong rừng sống đời sống du mục và kết hôn với người con gái của một gia đình nơi hoang địa. Từ đó Moisen đã sống nhờ mật ong, châu chấu... Moisen, từ một người giàu sang, từ những ân hưởng của 40 năm trong đền vua, nay Moisen phải sống trong hoang dã, cũng 40 năm trời. Rồi Moisen được Chúa gọi, Moisen nghi ngờ, nhưng Chúa vẫn tiếp tục ra dấu để sai Moisen dẫn dân Chúa khỏi Ai Cập. Cuối cùng, Moisen nghe lời, nhưng vì sự nghi ngờ và lòng áy náy của Moisen vẫn còn. Chính vì thế, vì sự nghi ngờ mà một lần hết nước, Chúa phán bảo Moisen hãy dơ gậy và đập vào đá để cho dòng nước chảy ra nuôi dân Ngài. Nhưng Moisen đã làm trong miễn cưỡng, do đó Chúa đã phạt Moisen.

"Định Mệnh" đã dẫn Moisen hay vì xếp đặt và an bài sẵn của Thiên Chúa? Từ một đứa bé vớt trên dòng sông? Và từ đâu người công-chúa xuất hiện? Do đó bao lần bàn cãi, bao lần lý luận Thông đều và càng tìm thấy sự mầu nhiệm mà từ đó đã cho Thông những an bài trong tâm tưởng.

Trước cảnh này, Thông quả không biết mình phải nghĩ gì? Phải lý luận thế nào? Hiền đang trong phòng cứu cấp từ một tai nạn hay từ một xếp đặt. Và bỗng dưng Thông nghĩ: "Hay đây là sự xếp đặt để từ đó Hiền sẽ mãi có Vũ, và Vũ sẽ mãi có Hiền?" Nhưng chỉ nghĩ được thế và rồi tư tưởng Thông lại bị bế tắc. Thông đành lắc đầu và mạnh dạn bảo Hồng:

- Em ngồi đây, anh lên tìm Xuân cho Xuân biết tin, chúng mình vụng quá, đáng lẽ phải cho Xuân biết ngay để Xuân không phải ngồi đợi một mình.

Hồng chỉ gật đầu và vẫn co người như con mèo bị thương.

Thế rồi Thông lên tìm Xuân. Khi Xuân và Thông trở lại, Hiền vẫn mê man bất tỉnh, Hồng thì đứng lên ngồi xuống như người mất hồn. Xuân có lẽ là người bình tĩnh nhất, nên đã cố gắng an ủi và dùng tất cả sự có thể để Thông và Hồng biết tin tưởng vào sự an bài mà tránh được phần nào sầu thương. Thông biết và hiểu ý Xuân nên Thông nhỏ nhẹ:

- Thật ra, mình rất lo cho Vũ, không hiểu Vũ có chịu được cảnh này không?

Xuân lưỡng lự rồi tin tưởng:

- Mình sẽ đón Vũ tại cửa bệnh viện và nói cho Vũ tất cả những gì xảy ra mà Thông đã kể cho mình. Mình nghĩ, dẫu sao chúng mình cũng không nên giấu Vũ điều gì.

Rồi Xuân tiếp:

- Cuộc đời của con người luôn là những thử thách, do đó, nếu chúng ta không có đời sống đức tin vững mạnh, mình e sẽ dễ trở thành những nguời bội phản. Vì nếu cuộc đời là những con đường sáng thì làm gì có những vị tử đạo, những vị Thánh mà Thiên Chúa đã cho chúng ta. Nhưng Thông cũng hiểu rằng, sự xếp đặt của Thiên Chúa không hẳn luôn là những điều cay nghiệt, hoặc những sầu khổ vĩnh viễn, mà cũng có những sự xếp đặt rất hoàn hảo như câu chuyện nhỏ của anh họ mình.

Thông vừa nghe xen vào:

- Cụ nói Phu mà mình có lần gặp ở Cali?

Ý Xuân cũng nhân dịp muốn đưa chuyện để Thông và Hồng bớt căng thẳng nên Xuân kể:

- Đúng rồi. Mình kể ra đây để Thông thông cảm và rõ hơn về sự sắp đặt của bề trên mà người đời thường nôm na là "định mệnh" vì với những người đã tin vào Chúa, thì tiếng "định mệnh" chỉ là lời giải của sự quan phòng trước quyền năng của Thiên Chúa.

Rồi Xuân tiếp:

- Có những câu chuyện trong đời chúng ta xảy ra rất lạ lùng, nhưng không hề nghĩ tới vì sao? Và tự đặt những câu hỏi từ đâu? Lẽ nào? Vì thực ra mình có hỏi cũng chỉ là những câu trả lời và những ý nghĩ bâng quơ.

Và trầm ngầm nhìn Thông và Hồng đang ngồi bên cạnh, Xuân thở dài thong thả:

- Ngày 29 tháng 4 năm 1975, Phu, vợ và 2 con đã được người bạn xắp xếp theo chiếc thuyền ra khơi ngay khi những làn đạn pháo kích đầu tiên. Nhưng chiếc thuyền đã nghỉ lại qua đêm ngoài vịnh Vũng Tàu. Phu tưởng chờ sáng hôm sau, thuyền sẽ đi tiếp, nhưng không ngờ, ngay sau khi nghe Dương Văn Minh đầu hàng, người chủ thuyền thở dài và nói với mọi người rằng ông muốn trở lại, vì ông nghĩ việt-cộng thời nay hẳn không còn mê tín và ác độc như xưa. Ai nấy nghe đều tiu ngỉu và lo lắng. Nhưng còn nói được gì. Thế là chiếc thuyền trở lại đất liền. Phu kể lại với mình, Phu đã phải lột bỏ đồ rằn và liệng khẩu súng lục duy nhất hộ thân từ ngày vào quân-đội xuống bờ biển mà lòng Phu rưng rưng buồn tủi. Thuyền cập bến, những bóng áo vàng sẵn đợi, Phu như người dân thường cố gắng dìu vợ con về nhà người bác mà Phu đã tạm ở, nay hắn đang lênh đênh trên biển tìm tự do. Đêm đó, quả là đêm kinh hoàng, vì Phu đã trải qua bao giấc mơ từ những lo lắng trước những người mà Phu biết chắc chắn không dễ dàng đổi thay. Vợ Phu lại khóc và khóc thật nhiều vì ba mẹ và gia đình đều đã theo ra khơi bằng thuyền khác. Phu đã an ủi và dỗ dành người vợ, Phu còn phải dối vợ về những tốt đẹp của việt-cộng khi chiếm được miền Nam. .. Thế rồi, hôm sau, Phu đi trình diện để xem tình hình như thế nào. Nào ngờ Phu gặp một thiếu-úy đàn em của Phu trước đây, Phu không tin vào mắt mình, vì người thiếu-úy này lại là cán bộ nằm vùng của cộng-sản, nay gặp Phu, muốn lợi dụng Phu, kêu Phu cộng tác để bắt những thành phần quốc-gia mà Phu biết. Phu đành ậm ự cho qua với nỗi ê chề tuyệt vọng. Nhưng may thay khi trình diện xong trở về nhà, giữa lúc lòng đang lo lắng về đề nghị của người thiếu úy. Vì làm sao Phu có thể chấp nhận làm tay sai cho cộng-sản theo lời đề nghị của người thiếu-úy nằm vùng, đây là một hình thức vô cùng bất nhân khác chi chính Phu đã cầm súng bắn lại bạn mình. Nhưng nếu không nhận lời thì hẳn Phu sẽ bị tai vạ không ít, có khi tù rục xương... thì vợ Phu đã ghé tai Phu nói nhỏ là có người cho biết có thuyền quen sẽ đi ngay trong sáng nay. Thế là Phu không chần chờ, một quyết định rất nhanh, đã dẫn vợ và 2 con trốn thêm lần nữa. Nhưng khi ra tới bến tàu. Phu nhìn thấy công-an rải rác khắp nơi. Phu lo sợ và phải khéo lắm, Phu mới đưa vợ và 2 con lên thuyền. Tuy nhiên vì còn phải trông trước trông sau, nhất là phải theo dõi tụi công-an. Hơn nữa, Phu nghĩ, hãy để cho vợ con lên thuyền trước, và nếu tụi công-an có nhận ra và có bị bắt, thì với đàn bà và trẻ con tương đối dễ dàng hơn. Chính vì thế mà Phu quyết định sẽ tìm cách leo lên thuyền khi thấy thuyền có dấu hiệu nhổ neo. Nhưng không may cho Phu, giữa lúc thuyền nhổ neo, Phu đang định leo lên, thì tiếng còi của công-an đang rượt một người phía trước làm Phu hoảng hốt. Thế là Phu đã phải ở lại nhìn chiếc thuyền, trong đó có vợ con, những người thân nhất của mình, dần xa và mờ dần trong đại dương. Đấy chả là thảm cảnh sao? Ai có thể cầm được nước mắt, nhất là lúc đó, lúc mà đất nước hỗn loạn không ai biết mình sẽ trôi dạt nơi đâu.

Xuân ngừng nói rồi tiếp:

- Phu nói với mình, Phu như người chết dở không còn chút hy vọng nên đã lang thang trên bãi biển như người mất hồn bằng những giọt lệ bi ai mà cả đời Phu chưa bao giờ ngờ lại xảy ra với Phu. Phu đã hét trong tuyệt vọng và đã ngủ vùi trên bãi cát lúc nào không hay. Và trong lúc đau lòng cùng độ đó, thì như một giấc mơ, hay nói đúng hơn, như một ân huệ từ trời rớt xuống, trong một tình cờ vô cùng hy hữu, không hiểu sao tự nhiên Phu nhận ra dấu hiệu ám chỉ đặc biệt như đã sẵn sàng ra đi của một người đàn ông khi đi ngang một người đàn bà khiến Phu ngờ vực, vì thế Phu đã bám sát người đàn bà. Và không ngờ đúng như điều Phu nghĩ, người đàn bà đã về dẫn con đến điểm hẹn, nơi đã có thuyền đợi sẵn.... Thế là Phu không cần hỏi chủ thuyền, Phu đã leo lên và nằm yên dưới khoang thuyền mặc ai nhỏ to. Phu biết, nhất định không ai dám đuổi Phu vì sợ lớn chuyện công-an sẽ biết. Thế là Phu yên tâm ra khơi với lòng ngập tràn hy vọng sẽ gặp vợ con ở ngoài khơi.

Xuân thở dài rồi chút do dự. Xuân tiếp:

- Nhưng ngờ đâu đây mới là khởi sự, vì khi thuyền Phu gặp được tàu lớn ngoài khơi. Phu được vớt lên tầu. Việc đầu tiên Phu đi lục lọi tìm kiếm. Nào ngờ, một người quen đã cho Phu biết là chiếc thuyền mà vợ con của Phu đi đã bị chết máy sau khi rời bờ biển được hai tiếng. Và người đó còn nói rõ là chiếc thuyền đó đã được một chiếc thuyền khác dẫn trở lại đất liền. Phu nghe nhưng nhất định không tin, nhưng rồi cuối cùng Phu đành phải tin, vì họ đã kể rõ cả tên của người chủ thuyền, nhất là những ai cùng đi trên chiếc thuyền đó, khi chạy ngang qua, chính người chủ thuyền còn vừa hét lớn, vừa bảo vì máy hư nên phải trở về, hy vọng sẽ đi sau. Nhưng làm sao có thể đi sau? Cơ may ít khi tới lần thứ hai phải không? Phu đã tự hỏi và Phu định tìm cách trở về. Nhưng rồi tầu Phu nhổ neo và Phu cập bến Subic Bay với tâm trạng, ngày ngày ngóng đợi tin vợ tưởng đã trở thành tượng đá như hòn vọng phu. Rồi Phu theo dòng người qua Orote Point. Phu vẫn chờ, vẫn đợi. Cuối cùng Phu xin đơn trở về. Nhưng một hôm, người lính lái xe cho Phu ngày Phu còn còn là sĩ-quan phào đội, gặp Phu tại đảo, vừa mừng mừng, tủi tủi bảo Phu: "Tại sao ông thầy không đi với chị và các em?". Phu đem tâm sự của mình nói qua cho người lính nghe. Nhưng Lộc, tên người lính lại nói: "Em gặp chị và các em ở bên Subic Bay mà". Phu không tin, nhưng Lộc lại tả rất rõ về đứa con trai lớn của Phu mà Phu biết là Lộc không thể nào biết tỉ mỷ về con của Phu như thế nếu Lộc không gặp gần đây, khiến Phu bán tín bán nghi. Và từ đó, Phu chôn chân trên trạm xe bus. Và quả thật, một buổi chiều, hôm đó, trời đang rỉ những hạt mưa như ưu đãi sự cùng tận của ray rứt trên từng khuôn mặt xác sơ đợi chờ, vợ Phu và 2 con của Phu đã xuất hiện. Phu đã khóc, vợ Phu khóc và họ ôm nhau trong bùi ngùi khôn xiết. Hỏi ra, vợ Phu kể: thuyền hư máy trở về. Vợ Phu mừng rỡ vì nghĩ sẽ gặp Phu, đi đâu dù nghèo khó khổ cực nhưng có vợ có chồng vẫn hơn. Ngờ đâu, về căn nhà người bác, Phu đã không còn ở đó. Vợ Phu dò hỏi và biết được Phu đã đi. Thế là vợ Phu khóc lóc thảm thương tìm đến người bạn đã lo cho Phu trong chuyến đi đầu. Người bạn Phu sở dĩ còn ở lại vì đã nghe lời 2 cụ thân sinh không muốn rời quê hương, vì theo 2 cụ: "Chúng tôi đã già rồi, dù có cơ cực thì cũng đến chết là cùng, nhưng chết ở quê hương mình vẫn hơn". Bạn Phu không ở quân-đội, nhưng có người em cùng đi lính với Phu. Và may thay trời xui khiến, mẹ của bạn Phu khi biết đứa con út vượt biển tìm tự do, thế là bà cụ đổi ý và năn nỉ ông cụ. Nhờ nhà có thuyền, nên trong vòng nửa tiếng mọi sự đã sẵn sàng và vợ Phu đã đến đúng lúc khi mọi người đang sẵn sàng, không sớm hơn, không chậm hơn, "đúng lúc". Nhờ đó vợ Phu đã có mặt ở Guam. Phu nói, Phu đã đặt giả thuyết nếu không có tiếng còi của người công-an. Phu lên thuyền và cùng đi với vợ, thuyền trở về, chắc chắn đêm đó Phu sẽ không đi tìm người bạn và họa có chăng cũng phải ngày hôm sau. Như vậy cơ duyên "đúng lúc" chắc chắn không xảy ra và phải chăng như vậy Phu đã ở lại, vì Phu nghĩ Phu sẽ không dám trốn thêm lần thứ ba.

Xuân nghỉ một chút rồi lại tiếp:

- Nghe câu chuyện này, hãy lấy những phỏng

định để đặt thử vào từng trường hợp, chúng ta sẽ tìm thấy quả chỉ một ly thôi là sự sai lệch hàng ngàn, hàng vạn dặm. Và từ đâu, phải chăng là từ sự xếp đặt nào đó? Mình biết, dĩ nhiên còn nhiều chuyện khác kinh hoàng và khủng khiếp hơn, nhưng chính vì sự tự nhiên và thường tình đó, ta thấy những sự xảy ra hàng ngày không phải tự nhiên mà có. Đây không phải là câu chuyện kể cho vui, nhưng khi nghe xong, chúng mình cố gắng, nhờ đó, sự tin tưởng sẽ giúp mình.

Xuân ngừng nói, nhìn đồng hồ vừa đứng lên bảo Thông và Hồng rồi tư lự vẻ vội vàng áy náy:

- Mình nghĩ giờ này có thể Vũ đã đến. Thông ngồi đây với Hồng. Mình đến cửa chính chờ Vũ.

Rồi Xuân giọng tha thiết hơn:

- Cố lên, không có sự thử thách nào giống sự thử thách nào. Biết là tội nghiệp cho Hiền, nhưng mình phải khéo để an ủi Vũ, vì Vũ hóa liều thì mới là chuyện không nên.

Nói đoạn Xuân rời chỗ, theo hành lang ngược về phía bắc bệnh viện và thầm cầu nguyện, lời cầu nguyện với sự sốt sáng cùng độ để Hiền, Vũ biết đón nhận sự an bài của Thiên Chúa.

18.

Những tư tưởng chập chùng mỏi mệt trong rã rời cô quạnh cả khúc đường đêm, trên chiếc xe "bệnh hoạn" rồi cũng đến. Viết giảm tốc độ, đường phố đã ngập những xe cộ khi chiếc xe vừa qua đường Bellaire, con đường gợi đầy kỷ niệm xưa. Viết cố nuốt tiếng thở dài, liếc nhìn Vũ khi vừa bẻ tay lái quẹo vào bệnh viện. Vũ lơ đãng không hồn trong thế ngồi co quắp với cặp mắt lì lợm đau thương vô bờ. Bờ môi Vũ như đang bị trói chặt bởi định mệnh qua những nét nứt nẻ khô đọng.

Viết đậu xe dưới tàng cây sồi, thứ lá nhỏ quanh năm không rụng. Viết nhanh nhẹn mở cửa xe và mở chiếc xe lăn cho Vũ. Tất cả công việc như một thói quen dễ dàng. Nhưng khi Vũ vừa ngồi trên xe lăn. Một tiếng khô nhẹ rơi trên đầu Viết, Viết lấy tay phẩy nhẹ, nhưng khi nhìn bàn tay nhơm nhớp, Viết gắt gỏng phàn nàn:

- Mấy con chim này mất dậy quá. Nhằm đâu không ị, ị ngay trên đầu mình.

Vũ nghe, nhìn Viết và bỗng thở dài:

- Cụ mình bảo "chim ị trên đầu là xui bạt mạng đấy".

Rồi Vũ lại tiếp trong nghẹn ngào:

- Nhưng không hiểu dấu chỉ mày xui hay là tao xui.

Viết không trả lời, hất đầu về phía sau và lấy chiếc khăn tay lau nhẹ, rồi đẩy Vũ vào cửa bệnh viện vội vàng.

Nhưng khi vừa vào trong, vô tình, Viết sơ ý, chiếc xe lăn đã va vào chiếc sô nước lau nhà của người làm công nào đó đang lau dở trên hành lang. Nước đổ tung tóe, Viết cúi xuống loay hoay kê lại sô nước thì giọng người Á-đông vừa vỗ vai Viết vừa nói:

- Thưa ông không sao, để tôi lo và lau lại cho.

Nghe giọng quen, Viết ngẩng lên và cả hai cùng ngạc nhiên. Viết đứng dậy, ôm chầm lấy người đàn ông:

- H mày có khỏe không?

H cũng trong mừng rỡ:

- Còn mày, trốn đâu tới giờ này. Mấy năm nay gặp ai tao cũng hỏi thăm mày, nhưng biệt tăm.

Nhưng Viết và H chưa kịp phân trần, từ phòng khách bệnh viện, Xuân cũng vừa tới, đến bên nắm chặt tay Vũ trong xúc động vừa cố trầm tĩnh khởi đầu:

- Vũ có khỏe không? Mình chờ Vũ từ tối qua.

Và quay qua Viết, Xuân bắt tay:

- Cám ơn anh Viết nhiều.

Nhưng Vũ đã không để Xuân nói tiếp, Vũ cắt ngang:

- Hiền thế nào? Hiền đã vào phòng mổ chưa? Cụ đưa mình đi gặp Hiền ngay được không?

Xuân trầm tĩnh, sự cố gắng của Xuân dù đã định liệu, nhưng trước Vũ, mọi sự hình như khó khăn khiến Xuân ngập ngừng. Vũ nhìn thấy nhưng lại tưởng sự chậm trễ đã khiến Hiền không gặp chàng. Và tự dưng

Vũ thở dài, tiếng thở dài của trút bỏ hay phiền trách cho những éo le mãi luôn săn đuổi bên mình.

Cuộc đời luôn là những sự thử thách tìm đến hay những an bài số phận đặt để khiến mình bó tay không lối. Sự cảm thông đè nén của đoạn đường trong những ý nghĩ chấn an giờ vỡ bờ, lòng Vũ ngập tràn niềm hối hận, trách mình, trách người và trách sự vô phúc của thân phận trớ trêu. Vũ đã tuôn lệ trên cặp mắt quầng sâu vì cả đêm không ngủ, để xót xa cho chính mình và hành tội vì đã tự lỡ bỏ cơ hội ân sủng mà Thượng-đế đã dành cho, của một Hiền đoan trang, yêu thương và tuyệt đối.

Con người quả, muôn muôn lần, biết và rất rõ, sự may mắn và cơ hội khó đến hai lần nhưng vẫn tự huỷ diệt. Họ luôn sống đây, nhưng nghĩ đâu? Luôn than trách, tìm bới xa vời. Của trong tay không bao giờ chịu nâng niu cất giữ, tình yêu toàn vẹn đấy, nhưng lại tìm đến cách xa trong cùng đau đớn đợi chờ.

Mãi suy nghĩ, Vũ như tưởng mình lại bị thương thêm một lần, nhưng lần này, trái tim chàng đứt khúc. Vũ đã hủy diệt một tình yêu khiến Hiền tê tái sầu đau và trở thành tiều tụy ốm đau. Vũ lại chập chùng trong mông lung khoảnh khắc. Hiền đã lẳng lặng cam chịu cả đoạn đời tuổi trẻ để chỉ được cung phụng và sống bên Vũ. Nhưng Vũ lại xô đẩy và hắt hủi. Vũ nghĩ Hiền sẽ qua cơn bệnh này, vì kẻ lành luôn được che chở, nhưng ý nghĩ đó vụt tan? Có đúng không? Vì quả thế, thế gian đã chẳng ngập bất công? Và trong nô nức chợt về, Vũ hỏi Xuân:

- Hiền thế nào, cụ trả lời mình đi.

Xuân nhìn thẳng Vũ, nhưng vẫn không trả lời ngay mặc sự chờ đợi của mọi người. Xuân đẩy xe cho Vũ và ra hiệu cho Viết cùng theo. Viết phân vân một lúc rồi không lưỡng lự bảo H:

- Tao gặp mày sau, cho tao số điện thoại.

Nhưng Viết lại đổi ý ngay bảo H:

- Tao cần nhờ mày chút việc, mấy giờ mày về?

H nhanh nhẹn:

- Khoảng một tiếng nữa.

- Vậy chút nữa gặp mày ở đây. OK?

H gật đầu và tiếp tục công việc lau nhà như một thói quen cùng bấn để tìm sống giữa cảnh đổi đời bên xứ này, lúc mà con người đang bị vật chất dầy vò. Và H nhìn Viết đang lẩn thẩn trong những bước không đều theo Xuân và Vũ vào phòng khách.

Khi mọi người đã ngồi xuống, Xuân đều đều từng chi tiết, từ lúc gọi điện thoại cho Vũ, tới lúc được tin Hiền bị xảy ra sự ê chề khi Hồng và Thông tìm đến nhà. Rồi tới lúc gọi xe cứu thương và tình trạng bệnh trạng hiện thời của Hiền vẫn trong hôn mê vì vết máu bầm trên đầu Hiền...

Vũ càng nghe, nét mặt càng ù lỳ ớn lạnh. Con người không bao giờ yên hàn, bao nhiêu năm chiến đấu trong vùng lửa đạn và ngay cả lúc ngã quỵ vì thương tích nơi chiến trường, Vũ vẫn không cảm thấy đau đớn và xót xa như lúc này, lúc mà ngay ở giữa thế giới văn minh tự do mà những tai ương, cướp bóc, hãm hiếp vẫn dầy đặc. Lương tri của con người chạy trốn hay bị đào thải dần trước vật chất phải không? Khi xưa, Vũ được cha mẹ thường nhắc nhở, nước mình nghèo khổ nên cướp bóc thường xảy ra, con người ta đói dễ sinh ra biến, bần cùng sinh đạo tặc. Nhưng một tiếc thay lúc này nơi Vũ: "Lấy hết cũng được nhưng đừng hành hạ và hiếp đáp". Lời nói của Hiền thuở nào, ngày mà Vũ và Hiền có tiệm cho thuê băng ở Cali, Hiền đã từng luôn nói với Vũ như thế khi nghe những băng đảng đòi ăn hàng và nộp "hội".

Ngày đó khi chúng đến quanh quẩn xin ăn và đe dọa, Vũ đã lầm lỳ và tưởng thách thức ra mặt, nhưng Hiền can và Hiền xin Vũ đừng chống chọi với chúng, tránh voi đâu có hổ mặt, mình ở ánh sáng, chúng trong bóng tối, vả lại chúng chết và bị tù đầy vì đó là sự lựa chọn của những kẻ vô loại, còn mình, "mình có gia đình, anh còn em và em còn anh". Nên Vũ đã không mua súng, hơn nữa với Vũ, súng ống hình như đã là sự chua chát nhất của cả một thời.

Vũ đã từng nâng niu, khẩu súng Colt 45 của vũ đã sáng như bạc vì luôn được ấp ủ bên mình, dù Vũ đi đâu, khẩu súng đó, khi thì giắt ở trong thắt lưng bụng, lúc thì giắt ở dưới ống quần... Ngày quen Hiền, dần Vũ đã không còn thích thú và nâng niu như xưa, có lẽ nhờ Hiền, vì Hiền sợ súng hay vì lần xảy ra ở Lăng Cha Cả trong bữa tiệc "nhậu" bất thường với tụi lính đàn em, hôm đó có cả Hiền cùng đi. Vũ đã tưởng rút súng bắn người du đãng lúc đó đang uy hiếp một người ăn mày cô thế. Nhưng khi súng vừa rút ra, nét mặt Hiền tái lạnh, Vũ đã nhận thức và hiểu rằng, ở đời bạo quyền chưa thể đã chế ngự được đối phương, nên Vũ đổi cử chỉ ôn hòa. Và quả thật, người thanh niên đã khuất phục và xin lỗi người ăn mày rồi vui chén cùng Vũ, để rồi sau này trở nên người lính gương mẫu trong đơn vị Vũ. Nhưng hôm nay thì không thể, Vũ đã tưởng như bị hãm chế thực sự, Vũ ao ước một nổi dậy để bắn tất cả những kẻ ăn hại cướp bóc, nhất là đã khổ nhục Hiền.

Sang bên này, người với người, nhất là người đồng chủng lại luôn thường bắt nạt và uy hiếp nhau. Những cướp bóc xảy ra giữa người Á-đông lại thường là giữa những người Việt Nam với Việt Nam. Họ lợi dụng ngôn ngữ, lợi dụng đồng hương và lợi dụng sự cam chịu của những người vì chính trị, vì sự không thể ở lại quê hương mình, sang đây tị nạn và họ đã phải với hết năng lực, tần tảo từng đồng gom góp. Chúng cướp bóc, chúng lột trần, chúng bịt mặt, chúng đánh đập, chúng hiếp đáp.. . Tồi tệ và xót thương nhất là được phơi bày bằng các hàng chữ lớn trên các tờ báo địa phương... Để người Mỹ xỉ nhục cả một dân tộc.

Vũ cần súng, cần quyền và cần tất cả những gì có thể dập tắt, trừng phạt... Nhưng bàn tay Vũ lạnh quá, lạnh như hai đôi chân không hiện hữu... Dòng nước mắt Vũ giờ tự rơi trong xót thương. Vũ khóc vì thế hệ con người càng ngày càng suy thoái, hay khóc vì những cầu danh của các quyền thế làm ngơ và tranh giành. Nhưng có lẽ Vũ khóc cho chính mình, cho Hiền... Vì sự cam cực lại cùng mình... Bất giác Vũ nhìn Viết và nói với Xuân trong tiếng thở dài:

- Cụ cho mình lên thăm Hiền, hoặc tối thiểu gần Hiền.

Xuân gật đầu. Và đẩy Vũ ra khỏi cửa đi về phía khu khẩn cấp.

Viết nãy giờ buồn lặng và quên chính mình. Viết nghĩ và thường nghĩ, con người, mỗi người một hoàn cảnh và một số phận. Nhưng quả Hiền và Vũ hình như sinh ra để được yêu nhưng cũng để được khổ cùng nhau. Và bất giác Viết rùng mình và tự nghĩ: còn mình???

Viết chưa một lần chấp nhận và an lòng với những gì Viết đã mang lại cho Tuyết, nhưng quả như muôn ngàn lần trong ý nghĩ cùng đau chất ngập, vì tình yêu đã đến như sự vượt thoát qua bức tường luân lý, đạo đức để gò ép và bắt giữ Viết khiến chàng như chiếc răng cưa trong một hệ thống không ngừng của guồng máy "tình yêu".

Trong tình yêu, sự thống khổ và nỗi truân chuyên luôn đầy ắp, nhưng ngược lại, con người lại vui nhận, hay đúng hơn tiếp nhận không lối thoát. Viết đặt để chính mình và bắt lý chí, nhưng lý chí Viết như lu mờ và khô đặc trước ly nước chanh đường ngọt lịm, thơm ngon từ Tuyết cuộn về.

Tuyết đã đem đến cho Viết thế giới mới lạ của

tình yêu, thứ tình yêu sau muộn ấp ủ. Viết chối bỏ, nhưng sự chối bỏ lại nặng đầy và càng lôi cuốn như những vết bầm muôn đời trong cùng rạo rực. Tội lỗi đã bắt Viết chạy trốn, hay tình yêu đã làm chàng ra đi. Viết không dám nghĩ, nhưng chỉ dám chấp nhận trong ngục tù của tình yêu, để thăng hoa lòng mình, hầu tạo can đảm tìm quên...

Viết dẫu sao cũng khác với Vũ. Vũ có cả sự yêu thương tự do khởi sự. Tình yêu Vũ đã không "sau muộn" và trái luật ngay từ lúc ban đầu. Hiền đó, Hiền của rạo rực, đúng lúc và kết thành... Nhưng chỉ vì hoàn cảnh và cũng từ đó, tự Vũ môi trường hóa để biến dạng tình yêu thành sự hy sinh và tự đầy đọa đến mất mát khổ đau. Tự Vũ, như bao lần Vũ than thầm trong những lúc sự cô độc hoàn toàn vây quanh. Vũ đã như người mất hồn thì thào qua hơi gió:

- Tao đã đánh mất một sự quý gía nhất đời tao, mà có lẽ suốt đời tao sẽ không bao giờ hết ân hận. Nhưng hình như, dù biết thế, tao vẫn chưa đủ can đảm tìm Hiền. Có phải tao ích kỷ quá không?

Viết đã không trả lời Vũ, vì trả lời thế nào? Viết đã chẳng bao lần nhắc nhở Vũ tìm Hiền, nhưng Vũ vẫn luôn nghĩ "Hiền có thể đã tin việc làm của Vũ là có lý". Hơn nữa, Viết muốn cho Vũ tự trải qua chính mình trong phấn đấu tạo dựng, để nếu như sau này có gặp lại Hiền, Vũ sẽ thay đổi từ chính Vũ, chân lý mà tự Vũ đã tạo ra và trả giá.

Ngẩn ngơ trong ý nghĩ, Viết lại chợt trở về những ngày cũ, những ngày mà Viết mới từ Việt-Nam qua định cư tại Hoa-Kỳ và bỗng Viết nhớ tới H rồi tự bảo mình: "Có lẽ H biết Tuyết hiện giờ đang sống ở đâu".

Nhưng, tư tưởng chỉ thoáng qua và Viết tự cắt ngang dòng tư tưởng của mình, dù trong lòng đang phập phồng những ước muốn như thuở nào Viết và Tuyết cùng nhẹ bước trên khúc đường có hàng cây tre già, nơi hậu cứ Sóng Thần, buổi tối đầu tiên mới quen, mà Viết và Tuyết đã trốn sự ồn ào của buổi dạ vũ, lẩn ra ngoài hóng mát.

Nghĩ tới đây, Viết thở dài nuối tiếc. Bỗng Viết tặc lưỡi và hít một hơi dài rồi nhìn Vũ, nhưng khi thấy nét mặt Vũ đang sầu lụy cùng tận, Viết tự cảm thấy mình vẫn còn là kẻ may mắn. Nên Viết để Vũ ngồi một mình, vì biết rằng, lúc này hơn lúc nào hết Vũ cần sự yên tĩnh thật sự. Nên Viết quay đi, trả không khí lại bệnh viện trong những bước đi vội vàng của những người y-tá, trong từng dãy hành lang...

Tai nạn đến quá bất ngờ khiến Vũ ngụp lặn trong bao nhiêu ân hận khôn cùng, Hiền đã phải trả giá quá đắt. Hiền đã không chỉ mất sự nhanh nhẹn hàng ngày, vì những vết thương đầu đã khiến Hiền hôn mê gần hai tuần lễ. Sau đó, trí nhớ Hiền lu mờ và khờ dại. Hiền được cứu sống và dần tỉnh, nhưng tiếng dần tỉnh chậm chạp như õng ẹo từng giây khiến nước mắt Vũ càng tuôn đổ trong bao đêm dài bất thần chờ đợi, lúc ở nhà Hồng, khi bệnh viện và lúc lặng câm trên bãi trống sau hè...

Thuở nào, nơi bệnh viện Lê Hữu Sanh, Hiền dù đau đớn nhưng nụ cười vẫn tươi vui hồng trên nét mặt mỗi khi đến với Vũ. Vũ đã trải trong bao lo lắng, buồn tủi, chán nản và tuyệt vọng cho Hiền và cho chính mình... Nhưng bây giờ có lẽ sự tuyệt vọng còn càng chồng chất và như lưỡi dao sắc chém, chặt và cắt khúc trong lòng Vũ từng giây, khi người bác-sĩ nhẹ nhàng bày tỏ bệnh trạng và hy vọng mong manh trước tình trạng bệnh lý của Hiền, nhất là sự khẳng định sự hồi phục sẽ rất chậm, có khi một tháng, một năm, hay hơn nữa Hiền mới may ra có trí nhớ và giọng nói bình thường... Sự tan nát trong lòng Vũ càng chất ngất khi nghĩ tới thân phận chính mình đã không thể giúp Hiền trong những săn sóc cần thiết hàng ngày... Vũ đã đập đầu vò xé cùng than thân trách phận. Nhưng cũng may, Hiền và Vũ còn có Thông, có Hồng, có Viết... và thêm lời cầu nguyện của Xuân hàng ngày, nên Vũ đã cam chịu, hay đúng hơn biết cam chịu, vì Vũ cũng hiểu rằng chỉ có sự cam chịu mới giúp Vũ có can đảm tiếp tục con đường trước mặt. Nên Vũ đã lặng yên và không ngần ngại nghe Thông bày tỏ:

- Hãy nhìn lại từ những ngày qua, khởi sự khi Vũ và mình quen nhau, tới những cố gắng và tin tưởng sau này chúng mình sẽ là những thầy giảng. Nhưng rồi chúng mình không được chọn. Vũ và mình xa nhau trong những hoàn cảnh khác nhau trước những xa lạ của cuộc sống luôn trăm ngàn sầu đau không ngừng. Vũ vào quân-đội, gặp Hiền, yêu Hiền và rồi bắt đầu cho một định mệnh liên tục không ngừng, do thiên định, hay do chính Vũ, chính Hiền vì không nắm thời cơ, hay vì tự ngu dại đầy đọa chính mình? Mình không dám nghĩ và bàn luận, mình chỉ muốn nói rằng, tất cả là sự thử thách, hay đúng hơn, con đường thênh thang vẫn không thể dẫn đến hoàn mỹ, vì sự kêu ngạo và lòng tự phụ của chúng ta quá đầy. Như mình, mình cũng trải qua, cũng sầu khổ, cũng đớn đau khi Phương qua đời... Và sự đớn đau bây giờ lại càng tăng thêm khi tưởng mình đã đến với Hiền, như sự xếp đặt thiêng liêng của Phương hằng mong trước khi qua đời. Nhưng không ngờ, Hiền lại là của Vũ. Với bạn bè, mình không nói dối và không muốn giấu giếm sự gì. Mình biết, khi người ta thương yêu nhau người ta có thể nhận và xét đoán được dễ dàng những thổ lộ của bất kỳ ai trước người thương mình. Mình biết, Vũ cũng thế, Vũ ít nhiều đã đọc được sự mến, phục và quý yêu của mình trước Hiền. Nhưng đấy là tất cả sự chân thành của mình khi chưa rõ giữa Vũ và Hiền, thì lúc này, mình cũng quả quyết sự quý mến vẫn còn, nhưng đây là sự quý mến vẹn toàn đúng nghĩa nhất của người bạn với vợ bạn. Mình dám nói điều này, vì với Vũ, chúng mình đã từng trải qua trong cùng một nền giáo dục đúng mức. Giờ là lúc chúng mình hiểu rõ, nhân phẩm con người luôn phải được tô son và đánh bóng hàng ngày. Mình không cần che đậy và thật ra, cũng không có lý do gì để phải che đậy với Vũ. Hiền quả là người đàn bà đáng quý. Nên mình khuyên Vũ, Vũ hãy giữ lấy cơ hội có lẽ khó khăn, nhưng lại là cách giao hợp mật thiết và vĩnh cửu nhất để mặc cảm Vũ tự diệt, Vũ trở về với tất cả thương yêu đầu đời. Mình biết Vũ sẽ mãi và mãi yêu Hiền, mình đọc được con người Vũ. Nên nghe mình, Vũ tin mình, cho mình và Hồng có cơ hội giúp Vũ và Hiền. Hơn nữa, phần hùn của Hiền vẫn còn, Vũ và Hiền sẽ về sống chung với tụi mình, chúng mình có cơ hội giúp đỡ lẫn nhau, Vũ chuyển trường và cố gắng tiếp tục sự học mà chính Hiền đã ao ước cho Vũ.

Thông ngừng nói, im lặng tràn đầy trong căn phòng khách nhà Hồng. Vũ rưng rưng trong nhọc nhằn, khó khăn trước tình cảm của con người. Tình yêu như sự thôi thúc không ngừng nhưng tình yêu lại cũng ẩn sâu và chịu đựng. Vũ mất mát những ngày qua trong cô độc, hay Vũ đang trải và tiến bước để đạt thành một đời sống mới. Những lời Thông nói, ngọt ngào, thành thật và sâu hiểu vô cùng. Vũ có so sánh trước Thông, nhưng chưa lần Vũ ghen hờn hay giận dữ. Đóa hoa có đẹp, có thơm và có sự duyên dáng con người mới tìm đến, mới săn sóc và mới bày tỏ đường tơ cầu lụy. Hiền có đức hạnh để được nuông chiều, có dịu ngọt để được quý nể, thì hẳn Thông khó sao thoát được đường yêu vội. Cơ hội ngàn vàng sẵn đặt. Bây giờ Thông biết, Thông rõ và Thông hiểu, hẳn sự khâm phục quý mến càng đầy. Hơn nữa, Vũ hiểu nhân phẩm Thông, nên dù Thông tỏ bày hay không, điều đó thật không cần thiết. Phân tâm càng chất chứa những buồn xa khiến Vũ quặn người và gò trên chiếc xe lăn. Bất giác Vũ gợi về của từng thời từng hình ảnh xa gần thuở niên thiếu.

Cuộc đời Vũ, trải qua những năm dài trong hiền hòa êm ấm của một gia đình đạo hạnh, rồi bố Vũ mất, để lại sự khởi sự lầm than trước những khó khăn càng ngày càng dầy đặc, mẹ Vũ vẫn cam chịu và chấp nhận hy sinh. Mẹ Vũ đã không tái giá dù bao những cạm bẫy, lành có, dữ có, của từng những người đàn ông muốn theo mẹ. Mẹ tự nguyện và hết mực trong cùng ý chí của một người góa phụ luôn tôn thờ và bảo trọng những gì thiêng liêng trong kết hợp lứa đôi còn lại. Vũ đã nhìn mẹ như một thương tâm và kính trọng nhất. Người đàn bà đơn độc, từng gánh hàng, từng nhỏ to trước bao khó khăn nhưng vẫn vươn sức với trong hy vọng.

Quả thật là phi thường và càng phi thường khi những gợi nhớ trong kỷ niệm hàng đêm gợi về bằng biết bao rạo rực chờ mong, mà sau này Vũ mới thông cảm và thấu hiểu. Vũ nghĩ, lời nói và sự diễn đạt nào có thể diễn tả nỗi xót xa và thương cảm đó? Nên Vũ ảnh hưởng mẹ, Vũ đã vâng lời, đã khuất phục, để chính Vũ tự nguyện theo ý mẹ nhập dòng đi tu và tưởng lời hứa đầu ngày khi bước qua ngưỡng cửa nhà tu được trọn vẹn, thì Vũ đã ra, đã trốn chạy trước mời gọi cùng đầy, để rồi từng ray rứt, từng mời gọi và từng nổi loạn trong Vũ đã khiến Vũ bồng bềnh bất chấp trong những lần vui mới nổ tung.

Vũ bị xâm nhập hay tự tiến trong vòng lửa đạn của thế gian điên loạn bằng tất cả lừa đảo rình rập, rượu, gái, tiền, danh, lụy, nhục... để rồi cuối cùng chạy trốn bản thân, hay đúng hơn chọn con đường khác cầu mong anh dũng xứng danh trai thời loạn.

Mẹ buồn, mẹ khóc, nhưng Vũ vẫn xa rời vì sự điên đảo trước tuổi dậy thì đến muộn vẫn gạ gẫm xúi dục.

Mãi tới lúc gặp Hiền, tâm hồn Vũ mới thực trở về sự tinh khiết và đúng với lòng Vũ. Nhưng ngờ đâu lại từng những tai họa vẫn tiếp tục rình rập để rồi chính Vũ đã mất Vũ bằng sự từ chối "tình Hiền".

Vũ càng nghĩ, ý nghĩ càng đào sâu trong túi buồn ân hận. Vũ phải dằn mình bằng ngụm nước lạnh buốt giá. Nhưng ngụm nước lại càng làm Vũ xót xa. Vũ đành cầu cứu Thông bằng ánh mắt van lơn. Thông hiểu và có lẽ Thông là người duy nhất lúc này có thể thông cảm hoàn toàn Vũ, nên Thông bình thản tiếp:

- Mình biết Vũ ân hận vì đã tạo điều kiện để cho định mệnh tung hoành trong hai trường hợp tự đặt "bệnh tật và ý chí nam nhi". Nhưng chưa muộn Vũ ạ. Vả lại, bạn không nhớ sao? "Có chạy đường xa mới biết ngựa hay". Vẫn chưa trễ và hoàn toàn còn cả một khung trời khác có thể tươi đẹp hơn đang chờ Vũ và Hiền. Vũ đã nghe truyện đau lòng của mình và Phương. Thú thật, ngày gặp lại Phương và biết Phương bị bệnh sắp chết, điều ao ước hằng đêm của mình là Phương sao qua khỏi, dù mình có phải nuôi nấng và săn sóc Phương suốt đời. Mình đã khấn vái và cầu khẩn với tất cả tấm lòng thành của mình để mãi có Phương bên cạnh, miễn được săn sóc Phương. Nhưng cuối cùng, Phương đã ra đi, bạn bè khuyên mình có lẽ Phương ra đi như vậy tốt hơn, và nếu Phương còn sống, rồi phải bị dày vò với căn bệnh hàng ngày, hoặc giả căn bệnh biến chứng, sẽ khó khăn vô cùng. Dĩ nhiên hoàn cảnh Vũ cũng nhiều khó khăn, nhưng dầu sao, Vũ cũng còn có Hiền bên cạnh.

Thông uống nước và tiếp:

- Nghĩ lại, quả đời người không có hoàn cảnh nào giống nhau. Tình yêu càng nhiệm mầu cao đẹp, con người càng dễ lụy và xót xa. Cuộc tình của mình và Phương, Phương đã cố gắng ngoan hiền để vâng lời cha mẹ và chấp nhận xa mình... Nhưng cuối cùng chính tình yêu đó đã thôi thúc, và tiếp tục khiến Phương không thể quên và đã bằng lòng trong tuyệt vọng riêng mình để lụy cả đời.

Thông thở dài:

- Còn mình, mình tưởng ra đi là cứu cánh duy nhất bảo tồn luân lý, đạo đức, để Phương có cơ hội toàn vẹn với gia đình. Nào ngờ, cũng chính cái tưởng đó đã bị tình yêu dẫy nẩy hờn giận biến mình như chiếc phao mãi trong mặc cảm nhớ thương... Và cuối cùng, cả Phương và mình đi về đâu? Vũ thấy đó. Do đó, Vũ đừng nghĩ quanh quẩn, hãy nắm lấy cơ hội còn lại để tạo dựng. Nghe mình, tiếp tục trở lại trường cho xong, dẫu sao, trường học vẫn là môi trường tiến tới thành công dễ dàng và nhanh chóng nhất.

Thông ngừng nói, liếc mắt nhìn Vũ để cố tìm một cử chỉ khuất phục nào đó. Nhưng mắt Vũ vẫn xa thẳm và mông lung như đôi mắt sa lầy của năm tháng còn vương đọng. Vũ rút trong túi bao thuốc đã mua chiều qua. Vũ lơ đãng mở và lấy ngón tay đập nhẹ đầu bao, rút một điếu, bỏ lên môi, bật lửa, hút một hơi dài, sau đó, Vũ thả từng làn khói, nhìn khói thuốc quyện lẫn trong không gian trước mặt và như an phận với sự mong manh đó. Vũ lại hít và lại hít từng hơi. Bỗng bờ môi Vũ run bắn và tiếng khục khặc liên hồi. Vũ ôm ngực, mặt đỏ, nhưng Vũ vẫn mặc những tiếng ho khan, lại tiếp tục thả hồn trong tư thái bất cần cô lạnh.

Một lúc, Vũ lờ đờ trong câu nói thoáng nhạt:

- Mình phải làm gì?

Thông không đợi:

- Vũ phải can đảm và chỉ có sự can đảm mới bảo đảm được sự bảo bọc cho Hiền.

Vừa nghe Thông nói, cặp mắt Vũ như thoáng hiện chút trìu mến, nhưng quá mỏng manh, vì thực tế giữa cuộc sống với đôi chân của Vũ đã chẳng là một gánh nặng mà chính Vũ đã luôn chịu bao cố gắng hàng ngày sao? Nhưng rồi, tự dưng Vũ như gột rửa được áy náy lo âu, một nguồn sinh lực từ lòng tin từ đâu bỗng về.

Vũ so đo tìm kiếm, nhưng hình như Vũ chỉ thấy lòng mình nhẹ nhõm khi nghĩ tới được có lại cơ hội trả ơn tình yêu Hiền. Nhưng Vũ lại cô lạnh và xấu hổ. Vũ bấp bênh chính mình trong trạng thái chồi xụp khoảnh khắc. Cuối cùng Vũ cố gắng vươn người bằng tiếng thở dài trút bỏ bảo Thông:

- Can đảm, phải! Nhưng quả không dễ. Tuy nhiên, mình nghĩ ngay lúc này mình không thể nào nghĩ tới học hành trong khi Hiền còn nằm bệnh viện. Mình có lẽ phải nhờ Viết hay Thông xin giấy bác-sĩ để gửi về trường, nếu không, những môn học khóa rồi mình sẽ không có cơ hội học lại.

Giữa lúc Vũ đang nói chuyện với Thông, có tiếng chuông trước cửa. Thông hơi phân tâm, một thoáng nghĩ trong đầu, Hồng ở bệnh viện với Hiền, Thông nhớ lại, Thông không có hẹn ai hôm nay. Tuy thế, Thông vẫn đứng lên, ra trước màn cửa sổ, nhìn ra ngoài. Thông càng lạ vì thấy bóng một người con gái đang đứng đợi trước cửa. Bỗng Thông hồi hộp nhìn quanh và chợt nhớ về câu chuyện cướp bóc của các bọn du đãng hiện nay, như mới đây xảy ra bên nhà của Khánh, chúng đã giả làm một vị linh-mục với chiếc áo dài thâm trang nghiêm đi gõ cửa xin quảng cáo. Khánh là người đàn bà sùng đạo, nên kính cẩn mở cửa, thế là cuốn sách kinh trở thành khẩu súng lục dí thẳng vào Khánh. Ngay sau đó, đồng bọn chúng xâm nhập, chúng bắt trói và từ từ hạch hỏi tiền bạc và dọn không còn mảnh áo. Rồi lại chuyện gia đình cụ Thà, cụ hiền lành và thương người, nhất là với người cháu nhỏ, có lẽ chúng đã điều nghiên và canh biết, nên chúng dùng một cô gái với dáng ngoan hiền và thơ ngây đến gõ cửa, cụ mở cửa và cũng vạ mang cả nhà... Và còn không biết bao nhiêu cách khác. Vì thế

Thông tần ngần, mãi tới hồi chuông thứ hai, rồi thứ ba. Vũ sốt ruột đẩy xe tới cạnh Thông nhìn ra ngoài. Bỗng mặt Vũ sáng lên bảo Thông:

- Cô cháu Vân ở Austin, mình đã có dịp kể với bạn mấy ngày trước.

Thông nghe thế, nhanh nhẹn, mở cửa và chào hỏi:

- Mời Vân vào nhà.

Vân hơi phân vân: "Tại sao ông này biết tên mình". Nhưng Vân không hỏi, chỉ dạ nhỏ và thưa:

- Thưa chú, chú Vũ của cháu có ở nhà không ạ?

Thông mỉm cười với câu hỏi vừa lễ phép vừa nhí nhảnh của Vân nên mỉm cười khẽ nói, giọng thân thiện:

- Có, chú vũ của cháu có ở nhà. Vân quả không hổ với những lời khen của chú Vũ của cháu. Chú Vũ của cháu nói cháu ăn nói ngọt ngào và dễ thương. Giờ chú gặp cháu chú mới thấy chú Vũ của cháu còn quên một điều.

Vân lưỡng lự, hơi ngượng ngùng, vừa nói:

- Dạ thưa chú điều gì ạ?

Thông thong thả:

- Chú Vũ của cháu còn quên: "Ngọt ngào, dễ thương và rất xinh xắn dịu hiền nữa. Lại còn quả quyết nữa chứ".

Vân mỉm cười:

- Cháu vẫn thường nghe mẹ cháu chê bố cháu già rồi mất hết "galant" và khéo léo. Nhưng cháu lầm to, chú nào cháu quen cũng khéo tới độ các cậu trẻ ngày nay dù là sống ở thời đại nguyên tử cũng không thể theo kịp.

Và Vân lưỡng lự:

- Nhưng sao chú lại nói cháu quả quyết ạ.

Thông cười nụ rồi khẽ nói:

- Thì cháu không quả quyết sao lại khẳng định như sợ ai lấy mất "chú Vũ của cháu". Vân nhí nhảnh làm duyên rồi trả lời:

- Cháu không dám ạ.

Rồi Vân khẽ nói:

- Nhưng thưa chú, chú cho cháu gặp chú Vũ được không ạ?

Thông vui vẻ vừa đùa:

- Không phải là chú Vũ của cháu nữa sao?

Nhưng vừa lúc đó Vũ cũng lăn xe ra sát cửa. Vân nhìn thấy Vũ, chưa kịp nở nụ cười đã thốt lên:

- Chú ơi, sao chú gầy và bơ phờ quá vậy.

Vũ không trả lời Vân, Vũ hỏi như cố giấu sự mủi lòng trước thành thật của Vân:

- Cháu không đi học hôm nay sao?

Vân càng thông cảm:

- Chú quên hôm nay là thứ bảy sao ạ?

Vũ vò đầu, quả Vũ đã quên hết ngày tháng, không gian tắc nghẽn, thời gian vật vờ nổi trôi và quên lãng thật sự, đầu óc Vũ chỉ còn những lo toan phó mặc trong cùng tuôn đổ của tai họa mà Hiền đang gánh chịu..... và khoảnh khắc Vũ nhớ về những ngày qua.....

Vũ bị thôi thúc trong cùng nỗi xót xa từng phút bên những rên xiết nhói đau khi Hiền co quắp trên chiếc giường bệnh trông thật mỏng manh như tấm vải phủ trên nàng. Tấm vải màu trắng đục bạc màu vì thời gian đã bị dằn vật của thuốc tẩy. Nhất là hình ảnh của Hiền chơ vơ bên những sợi dây chằng chịt, đầu, ngực, mình... Hiền bị trói buộc bởi thế giới văn minh y khoa bên những thí nghiệm liên tục. Mặt Hiền bạch trắng, hình ảnh lần đầu tiên hôm từ Austin về thăm Hiền sau bao ngày xa cách nhớ thương. Hiền tưởng như chỉ còn xác lạnh. Hiền nằm im với cặp mắt nhắm trong chiếc phòng cô quạnh trong khu "intension care unit".

Nhiều đêm Vũ đã thức trắng đêm trên xe Viết, Vũ không hề nghĩ tới giấc ngủ. Cặp mắt Vũ vẫn dại khờ chờ đợi và chỉ có thế. Lòng Vũ đã trôi nổi vô bờ qua từng khúc sông cô quạnh của tức giận, thê lương, trách móc...

Tâm trạng sôi động, những quanh co ẩn hiện của những ngày mà chính Vũ được đưa về bệnh viện Nguyễn Tri Phương ngoài Huế, rồi chuyển về bệnh viện Cộng Hòa, Lê Hữu Sanh. Vũ không còn nhớ rõ và cũng chẳng bao giờ biết rõ và thấm sâu được sự lo lắng khóc thương cùng tận của Hiền, của Mẹ, của Yến vì chàng. Nhưng chắc chắn và có thể còn hơn chính Vũ lúc này.

Hiền phải chăng đã vật vã trong từng rên xiết của những ngày đó, những ngày mà Hiền vẫn còn bị trói buộc và dè dặt với cha mẹ Hiền. Hiền đã không được tự do, không được chủ quyền trong đi đứng. Hơn nữa, Hiền lại còn quá trẻ để cam cảnh trước thương tích mà Vũ phải mang. Vũ được nghe, không từ Hiền nhưng mà người khác đã nói: "Hiền như lạc trong bóng tối, Hiền đã lò mò trong từng nhịp chân để trấn an và dấn bước. Hiền luôn thả hồn trong lặng lẽ bên những giọt lệ giấu kín. Đôi mắt Hiền đã nghiệt ngã trũng sâu. Vầng trán Hiền cũng ẩn hiện những nét nhăn. Bờ vai Hiền đổ nặng trên thân người bé nhỏ. Hiền đến trường như một xác dáng trống rỗng.

Vũ càng nghĩ, càng thấy sự quý mến nơi Hiền để rồi Vũ lại mím môi khổ nhục với chính mình bằng những chữ "nếu" đã rồi và không còn bao giờ có thể thay đổi.

Vũ bập từng điếu thuốc trong những nô nức đẩy lui của thời gian. Chờ đợi vẫn là sự ray rứt và buồn nôn nhất ở đời, nhưng chờ đợi trong cảnh Hiền lúc này với Vũ còn tàn bạo và khắt khe khôn cùng. Mảnh không gian của phòng đợi quá nhỏ so với số người đứng, ngồi, nhưng không có ai có thể có tâm trạng như Vũ. Vũ nói thế với chính mình. Xuân đã về với

Thông, Hồng cũng thế và cả Viết. Vũ muốn một mình, Vũ không muốn phiền thêm mọi người, ai cũng đầy những lo lắng tìm sống hàng ngày. Xứ Mỹ này là thế, thời gian như một ngọn lửa lúc nào cũng sẵn sàng hun nóng để không ai có thể ngồi yên. Đứng đây, nhưng tâm trí luôn dạt dào qua những công việc, những bận rộn và cả trăm ngàn điều khác nhau sẵn chờ....

Viết thì đi sửa xe cùng với H bạn Viết. Vả lại, một mình Vũ, Vũ có thể trắc nghiệm lòng Vũ trong cảnh huống, để sống lại như chính Hiền đã phải trải qua trong những ngày ở bệnh viện Lê-Hữu- Sanh và Cộng Hoà. Lúc đó cũng chỉ có Hiền, Vũ đã mơ hồ chua xót và càng chua xót khi Vũ tỉnh trên chiếc giường bệnh, tay trong tay và bờ môi Hiền lạnh buốt qua giọt lệ mừng vui mập mờ....

Con người của Vũ, phải chăng sinh ra đã là sự đợi chờ vô vọng triền miên sao? Câu hỏi bồng bềnh, một nỗi cô đơn tràn ngập trong lòng như không bến đỗ, nên Vũ chỉ còn biết cúi mặt lặng lẽ trong bồi hồi không định. Nhưng rồi vì lo lắng và vì sự cào cấu trong lòng, Vũ đã lăn chiếc xe chặn người y-tá để hỏi thăm Hiền, lúc đó Vũ mới được vào thăm.

Nhưng khi chiếc xe Vũ lăn qua cửa, bất giác hai giọt nước mắt Vũ lăn dài, Vũ khóc, mà chính Vũ không biết mình khóc. Hiền trơ trọi, Hiền lặng yên, Hiền không còn dáng Hiền với những sợi tóc óng mượt mà lúc này xòa rủ như những bức màn tang đen...

Vũ càng lại gần, nhịp tim Vũ càng tức tưởi cầu cứu. Người y-tá đã quả quyết, Hiền còn bất tỉnh và vẫn chưa biết gì. Hiền bị vỡ mạch máu trên đầu và hiện bác-sĩ cũng chưa tìm và rõ ràng để phân định bệnh trạng và quyết định. Người y-tá cũng chỉ biết thế. Vũ không hỏi thêm. Vũ càng sát, bấu níu, Vũ phải khó khăn lắm mới lăn được xe tới sát Hiền hơn và trong xụt xùi Vũ cầm tay Hiền:

- Hiền, đừng bỏ anh! Anh xin lỗi em đã để em thế này.

Rồi những giọt nước mắt Vũ lại tuôn đổ. Nhưng hình như Hiền không biết, không nghe và không giao cảm được với Vũ. Vũ càng cầu cứu trong cố gắng cùng tận, Vũ kể lể, Vũ cầu nguyện, Vũ xót xa...

Cặp mắt Hiền vẫn khép kín. Vũ nắn từng ngón tay. Vài tư tưởng thoáng qua, Hiền bị tê liệt? Nhưng rồi Vũ đánh đuổi và lại cố gắng. Vũ đặt tay trên ngực Hiền. Cảm tưởng chia lìa ồ ạt vây quanh khiến Vũ kêu gào:

- Đừng Hiền, anh không thể mất em, dù hoàn cảnh nào anh cũng sẵn sàng bằng lòng, nhưng em phải sống.

Người y-tá xuất hiện, cảm động và mủi lòng trước sự khó khăn của Vũ đang vì Hiền. Họ không hiểu Vũ nói gì, khóc gì. Ngôn ngữ khác, vả lại, dù có cùng một ngôn ngữ cũng không ai thấu hiểu và có thể toàn vẹn thông cảm khúc đau trong Vũ lúc này. Vũ lại cố gắng, Vũ sát và càng sát:

- Hiền, nếu em nghe anh. Xin Chúa hãy cho Hiền một dấu hiệu. Hiền, em hãy chớp mắt, một lần, hai lần cũng được để xác nhận sự hiện hữu của anh, của anh yêu em, anh sẽ mãi và đã mãi yêu em. Đừng để anh cô độc. Chúng mình đã ước nguyện. Anh xin lỗi em. Tha thứ cho anh. Em có tha thứ cho anh không? Chớp mắt đi em, hay bằng cử chỉ nào? Anh xin Hiền, xin Hiền.

Và kìa, giọt lệ, một giọt lệ lăn dài trên hàng mi Hiền..... Và lại một giọt. Trời giúp Hiền, Chúa giúp Hiền... Vũ nhảy mừng trong tư tưởng. Vũ lại bày tỏ:

- Đừng khóc! Hiền, em đã cho anh một cảm giác. Cám ơn em.

Bây giờ nhớ lại lòng Vũ vẫn chao đảo bất thần

....

Thông và Vân đều nhìn thấy nét mặt biến đổi

từng lúc của Vũ nên Mãi sau Vân lên tiếng:

- Chú Vũ, chú nghĩ gì vậy? Để cháu đẩy chú vào nhé?

Vũ bình tĩnh, nhìn Vân, nhìn Thông. Và rồi tự quay xe lăn bánh vào phòng khách.

Thông nhanh nhẹn:

- Vân ngồi, chú lấy nước mời vân nhé.

Nhưng Vân ân cần nhìn Thông:

- Dạ thưa chú, xin chú cho cháu tự nhiên.

Thông vui ngay:

- Như thế thì còn gì bằng. Cháu của chú Vũ, nghĩa là có họ với chú rồi đó.

Vũ và Vân hiểu và bằng lòng với những không khí cố tạo để đánh tan sự căng thẳng của Vũ mà Thông đang cố gắng. Và cũng nhờ đó khiến Vân dễ dàng hội nhập. Vân không ngồi, tự mình vào bếp và lấy nước cho Vũ, cho Thông và cho chính mình như một bình thường dễ cảm nhất.

Khi mọi người đã ngồi, Vũ mới chậm rãi hỏi Vân:

- Chú Viết có cùng về với cháu không? Sao cháu biết địa chỉ ở đây?

Vân thành thật:

- Thưa chú, cháu xuống thẳng bệnh viện và được cô Hồng chỉ cho cháu và bảo cháu đến đây sau khi cháu ngồi chơi với cô Hiền. Cô Hồng nói với cháu hôm nay cô Hiền đã tỉnh hơn nhiều. Nhưng cháu thấy tội nghiệp cô quá. Cô ngơ ngác và như không nhận biết rõ ràng được ngoại cảnh.

Nhưng bỗng Vân im lặng không nói tiếp. Hình như Vân vừa chợt hiểu và không muốn gợi thêm cho Vũ. Nên Vân đổi ý:

- Chú Viết nhắn với chú và chú Thông là mai mốt chú về chú sẽ đến thăm hai chú và cô Hiền ngay.

Vũ ngạc nhiên:

- Chú Viết đi đâu mà về?

Vân tỉ mỉ:

- Từ ngày chú Viết chở chú cùng đi Houston thăm cô Hiền trở về, cháu thấy chú thay đổi và bồn chồn luôn. Cháu cố hỏi, chú chỉ ầm ừ nói là tội nghiệp Hiền và chú. Mãi tới cách đây ba ngày, chú Viết gọi cháu đến và chú mới từ từ kể cháu nghe từng chi tiết về chuyện tình của chú và cô Hiền. Sau đó, chú lần lượt kể đến sự khó khăn và đời sống của chú Viết từ ngày quen cô Tuyết, gặp cô Tuyết ở Houston, bỏ đi, gặp lại chú H hôm ở bệnh viện và chính nhờ đó chú mới biết cô Tuyết có thai, chồng chết và vẫn tiếp tục chờ chú Viết. Chú vừa kể vừa như thổ lộ với chính chú để phân định và tìm quyết định cuối cùng, nên, hoặc không nên về với cô Tuyết. Cháu nghe và cháu thấm hiểu tình cảnh của cả hai chú. Hôm đó cháu đã khóc thật nhiều. Khóc vì những trái oan của con người sao mãi mãi luôn trêu ngươi khiến con người hầu như lúc nào cũng phải vươn lên mới có cơ hội nắm giữ. Chú Viết nói, chú cũng không thể tưởng tượng nổi sao tình yêu của con người có thể mạnh và tồn tại khiếp sợ đến thế. Từ ngày quen cô Tuyết chú rất ân hận và biết lỗi, và chính chú cũng đã bao lần cố gắng tìm quên, nhưng chiếc bóng "yêu" đó vẫn không bao giờ rời chú Viết. Chú Viết bị tắc nghẽn và cố tạo sự mạnh dạn trong binh lửa tìm quên. Nhưng binh lửa như đùa cợt và lại càng làm chú ray rứt. Nhưng rồi chú tưởng sẽ bỏ được và quên đi tình yêu qua cảnh nước mất. Nhưng lại một dẫn đường, hay đúng hơn, một sự thôi thúc khác khiến chú, dù không trực tiếp, nhưng dán tiếp tìm đến, để cơ hội lại về và khó khăn lại càng khó khăn. Chú Viết nghĩ chú là người có tội, nên sự trừng phạt hẳn phải có. Nên chú chấp nhận bất kỳ đời sống khó khăn vật chất nào gửi đến.

Vân chần chờ rồi tiếp:

- Nhưng như chú thấy, chú Viết tưởng đã tạm

ổn trong những năm gần đây. Thì lại cơ hội khác, lần này, chú không hề chủ tâm, nhưng cơ hội hối gọi và thôi thúc trong linh cảm để chú gặp lại chú H và biết cô Tuyết góa bụa. Đáng lý ra cơ hội này phải làm cho chú Viết vui sống. Nhưng chú lại bảo cháu: "Chú không biết sự trở lại giữa chú và cô Tuyết có đúng và nên không". Cháu nghe thế, cháu đã khuyên chú Viết, hãy nhìn vào gương của chú Vũ và cô Hiền, nhất là những gì đã xảy ra. Cháu xin lỗi chú, cháu phải nói vậy, vì cháu biết, nếu không nói thế có thể chú Viết sẽ bỏ lỡ cơ hội cũng như chú đã từng bỏ lỡ trong đời của chú. Người ta yêu nhau, nếu không sai quấy thì phải tìm mọi cơ hội tìm đến chứ có đâu lấy tự ái để phân rẽ tình yêu. Các chú không thức thời chút nào, hay đúng hơn, theo cháu, các chú chưa trọng tình yêu trọn vẹn như tình yêu đáng được tôn trọng. Chú nghĩ coi, đời mình, được mấy lần được yêu? Phải chăng một lần. Ý cháu nói là tình yêu trọn vẹn và hoàn hảo theo định nghĩa căn bản đúng đắn của tình yêu.

Vân ngừng nói, hớp một ngụm nước và lảng nhìn ra cửa sổ. Vũ và Thông thì đều há hốc miệng nghe người con gái mới chưa được phần ba tuổi đời bình phẩm tình yêu trong bình dị và mộc mạc nhất, nhưng lại am tường, dù Vũ biết Vân chưa lần yêu, hoặc nếu có, thì chắc Vân chỉ thoáng qua của thời học trò.

Bỗng Vân thở dài và nhìn Vũ tiếp:

- Nhưng cháu cám ơn bề trên. Hôm đó cháu nói nhiều mà chú Viết không buồn cháu lại còn cám ơn cháu. Chú Viết nói: "Chú sẽ nghe lời khuyên của cháu, nhất là nhờ sự đánh động giữa Vũ và Hiền. Con người ta không ai tự mình cả gan chấp nhận sai lầm. Hình như con người luôn muốn che đậy vì nó cần thiết như những hạt cơm nuôi sống hàng ngày. Nhưng chú Viết nghĩ và hoàn toàn đồng ý, nếu không chú đã không tìm hiểu và rõ ràng hơn về hoàn cảnh và điều kiện của

Tuyết. Thế là chú Viết quyết định, chú tìm cô Tuyết.

Vân ngừng nói, với chiếc sắc tay dưới chân, mở ra, và cầm lá thơ trao cho Vũ vừa nói:

- Chú Viết gửi cháu đưa cho chú lá thư này. Chú chỉ nhắn gửi lời thăm chú Thông, cô Hồng và nhất là cô Hiền thật nhều. Chú hẹn khi nào chú về, chú sẽ xuống thăm.

Vũ đỡ lá thư trên tay Vân và đưa cho Thông:

- Thông cụ đọc dùm mình, chắc không có gì giấu giếm. Vả lại, bạn bè cả.

Thông ngần ngại không hiểu ý Vũ. Nhưng cũng cầm, mở ra và đọc đủ ba người nghe:

Autin, ngày.... tháng... năm

Vũ! Tao đang được ân sủng đặc biệt hay lại bắt đầu cho một ruồng rẫy trớ trêu khác của cuộc đời? Thánh biết, nhưng dầu sao, lòng tao vui và rất vui khi biết mình đã có con với Tuyết và thằng bé Tuyết đang nuôi chính là giọt máu của mình. Nhưng niềm vui đó quả cũng lại là điều ân hận cùng đấy. Tao đã không thể lừa tao khi mặc cảm tội lỗi "ngoại tình" vương vấn bên mình. Ai và có ai trên đời có thể chối bỏ lương tâm. Nhưng dẫu sao, tao cũng đã cùng theo dòng đời để tác tạo thêm sự cay nghiệt và hoang dại cho những đứa trẻ không cha, dù hơn nữa, sự dối gạt của Tuyết, của tao dù hoàn cảnh nào vẫn là chuyện người đời cho là không đúng. Nên, khi Tuyết tìm tao, niềm vui vừa đến, sự lo ngại và thảm thương chính mình lại ngập tràn.

Nhưng rồi nghĩ lại, tao vẫn còn may mắn, dù may mắn trong bất hạnh của kẻ khác, chồng Tuyết đã qua đời. Điều kiện tương đối thuận tiện vì Tuyết vẫn sống một mình nuôi con. Một lần và chỉ một lần.

Đời éo le, không muốn lại có và có khi mòn mỏi chờ mong, lại không đến. Tao nhớ xưa khi tao và Tuyết xa nhau, có lần Tuyết ân hận đã viết thơ cho tao và thành thật: "Ước gì em có con với anh, thì dù anh xa em, em vẫn gần anh và dù hoàn cảnh nào, nhìn con, niềm nhớ chắc "sẽ vơi nguôi"! Không ngờ lời ước đó lại là sự thật cho Tuyết? Buồn hay vui? Mừng hay tủi? Bẽ bàng hay vui hạnh?... Tao quả không thể hiểu được lòng tao như từng chưa bao giờ tao hiểu. Tao nhớ, có lần học khuya, mày đã trêu tao: "Phúc cho mày là không để lại dấu tích, nếu không, mày sẽ ân hận suốt đời". Ngờ đâu dấu tích mà mày nói đã hiện hữu.

Vũ! Có một chuyện tao thường mang trong lòng với sự đau khổ cùng tận mà chính mày đôi khi thường trách tao là vô tình với mấy đứa con tao. Thật ra, lòng tao mỗi lúc nhớ về chúng như bị cắt ra từng khúc, có ai mà không thương, không nhớ con mình phải không Vũ. Nhưng với tao, sự đau khổ còn gấp bội, vì nhiều lý do mà mày có thể khó cảm thông. Tao đã hứa với Thục, vợ tao, ngay từ ngày qua Mỹ khi Thục gặp tao và năn nỉ: "Xin anh hãy vì các con để cho chúng không bị ảnh hưởng lúc này khiến chúng phân tâm sao lãng, vì em đã lỡ nói bố nó chết rồi, vả lại hiện giờ chúng coi chồng em như bố đẻ. Em biết anh đau khổ. Nhưng dẫu sao, nếu xảy ra và chúng biết có lẽ tất cả đều khó xử, biết đâu chúng chẳng khinh em, khiến em không còn dậy dỗ được chúng". Lúc đó, tao ngây dại và thật tình sau này tao mới biết mình nhu nhược vì tao e không đủ sức cáng đáng. Nên tao đã chấp nhận và bằng lòng hứa với Thục tao sẽ không bao giờ liên lạc cho tới khi chúng trưởng thành. Nhưng sở dĩ tao hứa được như vậy cũng một phần, vì tao biết Thục và theo dõi Thục, Thục rất lỏng lẻo vui vầy vật chất, nhưng Thục lại có đức tính tốt về nuôi dưỡng và giáo dục con cái. Thục khéo che đậy đến nỗi con tao không hề biết mẹ nó thế nào. Tao nghĩ, có lẽ như vậy tốt hơn gà trống nuôi con. Tới lúc Thục thay đổi chồng khác. Tao có đòi rút lại lời hứa, nhưng Thục lại thêm một lần cảm động tao, vì tình cảm giữa Thục với các con quả quá keo sơn tới độ chúng sẵn sàng nghe lời và chấp nhận điều Thục muốn. Dĩ nhiên tụi nó vẫn chưa biết tao còn sống. Cuộc đời không có cái khổ nào giống cái khổ nào, như mình vẫn lập lại nhiều lầm. Nhưng cũng may cho con tao, Thục rất khéo léo đương đầu với con cái. Tao không biết Thục đáng thương hay đáng ghét, nhưng tao lại chấp nhận. Vả lại, tao lông bông và vẫn còn buồn chán trong cảnh tỵ nạn sa lầy. Điều đó khiến tao phó mặc. Nên ân hận cùng đầy trong tao. Nhiều lúc tao cũng lo ngại cho mấy đứa nhỏ vì ảnh hưởng của Thục ham ăn chơi khi chúng tìm biết... Nhưng, mỗi lần tao có dịp nói chuyện, gặp tụi nó, chúng trả lời và rất là mực thước, tao cũng yên tâm. Mày cũng không biết tao đã từng tìm cách gặp chúng, dĩ nhiên từ xa... Chúng không biết tao, nhưng tao biết và rất rõ. Mày đâu thấu được nỗi đau lòng cùng tận khi phải đứng nhìn. Tao tự hứa, chúng vừa trưởng thành, chính tao sẽ ra mặt và giải thích. Nhưng thật ra tao vẫn không dám tin chúng sẽ vui nhận. Nhưng điều tin tưởng, tao thường theo dõi các chương trình TV Mỹ. Mày thấy, các đứa trẻ, dù chúng đang sống trong nhung lụa nơi các nhà bố mẹ nuôi, nhưng khi nhận và biết được cha mẹ đẻ, dù khó nghèo, dù cơ cực, chúng vẫn vui nhận tìm đến với hết tấm lòng cuồng nhiệt. Có lẽ đúng nghĩa "có máu có đau". Nên tao tự tin và khấn chờ.

Vì thế, tao đã vui mừng khôn tả khi biết mình có thêm thằng "Viết bé" Tao đã như trẻ con nói với Tuyết: "Bao giờ anh được bồng con". Tuyết khóc và thầm kêu tên tao liên tục trong điện thoại, tao nghe thấy, có lẽ giác quan tao bắt đầu hoạt động lại, thật, chỉ có tình yêu mới là liều thuốc soi sáng nhất cho sự tăm tối của con người! Nhưng niềm vui luôn theo những tính toán buồn phiền như cây phải cần phân bón, như rượu cần men và cứ thế, vui buồn lẫn lộn.

Tao còn sợ và mặc cảm tội lỗi với Tuyết, với tao, với con tao dù nó vẫn chưa biết gì. Nên tao viết thư cho mày, lúc này 3 giờ sáng, ngủ không được, để bày tỏ điều ẩn dấu, vì chỉ có mày mới gần tao và hao hao chút sầu khổ.

Vũ! mày khuyên tao phải làm gì? Hay như cháu Vân của mày? À mà nói tới cháu Vân của mày tao mới chợt nghĩ tới sự khác lạ và nhạy cảm của tao ít lâu nay trong ý nghĩ, mày muốn tao nói không? Thôi kệ, để tao nói về Vân cho mày nghe, về ý nghĩ nhận xét của tao, nếu không đúng mày đừng trách tao lắm chuyện...

Thông bỗng ngưng đọc, nhìn Vân như dò ý. Nhưng Vân mạnh dạn và ngay thẳng:

- Chú cứ đọc tiếp, cháu hiểu chú sợ chú Viết nói bậy điều gì, nhưng nếu có, thì càng tốt vì biết đâu điều chú Viết nói chẳng giúp cháu khá hơn.

Thông mỉm cười, nhưng vẫn không đọc, dò ý Vũ bằng ánh nhìn cầu khẩn? Nhưng Vũ cũng bảo:

- Vân bằng lòng, Thông cứ đọc đi, chắc không có gì xấu đâu.

Thông nghe theo và tiếp tục:

"Vân ngay thẳng, có một lý luận vững chắc và những ý nghĩ hơn tuổi Vân. Tao không nói về sắc đẹp, vì chúng mình đều đã công nhận nhiều lần, cô cháu Vân không nghiêng thành đổ nước, nhưng cũng khó có ai sánh kịp. Nhưng nếu Vân tiếp tục lớn hơn tuổi mình, Vân sẽ khổ, vì lớp trẻ tuổi vẫn sẽ khó lọt vào cặp mắt nhu huyền của Vân. Hơn nữa, có lần Vân còn mạnh dạn, hôm đó có cả mày, mày nhớ không? Ngoài hành lang trước nhà, Vân nói: "Tuổi tác đối với tình yêu như sợi dây thung, muốn co dãn dài ngắn thế nào cũng vừa". Tao nhanh nhẹn khen Vân, nhưng mày thì tần ngần rồi bảo: "Nhưng luân lý và đạo đức lại như lưỡi dao sắc nhọn, muốn cắt đứt lúc nào cũng được". Vân đã nhìn mày và bông đùa: "Biểu sao các chú ở vậy nuôi thân, các chú mà đắn đo lo nghĩ, cháu nghĩ suốt đời các chú sẽ bị kềm tỏa bởi con dao sắc đó ". Mày thấy Vân có tế nhị không? Nhưng từ hôm đó tao tự thắc mắc và đọc được phần nào từ ánh mắt Vân khi nói chuyện với mày, dù Vân rất khéo léo, tao không dám quả quyết đoán "Vân yêu mày nên đã môi giới và khơi đầu để tìm ở mày lời thổ lộ, nhưng ngờ đâu mày biết, hay sợ, nên cố tránh. Tao hiểu mày không phải là không có cảm tình với Vân, hay nói khác, là rất mến Vân, nhưng mày đã có chủ và người mày yêu luôn và suốt

đời là Hiền. Tội nghiệp Vân lại tưởng vợ mày chết... Vũ đào hoa, quả lúc nào cũng đào hoa. Tao phục mày hay phục miệng mày, tao không biết, nhưng Vân không dại đâu. Tao mến Vân nhiều ở điều thẳng thắn và luôn biết đứng dậy dù chuyện buồn vui xáo trộn gì. Nhưng nói tới cháu Vân của mày một chút cho mày lưu ý thôi. Tao hiểu mày cũng như hiểu Vân sẽ không làm gì sai quấy khi "sợi thung" của Vân nói đã dùng đúng chỗ.

Bây giờ tao không gặp được mày để nghe lời mày khuyên, nhưng tao sẽ nghe lời Vân, vì tao nghĩ cũng đúng thôi. Điều quan trọng là khi gặp Tuyết, mặt giáp mặt, quả tao mới đủ can đảm quyết định. Nhưng dù theo con đường nào, tao cũng sẽ ráng hết chương trình học. Hy vọng Hiền bình phục sớm, biết đâu chúng mình lại cùng xây dựng chung.

Tao gởi lời thăm Thông và Hồng. Xin ơn trên chúc lành cho tất cả. Mày đừng nói với cháu Vân về nhận xét của tao, tao e Vân biết, tao sẽ không còn dám gặp Vân, sợ cô bé nói chú Viết lắm chuyện.

Viết, bạn mày

Thông vẫn cầm tờ thơ trên tay, nhìn Vân. Nhưng sắc mặt Vân thật bình thản. Một lúc Vân mỉm cười vừa nói:

- Cháu phục chú Viết lắm.

Vũ và Thông càng ngạc nhiên nhìn Vân như chưa nghe rõ, nhưng Vân thú nhận trong thành thật:

- Cháu xin lỗi chú Vũ, thật ra cháu nghĩ cũng không cần phải giấu hai chú, hơn nữa cũng đâu có gì xấu hổ để phải giấu khi điều đó là điều quý mến và chân thật tận cõi lòng mình.

Rồi Vân nhướng mày e lệ:

- Nếu tình yêu là sự nhớ thương mang đầy sự ray rứt từng đêm từ sự rạo rực bắt gặp, cháu thú tội, cháu đến với chú ngay sau một tháng quen biết chú.

Nhưng cháu chưa hề nghĩ đó là tình yêu, vì có lẽ trời thương nên đã cho cháu có sự can đảm trước những nhớ nhung lạ kỳ, nên cháu đã biến đổi dễ dàng bằng những gặp gỡ bình thường và tưởng sẽ không ai có thể nhận và biết được. Có lẽ lỗi lầm ở cháu là đã lỡ sơ hở bình phẩm "tuổi tác là sợi dây thung..." quả mẹ cháu nói đúng khi luôn nhắc nhở cháu: "Rượu nhạt uống lắm cũng say, người khôn nói lắm dầu hay cũng nhàm". Bây giờ không "nhàm" mà là "lộ" phải không chú. Nhưng bây giờ thì cháu lại không ngần ngại và minh xác với hai chú: "Lúc yêu chú Vũ, cháu không biết chú có cô Hiền, nhưng khi biết chú có cô Hiền thì tình yêu còn, nhưng nghĩa chữ yêu đã hoàn toàn khác.

Và Vân tươi nét mặt:

- Cháu lại cũng mới tìm được một tình yêu khác, mà cháu nghĩ sẽ thích hợp hơn và không còn phải e ngại như chú Viết bình phẩm về cháu. Cháu sẽ tiếp tục học xong, nhưng cháu sẽ đổi nghành chuyên môn về "giáo dục" để tiện việc và thích hợp.

Vũ cau mày hỏi Vân:

- Ba mẹ cháu đã không ước ao cho cháu thành một bác-sĩ sao?

Nhưng Vân thanh thản:

- Cháu biết, nhưng có lẽ nghề bác-sĩ sẽ không có lợi cho cháu bằng điều cháu muốn làm.

Rồi Vân nói đùa:

- Cháu sợ quá, thấy các chú yêu đương tình ái chông gai và thương tâm sầu khổ thế sao cháu chịu nổi.

Nhưng cũng chỉ nói được thế, bỗng Vân chao đao trong những ý nghĩ dồn dập của dòng tư tưởng bấn loạn, so đo đã luôn hối thúc từ ngày Vân tìm biết và hiểu Vũ và Hiền, một mối tình trong khắc phục, giam cầm, tự hủy và bao ngàn ray rứt nhưng vẫn tồn tại và còn mãi.

Vân đã vùng lên, đã cố tập và tạo luyện ý nghĩ

tình yêu không chỉ thế. Hơn nữa, với Vũ, giữa tình yêu Vân còn sự kính phục. Vân chưa hề nghĩ nếu Vũ bình thường không bị khó khăn bởi đôi chân và Vũ khoẻ mạnh như những sinh viên lòng vòng trên các dãy hành lang nhà trường hàng ngày, chưa chắc Vân đã có và khởi sự. Nhưng cũng không hẳn nhờ đó đã tạo cơ hội nén gói và khiến Vân gần Vũ vì tình yêu nẩy nở như một tự nhiên.

Bây giờ, Vân vững vàng và thực tế, mà có lẽ chỉ có thế con người mới tránh được những nhược đau và Vân quyết định, giữ chặt và ôm cất tất cả để như không có gì xảy ra, nếu không vì lá thơ của Viết, mà Vân lại không muốn dối lòng và che lấp.

Vì thế, quyết định đổi chuyên môn và sau khi tốt nghiệp Vân sẽ tìm cơ hội làm việc bác ái, có thể từ một cơ quan hay tu-viện nào đó đã rõ ràng trong cùng tận ý chí Vân. Nhưng Vân không muốn ai biết cho tới khi điều đó xảy ra thật. Đời Vân không thể bình thường trong chỉ tình yêu như ba mẹ Vân, ôm kín, mà phải rộng rãi và cần thiết hơn, có thể đây cũng là sự che lấp, nhưng là điều che lấp hữu ích.

Riêng Thông, cặp kính nặng trĩu trên sống mũi, Thông ngây người và và tê dại khi nghe Vân định nghĩa về tuổi tác và tình yêu. Hình ảnh Phương chập chờn ẩn hiện trong những ngày đã qua. Nhưng quả, tuổi tác không phải là vấn đề đã chia cách giữa mối tình say đắm đó, mà là tình thầy trò. Thông chỉ hơn Phương 7 tuổi, nhưng tiếng thầy đã làm một cản trở khiến đời Phương trong cảnh thiệt thòi và đời Thông cũng không kém. Và bất giác Thông thông cảm với câu của Vũ "luân lý và đạo đức là lưỡi dao sắc nhọn..."

Càng nghĩ lòng Thông càng về với kỷ niệm và từ đó, Thông chợt nghĩ tới hiện tại... Ôi! quả ở đời, không thể ngừa, sự gì tới đôi khi như một vệt sáng, long lanh, hiện hữu nhưng không dấu tích. Thông nào có ngờ sẽ có dịp gặp Hiền và Hiền sao có thể thay thế Phương? Nhưng điều đó quả tưởng đã như một mặc khải thì Vũ xuất hiện. Thông thầm cám ơn bề trên đã cho Thông sáng suốt và một ý chí để tạo luyện lòng mình, để mình không hổ với mình và với người.

Dòng tư tưởng của cả ba ngược xuôi, xuôi ngược theo từng ý nghĩ khác nhau bỗng bị dừng vì tiếng điện thoại reo lanh lảnh như báo động một sự nổi dậy của suy tư cùng đau nhớ về. Thông với tay nhắc điện thoại, giọng vẫn còn như tiếc rẻ một nhớ về:

- Hello, Thông tôi nghe.

Chần chờ, từ đầu giây bên kia Hồng hỏi thông:

- Anh sao thế? Anh không được khỏe hả.

Thông trấn tĩnh, hắng giọng:

- Không! anh bình thường, có gì không? Anh và Vũ đang sửa soạn đi lên Hiền thay em thì có Vân tới. Các anh lên ngay.

Thông nói một hơi như sợ quên điều muốn nói hay để chấn an một câu hỏi. Hồng không để ý thêm bảo Thông:

- Bác-sĩ di chuyển Hiền qua khu "Therapy an-dilitation unit". Anh đưa anh Vũ lên càng sớm càng tốt để nói chuyện với bác-sĩ luôn thể. Hiền hôm nay cũng không khá lắm, nhưng cần tập luyện tay chân, e để càng lâu càng khó hồi phục.

Thông trả lời Hồng trong lo lắng, vừa nhìn Vũ:

- Thôi, để anh và Vũ lên ngay.

Thông bỏ điện thoại, bất giác Thông nhìn Vân. Vân hiểu ý, Vân nói ngay không đắn đo:

- Hay hai chú lên cô Hiền, cháu ở nhà, sẵn cháu làm cơm cho cô Hồng và đưa lên hai chú?

Vũ nãy giờ im lặng, nhìn Vân và cũng không e dè:

- Cũng được, Vân hãy vào bếp, có gì làm đó. Nhưng không phải mang lên cho chú. Chú Thông sẽ về tiệm, cô Hồng cũng thế. Nấu xong, cháu đưa ra tiệm cho hai người là được rồi. Nhớ ghi địa chỉ và điện thoại, đừng quên.

Vân như trở lại ngay sự nhí nhảnh tuổi thơ:

- Chú sợ ăn cơm cháu nấu dở phải không?

Vũ xua tay:

- Cô bé lại hiểu lầm chú rồi.

Vân nhanh nhẹn:

- Nếu vậy thì chú không được từ chối. Chú nghĩ xem, chú có đáng trách không, cháu từ Austin, đường xa vời vợi về đây nấu cơm mời chú, mà chú không thèm ăn, thì quả chú vô tâm thật. Mai mốt, cô bình phục, cháu sẽ "méc" cô, là chú chê cơm của cháu.

Thông và Vũ nhìn nhau, mỉm cười, một niềm vui nào đó hình như vừa gõ cửa trước sự nồng ấm, duyên dáng và trẻ thơ của Vân.

19.

Cơn mưa giận hờn tuôn đổ. Vũ ngừng xe, tiếng xe khô đọng trên bãi đậu xe vắng lạnh không bóng người ngoài những tiếng vù vù của làn gió đang xô dạt qua những cành cây bã đậu âm thầm chịu đựng. Vũ buông tiếng thở dài, Vũ không tắt máy, máy điều hòa không khí vẫn thở ra từng hơi lạnh để cố tránh hơi nước phủ mờ kính từ hơi thở củaVũ và độ ẩm trong xe.

Cơn mưa đến quá bất ngờ. Lúc Vũ rời nhà đến bệnh viện thì hoàng hôn vẫn còn nhạt nắng, nhưng sự bình thường chỉ khoảnh khắc đã đổi mầu và biến dạng thành những dải mây xám đặc, cuồn cuộn theo những cơn gió xô dạt biến thành những khối nước phủ nhập đường phố.

Vũ gõ nhẹ trên tấm nhựa trước thành xe, âm thanh khô khan bất giác làm Vũ nhớ về những buổi mưa tầm tả ngày nào nơi vùng hành quân trên những đồi cát trùng trùng ngoài cửa Việt.

Thuở đó, tiếng mưa như nhấm gặm và rút tỉa từng ray rứt nhớ thương, lòng Vũ chao đao dạt dào trong cùng thương đau xa cách. Vũ lặng người tê mê trong từng giây dưới mảnh "poncho" đủ che chiếc võng nhựa được bắc ngang bằng hai thân cây.

Mưa ngày đó không nặng hột như hôm nay nhưng đủ cho Vũ và các bạn cùng co ro biếng nhác. Vũ đã nằm đếm từng hạt mưa điên dại, tí tách rơi đều đều, như tiếng rên của loài chim lạc xứ trên mảnh đồng hoang. Lòng Vũ trơ trọi với tất cả ý nghĩ chạy trốn và đổ dồn qua sự cô đơn buồn thảm lạnh người. Tiếng mưa rơi, Vũ đếm đến não buồn, hay ngược lại?

Vũ đã phải vùng dậy để cố trải nỗi nhớ của lòng mình qua những tấm giấy nhãn hiệu dán quanh các hộp đồ hộp hay bao bọc thuốc, thậm chí ngay cả những miếng giấy bìa cứng của những cục pin dùng cho máy truyền tin.

Quả lúc nghèo khổ và túng bấn con người dễ gần nhau và yêu nhau hơn. Vũ đã gởi gắm tất cả nhớ thương cuồng độ của từng giây để gửi về Hiền.

Ôi sao vụng dại nhưng lại đầy nhiệt thành. Bóng Hiền mồn một đổ về, bàn tay Vũ lúc bấy giờ đã trở nên trái tim nóng bỏng để Vũ có thể dồn tất cả thương mến trong cùng độ. Hiền đã vượt khỏi thời gian lẫn không gian để Vũ tự cảm thấy mình như đang cùng Hiền rên xiết trên chiếc võng dưới làn mưa.

Thuở đó hình ảnh Hiền cũng đã dự phần trong tiếng mưa rơi. Vũ ghen với mưa, buồn với gió, vì mưa gió có đôi. Mưa gió luôn bên nhau vuốt ve rên xiết...

Giờ đây, cơn mưa đổ, sức mưa tạt mạnh, nhưng lúc này, Vũ được kiếng xe bảo bọc an toàn khác với thuở xưa.

Tình yêu và hoàn cảnh hình như luôn chập chờn chờ đợi để tạo sự gần gũi, dù là cay nghiệt hay cảm thương. Hiền và Vũ gặp nhau, yêu nhau như một định mệnh an bài, để rồi cả hai đã đồng lõa trong tình yêu, trong truân chuyên của một mối tình nặng nề bôn trải.....

May thay, sau một thời gian trong bệnh viện chữa trị, Hiền tỉnh dần. Hồng và Thông quả là những người bạn đã tận tình giúp đỡ Hiền và Vũ trong lúc ngặt nghèo cả thể xác lẫn tinh thần, nhất là Hồng đã tận tình, hàng ngày đều đến dẫn Hiền tập luyện từng bước.

Vũ cám ơn Thượng-đế đã cho Vũ và Hiền có những người bạn sẵn sàng và chân thật như thế, nếu không, Vũ đã chẳng từ buồn khổ tới mặc cảm, mà biết đâu Vũ chẳng hóa điên, thì còn đâu ngồi đây như lúc này để nghe tiếng mưa rơi tuôn đổ trong lúc chờ mưa ngọt để vào thăm Hiền...

Nhưng bỗng khoảnh khắc Vũ giận mưa sao mãi kéo dài khiến Vũ phải ù lỳ chờ đợi. Vũ thở dài rồi lẩm bẩm với mình.Và bỗng Vũ chợt nhìn thấy phong bì mầu vàng của Xuân mới gởi cho Vũ, Thông đã đưa cho Vũ trước khi Vũ ra xe đến bệnh viện thăm Hiền. Vũ chép miệng nói một mình:

- Không biết có gì trong này mà sao dầy quá.

Vũ với qua và thẫn thờ mở ra. Một chút ngạc nhiên vì đây là một xấp giấy tương đối dầy. Vũ do dự rồi bật đèn trong xe. Bóng đèn tuy không sáng lắm nhưng đủ để Vũ đọc:

Vũ thân!

Mình gửi lời thăm Vũ, Thông và chị Hồng nhất là chị Hiền. Xin Chúa chúc phúc lành cho tất cả. Mình biết Vũ đang phải vất vả và đau lòng cùng cực vì phải chịu đựng một cuộc thử thách vô cùng khó khăn. Nhưng lại không biết khuyên Vũ thế nào nữa, vì với những điều muốn nói mình đã nói với Vũ. Giờ đây, mình chỉ xin Vũ hãy tiếp tục cầu nguyện, cầu nguyện và cầu nguyện... Chắc chắn Chúa sẽ an bài.

Ngoài ra, mình xin gửi Vũ bản thảo bài của Huyến, cùng lớp chúng mình, Vũ còn nhớ không? Huyến "thánh" đấy mà, Huyến đã viết về đời sống thật của một người bạn. Anh ta có lẽ đã rất thành thật, mình nghĩ thế, nên diễn tả rất nặng tình cảm của những người đã trải qua một đời sống như Vũ trước đây. Mình đã đọc qua, thấy hay, gửi Vũ hy vọng Vũ sẽ nhận ra phần nào gần gũi của những người như Vũ, từ đó chắc chắn Vũ sẽ thấy những gì Vũ trải qua vẫn còn may mắn so với nhiều sự đau khổ khác của dân tộc mình nói chung, và cho những người lính như Vũ trước kia nói riêng.

Chúc Vũ bình an trong Chúa và đừng nghĩ ngợi, hãy đọc và thật với lòng mình trong suy tưởng của chân lý, nhất là lúc này, lúc mà Vũ đã và đang phải trải qua.

Bạn Vũ, Xuân

Vũ tần ngần, nhìn ra trời, chép miệng, và đọc:

"Nó và tôi":

Tôi gọi nó là "Nó", vì nó với tôi đã từng trải dài trên trận chiến cùng thương. Nó nằng nặc chiến đấu trong những bất chấp và hứa hẹn của tuổi đang sống. Tôi và nó quả như cặp bài trùng. Nó "điển trai" và mang khuôn mặt cùng kích thước đều đặn theo thời khiến bao nàng con gái miệt mài chờ đợi. Tôi luôn thua cuộc trước những bóng hồng, điều đó tôi không ân hận, vì ai bảo tôi đi bên nó, một sự chênh lệch như cậu hoàng-tử giầu sang với người lam lũ. Nhưng không vì thế nó tỏ thái độ. Nó hiền hòa, thương người, lại lễ phép và luôn đối xử với bạn bè như sự thân thiện và gần gũi nhất. Nó thường cười nụ mỗi khi tôi phản đối, hay u sầu về một sự thất bại nào, dù nhỏ to. Nó đến với tôi quả như một ân đức, nhất là những lúc cô đơn cùng bấn của một thằng lính chiến xa nhà với tâm trạng phản loạn của tâm hồn thuở đó. Nó luôn vỗ về và khôi hài khiến tôi phải mỉm cười, dù nụ cười gượng, để rồi từ đó tôi lại nhập cuộc dễ dàng...

Nhưng một lần... và là một lần, một lần của tôi và

nó... Từ một đồi nhỏ trong vùng hành quân nơi một làng nhỏ quên tên với những gian hàng xô vẹo nghèo nàn bằng những mái tranh như vừa đủ che mưa. Tôi và nó đón xe GM nhảy dù ra Mỹ Thủy, Quảng Trị. Chúng tôi lang thang bằng những ly rượu nếp trắng bên các nàng "thục nữ" với những nụ cười mời gọi không đủ hâm nóng sự trống trải của cơn bão lòng, sau bao ngày "lội" rừng. Thế là nó tặc lưỡi; Cơn bệnh "bất cần" của những thằng lính như nó nổ tung, tôi và nó không cần suy nghĩ, đón xe đò và "lẩn trốn" quân cảnh của Binh-chủng, vượt quốc lộ Một ra Mỹ Chánh.

Nhưng ở Mỹ Chánh, Nó và tôi lại càng lạc loài. Nó bảo tôi:

- Mẹ kiếp, ở đây khó kiếm quá. Cu mày có dám đi tiếp không? Ngày mai trở về tính sau, vài củ là cùng.

Tôi lưỡng lự, vừa mỉm cười:

- Mày không sợ "bố già" trấn an mày sao? Mày mới lội ra, bốn tháng mùi rừng chưa đủ làm mày ớn lạnh hay mày muốn chọc tức "bố già" để được tiếp tục mỏi mòn trên lá "ẩm" cơm "khô"?

Tôi nói thế và trả lời nó thế, vì tôi biết, ngay từ ngày nó nhận và trình diện tiểu-đoàn, hình như người đại-đội trưởng có khuôn mặt ngắn đã chẳng một lần "thương" nó, mà trái lại, lúc nào cũng sẵn sàng tìm cách "trả thù", mặc dù không biết trả thù nó để làm gì?

Con người ta, sự tồi bại và nhỏ mọn ở một số người hình như sẵn định. Họ luôn tìm cơ hội và chứng tỏ sự oai phong vô lại. Họ quên bổn phận và trách nhiệm. Miếng dẻ rách tâm hồn càng ngày càng tơi tả với những quyền uy nửa mùa bộc phát. Vì thế, có lần tôi đã nghe nó bảo tôi: "Có lẽ thằng cha ấy lấy "jealous" làm niềm vui và lẽ sống".

Mà đúng thực, khi tôi biết ra, chỉ vì ghen với Trinh, người con gái một lần gặp nơi hậu cứ. Hôm đó xui cho nó là đúng lúc, nó vừa mới về trình diện tiểu-đoàn, Trinh theo Huyền là bạn của Thức, một thằng bạn khác của nó và tôi trước mấy khóa. Ngờ đâu, ngay lần đầu gặp gỡ, Trinh đã nặng nợ với nó, mặc dù Thức đã cố tình giới thiệu Trinh cho "hắn". Thế là, vì mùi điển trai trên nét mặt và giọng nói ngọt ngào của nó mà nó đã phải bị trả giá từ đó. Nó vô tình. Vì thực ra, nó cũng chưa một lần nhận đón tình yêu bất ngờ của Trinh đến với nó.

Nhưng tưởng mọi sự qua đi, khốn thay, nó tưởng thế nhưng "hắn" không tưởng thế. Thế là từ đó, tội nghiệp nó, lúc nào nó cũng chịu thiệt thòi. Nó bị ghi vào phiếu điểm đen của hắn: "Ăn chơi vô trách nhiệm"...

Nó biết thế, nhưng khi nghe tôi nói, nó vẫn bình thản:

- Tao nghĩ ông ấy đày tao riết cũng chán, mày đừng lo.

Tôi đùa:

- Nhưng chống ông ấy lúc này không nên. Nhất là đúng lúc tiểu-đoàn sắp nhảy.

Ngờ đâu nó tỉnh bơ:

- Con người ta có số. Trời không hại kẻ hiền lành như tao đâu.

Tôi đành mỉm cười. Thế là tôi và nó. Một đêm trăng khó quên. Sóng nước rạt rào vỗ nhẹ như thì thầm từng khúc nhạc du dương trên dòng sông Hương với phong cảnh yên lặng của một đêm xoa nhẹ bằng những làn gió mỏng êm dịu, nhẹ nhàng. Nó và tôi một con đò, mỗi đứa một mảnh nhỏ cùng chung một nàng "chơi cảnh". Tôi nói thế, vì không hiểu sao. Nó và tôi thật thèm thuồng, nhưng luôn biết chẩn giá trị tuyệt đối giữa tình yêu và nhục dục, nhất là trước Thúy, người con gái bến ngự với mái tóc thề đon đả, bóng mượt đã làm nó và tôi hồi tỉnh, tối thiểu ít nhất là đêm đó, chúng tôi quên việc đồng loã xác thịt, để cùng Thúy, chúng tôi ngâm những bài thơ tiền chiến.

Tôi nhớ nó đã ngâm thật nhiều, thật hay, khiến Thúy ngẩn ngơ. Lại vì nó. Tôi một phút tưởng bực lòng, nhưng rồi tôi lại tự dối lòng mình, để vờ lấp đi, bảo với lòng mình, dù sao Thúy cũng chỉ là người con gái "ăn sương" có gì đáng để tôi phải phiền lòng. Con người, thật khổ, dù biết là sai, là quấy, nhưng vẫn nặng ghen hờn.

Tôi còn nhớ, ánh trăng hôm đó thoảng nhẹ một màu u uẩn không đủ soi sóng nước. Nhưng nó đã nhìn Thúy, nhìn với một thương cảm, một thật lòng và một dễ chịu nhất với vệt sóng lăn tăn, lờ mờ từ chiếc đèn dầu trong chiếc mành, từ khoang đò đổ ra, dải dài trên nét mặt tư lự, đăm chiêu của nó và Thúy.

Thúy ngồi, hai chân bó gối và một giọt nước mắt thân phận cảm thông từ một người khách lạ đời, một lần gặp. Tâm trạng của kẻ hoang đường bấu víu, một định mệnh nghiệt ngã trên những cuộc sống lưng chừng như uốn mình nở nụ cười xuân dù khoảnh khắc. Nó ngâm, giọng ngâm của nó tha thiết trong ánh mắt và trên mái tóc Thúy.

Vầng trăng trên mái tóc em,
Một vùng thu tạnh mê say hương nồng,
Mắt em là một giòng sông,
Thuyền anh bơi lội trong lòng mắt em.

Những câu thơ của Lưu Trọng Lư đã lột xác nó và nhất là Thúy. Thế là Thúy như hồi tỉnh một khúc đời bể dâu. Thúy xà vào ôm lấy nó. Thúy khóc và nức nở:

- Em cám ơn anh, dù thật hay giả, nhưng lời ngâm và ánh mắt anh như một chân thật ngọt ngào nhất. Đời em, có lẽ, sau lần gẫy đoạn tình với Tuấn. Anh là người đã cho em, tối thiểu ít nhất là lúc này, một thân phận, không phải là thân phận cùng đau như em đang phải trải qua hiện tại.

Nó không nói, nó chỉ vuốt nhẹ tóc Thúy. Nhưng tôi lại lên tiếng:

- Tuấn nào hở Thúy?

Tôi vô duyên đến thế. Một sự im lặng và thông cảm toàn vẹn, tôi phá tan. Thúy đành tần ngần:

- Tuấn là chồng em mới tử nạn trên đồi Caroll.

Nó và tôi không nói, nhìn nhau. Vợ của một người lính như chúng tôi? Sao có thể được. Tự nhiên tôi thấy nó xích ra, hơi xa Thúy. Và từ đó nó trầm ngâm. Nhất là sau khi biết Thúy vì phải nuôi con, mẹ chồng và người bố chồng trong cảnh già bệnh tật. Tiền tử tuất của chồng Thúy quả chỉ là con số quá khiêm nhường, nếu không muốn nói là vô vọng trước cảnh đời nan giải và xác xơ đã và đang hoành hành... Thúy phải sa cơ...

Tôi và nó đều dốc hết tiền túi, sáng hôm sau, dúi vào tay Thúy, trước khi rời đò trở về đơn vị, với nỗi buồn mông lung khác thường, khi nghĩ tới thân phận của tôi, của nó, cũng gia đình, củng vợ con và nếu chúng tôi nằm xuống, vợ tôi, vợ nó có trở thành như Thúy, hàng đêm mời gọi dục vọng của kẻ mua vui lùng bùng ướt sũng trên mảnh thịt mình, để đổi lấy những tờ giấy "bạc" nuôi thân...

Tôi và nó khác tiểu-đoàn, nên tôi may mắn. Đại bàng tôi chỉ mỉm cười và trách nhẹ. Còn nó, hai ngày sau, tôi nổ tung khi hay tin nó bị phục kích trong lúc thầy trò nó vào bàn giao cho trung-đội khác.

Tại sao thế? Đáng lẽ nó còn được nghỉ ít nhất ba tuần, nhưng không, "hắn" đã không ngần ngại chửi rủa và đổ trên nó những âm thanh của một tù trưởng bạo quyền, một kẻ "làm quan bất ý". Nó im lặng chịu đòn với lệnh thay thế người em bà con của "hắn". Người nhỏ mọn. Và lần đó, vô phúc cho nó, một đúng lúc giữa khuôn mặt man rợ hận thù của "hắn" nó đã bị trọng thương, bị cưa hai chân, mặt mày đầy thẹo. Khuôn mặt nó sau này chỉ còn là lớp da nhăn nhúm bao bọc, thật đáng thương...

Từ đó, tôi không còn có dịp gặp nó, vì nó về quê, tôi lại bận bịu hành quân vì chiến tranh tăng trưởng từng giờ. Nhưng tôi vẫn nhớ... và lúc nào cũng trọn vẹn nơi nó bằng những nguyện ước tốt lành.

Thế rồi, một ngày... Một ngày buồn thảm và thê lương như mọi ngày của cuộc đời tôi còn lại sau 75. Một ngày lê lết trên vỉa hè chào mời thuốc lẻ. Tôi làm nghề mới, nghề bán thuốc lẻ, mặc thế, tôi vẫn may mắn hơn các bạn tù khác, vì tôi còn người chị, có chút vốn, nên sau khi mãn tù, được cơ hội theo chị tôi bán thuốc lẻ qua ngày kiếm cơm... Và tôi gặp nó, tôi không thể tưởng tượng nổi. Xưa kia, tôi nhìn nó luôn ở trạng thái của một anh lính chiến oai hùng điển trai với đầy sắc thái của một quân tử đúng nghĩa và đúng lúc... Giờ này, mắt tôi hoa lên, mặc dầu nó thay đổi, nhưng giọng nói của nó lúc dơ tay xin tôi... Tôi đã trọn mắt, không thể nào nhầm lẫn, tôi kêu nó, chúng tôi nhìn nhau trong ngậm ngùi... rướm một giọt lệ. Sau cùng, Nó và tôi cùng òa lên những lời đắng cay trước vận đời. Hai tay nó, hai bàn tay thư sinh trắng mềm... giờ đây được bọc bởi hai miếng mo cau cột bằng sợi dây thừng cũ kĩ và đen bóng, thế hai bàn chân để đẩy chiếc mông co nhúm sát với mặt đất cũng được bọc bằng miếng mo cau khác, lớn hơn, trói ngược lên hông sườn, để di chuyển và lê lết tìm những dư thừa nuôi thân... Đôi mắt tôi nhòa lệ... Thương tâm cùng cực đã khiến tôi tung vãi những điếu thuốc lẻ trên lề đường...

Và hôm đó... Tôi không về nhà, tôi ngủ trên lề đường với nó, nó bạo dạn hơn, có lẽ khi đời sống đã rơi vào cùng bấn, con người không còn sự so sánh, vì sự so sánh lúc bấy giờ chỉ còn là ảo tưởng.

Nó bảo tôi:

- Tao bị thương, về sống được một tháng, vợ tao bắt đầu khó tính, nhất là tiền bạc càng ngày càng trở nên sự căng thẳng. Bố mẹ tao lại không may, thua lỗ và khánh tận. Hai ông bà sau một năm đều qua đời. Sau đó được ít tháng vợ tao bỏ tao, tao không ân hận, vì thật ra, sao có thể trách được vợ tao, vợ tao còn quá trẻ để sống với một thằng cụt như tao... Cũng may, vợ tao bằng lòng nuôi thằng Lân, con tao, vì dù tao có yêu nó thế nào, tao cũng không đủ sức... Từ đó, tao sống lang thang, cuộc đời bắt đầu bằng những cơn rượu, tao tự tử ba lần, nhưng hai lần được cứu thoát nhờ Thúy.

Tôi tần ngần nhìn nó. Nhưng giọng nó đều đều:

- Mày còn nhớ Thúy không? Cô gái trên sông Hương ngày nào tao và mày có dịp gặp..

Tôi nhớ ra ngay khi nó nhắc tới hai chữ "sông Hương". Tôi định trả lời, nhưng nó lại tiếp:

- Cô gái điếm mày có nhớ không?

Tôi hơi ngạc nhiên vì câu nói gay gắt và phũ phàng của nó. Nhưng tôi vẫn không trả lời. Nó tiếp:

- Cô gái điếm, nhưng đã trở nên vị cứu tinh và người ân nhân của tao, ít nhất là một thời. Thúy gặp tao sau ngày mất nước. Thúy lang thang trên vỉa hè tìm khách. Thúy cũng như mày. Nhìn tao chừng chừng. Và Thúy đã bằng mọi cách, còn như lạy lục và năn nỉ tao. Cuối cùng tao siêu lòng và về sống với Thúy. Thúy bảo tao rằng, Thúy muốn được giúp đỡ tao. Tao hiểu câu nói của Thúy muốn tránh. Đúng ra, Thúy phải nói: "Muốn nuôi tao". Nhưng câu nào cũng thế thôi. Thúy nuôi Thúy chưa nổi, lại còn con Thúy, sao có thể giúp đỡ tao?

Tôi hỏi nó:

- Thế còn bố mẹ chồng Thúy?

Nó cụt ngủn:

- Chết.

Rồi nó tiếp:

- Tội nghiệp Thúy. Thúy vì tao, Thúy đã truân chuyên lại càng phải truân chuyên đủ điều. Chính vì thế, tao vì thương Thúy nên liều mình nhiều lần. Thúy khóc thảm thương và mỗi lần như vậy, tao ân hận vô cùng... Cuối cùng tao đã cố gắng, ngày ngày thay vì ngồi nhà buồn khổ, tao lê lết tìm ăm nơi các cửa tiệm may ra được thêm đôi ba đồng phụ với Thúy. Dĩ nhiên, Thúy không bằng lòng cho tao đi ăn xin. Nhưng Thúy đành phải chiều ý tao, một phần, Thúy vẫn nơm nớp lo sợ tao lại thêm một lần tự tử khác.

Nó cay đắng rồi tiếp:

- Nhưng cuộc đời vẫn đầy những éo le chằng chịt. Kẻ hiền hình như luôn bị những thử thách cay độc nào đó chờ đợi. Mày có ngờ không, Thúy bị "hiếp dâm", tiếng nói nghe có vẻ lạ đời, một cô gái điếm bị "hiếp dâm", cô gái bằng lòng bán xác thịt để đổi lấy tiền nuôi thân, mà bị hiếp thì có lạ không?... Hôm Thúy bị hiếp dâm, mày biết không? Tao đã không còn khóc được, không còn buồn được khi nhìn thấy thân thể Thúy, nhất là khi nghe những người quanh đó

tả về hành động man rợ của hai thằng "rừng", vừa lột áo Thúy, vừa hành hung, vừa thỏa mãn thú tính, tại căn nhà Thúy, căn nhà mục nát, lý do đơn giản, chỉ vì chúng cậy uy quyền, hà hiếp và không chịu đưa tiền trước. Dĩ nhiên Thúy không thể bằng lòng, vì Thúy biết, khi thoả mãn xong, làm sao Thúy có thể lấy được tiền. Nên Thúy đã chống cự và chỉ có thế, một báng súng ngay trên sọ Thúy, Thúy tắt thở. Thế là, tao lại thêm một lần cam cảnh. Cuộc đời đã luôn "tạo" cho tao kinh nghiệm sống mày biết không? Hay nói theo tín lý gì đó của những người sùng đạo thì, đây lại là một thử thách của ông trời. Ngày còn bé, tao luôn bị mê hoặc bởi những câu nói tương tự, dĩ nhiên lúc đó tao không để ý, nên nửa tin, nửa ngờ, nhưng bây giờ, với kinh nghiệm trải qua, tao mất hết sự trong sáng trước tín lý "vô lý" đó. Nên tao chỉ còn tin vào "gạo" thôi, vì thiếu gạo, là thiếu ăn, mà thiếu ăn, thì hẳn còn tín lý để mà tin không???

Nó lại bình thản:

- Do đó, sau khi chôn xác Thúy, tao như chiếc phao lủng đầy nước, tao lê lết kiếm ăn và cùng hai thằng con Thúy. Cuộc đời tao không còn tính ngày tháng của cuộc sống bằng giờ, bằng phút, mà tao gom góp cuộc sống bằng từng giây. Tao đã thật sự không biết đời tao đi về đâu? Và trên trái đất này có thực sự còn chỗ nào để cho tao còn nối tiếp... Vì con đường nào trước mắt tao, tao thấy cũng là những ngõ cụt, lại đầy chông gai.

Tôi xụt xùi, đêm đó, tôi không chớp mắt. Nhưng rồi nước mắt tôi cuối cùng cũng không còn nhỏ giọt. Tôi nhớ lời của thầy tôi một lần bảo tôi: "Con sẽ không khóc được khi sự đau khổ đã cùng đầy, vì lúc đó nước mắt đã trở thành những viên đá khô cứng của sự bất chấp lãnh nhận".

Từ hôm đó, tôi cố gắng tìm đến nó, nhưng một ngày, nó lại biến mất. Tôi đã bỏ rất nhiều công tìm nó để nhờ chị tôi tìm cách cho nó qua Mỹ với hy vọng, bên Mỹ có đầy đủ phương tiện hầu có thể giúp nó đi đứng dễ dàng hơn.. Nhưng tôi đã chẳng bao giờ gặp nó... Thời gian trôi qua, tôi và chị tôi đã thất vọng hoàn toàn và nghĩ có lẽ nó đã chết ở một phương trời nào đó trong tuyệt vọng khốn cùng. Tôi và chị tôi đã cùng quyết định vượt biên. Lần đó, nhờ may mắn, cuộc vượt biển thành công. Thuyền chúng tôi an toàn đến quần đảo Nam Dương. Và sau năm tháng mỏi mòn chờ đợi, chúng tôi được định cư tại Mỹ.

Mãi tới một ngày, một buổi chiều sau khi đi làm về, tôi nhận được lá thư của nó từ một thằng bạn sang sau:

Hùng thân!

Tao thăm mày và gửi lời thăm chị Ánh đáng kính. Tao biết mày và chị Ánh đều lo cho tao, tao lại càng biết mày có ý định lo cho tao rời Việt Nam với mày. Tấm lòng của mày tao ghi sâu mãi

Trước khi bị thương, vợ tao quả là một ân tình mến yêu đã cho tao những phút giây của một tri kỷ đúng nghĩa. Nhưng sau khi bị thương, Thúy, một cô gái điếm, lại là kẻ nâng đỡ ủi an chân thật và đượm tình cảm của con người đúng nghĩa nhất. Thế mới biết lòng người khó đo, đôi khi "con điếm" còn giá trị và rộng lòng hơn cả thầy tu. Tới khi gặp lại mày. Tình bạn đồng ngũ quả là sợi dây đặc biệt và kết chặt hơn tất cả mọi sợi dây khác trên thế gian bạc mệnh này. Tao bây giờ đã khóc được khi nhớ tới mày. Vì sao? Vì tao đã tìm lại được tin tưởng là ở đời này, tối thiểu còn những người bạn quân ngũ như mày. Những người bạn đã miệt mài chiến đấu và những người bạn đã không vì bất kỳ sự sa đọa, sự giầu sang, sự danh vọng và sự thành công nào đó, có thể quên nhau.

Tao quý mày, quý lắm, quý như tao quý một báu vật. Do đó, tao đã quyết định trốn mày vì không muốn cho mày vì tao mà phải vùi thân nơi đây, nhất là chị Ánh. Vì hình như, tao linh định, ở tao có một sự "bad luck" (xin lỗi mày, tao xử dụng danh từ ngoại một chút cho oai, để nhớ lại một thời đã từng xí xa xí xô với tụi cố vấn), ai dính vào tao đều có những truân chuyên, trắc trở. Bây giờ thì tao yên trí, nên viết vài dòng đến mày. Tao nghĩ mày có giận tao thì cũng đã muộn rồi. Đời sống tao vẫn như xưa, sống từng giây, giây nào có cơ may được đời ngó lại cho miếng cơm thừa, canh ẩm, giây phút đó tao biết tao còn sống...

Và thế đó. Nhưng khác với xưa, tao biết chửi thề và biết nói đổng nhiều hơn, có lẽ để trốn sự cô đọng lẻ loi hơn là tìm đến một nguồn vui không có nào đó. Thôi miễn sao, tao chúc mày trăm sự như ý. Hẹn thơ sau nếu có dịp.

Bạn mày.

Tôi đọc xong, cố lật đi lập lại, rồi tôi tìm phong bì, không một địa chỉ, không một dấu tích để khả dĩ tôi có thể viết thư cho nó. Tôi gọi điện thoại cho bạn tôi, bạn tôi cũng như tôi đều không biết địa chỉ của nó. Hình như nó đã viết sẵn thư và tình cờ gặp ai, nó nhờ người ấy cầu may. Tôi hiểu ý, nó không muốn liên lạc với tôi để xin xỏ hay cầu cạnh, hoặc tối thiểu không muốn tôi hiểu lầm nó. Tôi tức quá, tặc lưỡi chửi thề thật lớn một mình:

- Đ.M.! Mày ngu như con bò, tại sao giờ này mày vẫn chưa hiểu và coi thường tao đến thế.

Nhưng nghĩ lại, càng thương nó, một tế nhị của người Việt- Nam, một dòng máu tự trọng sẵn có, nhất là những thằng lính chiến, những thương binh quên mình chiến đấu có một không hai trên thế sử. Và tự nhiên tôi mủi lòng. Tôi thầm nghĩ tới nó và tôi, cùng biết bao cảnh huống của những người thương phế binh còn lại với bao cảnh khổ đau hàng ngày, nhất là với thân phận tàn phế vô vọng, họ đã phải lê lết, đã phải cúi mặt, đã phải xả thân tìm sống tủi khổ khác thường. Họ bị bỏ rơi, đầy ải và cùng đau đớn mạc. Và bất giác tôi thầm nghĩ:

- Mình phải làm điều gì thiết thực hơn cho những người bạn bạc phước này.

Cali, một chiều lạ...

Vũ đọc xong, nước mắt Vũ tuôn đổ, một mảnh đời

đau buồn mà đáng lẽ chính Vũ là vai chính, một cặp giò cắt gẫy, một thân hình tiều tụy và một đời lính phế binh giống hệt Vũ. Và bất giác Vũ nhìn lại mình, Vũ còn đòi hỏi gì? Vũ đang được nuôi nấng, được chiều đãi trên một may mắn hơn người? Sự buồn khổ của Vũ sánh sao với nỗi khốn cùng của người lính phế binh còn lại. Hơn nữa, tình yêu, Vũ còn Hiền, Hiền vẫn và đã một lòng yêu Vũ.

Vũ càng ân hận và thấm buồn cho sự buông thả và tự ti của mình trong bao năm qua. Vũ đã đọc bao sách nói về đời sống các danh nhân, nhưng quả câu chuyện đã cảm động Vũ thật nhiều. Xuân hiểu tâm lý, có lẽ đây là những điểm son tuyệt vời của các linh-mục, nên đã đúng lúc dùng chuyện ngắn, một lời thổ lộ, để an ủi và khuyên nhủ Vũ. Vũ chạnh lòng và bỗng nghĩ tới Viết, một so sánh, Viết và Vũ cũng đã cùng những ngày trải qua những giây phút ngông cuồng tương tự giống như Hùng và người phế binh, có khác, Vũ còn được đời thương còn có hạnh phúc bên Hiền. Vũ bỗng đập tay mạnh trên vành lái, tiếng còi nổ tung, giọng dằn vặt. Vũ giật mình lẩm bẩm:

- Đau khổ! Đau khổ! Mình chỉ nghĩ mình đau khổ mà quên trên đời còn biết bao kẻ cùng tận và muôn ngàn xót thương hơn mình. Con người quả ích kỷ, vì chính nó đã làm mình chỉ nhìn mình và không còn nghĩ tới tha nhân.

Rồi Vũ lại nghĩ tới thân phận cùng bần của người thương binh cùng cảnh ngộ như Vũ, cụt chân và bất giác Vũ tìm thấy ở mình một can đảm hiện hữu và một ân phúc thức giấc trong lòng. Vũ càng yêu Hiền và càng yêu mình ngay trước sự đau khổ hiện tại. Chắc chắn Vũ sẽ đứng vững để bắt đầu cho một cuộc đời mới, dù hoàn cảnh nào.

Ở đời quả ý chí và lòng cam chịu cảnh ngộ có thể cũng là khởi nguyên cho may mắn mà mình nào có hay. Vũ sẽ dẹp bỏ tất cả tự ti trong lòng. Vũ cũng phải trả mặc cảm, tự ái về với hư không. Vũ tin rằng, với lòng cương quyết và một ý chí bền vững, Hiền sẽ trở lại bình thường. Hiền rồi sẽ đi, sẽ nói và cuối cùng sẽ hoàn toàn như xưa. Vũ sẽ tùy vào tình cảm mà Hiền dành cho Vũ và sẽ gầy dựng lại sự tin tưởng nơi tình yêu hoàn mỹ.

Từ ý nghĩ đến nhanh, Vũ ngước mặt lên trời, Vũ mỉm cười bật lời cảm ơn:

- Cảm ơn Xuân, cụ rất khéo, cụ đã đánh động mình đúng lúc.

Vũ mặc trời còn đổ mưa, tắt máy xe, mở cửa và thả cầu thang rồi ung dung đẩy xe lăn đi trong mưa vào bệnh viện.

Từ trong hành lang, một người y-tá thấy Vũ đang cố chống lại sự trơn trượt của hai bánh xe lăn trườn lên bậc cấp, chạy ra:

- Ông để tôi giúp ông.

Nhưng Vũ ngửa mặt lên trời đón từng hạt mưa vừa bình thản nói với người y-tá:

- Những hạt mưa rơi như nhung, mềm và đẹp quá phải không thưa bà?

Người y-tá nhìn Vũ với ngạc nhiên trước lời nói cùng điệu bộ khác lạ, nhưng rất hồn nhiên. Phải chăng tiếng mưa rơi đã che lấp đi những buồn thương để thay vào đó bằng những ý nghĩ sâu đậm và niềm vui khiến Vũ tràn trề hạnh phúc và bộc phát trong tận cùng của lòng yêu đời và một sức sống mới như bừng dậy nơi Vũ.

Vũ mặc người y-tá đứng nhìn, đẩy xe thoăn thoắt và có lẽ nhờ đó, khởi điểm của một trở về trong sáng đợi chờ đã cho Vũ sự may mắn, để Vũ khơi nhận trong ý thức, khiến chính bác-sĩ săn sóc Hiền đã phải ngạc nhiên về những biến chuyển khác lạ trước tình trạng bệnh lý của Hiền.

Hiền đã nhanh chóng hồi tỉnh. Những ngày kế tiếp hầu như đã xác nhận một khả quan bệnh thái của Hiền.

Hiền hoàn toàn trải qua tất cả những ngặt nghèo cùng tận. Để rồi, một mùa xuân thực sự đã đến, những búp hoa tươi thắm ngập vườn và bầu trời toả mầu xanh của một tương lai hy vọng..

Những ngày sau đó, Vũ thật sự biết sống trong tình yêu bên Hiền suốt trong những ngày Hiền trị liệu tại bệnh viện.

20.

Canada, ngày... tháng... năm...

Chú Vũ và cô Hiền quý yêu,

Trước hết, cháu phải kính lời gửi thăm cô chú, và cầu chúc cô chú luôn trong ơn nghĩa Chúa.

Kính thưa cô chú. Thấm thoát, quả ngày tháng ruổi trôi như dòng thủy triều. Mới đây mà đã hơn hai năm kể từ ngày cháu về thăm cô chú ở Houston. Nhưng hôm đó, cô còn đang trong thời cực bệnh vì tai nạn. Phải thành thật, bây giờ nghĩ lại cháu vẫn chưa tin và không thể ngờ cô bình phục và trở lại gần bình thường như vậy.

Chắc cô và chú ngạc nhiên lắm phải không? Nhất là chú, chắc thế nào trong bụng chú lúc này chẳng bảo: "Cái con khỉ này làn sao nó biết, đúng không thưa chú?". Nhưng thôi, cháu xin lễ phép trả lời với chú rằng, cháu được biết qua bệnh tình của cô là nhờ cha Xuân, nhân ngày cha Xuân về giảng phòng cho chúng cháu.

Chú cô cũng đừng trách cháu sao biệt tăm và không tin tức trông thăm, nhất là ở hoàn cảnh của chú cô. Thực ra, cháu rất muốn và còn muốn hơn là chú cô nghĩ, nhưng khổ lắm chú cô ạ, luật nhà dòng rất nghiêm khắc, nhất là thời kỳ mới nhập dòng. Vả lại, cũng tại cháu nữa, chính cháu muốn thử mình để tự kiềm chế và chế ngự bản thân hầu xác nhận con đường cháu chọn có đúng lối và đúng ý không. Nhưng khi cháu đã nhận ra và hiểu được ý mình, thì hoàn cảnh khác lại không cho phép, "murphy law" mà chú. Vì chú cô không còn ở địa chỉ cũ. Nay nếu không có duyên gặp lại cha Xuân, thì có lẽ, cháu muôn đời sẽ bặt tin của chú cô.

Mà chú cô ơi, thật như phép lạ chú ạ, cháu chưa bao giờ được hân hạnh hội kiến với cha Xuân, nhưng không ngờ linh tính cháu như thấy có một liên quan gì đó giữa chú và cha Xuân, nên cháu mạnh dạn hỏi cha Xuân, ngờ đâu cha Xuân nói, chú là bạn thân với chú. Thế là cháu bèn xin cha và cha đã không ngần ngại cho cháu cả địa chỉ, số phone. Nhưng bí mật chú nhé, lúc đầu cha Xuân cũng trợn mắt nhìn cháu, hình như nghi ngờ gì đó. Chú hỏi cha Xuân có đúng không? Nhưng cháu xin lỗi cô chú, lẽ ra cháu phải gọi thăm cô chú, nhưng đành phải gửi thư. Vì cô chú ơi! "long distance" ở nhà dòng không tiện. Vả lại, với cháu viết thơ tỉ mỉ hơn.

Cha Xuân cũng cho cháu biết rất rõ về tình trạng của cô chú. Cha Xuân nói, cô đã bình phục. Cha Xuân còn vừa nửa đùa nửa thật: "Vũ thì yêu đời lắm, còn Hiền thì càng ngày càng trẻ ra". Đêm hôm đó chú biết cháu đã làm gì không? Cháu đã lên nhà nguyện tạ ơn Đức Mẹ cho chú cô.

Nhưng nói thì nói vậy, chứ cháu cũng hiểu rằng cô chú cũng đã phải trải qua một thời gian vời đầy khó khăn, mà nếu thực sự nếu cô chú không có một nghị lực và sức phấn đấu vượt mực, thì quả khó có thể thoát được cam cảnh mà cô chú đã trải qua. Chỉ tưởng tượng cảnh của cô ở nhà thương lúc bấy giờ, tay cô liệt, chân cô liệt, cô lại nói không ra lời. Vết bầm trên đầu cô quá nặng để bác-sĩ đã phải lắc đầu và tiên đoán khó trở lại bình thường, nếu không nhờ một phép lạ nào đó.

Rồi chú nữa, nhìn chú tiều tụy với chiếc xe lăn? Cháu

nghĩ, hoàn cảnh đó không thể ai không ẩn lòng lo lắng và cùng ý nghĩ "sao chú có thể lo toan nổi nếu cô được xuất viện về nhà?"

Cha Xuân còn cho cháu biết chú đã phấn đấu cùng độ. Chú Thông thường gọi điện thoại cho cha Xuân luôn. Chú đã không sợ khổ, sợ cực. Chú cũng không hề phàn nàn và trách móc, ngay cả những người đã hại cô. Chú Thông bảo với cha Xuân, chú tâm sự với chú Thông rằng: "Ở đời chỉ có một sự trong trắng và đáng quý duy nhất đó là tâm hồn. Vì dù thân xác có mỹ miều hay tuyệt mỹ. Hay dù thân xác có bao phủ bằng một tấm áo lộng lẫy, và được thêu dệt bởi trăm ngàn hột kim cương, nhưng nếu tâm hồn "rỗng tuyếch" hay nói khác, không thật lòng trong sự trong trắng, thì chiếc áo hoa và mỹ miều đó lại càng trở nên trơ trẽn và thô thiển tồi tệ."

Cháu thật kính phục cô chú. Cô chú cùng nắm tay nhau trải qua một đoạn đời thử thách với quá nhiều cam go khác nhau, nhưng cô chú vẫn đứng vững, điều đó cháu nghĩ mới là điều quý mến và tột mức. Cô bằng lòng và nhìn gương cuả chú, đã hơn một lần lẩn trốn, như cháu đã được chú Viết kể qua cho cháu, đừng vì lý do gì buồn nản thêm cô ạ, tai nạn qua? Hay ân sủng tới? Cháu xin tùy cô nghĩ, nhưng cách nào cũng thế, nhìn giữa cô chú với một tình yêu như vậy, cháu cảm phục và kính yêu vô cùng.

Cháu biết, dĩ nhiên chú cũng phải nhờ vào sự giúp đỡ của bạn bè thật nhiều, nhưng chính điều đó lại càng tăng thêm lòng tin ở mọi người. Nếu chúng ta sống riêng mình và chỉ biết mình, cháu nghĩ, trong ta rất dễ trở nên điên loạn.

Thượng-đế sinh ra con người, không phải để chúng ta cô độc, mà để chúng ta cùng chung sống trong bác ái, vị tha, phải không thưa cô chú?

Cháu nói quá nhiều phải không? Chú đừng mắng cháu: "Cô bé Vân này lên mặt dậy đời cô chú". Tội cháu lắm. Cháu chỉ viết điều thành thật, tận trong lòng cháu phát xuất như một lần cháu đã thẳng thắn xác nhận trước chú và chú Thông. Cháu đã từng yêu chú một thời. "Oops" Ấy chết, cô đừng hiểu lầm cô nhé. Cháu chỉ nhắc lại quá khứ của cháu thôi, chứ với chú Vũ thì chắc cô yên tâm, cháu đoan chắc dù có ai có sắc đẹp nghiêng thùng đổ nước và tiền bạc dư thừa cũng không lay chuyển được lòng chú yêu cô và quý cô đâu, vì cô có cả một tấm lòng khoan độ, yêu đương, chân thật, lại dễ cảm vô cùng. Nó rộng như bầu trời và ấm như nắng mai.. Cô ơi! Câu này cháu học của chú đấy cô ạ.

Cháu viết dài quá phải không cô chú? Nhưng lỡ rồi, lâu quá không có dịp viết, cháu bắt cô chú đọc luôn tiện thể, vì biết đâu mai mốt cô chú chỉ còn thế giới riêng mình. Đừng buồn bé Vân cô chú nhé.

Cháu không biết chú Thông đã tâm sự gì với cha Xuân nhưng khi vừa nghe cháu hỏi: "Thưa cha, cha có phải là cha Xuân bạn của chú Thông, chú Vũ, chú Viết, cô Hiền, cô Hồng không ạ?". Cha nhìn cháu, hơi đắn đo một chút, cha không trả lời cháu nhưng lại hỏi cháu: "Thế có phải con là Vân, cô bé định nghĩa tuổi tác đối với tình yêu như sợi dây thung không?" Cháu hơi lo lắng. Chết! câu cháu nói đã được các chú truyền và chế nhạo đến cả tai cha Xuân thì quả là xấu hổ vô cùng. Nhưng cha Xuân lại cười xòa và thân thiện ngay khi cha tỉ mỉ kể cho cháu về chú Thông, cô Hồng, nhất là chú cô. Và như lời cha Xuân tính ra, mùa hè này chú ra trường phải không chú? Cô phải khao cháu cô nhé, chú của cháu tuyệt diệu ghê, nghe đâu chú còn được mấy nơi nhận đơn và sẵn sàng chờ chú. Chúa công bằng vô cùng. Chú có lòng, có ý chí, thế nào sự thành công cũng đến.

Nhưng cô chú ơi, nếu cô chú quyết dọn và đi nơi nào, chú đừng quên cho cháu địa chỉ nhé. Mai mốt có dịp được đi nghỉ hè, cháu có dịp đến thăm cô chú và vòi vĩnh chú cô chứ.

Thôi bây giờ cháu đổi màn, cháu sẽ nói qua về cháu để cô chú hiểu phần nào về con bé xấu xí tinh nghịch mà chú không thương!!!!!! Cháu trêu chú đó cô ạ.

Khởi đầu từ hôm cháu được nghe chú Viết kể qua về hoàn cảnh, nhất là về tình cảm của cô chú, nhất là sự không may mà cô đã gặp tưởng như khó có thể nào cứu vãn. Khi đó, cháu nghĩ tới chú thật nhiều, nhưng đồng thời cháu cũng kiểm lại lòng cháu. Quả thật, sự lo lắng và ẩn nghĩ về chú trong lòng cháu lúc bấy giờ đã không còn bình thường. Tuy nhiên, cũng chính vì thế, cháu mới tìm ra một giải pháp và ý nghĩ chín chắn mà cháu nghĩ là hay nhất để làm căn bản sống cho mình.

Nhưng mọi sự chỉ mới trong ý nghĩ, cho tới khi về Houston thăm cô, vào nhà thương, cháu nhớ lúc đó cô Hồng đang dựa vào giường cô nằm bệnh. Cặp mắt cô Hồng ngấn lệ và không rời khuôn mặt của cô. Từ ngoài cháu nghe thấy tiếng nấc, cháu đã nghĩ ngợi không biết có nên vào hay không, nhưng vì tò mò, cháu đẩy cửa nhẹ, bước vào trong, đứng lặng yên nhìn cô với những dây nhợ chằng chịt khắp người. Lúc đó cô nằm như chết, mặt cô dại và tất cả xám bạch trong giấc ngủ mà có lẽ cô không hề cảm nhận...

Khi cô Hồng biết có cháu, cô Hồng quay lại, cháu tự giới thiệu và đến sát cô, cháu rờ trán cô, nhấc tay cô... Cô Hồng chỉ lắc đầu và bảo: "Có lẽ Hiền sẽ không qua khỏi, nếu có qua khỏi, thì cả đời cũng không sao tránh khỏi tật nguyền. Tội nghiệp, Vũ lại lại tàn phế như thế" Và khoảnh khắc, một tư tưởng qua trong cháu, nhưng rất mạnh. Tự nhiên cháu muốn được làm người đưa tình yêu và bình an của Thiên Chúa đến cho những người trong cảnh đớn đau, sầu cực. Và cháu tự hứa với chính mình, cháu phải làm điều gì cho cuộc đời còn lại. Nên ngay sau khi rời Houston, đáng lẽ cháu học thêm cho hết chương trình cử-nhân, nhưng cháu về thẳng Dallas, cháu ngỏ ý và xin ba mẹ cháu, cháu đi tu.

Cô chú biết không? Ba cháu đã nhìn cháu tưởng như không thể hiểu nổi điều cháu nói, vì từ trước chưa bao giờ cháu có ý định đi tu. Hơn thế nữa, từ trước quan niệm của cháu đơn giản, đi tu chỉ là sự chấp nhận cô đơn. Nên mãi một lúc sau ba cháu mới bỏ bát cơm xuống hỏi cháu: "Con nói gì, con nói lại cho ba nghe". Cháu lại thong thả lập lại, lần này rõ ràng hơn: "Thưa ba mẹ, con xin ba mẹ cho con học hết khóa này ở UT xong con sẽ xin nhập dòng". Mẹ cháu thì nhìn cháu với ánh mắt thiết tha vô cùng, cháu không bao giờ có thể quên được. Vì thú thật với cô chú, cháu hiểu ý mẹ cháu từ trước, mẹ luôn khéo léo kể cho cháu nghe về cuộc đời của những người nữ-tu và nếu cháu không lầm, một lần mẹ cháu bảo chị họ cháu: "Cô chỉ ao ước, dù cô có Vân duy nhất, nhưng nếu nó đi tu như cháu, có lẽ cô sẽ hạnh phúc lắm". Lúc đó cháu lại thơ ngây cười và thưa với mẹ: "Thế mẹ không thích có cháu ngoại à?"

Cuối cùng, sau một tuần, cháu nhận thơ mẹ, mẹ cháu đã kể lể và vô cùng vui mừng nói là ba cháu và mẹ cháu mới xin lễ tạ ơn. Nhưng cháu phải hứa là đi tu không phải vì chán nản hay buồn phiền nào đó, mà hoàn toàn phải do lòng mong muốn, kính yêu và hy sinh.

Đơn giản thế đó chú cô ạ. Nhưng một sự đơn giản, môi giới và sẵn định.

À mà cháu còn quên hỏi chú. Chú nói thật cho cháu nhé. Cô phải làm chứng, có phải chú đã nói với chú Viết: "Nếu ngày nào tao học xong, tìm được Hiền, dù hoàn cảnh nào, miễn Hiền cho phép, tao sẽ xin quỳ trước Hiền để làm nô lệ trước tình yêu của Hiền!" Có đúng không chú? Và nếu đúng, thì chú có giữ lời không cô? Nhưng dẫu sao thì cháu cũng phải thành thật xin thưa với cô chú, chú có phúc lắm đó, được làm nô lệ tình yêu đã là một ân phúc, huống hồ còn được làm nô lệ trước tình yêu của cô Hiền, thì còn muôn ngàn phúc, vì tự chú đã trở nên một "prince" rồi đó chú ạ...

Hiền ngừng đọc, rơm rớm nước mắt , nhìn Vũ đang thu hình trong chiếc ghế bành bên cạnh. Và không nói, Hiền bỏ lá thư xuống đến bên Vũ, ngả đầu trong lòng Vũ, nức nở như trẻ thơ. Vũ chợt nhớ lại hình ảnh, cũng tiếng nấc và những lời nức nở của Hiền khi Vũ và Hiền gặp lại nhau tại căn nhà gần ty bưu điện Vũng Tàu trước 75, qua sự sắp đặt của Liên và Yến. Hiền cũng đã khóc, có khác là Hiền không còn ấm ức lập đi lập lại: "Đừng bỏ em Vũ, xin anh đừng bỏ em". Bây giờ hẳn Hiền đã cảm nhận và hiểu rằng, Vũ sẽ mãi là của nàng và không có gì có thể thay đổi và ngăn cách được tình yêu cuả hai người.

Cùng những ý nghĩ gợi về, Vũ xoa đầu Hiền rồi âu yếm hôn nhẹ trên vầng trán trắng ngần đã bắt đầu có những vết nhăn chứng tỏ tuổi đời đã chất chồng. Lúc sau Vũ lên tiếng trong âu yếm:

- Mình đưa thơ cho anh đọc tiếp cho, dựa đầu vào anh cho đỡ mỏi.

Hiền ngoan ngoãn với lá thơ và tiếp tục trong hương yêu từ lòng Vũ.

Tiếng Vũ bắt đầu đều đều:

... Cô Hiền ơi! Chú Vũ vừa khôn và vừa dại, có lẽ trên đời này không ai sánh kịp. Cô phạt chú đi, cô nhéo chú dùm cháu, chú hư quá đã bỏ lỡ đi biết bao là thời gian bên cô...

Bỗng Vũ kêu "á" thật to cùng với giọng nũng nịu của Hiền:

- Cái nhéo này của Vân, còn của em, em tạm thời để anh nợ em.

Vũ không nói, nhìn Hiền âu yếm rồi đọc tiếp:

Thôi cháu kể tiếp cuộc đời mới của cháu nhé, cháu xa đề quá rồi. Thật ra, phải nói, quyết định mà cháu được ơn đặc biệt này là do chú cô đã ảnh hưởng cháu rất nhiều. Có những chuyện tình cờ trên đời, nhiều lúc mình thật vô tâm, nhưng lại biến đổi cả một vận mệnh, bây giờ thì cháu tin, và lòng quả quyết của cháu lại càng gia tăng, nhất là sau này, những ngày ở trường dại học "University Texas" không có chú, cháu thường vào thư viện tìm đọc các gương của các tiền bối, những người xưa quả thật quả cảm vô cùng. Cháu lại nhớ tới chú khi có lần chú nhắc về lòng nhân đạo của người đã sáng tạo ra hội Hồng Thập Tự. Bà Florence Nightingale, quả cảm, anh dũng phi thường chú nhỉ, cháu đọc say mê và càng đọc, cháu càng tìm thấy rõ ràng và chắc chắn. Thế rồi cháu lại nhớ tới tấm bảng bằng gỗ mà chính chú đã khắc như là một châm ngôn luôn để trên bàn học của chú. Không biết bây giờ chú còn giữ tấm bảng đó không? Tên của bà Hellen Keller, một người mù nhưng đã chiến thắng tất cả nghịch cảnh. Bà Keller đã lấy mấy bằng cử-nhân tại trường đại-học Radeliffe, bà là một sinh viên có một không hai, mà chú bảo cháu, nhờ tấm bảng tên của bà Keller đó chú đã vượt được rất nhiều chán nản trong cuộc đời chú.

Cháu đồng ý với chú, nên thực tế, ngay bây giờ, cháu thường tiếp tục trông gương và học hỏi từ các thánh, những người sinh ra, sống cũng đầy bất hạnh và tủi buồn, đâu có khác chi mình. Nhưng họ đã chinh phục chính mình để từ đó, vượt thoát và khắc phục khiến mọi người, mọi giới mến phục và kính nể.

Nhưng cháu lại cũng nhận ra, ở đời, con người ta dễ vô ơn lắm. Nên cháu chỉ xin chú cô duy nhất một điều luôn cầu nguyện cho cháu biết nhận ra gía trị của đời sống, hầu cháu biết sự qúy giá qua ân phúc để tiếp tục con đường cháu đã chọn, vì cháu hiểu rằng, đi tu khó một, nhưng là một nữ-tu càng khó gấp bội.

À, mà buồn cười lắm chú cô ạ. Hôm cháu nói chuyện với cha Xuân cháu đã vô lễ nói với cha: "Thưa cha, con chỉ tiếc con là con gái, nếu không con đi tu như thế này con cũng được làm cha, oai hơn là làm nữ-tu nhiều cha nhỉ!" Nhưng cha Xuân lại vui vẻ bảo cháu: "Cha lại khác, cha muốn được làm các nữ-tu hơn. Vì từ xưa tới giờ, cha nói với con rất thành thật, lúc nào cha cũng kính phục các nữ-tu, vì ở họ cha luôn đọc được chữ "tu" trọn vẹn. Tất cả khiêm nhường, khó khăn, nghèo hèn, an phận, vâng lời... đúng nghĩa. Họ không có môi giới cầu vinh như các linh-mục. Vì ở thế gian, quyền hành đã luôn dễ tạo sinh sự thất ái". Cha lại còn nói: "Con đừng quá trọng các linh-mục đến độ không biết dùng sự phán đoán và trí khôn ngoan của mình, mà con còn luôn nhớ, không phải tất cả các linh-mục đều giữ lời khấn, hoặc tuyên hứa khởi nguyên đâu".

Cháu kính phục cha Xuân, bạn của chú lắm. Nhưng

cũng như cha Xuân nói, cháu hiểu ngài cần sự giúp đỡ về tinh thần rất nhiều, có khi còn hơn cả chú cô và cháu.

Nhân đây, cháu cũng cho chú cô biết thêm một bí mật, cháu đã xin và được cha Xuân chấp nhận, nhận cháu là con thiêng liêng của cha. Bây giờ, thì đường nào cháu cũng là cháu của chú cô, chú cô sẽ tha hồ nghe cháu nhõng nhẽo. Cô phải gửi kẹo và ô mai cô nhé? À mà để cháu nhớ, chú bảo cô mê ăn mận chua lắm. Đúng không cô?

Vũ vừa đọc tới đó lại kêu "Á". Vũ buông lá thư, vò đầu Hiền làm những sợi tóc nổ tung vương toả đều trên lòng Vũ và xiết mạnh trong yêu đương. Hiền nũng nịu làm bộ đứng lên:

- Ai biểu mình đi nói xấu em, cái gì anh cũng kể, làm như em tốt lắm không bằng.

Vũ trả lời trong yêu thương:

- Tốt, chứ có ai tốt hơn em không? Không nghe Vân nó đã nói thế nào sao?

Hiền tát yêu má Vũ, với tay lấy lá thư, Hiền vừa đứng dậy vừa nói:

- Cô bé này thông minh, chân thật và khéo léo lắm. Em nghĩ, giáo-hội có được những nữ-tu sẵn sàng cởi mở như thế này quả là đáng mừng vô cùng.

Và Hiền không để Vũ trả lời, Hiền đọc tiếp:

....Cô chú cho cháu gửi lời thăm cô Hồng cô chú nhé. Cả chú Thông nữa. Cháu nghe cha Xuân nói chú Thông kỳ này đã bắt đầu gia nhập hội-đoàn và hình như đang sửa soạn trở về với nghề giáo. Các cô chú đã có tuổi, trí nhớ "cùn" (cháu lập lại lời của chú đấy nhé) nhưng sao ai cũng tiếp tục con đường học vấn. Cảm phục thay. Còn chú Viết đã trở về với cô Tuyết và sống trên New York phải không chú cô? Người ta bảo có vợ, có chồng rồi dễ quên bạn bè lắm, vì họ chỉ còn nghĩ tới nhau, nhưng chú đừng quên cháu, cháu đâu có phải là bạn đâu, cháu là cháu cơ mà.

Nói vậy, nhưng kể cũng oan cho chú Viết, vì thực ra ngày cháu đi, cháu đâu có cho địa chỉ, số phone ai đâu. Vả lại, ngay cả chú Viết lúc bấy giờ cũng không tin là cháu có sự thay đổi nhanh như thế. Chú Viết cũng chỉ tưởng cháu thất tình với chú rồi "đi hoang". Cái chú Viết này nghĩ cái gì cũng khác lạ hơn người, cháu nói có phải không cô chú?

Nhưng chú cô biết không? Cô thì hẳn là chưa biết, nhưng chú còn nhớ Hoàng không? Hoàng mà có dàn máy hát đắt tiền ấy chú, mà có lần chú và cháu đến dự sinh nhật của Janice, cô bé người Tàu đó? Hoàng theo đuổi cháu chú biết rồi. Hoàng đẹp trai, học giỏi, văn nghệ, nhất là giọng hát của Hoàng lại rất đằm ấm mà tụi bạn gái của cháu, chúng nó thường trêu cháu "giọng hát chết người". Nhưng khổ thay, cháu lại không chết, vì dù Hoàng có nhiều ưu điểm hơn người, nhưng Hoàng không có khí phách và nghệ sĩ thật của một người đàn ông, nhất là đức tính trầm trầm dễ cảm như "chú của cháu". (Cháu phải mở ngoặc ngay ở đây để lại thêm một lần xin lỗi cô, vì cháu đã khen chú hoài). Nên cháu không mảy may vương vấn.

Ngày cháu rời khỏi Austin, Hoàng như một con hổ dữ, Hoàng vừa giận vừa bực tức mắng cháu: "Là điên, là khùng, sướng không muốn, lại muốn khổ". Cháu đã trầm tĩnh mỉm cười, vừa đùa vừa thật bảo Hoàng: "Vân xin Hoàng đừng nóng giận. Thứ nhất, Vân đâu có là gì của Hoàng. Thứ hai, Vân có tự do của Vân, mà giả như Vân có gì với Hoàng đi chăng nữa, thì vì sự tự do của Vân, Hoàng vẫn phải tôn trọng về quyết định của Vân chứ. Nhưng Vân không giận Hoàng đâu. Vân chỉ nói với Hoàng rằng, Vân ao ước được nghèo hèn và điên như Hoàng nói, vì có ai ở đời này dậy như Chúa dậy đâu, thường người ta chúc cho chúng ta giàu sang, sung sướng, nhưng Chúa lại phán: "Phúc cho những ai có tinh thần nghèo khó, phúc cho những ai đau buồn, phúc cho những ai đói khát, phúc cho những ai bách hại " nên Vân cám ơn Hoàng, Vân không giận Hoàng, Vân chỉ xin Hoàng cầu nguyện cho Vân được nghèo khó, ngu dại... như Hoàng nói". Hoàng trợn mắt nghe cháu nói. Và phải cả phút sau, Hoàng mới trả lời cháu bằng tiếng Mỹ

"OK, Happy are those whose hearts are pure, for they shall see God". Rồi Hoàng như hét lên: "Vân giữ lấy, bám lấy và tin lấy mặc Vân".

Kể ra thì cháu có phải là hơi lập dị chăng. Nhưng quả cũng không hoàn toàn lỗi ở cháu. Cháu đâu có cho Hoàng biết là cháu đi tu, nhưng có lẽ Janice nói cho Hoàng. Thôi thì mặc ai nói, đường ta, ta đi chú nhỉ.

À, cháu đang nói chuyện về chú Viết và cô Tuyết. Cha Xuân nói hai chú cô Viết giờ này thắm thiết và lại thêm một bé gái. Nhất là chú Viết cũng gần xong chương trình học phải không chú? Hè này có lẽ cháu phải để ra một tháng nhịn ăn để đi ăn khao do các chú, các cô tổ chức mừng ra trường mới được..

Thôi thơ đã dài quá "ư là dài" rồi. Cháu tự bảo cháu: "được đàng chân lân đàng đầu, thấy chú cô thương làm nũng quá sức, viết thế này ai mà đọc nổi". Nhưng dù nghĩ vậy, vẫn không ngừng được chú cô ạ, tay thì muốn ngừng, nhưng lòng thì nó cứ bắt tay phải đều đều "đường ta ta đi". Thế là cháu lại đành vâng lời cây viết. Nói theo đạo là cháu bị cây viết cám dỗ đấy chú cô ạ. Chú đếm thử coi mấy trang rồi chú? "WOW" mười mấy trang rồi phải không chú. Chú cô đọc thư đã đói chưa? Chú cô có cần nghỉ ăn trưa không? Nói chơi vậy thôi, cháu cũng phải ngừng vì gần 2 giờ sáng rồi, ngày mai 5:30 cháu phải dậy lên nhà nguyện để sửa soạn kinh sáng. Giờ giấc trong nhà dòng không như sợi "dây thung" đâu chú cô ạ. Một phút trễ nải cũng không được, mà cháu nghĩ nếu con người không kiểm soát được giờ giấc của mình có lẽ đó là điều thiệt thòi và bất hạnh nhất để được tiếng "khắc phục". Thôi ráng đọc một trang nữa thôi (hay chú cô lại tiếc rẻ?) Nhưng tới đây cháu xin cô đọc một mình thôi, đừng cho chú nghe, vì cháu sửa soạn khai tội của chú. Chú có hồi hộp không? Nói chơi thôi cô ạ, đừng nên chấp nhất kẻ chán đời phải không cô?

Chú còn nhớ buổi sinh nhật của Janice. Hôm đó chú chiều cháu. Chú Viết lại không có ở nhà. Cháu nhớ, chú

Viết phải về Cali có chuyện. Hôm đó, sau khi mọi người đã ăn uống no say, Hoàng "set up" máy để mọi người cùng hát cho vui. Khi mọi người đang hăng say hát, Hoàng đã âm mưu thâu băng, nhưng không ai biết. Và hôm đó, cháu nhớ, chú ngồi tư lự từ đầu tới cuối, mãi tới khi tới lần chú, chú vẫn trầm tĩnh gọi Janice và không chờ ai gọi tới tên mình, chú đã thanh thản nhờ Janice hát lại bài "Sieng Shien Ni", một bài hát Tàu chú thích và chú hứa là sau khi Janice hát chú sẽ hát. Nhưng không ngờ, lần thứ hai, chú lại kêu cháu, hỏi cháu có biết hát bài này không? Cháu trả lời với chú là Janice có dậy cháu hát tiếng Tàu, nhưng học mãi mà cháu không thuộc lời. Chú nghe cháu nói thế, chú không đợi, chú đã giới thiệu cháu với mọi người, một giọng ca rất đặc biệt qua bài "Sieng Shien Ni" lời Việt phóng tác do ý chú sẽ cùng song ca. Mọi người ngơ ngác và sau khi cháu "vâng lời lấy tờ giấy của chú". Khi chú và cháu hát xong, ai cũng cảm phục, nhưng chú vẫn bình thản, ôm cây đàn guitar và hát tiếp bài "Adieu" lời Pháp và Việt (phóng tác dựa theo tâm trạng của chú).

Từ hôm đó, cháu mới biết chú thật là người đa tài, nhất là giọng chú lại trầm và chất đầy nỗi buồn. Chú như chứa đựng tất cả tâm sự chìm sâu bộc phát. Hoàng đã cho cháu mấy bản nhạc chú hát và cả bài của cháu hát với chú nữa. Giờ đây, cháu xin gửi tặng cô. Cô nên nhớ rằng, cô dù đi kiếm cả năm châu, bốn bể cũng không khi nào có thể tìm ra được. Tuyệt trần lắm cô ơi! Cô nhớ phải cất kỹ, cô đừng làm mất cô nhé, cô nghe đi, cô sẽ thương chú của cháu nhiều gấp bội.

Thôi bây giờ thì cháu xin phép cô chú, lần này thì cháu xin cô chú cháu ngừng bút thật. Vì cháu biết cô sốt ruột lắm rồi. Cô muốn nghe ngay những bản nhạc mà đã do chính chú sáng tác phỏng theo nhạc ngoại quốc, để gửi gấm tâm sự thương yêu và nhớ nhung cô, những lúc không có cô bên cạnh.

Cháu xin kính chúc cô chú mãi hạnh phúc và được

mọi điều mong muốn. Hẹn cô chú thư sau. Xin cô chú cầu nguyện cho cháu biết sống cô chú nhé.

Vân.

Hiền buông thẳng tay, nhìn Vũ và bất giác mỉm một nụ cười trìu mến thương yêu tột cùng. Rồi Hiền định đứng dậy, đến chiếc bàn trước mặt, lấy cuốn cassette mà Vân đã gửi đến, nhưng Vũ giữ tay Hiền lại, chần chờ bảo Hiền:

- Hiền đọc lá thư của Tuyết đi, chốc nữa nghe cũng được.

Nhưng Hiền nũng nịu:

- Anh sợ em khám phá ra tâm sự của anh hay sao?

Viết bình thản:

- Dĩ nhiên là không? Nhưng thú thật anh hơi ngại vì anh không biết lúc đó anh viết những gì, vì tất cả các bản nhạc anh sáng tác hồi đó, hầu như anh không còn nhớ gì hết.

Hiền lại làm bộ "hứ" yêu, nhưng cũng vâng lời Vũ, đến lấy lá thư của Tuyết rồi đến ngồi sát vào mình Vũ. Từ từ đọc:

Singapore, ngày... tháng... năm...

Chị Hiền và anh Vũ thương mến

Lâu quá chúng em không có dịp gọi thăm anh chị, phần bận rộn cũng có, nhưng cũng phải thú thật với anh chị, đôi khi bệnh lười bất tử luôn khiến em tìm đủ lý do bào chữa. Tuy nhiên, lỗi vẫn là tại tụi em, em xin anh chị thông cảm. Chúng em xin gửi lời thăm anh chị thật nhiều.

Anh chị có ngạc nhiên khi nhận được lá thư của em gửi từ Singapore không? Em đi công tác tại Singapore một tháng nên em đã tìm cách kéo cả Viết đi luôn. Mất công lắm mới được. Em phải dọa nếu Viết không đi em sẽ xin nghỉ sở. Cuối cùng, vì đức "vâng lời vợ" hay vì cảnh "sợ vợ", không biết mà Viết bằng lòng. Em mừng quá, vì thật ra cũng may là nhờ vào dịp nghỉ của Việt nên mọi sự mới được dễ dàng như thế.

Em được biết, tình trạng của anh chị đã tạm yên, nhưng điều quý hóa nhất vẫn là sức khỏe và bệnh tình của chị đã qua. Đúng là ở "hiền" gặp lành.

Riêng chúng em. Trong thời gian ở Singapore. Em và Việt có dành rất nhiều giờ để đi thăm tất cả các thắng cảnh của thành phố. Từ Santosa Island, "Butterfly Park", Underwater World, "Coralarium", "Haw Par Villa"... Singapore không rộng, em nghĩ chiều dài chừng 27 miles và chiều ngang chỉ 14 miles gì đó, nhưng đến thành phố này, phải công nhận, một thành phố tân tiến, sạch sẽ và kỷ luật khôn chừng. Chính vì thế, Việt đã thẫn thờ và thương cho số phận của dân tộc mình, số phận của biết bao nhiêu nhân tài đâu kém Lý Quang Diệu, nhưng lại mãi lầm than điêu đứng.

Sáng Chủ nhật vừa qua, Việt và em cùng hai cháu đến ăn sáng tại một quán cà phê tên là "Loyal" ngay giữa ngã tư Scott và Orchard Rd, dưới tầng lầu Tang Dynasty. Ngồi ở quán cà phê, em thấy mắt Việt rơm rớm như muốn đổ lệ, em hỏi Việt: "Mắt anh bị cay phải không?". Nhưng Việt không trả lời em. Việt nhìn lên trời, rồi lại nhìn quanh quẩn như cố tìm một vật gì. Em sốt ruột vừa cho cháu bé uống nước cam vừa nhắc lại câu hỏi. Mãi sau Việt mới thở dài: "Nhớ nhà quá, thành phố này chỉ cách Saigòn hơn giờ bay, nếu tính ra có lẽ chỉ bằng Houston đi Oklahoma City nhưng sao xa vời quá". Và Việt nhắc nhở em: "Em còn nhớ những chiều vàng ở Saigon thuở đó chúng mình thường tìm cách bấu níu ở các quán La Pagode, Kim Sơn... để nhìn trời và nhìn người đi bộ qua lại không? Cả đời anh, hình ảnh đó tồn tại và mãi sống trong anh như một cuốn phim sống động nhất trên đời. Rồi những lần rong chơi tối ở ngã Sáu Sài Gòn với chai bia lạnh hiệu con cọp. Bây giờ cũng những chai bia lớn có hình con cọp trên tay hỏi sao không gợi về. Ngày xưa, quả, nếu vận nước chúng ta không quá cơ cực và đầy ải bởi lớp người "yêu nước thụ hưởng" có lẽ chúng ta hơn Singapore nhiều, vì nước chúng ta có tài nguyên và có tất cả sự có thể để trưởng thành dễ dàng, có khi còn hơn cả Nhật Bản. Nhưng ôi! Càng nói càng tiếc và càng cảm thấy mình đốn mạc hèn yếu trước cảnh lưu lạc".

Anh chị ạ, quả tình cảm của Viết làm em lung lay, có lẽ vì thế em đã ngỏ ý và hỏi Viết nếu bằng lòng em sẽ xin chuyển qua Singapore. Ngờ đâu, Viết bằng lòng ngay không cần suy nghĩ. Thế là chờ Viết ra trường là chúng em di chuyển và lập nghiệp bên Singapore.

Chúng em nhân tiện cũng qua Malaysia cùng với anh bạn thổ công người cùng xứ ở đây, nên Viết rất "enjoy" thịt rừng uống beer "con cọp" và nhắc tới anh hoài. Viết luôn nhắc với người bạn của em, tên là Henry "Nếu có Vũ ở đây, sẽ vui và ngoạn mục hơn nhiều, ly này tôi uống cho Vũ. Và cứ thế, khi nồi cháo "tay gấu" hầm với thuốc bắc mang ra, Viết đã nhừ nhừ, em nghĩ Viết đã đánh mất mùi thơm và hương vị ngọt ngào mắc tiền hiếm có của bát cháo thịt rừng này.

Hôm nay rảnh, các cháu đang ngủ, em và Viết lên lầu 14 của khách sạn Hilton, nơi em tạm ở. Viết đi lên đi xuống trông chừng hai cháu, em ngồi viết những dòng này cho anh chị dưới ánh đèn khuya loang lở, vừa đủ chiếu rọi khoảng không gian, qua cây nến chập chờn từ những ngọn gió thoáng nhẹ.

Đẹp và thơ mông lắm. Nhưng Viết thì cứ thở dài hoài khi hướng về hướng quê mẹ. Niềm ao ước của em lúc này, một ngày nào đó, có anh chị và chúng em, chúng mình sẽ cùng về thăm lại quê nhà. Ôi dịu ngọt và đắm say quá anh chị nhỉ. Chúng mình sẽ ăn mận trừ cơm, ăn sầu riêng trừ bữa. Chúng mình sẽ trải dài từng bước trên khắp cùng đất Việt. Viết dạy em nói đó. Em nghĩ cũng như anh Vũ, sẽ mãi chất đầy hình ảnh quê hương thân yêu cùng với biết bao kỷ niệm, nhất là những kỷ niệm hào hùng mà các anh đã sát cánh chiến đấu trong bao năm trời.

Yêu lính là tự rước lấy phiền luỵ và khổ đau? Đấy là lời bàn tán và ngăn chặn thường ngày tới độ chúng em tưởng như là một "liều" kinh nguyện của thuở còn ở bên nhà, thời mà binh đao cao độ nhất. Nhưng giờ thì em không hề cảm thấy và nghĩ thế, em thấy em hạnh phúc và ân thưởng quá sức, vì em đã được may mắn quen và yêu Việt, yêu một người lính thật. Chị có nghĩ như em không chị Hiền? Chắc chắn là thế, nếu không chị đâu có bỏ gia đình theo anh phải không? Và em cũng vậy đâu có một lần phạm tội vì yêu.

Khi về lại Hoa Kỳ, em sẽ thư và gọi điện thoại hỏi thăm anh chị ngay. Mà có khi, anh chị nhận được thư này thì em cũng đã về Mỹ rồi không chừng.

Thôi, em ngừng bút, Việt vừa dẫn cả hai đứa nhỏ lên, có lẽ chúng thức giấc không thấy em và Việt nên nhõng nhẽo. Bây giờ em lại hư, thấy đói bụng anh chị ạ. Em nghĩ có lẽ em sẽ kêu một dĩa "cari" chính hiệu con nai vàng của Ấn Độ, nhưng đĩa này em ăn chỉ cho chị thôi, còn anh, phải để Việt, Việt không ngày nào không uống dùm anh mấy chai bia lớn hiệu "con cọp", còn kèo nài thêm ban nhạc dưới lầu, bản "Adieu" để tặng anh chị. Chúc anh chị trăm, ngàn, vạn... điều may.

Em Tuyết

Hiền ngừng đọc. Vũ trầm ngâm xa vắng. Có lẽ tâm hồn Vũ đang biến động bởi những nhắc nhở trong lá thư của Tuyết. Hiền hiểu, nên cố đánh tan bầu không khí để Vũ không đi vào mộng mị:

- Em nghe băng cassette anh nhé?

Vũ lơ đãng, chạnh nhớ, Vũ nhắc:

- Hình như có thư của Yến phải không?

Hiền nhanh nhẹn:

- Có, nhưng hồi nãy em coi qua, Yến chỉ hẹn sẽ qua thăm mình trong kỳ hè này. Giữa lúc Vũ và Hiền đang nói chuyện, có tiếng xe đậu trước nhà. Hiền đứng dậy ra cửa sổ hé nhìn. Thông và Hồng đang mở cửa xe lệnh khệnh với gói đồ trên tay. Hiền chợt nhớ và lẩm bẩm với Vũ:

- Chết, mình hẹn anh Thông và Hồng qua dùng bữa hôm nay mà em quên khuấy đi. Hư quá, chắc già rồi nên lú lẫn đấy anh nhỉ? Anh có chê em già không?

Vũ mỉm cười:

- Anh chê em già, thế thì ai khen anh "già" đây?

Hiền nũng nịu:

- Thôi thế để em khen cho, nhưng em phải mở cửa, em cho anh nợ, tối sẽ đòi gấp đôi.

Hiền nguýt yêu Vũ rồi ra mở cửa. Vừa thấy Thông và Hồng, Hiền tíu tít:

- Xin lỗi anh Thông và Hồng. Hai người muốn phạt tụi này cái gì cũng được, nhưng phải thành thật cúi đầu tạ lỗi là vì mê mẩn với mấy lá thư của Vân, Tuyết... đã quên bẵng bữa mời anh Thông và Hồng.

Và Hiền cúi đầu vừa nói:

- Xin đại xá! Xin đại xá!

Hồng mỉm cười, vừa đẩy Hiền:

- Anh Vũ ơi! Em nghe bên Cali mới mở một "xưởng phim lớn". Anh nghĩ, anh có thể hy sinh để em giới thiệu chị Hiền sang đóng vai chính bên đó không? Kỳ này vừa sắc sảo , đẹp ra, nhất là tài diễn xuất thì nổi bật hẳn, không chê vào đâu được?

Vũ vỗ tay:

- OK! nhưng, nếu được tôi phải có điều kiện là làm thợ "kẻ lông mày cho Hiền như Vô Kỵ với Triệu Minh."

Thông không trả lời, không ý kiến, chỉ cười xòa, nhìn Hiền, Hồng và Vũ ...

Buổi chiều hôm đó, sau bữa cơm, mọi người ra phòng khách, trong khung cảnh nhạt mờ của ánh đèn buông tỏa. Hiền bỏ băng cassette vào máy và giới thiệu với Thông và Hồng:

- Anh Thông và Hồng phải trả tiền Hiền mới

được nghe cuốn băng này. Cuốn băng chỉ có một và duy nhất trên thế gian, Hiền đã được cháu Vân gửi về. Vì là chỗ thân tình, Hiền bán với giá vé rất hạ, 100 dollars. Được không?

Cả Thông và Hồng còn chưa hiểu gì thì tiếng nhạc trompet đã thôi thúc như lạc vào cõi tiên.

Mọi người im lặng. Khúc hòa tấu khởi sự, tiếng đàn hòa lẫn với giọng hát của Vân và Vũ, dù không điêu luyện nhưng chất chứa âm điệu cảm thông tận cùng:

Tình yêu đến, lần yêu đó với bao nồng say,
Lời yêu dấu, vui ước tình ngất ngây.
Rồi anh đến, chiều mưa đó, dẫn theo sầu đau,
Nước mắt rơi, ngỡ ngàng lời giã từ.
Ôi thương thay, xa anh cho lần chôn kín, cuộc tình sầu muộn, cô đơn trong mơ tim lay từng cơn, thôi xót thương tình ta.
Cuộc sống bao niềm đau khóc hận, tình trái ngang lòng đau suốt đời , yêu đương sao khổ đau, và chất ngất và cất giữ, hết thương cho thân mình.
Rồi em sống, từng hơi thở, với bao niềm đau
Cùng nỗi nhớ, nung nấu đời đắng cay
Và em lấp, từng chua xót mới sinh quặn đau.
Với nhớ thương bẽ bàng tình khúc đầu.

Và kế đó, liên tiếp, bản lời Pháp mà Hiền nhận được. Vũ hát như một gởi nhớ, một ru hồn, một khuất phục, một triền miên, một lặng trĩu, một ưng chịu, một ái oan, một... và ngàn cái một... hai... ba... của bao nhiêu biến đau của con người, từ lời Pháp rồi tới lời Việt phỏng theo:

Anh, xin chớ nói vu vơ, (khi) có nhau.
Anh, xin chớ nhắc xa xôi thương đau.

Anh, xin cố giấu tim côi chua cay.
Anh, xin đắm đuối khi ta bên nhau.
Anh, em chất ngất hơi men đắm say.
Anh, em cất kín bao câu thương yêu.
Anh, em trống vắng hơi anh buông lơi
Anh, em giá nát khi ta xa nhau
Nay xa xôi dẫu quanh em đây,
Bao tim yêu nhưng vẫn không phôi phai,
Vì mình đậm sâu, lấy ưu phiền làm niềm vui
Cho mai sau nát tan tim em,
Nhưng em đây luôn giữ trong đam mê,
Vì tình nặng sâu, gói tim nồng này riêng anh..
Tưởng rằng quên nhưng có đâu ngờ,
Niềm vui trong cánh tay người,
Bao nhiêu lời yêu thương trìu mến,
Và ôm kín mắt lệ đắm say.
Vì thời gian đâu dễ sao làm
Lòng quên đi tiếng thì thầm
Trong hương chiều đôi môi tình khát
Lời ân ái còn đây.
Giờ đây xa mất những thương yêu
Khóc trong đơn côi, muôn vàn cay đắng.
Dù cho tan biến trong đam mê,
Vẫn dáng ai xưa, khó sao quên người.
Dù người xưa nay đã thay lòng
Tươi vui như gió thay mùa
Bên ân tình, vui say tìm mới
Vẫn sao không chi quên, dù cho biết tiếc thương tim hoang, chỉ tìm đớn đau.

Thông chìm ẩn, Hồng miệt mài., Hiền thương tâm quý mến. Mỗi người một ý nghĩ. Riêng Vũ, chính chàng cũng không nhớ từ đâu? Và lúc nào? Thật ra Vũ biết đánh đàn, dù không hay, nhưng cũng tạm đủ để nghêu ngao. Nhưng Vũ đã lẩn quên từ lâu. Vũ thường sợ đàn, vì mỗi lần ôm đàn vào lòng như một mặc khải đã sẵn định: buồn. Và chính vì thế, Vũ trốn. Vũ không muốn bị vật vờ trong cảnh thảm. Mãi tới những ngày ở Austin, phải công nhận, lẽ ra, Vũ càng vui, nhưng không hiểu sao Vũ lại thường chôn mình trong quá khứ, nhất là những lời ca hay đưa đẩy bập bềnh, khiến lòng Vũ dạt dào và Vũ tự mình nẩy sinh những tư tưởng không sát nghĩa, nhưng phù hợp nói các bài hát ngoại quốc Vũ ưa...

Bỗng Vũ mỉm cười và lớn tiếng:

- Mình không hiểu và có lẽ không bao giờ viết lại được câu: "Lấy ưu phiền làm niềm vui" vừa cay nghiệt và vừa cô độc quá.

Nhưng Thông thêm vào:

- Thực ra, vui buồn ở mình. Mình nói vui, nó vui và mình nói buồn, nó buồn, đúng không?

Nhưng Hồng lại nói:

- Em thì nghĩ con người, ai cũng mang sẵn một số phận. Nhiều lúc muốn tránh cũng không được. Sự buồn phiền quả không phải là điều đáng sợ, nhưng mình có đủ can đảm vươn lên trước buồn phiền mới là điều quý mến và đáng kính phục.

Riêng Hiền, xa vời và tự nhiên hai giọt nước mắt tuôn đổ, Hiền cố giấu, cúi xuống và bước lẹ vào phòng trong. Một nỗi nhớ, một niềm hãnh diện và một tình yêu mới ngập đầy trong lòng khiến Hiền không cầm lòng phải để những giọt nước mắt làm nhân chứng cho sự vui mừng tuôn rơi. Nhất là khi thấy và đọc được từng vết nhăn trong khóe mắt của Vũ, của những dấu tích thương yêu vẫn và mãi đọng đầy còn chứng lại...

Văng vẳng từ bên ngoài, tiếng Thông thu đọng chân thành với Vũ:

- Như vậy bạn dã quyết định nhận công việc ở Florida.

Vũ chậm chạp:

- Đúng, Hiền cũng muốn thế, vả lại, Amy bạn Hiền đã xin được việc cho Hiền.

Thông tần ngần:

- Vũ đi đâu cũng được nhưng mình chỉ xin Vũ nhớ một điều, mình và Hồng lúc nào cũng sẵn sàng. Vũ đừng bao giờ tự ái, hay có bất kỳ ý nghĩ bi quan nào, dù chỉ một lần thôi.

Vũ thành khẩn:

- Mình biết, nếu khó khăn mình sẽ tìm đến Thông và Xuân, thậm chí cả Hồng nữa.

Hồng hơi dỗi hờn:

- Em không bằng lòng anh Vũ nói vậy đâu, cái gì mà "thậm chí", chứ anh không coi em như người em trong nhà sao?

Vũ thành thật:

- Xin lỗi Hồng, quả tiếng Việt Nam mình quá phong phú nên lúc nói mà không kỹ lưỡng so đo, thế nào cũng có ngày bước hổng, như tôi hôm nay.

Hồng thông cảm ngay:

- Anh nói như vậy em không bắt đền anh, nhưng em sẽ bắt đền chị Hiền vì nãy giờ vẫn chưa cho em biết lý do và vì đâu chị lại quảng cáo 3 bản hát vừa rồi Nhưng điều lạ là sau khi nghe hát, Hiền lại trốn mất rồi.

Vũ nghe Hồng nói, định gọi Hiền ra, nhưng chưa kịp lên tiếng, Hiền đã xuất hiện với giọng tràn đầy niềm vui, còn đến lấy lá thư của Vân đưa cho Hồng và bảo:

- Hồng đọc lớn lên cho anh Thông nghe, mình cũng muốn nghe lại.

Và quay qua Vũ, Hiền trêu trong say đắm:

- Chỉ sợ nhà em ngại thôi.

Nói rồi, Hiền che miệng cười khúc khích nhìn Hồng. Hồng hiểu ý định lên tiếng, nhưng nghĩ sao lại thôi và mở thơ bắt đầu đọc.

Trong phòng lặng im và thanh thoát như tỏa một trìu mến vô bờ qua lời lẽ thành thật và dễ cảm của người nữ-tu trẻ trong ân sủng trọn vẹn. Hiền và Vũ bất giác nhìn nhau say đắm khi Hồng đọc tới câu: "Chú có phúc lắm, được làm nô lệ tình yêu của cô Hiền tức tự chú đã trở nên một "prince" rồi đó chú ạ".

Từ đâu như một luồng gió thoáng nhẹ, Hiền rùng mình, tự nhiên, đến áp mặt trên bờ vai Vũ.

Singapore, đầu hạ.. j.ngọc

Thư từ, bài vở xin trực tiếp gởi về:

Tạp chí Hợp Lưu
P.O.BOX 9809
Fountain Valley, CA 92728-9809- USA
Điện thoại: (714) 381-8780
E-mail: **tapchihopluu@aol.com**
Trang nhà: **www.hopluu.net**

Ngân / chi phiếu xin đề: Tap Chi Hop-Luu Inc.